ವಿಶ್ವಕಥಾಕೋಶ

ಸಂಪುಟ - ೭

ಪ್ರಧಾನ ಸಂಪಾದಕ

ನಿರಂಜನ

ಮಂಜುಹೂವಿನ ಮದುವಣಿಗ

ಹಂಗರಿ - ರುಮಾನಿಯ ಕಥೆಗಳು

ಅನುವಾದ

ಕೆ. ಎಸ್. ನಾರಾಯಣಸ್ವಾಮಿ

ನವಕರ್ನಾಟಕ ಪ್ರಕಾಶನ

MANJUHOOVINA MADUVANIGA (Kannada)
An anthology of short stories from Hungary and Romania being the seventh volume of Vishwa Kathaa Kosha, a treasury of world's great short stories in 25 volumes in Kannada. Translated by K. S. Narayanaswamy. Editor-in-Chief : Niranjana. Editors : S. R. Bhat, C. R. Krishna Rao, C. Sitaram. Secretary : R. S. Rajaram.

Fifth Print : 2022 Pages : 160 Price : ₹ 175
Paper : 75 gsm Maplitho 20 kg ($^1/_8$ Demy Size)

ಮೊದಲನೇ ಮುದ್ರಣ : 1980
ಮರುಮುದ್ರಣಗಳು : 2011, 2012, 2012
ಐದನೇ ಮುದ್ರಣ : 2022

ಪ್ರಧಾನ ಸಂಪಾದಕ : ನಿರಂಜನ
ಸಂಪಾದಕರು : ಎಸ್. ಆರ್. ಭಟ್, ಸಿ. ಆರ್. ಕೃಷ್ಣರಾವ್, ಸಿ. ಸೀತಾರಾಮ್
ಕಾರ್ಯದರ್ಶಿ : ಆರ್. ಎಸ್. ರಾಜಾರಾಮ್
ಕಲಾ ಸಲಹೆಗಾರರು : ಎಸ್. ರಮೇಶ್, ಕಮಲೇಶ್, ಅಮಿತ್

ಕೃತಿಸ್ವಾಮ್ಯ : ಆಯಾ ಕಥೆಗಳ ಲೇಖಕರದ್ದು / ಲೇಖಕರ ವಾರಸುದಾರರದ್ದು

ಬೆಲೆ : ₹ 175

ಮುಖಚಿತ್ರ : ಕಾರ್ತಿಕ್

ಪ್ರಕಾಶಕರು
ನವಕರ್ನಾಟಕ ಪಬ್ಲಿಕೇಷನ್ಸ್ ಪ್ರೈವೆಟ್ ಲಿಮಿಟೆಡ್
ಎಂಬೆಸಿ ಸೆಂಟರ್, ಕ್ರೆಸೆಂಟ್ ರಸ್ತೆ, ಬೆಂಗಳೂರು – 560 001
ದೂರವಾಣಿ : 080–22161900 / 22161901 / 22161902

ಶಾಖೆಗಳು / ಮಳಿಗೆಗಳು
ನವಕರ್ನಾಟಕ, ಕ್ರೆಸೆಂಟ್ ರಸ್ತೆ, ಬೆಂಗಳೂರು – 1, ✆ 080–22161913/14, Email : nkpsales@gmail.com
ನವಕರ್ನಾಟಕ, ಕೆಂಪೇಗೌಡ ರಸ್ತೆ, ಬೆಂಗಳೂರು – 9, ✆ 080–22203106, Email : nkpkgr@gmail.com
ನವಕರ್ನಾಟಕ, ಶರವು ದೇವಸ್ಥಾನ ರಸ್ತೆ, ಮಂಗಳೂರು – 1, ✆ 0824–2441016, Email : nkpmng@gmail.com
ನವಕರ್ನಾಟಕ, ಬಲ್ಮಠ, ಮಂಗಳೂರು – 1, ✆ 0824–2425161, Email : nkpbalmatta@gmail.com
ನವಕರ್ನಾಟಕ, ರಾಮಸ್ವಾಮಿ ವೃತ್ತ, ಮೈಸೂರು–24, ✆ 0821–2424094, Email : nkpmysuru@gmail.com
ನವಕರ್ನಾಟಕ, ಸ್ಟೇಷನ್ ರಸ್ತೆ, ಕಲಬುರಗಿ – 2, ✆ 08472–224302, Email : nkpglb@gmail.com

ಮುದ್ರಕರು : ರಿಪ್ರೊ ಇಂಡಿಯಾ ಲಿಮಿಟೆಡ್, ಮುಂಬಯಿ

0511226302 **ISBN 978-81-8467-206-0**

Published by Navakarnataka Publications Private Limited, Embassy Centre Crescent Road, Bengaluru - 560 001 (India). Email : navakarnataka@gmail.com

ಅರ್ಪಣೆ

ನಿರಂಜನ
(1924–1991)

ಇವರ ನೆನಪಿಗೆ

ಪರಿವಿಡಿ

～～～～

ಪ್ರಕಾಶಕರ ನುಡಿ

ಕನ್ನಡ ಸಾಹಿತ್ಯ ಪ್ರಪಂಚಕ್ಕೆ ನವಕರ್ನಾಟಕ ಪ್ರಕಾಶನ ಸಂಸ್ಥೆಯ 20ನೇ ಹುಟ್ಟುಹಬ್ಬದ ಕಾಣಿಕೆಯಾಗಿ 'ವಿಶ್ವಕಥಾಕೋಶ' ಯೋಜನೆ ರೂಪುಗೊಂಡಿತು.

ಇದು 25 ಸಂಪುಟಗಳ ಒಂದು ದೊಡ್ಡ ಯೋಜನೆ – ನೂರು ದೇಶ, ಪ್ರದೇಶಗಳ ಸುಮಾರು 400 ಸಣ್ಣ ಕಥೆಗಳ ಒಂದು ಮಹಾ ಸಂಕಲನ. ಭಾರತೀಯ ಭಾಷೆಗಳಲ್ಲೇ ಪ್ರಪ್ರಥಮ ಎನ್ನಬಹುದಾದ ಈ ಯೋಜನೆ ಶ್ರೀ ನಿರಂಜನರ ಪ್ರಧಾನ ಸಂಪಾದಕತ್ವದಲ್ಲಿ ಕಾರ್ಯಗತವಾಗುತ್ತಿದೆ.

ಯೋಜನೆಯ ಅವಧಿ ಮೂರು ವರ್ಷ. 1980ರಿಂದ 1982ರ ತನಕ. ಪ್ರತಿ ವರ್ಷದ ಯುಗಾದಿ ಮತ್ತು ದೀಪಾವಳಿಗಳಂದು ನಾಲ್ಕು ಸಂಪುಟಗಳಂತೆ ಒಟ್ಟು ಆರು ಕಂತುಗಳಲ್ಲಿ 25 ಸಂಪುಟಗಳ ಬಿಡುಗಡೆ. ಕೊನೆಯ ಕಂತಿನಲ್ಲಿ ಒಂದು ಸಂಪುಟ ಅಧಿಕ.

ಇದರಂತೆ ಕಥಾಕೋಶದ ಮೊದಲ ನಾಲ್ಕು ಸಂಪುಟಗಳನ್ನು ಕಳೆದ ಯುಗಾದಿಯಂದು ಬಿಡುಗಡೆ ಮಾಡಿದ ನಾವು, ಅದರ ಎರಡನೇ ಕಂತಿನ ನಾಲ್ಕು ಸಂಪುಟಗಳನ್ನು ಈ ದೀಪಾವಳಿಯಂದು ಓದುಗರ ಕೈಗಿಡಲು ತುಂಬಾ ಹರ್ಷಿಸುತ್ತೇವೆ.

ಈ ನಾಲ್ಕರಲ್ಲೊಂದು 'ಮಂಜುಹೂವಿನ ಮದುವಣಿಗ'. ಇದು ಕಥಾಕೋಶದ 7ನೇ ಸಂಪುಟ. ಇದರಲ್ಲಿ ಹಂಗರಿ, ರುಮಾನಿಯಗಳ 12 ಕಥೆಗಳಿವೆ. ಈ ಸಂಪುಟವನ್ನು ಅನುವಾದಿಸಿದವರು ಶ್ರೀ ಕೆ. ಎಸ್. ನಾರಾಯಣಸ್ವಾಮಿ. ಇದಕ್ಕೆ ಮುಖಚಿತ್ರವನ್ನು ಬರೆದು ಕೊಟ್ಟವರು ಕಲಾವಿದ ಶ್ರೀ ಕಾರ್ತಿಕ್, ಹಿಮ್ಮೈ ವಿನ್ಯಾಸ ಶ್ರೀ ಕಮಲೇಶ್ ಅವರದು. ಇದನ್ನು ಅಂದವಾಗಿ ಮುದ್ರಿಸಿಕೊಟ್ಟವರು ಜನಶಕ್ತಿ ಮುದ್ರಣಾಲಯದ ಬಂಧುಗಳು. ಹೊದಿಕೆಯ ಮುದ್ರಣ ಶಿವಕಾಶಿಯ ಜೇಯೆಮ್ ಆಫ್‌ಸೆಟ್ ಪ್ರಿಂಟರ್ಸ್ ಅವರಿಂದ. ಇವರಿಗೆಲ್ಲ ನಾವು ಋಣಿಗಳು.

ಇವರಲ್ಲದೆ, ಈ ಸಂಪುಟವನ್ನು ಹೊರತರಲು ಬೇರೆಬೇರೆ ರೀತಿ ಗಳಲ್ಲಿ ನಮಗೆ ನೆರವು ನೀಡಿದ ಇತರ ಮಿತ್ರರಿಗೆ ಸಂಪುಟದ ಕೊನೆಯಲ್ಲಿ ನಮ್ಮ ವಿಶೇಷ ಕೃತಜ್ಞತೆಗಳನ್ನು ಸಮರ್ಪಿಸಲಾಗಿದೆ.

ಈ ಸಂಪುಟದಲ್ಲಿ ಬಳಸಲಾದ, ಕೃತಿಸ್ವಾಮ್ಯವನ್ನು ಹೊಂದಿರುವ ಎಲ್ಲಾ ಕಥೆಗಳ ಕರ್ತೃಗಳಿಂದ ಅಥವಾ ಅವರ ವಾರಸುದಾರರಿಂದ ಅದಕ್ಕೋಸ್ಕರ ಅನುಮತಿ ಪಡೆಯಲು ಆದಷ್ಟು ನಾವು ಪ್ರಯತ್ನಿಸಿದ್ದೇವೆ. ಅವರಿಗೆಲ್ಲ ನಮ್ಮ ಕೃತಜ್ಞತೆಗಳು. ಆದರೆ ಒಂದು ವೇಳೆ ಯಾರದಾದರೂ ಅನುಮತಿ ಬಿಟ್ಟುಹೋಗಿದ್ದರೆ, ಈ ಯೋಜನೆಯ ಮಹತ್ವವನ್ನು ಮನಗಂಡು, ಅವರು ನಮ್ಮನ್ನು ಕ್ಷಮಿಸುವರೆಂದು ನಂಬಿದ್ದೇವೆ.

ವಿಶ್ವಕಥಾಕೋಶದ ಬಿಡಿ ಸಂಪುಟಗಳ ಬೆಲೆ ರೂ. 10.00. ಒಟ್ಟು 25 ಸಂಪುಟಗಳಿಗೆ ರೂ. 250.00 ಆದರೆ 'ನವಕರ್ನಾಟಕ ಪಬ್ಲಿಕೇಷನ್ಸ್ (ಪ್ರೈ) ಲಿಮಿಟೆಡ್' – ಈ ಹೆಸರಿಗೆ 200 ರೂ. ಗಳನ್ನು ಡ್ರಾಫ್ಟ್ ಮೂಲಕ ಮುಂಗಡವಾಗಿ ಕಳುಹಿಸಿದವರಿಗೆ ರೂ. 50ರ ರಿಯಾಯಿತಿ ಇದೆ. ಸಂಪುಟಗಳು ಪ್ರಕಟವಾದಂತೆ ನಮ್ಮ ವೆಚ್ಚದಲ್ಲಿ ನಿಮ್ಮ ಮನೆ ಬಾಗಿಲಿಗೆ ಅವುಗಳನ್ನು ತಲಪಿಸಲಾಗುವುದು.

ಕೊನೆಯದಾಗಿ ಕಥಾಕೋಶದ ಮೊದಲ ನಾಲ್ಕು ಸಂಪುಟಗಳಿಗೆ ಓದುಗರಿಂದ ದೊರೆತ ಆದರದ ಸ್ವಾಗತ ಈ ಸಂಪುಟಗಳಿಗೂ ದೊರೆಯುವುದೆಂದು ಆಶಿಸುತ್ತೇವೆ.

ದೀಪಾವಳಿ, 1980
ಬೆಂಗಳೂರು

ಆರ್. ಎಸ್. ರಾಜಾರಾಮ್
ಕಾರ್ಯದರ್ಶಿ
ನವಕರ್ನಾಟಕ ಪಬ್ಲಿಕೇಶನ್ಸ್ (ಪ್ರೈ) ಲಿಮಿಟೆಡ್

ಪ್ರಕಾಶಕರ ನುಡಿ

(ಎರಡನೇ ಮುದ್ರಣ)

ನವಕರ್ನಾಟಕ ಪ್ರಕಾಶನದ 50ರ ಸಂಭ್ರಮದಲ್ಲಿ, 'ವಿಶ್ವಕಥಾಕೋಶ'ದ ಇಪ್ಪತ್ತೈದು ಸಂಪುಟಗಳನ್ನು ಪುನರ್ಮುದ್ರಿಸಿ ಓದುಗರ ಕೈಗಿಡುತ್ತಿದ್ದೇವೆ. ಮೂವತ್ತು ವರ್ಷಗಳ ಕಾಲ ಅಲಭ್ಯವಾಗಿದ್ದ ಜಗತ್ತಿನ ಸಾಹಿತ್ಯ ಕಥಾ ಕಣಜ ಬೆಳಕು ಕಾಣುವ ಈ ಸಮಯದಲ್ಲಿ ಈ ಯೋಜನೆಯ ಹೊಣೆ ಹೊತ್ತ ಶ್ರೇಷ್ಠ ಕಥೆಗಾರ, ಸಾಹಿತಿ ನಿರಂಜನರು ನಮ್ಮೊಂದಿಗೆ ಇದ್ದಿದ್ದರೆ, ನವಕರ್ನಾಟಕದ ಚಿನ್ನದ ಹಬ್ಬ ಹೆಚ್ಚು ಅರ್ಥಪೂರ್ಣವಾಗುತ್ತಿತ್ತು. ಈ ಸಂಪುಟಗಳನ್ನು ಅವರಿಗೆ ಅರ್ಪಿಸಿ, ಅವರನ್ನು ನೆನೆಯುತ್ತೇವೆ.

ಸಂಪುಟಗಳನ್ನು ಅನುವಾದಿಸಿ ನೆರವಾದ ಅನೇಕ ಲೇಖಕ ಮಿತ್ರರು ಈ ಮೂರು ದಶಕಗಳಲ್ಲಿ ನಮ್ಮನ್ನು ಅಗಲಿದ್ದಾರೆ. 'ವಿಶ್ವಕಥಾಕೋಶ'ದ ಎಲ್ಲಾ ಅನುವಾದಗಳನ್ನು ಓದಿ, ಪರಿಷ್ಕರಿಸಿ, ಮುದ್ರಣಕ್ಕೆ ಸಿದ್ಧಗೊಳಿಸಿದ ಸಂಪಾದಕರಲ್ಲಿ ಒಬ್ಬರಾದ ಶ್ರೀ ಎಸ್. ಆರ್. ಭಟ್ಟರ ಅಗಲಿಕೆಯ ನೆನಪು ಈ ಸಂದರ್ಭದಲ್ಲಿ ನಮ್ಮನ್ನು ಕಾಡುತ್ತಿದೆ.

ಮೂವತ್ತು ವರ್ಷಗಳ ಹಿಂದೆ 25 ಸಂಪುಟಗಳನ್ನು ರೂ. 250ಕ್ಕೆ ನೀಡಿದ್ದೆವು. ಬೆಲೆಯೇರಿಕೆಯ ಇಂದಿನ ದಿನಗಳಲ್ಲಿ ಮರುಮುದ್ರಿಸಿದಲ್ಲಿ, ಅದರ ಬೆಲೆಯನ್ನು ಎಂಟು-ಹತ್ತು ಪಟ್ಟು ಏರಿಸಬೇಕಾಗಬಹುದು ಎನ್ನುವ ಭೀತಿಯೂ ವಿಳಂಬಕ್ಕೆ ಕಾರಣವಾಯಿತು. ಈ ಸಂದರ್ಭದಲ್ಲಿ ಈ ಸಂಪುಟಗಳನ್ನು ಸುಲಭ ಬೆಲೆಗೆ ನೀಡಲು ನೆರವಾದವರು ಇನ್ಫೋಸಿಸ್ ಫೌಂಡೇಷನ್‌ನ ಅಧ್ಯಕ್ಷೆ ಶ್ರೀಮತಿ ಸುಧಾ ಮೂರ್ತಿಯವರು. ಅವರಿಗೆ ನಾವು ಕೃತಜ್ಞರಾಗಿದ್ದೇವೆ.

ಈ ಯೋಜನೆಯ ಲೇಖಕರು ಈ ಅವಧಿಯಲ್ಲಿ ಸಾಕಷ್ಟು ಹೊಸ ಬರೆಹಗಳನ್ನು ಮಾಡಿದ್ದಾರೆ, ಗೌರವ ಪುರಸ್ಕಾರಗಳಿಗೆ ಪಾತ್ರರಾಗಿದ್ದಾರೆ. ಕೆಲವರು ನಮ್ಮೊಂದಿಗಿಲ್ಲ. ಈ ಎಲ್ಲ ಲೇಖಕರ ಪರಿಚಯಗಳಿಗೆ ಹೊಸ ಸೇರ್ಪಡೆಗಳನ್ನು ಮಾಡಿಕೊಟ್ಟ ಡಾ|| ಆರ್. ಪೂರ್ಣಿಮಾ ಮತ್ತು ಶ್ರೀಮತಿ ರೋಸಿ ಡಿ'ಸೋಜಾ ಅವರ ನೆರವನ್ನು ಸ್ಮರಿಸುತ್ತೇವೆ.

ಮರುಮುದ್ರಣದ ಈ ಕಾರ್ಯದಲ್ಲಿ ನೆರವಾದ ಎಲ್ಲರನ್ನೂ ನೆನೆಯುತ್ತೇವೆ.

ಯುಗಾದಿ, 2011
ಬೆಂಗಳೂರು

ಆರ್. ಎಸ್. ರಾಜಾರಾಮ್
ವ್ಯವಸ್ಥಾಪಕ ನಿರ್ದೇಶಕ, ನವಕರ್ನಾಟಕ ಪ್ರಕಾಶನ

ಪ್ರಸ್ತಾವನೆ

1

ಮೊದಲನೆಯ ದೃಶ್ಯ : ಕಾಲ – 80,000 ವರ್ಷ ಹಿಂದೆ, ಡಾನ್ಯೂಬ್ ನದಿಯ ಎಡ ಬಲ ದಂಡೆಗಳ ಗೊಂಡಾರಣ್ಯದಲ್ಲಿ ಶಿಲಾಯುಗದ ಬೇಟೆಗಾರರು ಮಿಕಗಳನ್ನು ಹುಡುಕುತ್ತ ಅಲೆಯುತ್ತಿದ್ದಾರೆ.

ಎರಡನೆಯ ದೃಶ್ಯ : ಕ್ರಿಸ್ತಪೂರ್ವ 3000–2000. ಕೆಲ್ಟ್, ಸ್ಲಾವ್ ಬುಡಕಟ್ಟುಗಳ ಜನರ ಆಗಮನ.

ಮೂರನೆಯ ದೃಶ್ಯ : ಕ್ರಿ. ಪೂ. 1ನೇ ಶತಮಾನ. ರೋಮನರ ರಂಗ ಪ್ರವೇಶ. ಕ್ರಿ. ಶ. 200ರವರೆಗೂ ಆಳ್ವಿಕೆ.

ದೃಶ್ಯ ನಾಲ್ಕು : ಗೋಥರು, ಹೂಣರು ಮತ್ತಿತರರು – ಪೂರ್ವ ದಿಕ್ಕಿನಿಂದ.

ದೃಶ್ಯ ಐದು : ಆ ದಿಕ್ಕಿನಿಂದಲೇ ಆರ್ಭಟ: "ಅನ್ ಒಗರ್ !" ('ಹತ್ತು ಬಾಣಗಳ ಜನ') ವೀರ ಅರ್ಪಡನ ನಾಯಕತ್ವದಲ್ಲಿ ಮಾಗ್ಯರ್ ಅಶ್ವಾರೋಹಿಗಳ ದಾಳಿ. ('ಅನ್ ಒಗರ್'ನಿಂದಲೇ ಹಂಗರಿ ಪದ.) ಈ ದೃಶ್ಯದುದ್ದಕ್ಕೂ ಕ್ರೈಸ್ತಧರ್ಮದ ಘಂಟಾರವ. ಮಾಗ್ಯರರ ಮತಾಂತರ. 1000ನೆಯ ಕ್ರಿಸ್‌ಮಸ್ ಹಬ್ಬದ ದಿನ ಅರ್ಪಡ್ ಸಂತತಿಯ ರಾಜಕುಮಾರನ ಪಟ್ಟಾಭಿಷೇಕ. ಸ್ಟೀಫನ್ ಅವನ ಹೊಸ ಹೆಸರು. ತಲೆಯ ಮೇಲೆ ಪೋಪ್ ಉಡುಗೊರೆಯಾಗಿ ಕಳಿಸಿದ್ದ ಸ್ವರ್ಣಕಿರೀಟ. ಪೋಪನಿಗೆ ಪ್ರತಿ ಕಾಣಿಕೆ – ಹಂಗರಿಯ ಗಣಿಗಳಿಂದ ದೊರೆತ ಹೊನ್ನು.

ದೃಶ್ಯ ಆರು : ಕಾಲ – 10ನೇ ಶತಮಾನ. ಮಂಗೋಲರಿಂದ ಸೂರೆ. ಇದ್ದ ಜನಸಂಖ್ಯೆಯ ಅರ್ಧದಷ್ಟು ನಾಶ. ಮತ್ತೆಯೂ ಒಂದು ಶತಮಾನ ಮಾಗ್ಯರ್‌ರದೇ ಆಡಳಿತ.

ದೃಶ್ಯ ಏಳು : 16ನೇ ಶತಮಾನ. 300 ಫಿರಂಗಿಗಳ ಗುಡುಗು; 1 ಲಕ್ಷ ಸೈನಿಕರು. ತುರ್ಕರ ಜೈತ್ರಯಾತ್ರೆ. ಒಂದೂವರೆ ಶತಮಾನ ಹಂಗರಿ ತುರ್ಕಿ ಸಾಮ್ರಾಜ್ಯದ ಒಂದಂಶ.

ದೃಶ್ಯ ಎಂಟು : ತುರ್ಕರನ್ನು ಓಡಿಸಲು ಆಸ್ಟ್ರಿಯದ ಸತತ ಯತ್ನ, ವಿಜಯ. ಹಂಗರಿಯವರಿಗೆ ಹೊಸ ದಾಸ್ಯ.

ದೃಶ್ಯ ಒಂಭತ್ತು : ರಾಷ್ಟ್ರೀಯತೆಯ ಮೆಲುದನಿ. ಮೊದ

ಮೊದಲು, ಫ್ರೆಂಚ್ ಕ್ರಾಂತಿಯ ಸುದ್ದಿ ಹಂಗರಿಗೆ ತಲಪಿದಂತೆ ಆ ಧ್ವನಿ ಹೇಷಾರವವಾಗುತ್ತದೆ. 1848ರ ಕ್ರಾಂತಿ ವಿಫಲವಾದರೂ (ಮುಖಂಡ–ಲಾಜೊಸ್ ಕೊಸ್ಸುತ್), ಪಾರತಂತ್ರ್ಯದ ಬದಲು ಆಸ್ಟ್ರಿಯದೊಡನೆ ಸಮಭಾಗಿತ್ವ ಪ್ರಾಪ್ತಿ.

ಹತ್ತನೆಯ ದೃಶ್ಯ : ಮೊದಲ ಮಹಾಯುದ್ಧದ ಅಂತ್ಯದಲ್ಲಿ ಆಸ್ಟ್ರಿಯ ಹಂಗರಿ ಸಾಮ್ರಾಜ್ಯದ ಪತನ. ವಿಯೆನ್ನಾದಿಂದ ಆಳುತ್ತಿದ್ದ ಹಾಪ್ಸ್‌ಬರ್ಗ್ ರಾಜಮನೆತನದ ಅವಸಾನ. ಹಂಗರಿಯ ಬೇಲ ಕುನ್ ರಷ್ಯದಲ್ಲಿ ಯುದ್ಧ ಕೈದಿಯಾಗಿದ್ದವನು. ಕಮ್ಯೂನಿಸಮಿನಿಂದ ಆಕರ್ಷಿತನಾಗಿ ಅಕ್ಟೋಬರ್ ಕ್ರಾಂತಿಯಲ್ಲಿ ಭಾಗವಹಿಸುತ್ತಾನೆ. ಸ್ವದೇಶಕ್ಕೆ ಧಾವಿಸಿ ಹಂಗರಿ ಕಮ್ಯೂನಿಸ್ಟ್ ಪಕ್ಷ ಸಂಘಟಿಸುತ್ತಾನೆ. 1919ರಲ್ಲಿ ಹಂಗರಿಯಲ್ಲಿ ಕಮ್ಯೂನಿಸ್ಟ್ ಸರಕಾರದ ರಚನೆ...

... ಹಂಗರಿ ಕಥೆಯ ಉತ್ತರಾರ್ಧ ತೀವ್ರ ಸಂಕಷ್ಟದ ಮತ್ತು ಅಪಾರ ಸಂತೃಪ್ತಿಯ ಸನ್ನಿವೇಶಗಳಿಂದ ತುಂಬಿದೆ.

ಬೇಲ ಕುನ್ ರಚಿಸಿದ ಕಮ್ಯೂನಿಸ್ಟ್ ಸರಕಾರ ಅಲ್ಪಾಯುವಾಯಿತು. ನೌಕಾಧಿಪತಿ ಹೋರ್ಥಿ ಪ್ರತಿಗಾಮೀ ಶಕ್ತಿಗಳ ನೇತೃತ್ವ ವಹಿಸಿ ಅಧಿಕಾರವನ್ನು ಕಸಿದುಕೊಂಡ. 1920ರಲ್ಲಿ ಆತ ಘೋಷಿಸಿದ: "ಸ್ವತಂತ್ರ ಹಂಗರಿಯ ರಾಜಗದ್ದುಗೆಯ ರಕ್ಷಕ ನಾನು." ಆದರೆ ಗದ್ದುಗೆಯನ್ನೇರಲು ಮಾತ್ರ ಹಿಂದಿನ ರಾಜಕುಟುಂಬದ ಯಾವ ಪಿಳ್ಳೆಗೂ ಆತ ಅವಕಾಶವೀಯಲಿಲ್ಲ. ಬಹುಜನ ಸಮುದಾಯದ ಸುಲಿಗೆಯೇ ಸೂತ್ರವಾಗಿದ್ದ ಸಮಾಜವನ್ನು ಆತ ದಕ್ಷತೆಯಿಂದ ರಕ್ಷಿಸಿದ – ಇಡೀ 24 ವರ್ಷ. ಆತ ನಾಜಿಗಳ ಸಖ್ಯ ಬೆಳೆಸಿದ್ದರಲ್ಲಿ ಆಶ್ಚರ್ಯವೇನಿಲ್ಲ. ಎರಡನೇ ಮಹಾಯುದ್ಧದ ಕಾಲದಲ್ಲಿ ಆತ ಹಿಟ್ಲರ್ ಮುಸೋಲಿನಿಯರ ಸಹಚರನಾದ. ಯುಗೊಸ್ಲಾವಿಯವನ್ನು ಆಕ್ರಮಿಸುವ ಕಾರ್ಯದಲ್ಲಿ ಸಹಕರಿಸಿದ. ಸೋವಿಯೆತ್ ರಷ್ಯದ ಮೇಲೆ ತಾನೂ ಯುದ್ಧ ಸಾರಿದ. ಹಿಟ್ಲರ್ ಸೋಲುವ ಲಕ್ಷಣ ಕಾಣಿಸಿದೊಡನೆ ರಷ್ಯದ ಜತೆ ಗುಪ್ತ ಸಂಧಾನಕ್ಕೆ ಯತ್ನಿಸಿದ. ನಾಜಿಗಳು ಅವನನ್ನು ಬಂಧಿಸಿದರು. ಆ ಯುದ್ಧದಲ್ಲಿ ಹಂಗರಿಯಲ್ಲಿ ಹತರಾದವರು 500,000 ಜನ. ಹೋರ್ಥಿಯನ್ನು ಯುದ್ಧ ಪಾತಕಿಯೆಂದು ಸಾರಿ ವಿಚಾರಣೆಗೆ ಗುರಿಪಡಿಸಬೇಕೆಂದು ಯುಗೊಸ್ಲಾವಿಯ ಆಗ್ರಹಿಸಿತು. ಆದರೆ ಅಮೆರಿಕ ಒಪ್ಪಲಿಲ್ಲ. ಹೋರ್ಥಿ ಪೋರ್ಚುಗಲಿನಲ್ಲಿ ಆಶ್ರಯ ಪಡೆದು, 89ರ ಮುದಿ ವಯಸ್ಸಿನವರೆಗೂ ಬದುಕಿದ.

ಪೂರ್ವ ಯೂರೋಪಿನ ರಾಷ್ಟ್ರಗಳೆಲ್ಲ ಸಮಾಜವಾದದ ಹಾದಿ ಹಿಡಿಯಲು ಕಾರಣವಾದದ್ದು ಅಲ್ಲಲ್ಲಿನ ಕ್ರಾಂತಿಯಲ್ಲ – ಕೆಂಪು

ಪಡೆ. ಅದರ ಬೆಂಬಲದಿಂದ ಹಲವು ದೇಶಗಳ ಶೋಷಿತರ ಕನಸು ನನಸಾಯಿತು. ಯೂರೋಪಿನ ಹೃದಯ ಸ್ಥಾನದಲ್ಲಿರುವ ಹಂಗರಿಯ ಮೇಲೆ ಲೋಕದ ಎಲ್ಲ ಕಮ್ಯೂನಿಸ್ಟ್ ವಿರೋಧಿಗಳ ಕಣ್ಣು. ಆಸ್ಟ್ರಿಯ ಅವರ ಚಟುವಟಿಕೆಯ ನೆಲೆ. ನಾನಾ ಬಗೆಯ ಹಿತಾಸಕ್ತಿಗಳ ರಾಜಕೀಯ ಬಣಗಳೊಡನೆ ಹಂಗರಿಯ ಕಮ್ಯೂನಿಸ್ಟರು ಆರಂಭದಲ್ಲಿ ಐಕ್ಯರಂಗ ರಚಿಸಬೇಕಾಯಿತು. ರಾಷ್ಟ್ರೀಯತೆಯ ಹೆಸರಲ್ಲಿ ಸಮಾಜವಾದಿ ಮಾರ್ಗದಿಂದ ದೂರ ಸರಿಯುವ ಪ್ರಯತ್ನ 1956ರಲ್ಲಿ ನಡೆಯಿತು. ಸೋವಿಯೆತ್ ರಷ್ಯದ ಮಧ್ಯ ಪ್ರವೇಶದಿಂದ ಆಗಬಹುದಾಗಿದ್ದ ಅವಾಂತರ ತಪ್ಪಿತು.

ಹಂಗರಿಯಲ್ಲಿ ಸಮಾಜವಾದೀ ಗಣರಾಜ್ಯ ಸ್ಥಾಪನೆಗೆ ಮುನ್ನ ಕೃಷಿ ಯೋಗ್ಯವಾದ ಎಲ್ಲ ಭೂಮಿಯ ಅರ್ಧಭಾಗ ಕೇವಲ 2000 ವ್ಯಕ್ತಿಗಳ ಕೈಯಲ್ಲಿತ್ತು. ಭೂಸುಧಾರಣಾ ಶಾಸನದ ಪರಿಣಾಮವಾಗಿ 56 ಲಕ್ಷ ಎಕರೆ ಭೂಮಿ ಭೂವಿಹೀನ ರೈತರ ನಡುವೆ ಹಂಚಲ್ಪಟ್ಟಿತು. ಘನ ಕೈಗಾರಿಕೋದ್ಯಮಗಳೂ ಗಣಿಗಳೂ ಬ್ಯಾಂಕುಗಳೂ ರಾಷ್ಟ್ರೀಕೃತ ವಾದುವು. ಆಳುವ ಪಕ್ಷದ ಅಧಿಕೃತ ಹೆಸರು ಸಮಾಜವಾದೀ ಶ್ರಮಿಕ ಪಕ್ಷ. 340 ಸದಸ್ಯರಿರುವ ರಾಷ್ಟ್ರೀಯ ಶಾಸನಸಭೆಗೆ ಚುನಾವಣೆ ನಾಲ್ಕು ವರ್ಷಗಳಿಗೊಮ್ಮೆ.

35,912 ಚದರ ಮೈಲು ವಿಸ್ತಾರದ ಹಂಗರಿಯ ಜನಸಂಖ್ಯೆ 1 ಕೋಟಿ ಹತ್ತು ಲಕ್ಷ. ವಾಯವ್ಯದಲ್ಲಿ 100 ಮೈಲುಗಳ ಉದ್ದಕ್ಕೆ ಡಾನ್ಯೂಬ್ ನದಿಯೇ ಎಲ್ಲೆ. ಅದು ದಕ್ಷಿಣಕ್ಕೆ ಹೊರಳಿ, ಹಂಗರಿಯನ್ನು ಇಬ್ಭಾಗ ಮಾಡುತ್ತದೆ. ರಾಜಧಾನಿ ಬುಡಾಪೆಸ್ಟ್ ಅವಳಿ ನಗರ. ಡಾನ್ಯೂಬ್‌ನ ಪಶ್ಚಿಮ ದಂಡೆಯ ಮೇಲೆ ಬುಡಾ. ಅದಕ್ಕಿದಿರಾಗಿ ಪೂರ್ವದಂಡೆಯ ಮೇಲೆ ಪೆಸ್ಟ್. ಹಂಗರಿಯ ಕಾರಖಾನೆ ಕಾರ್ಮಿಕರಲ್ಲಿ ಶೇಕಡಾ 47ರಷ್ಟು ಬುಡಾಪೆಸ್ಟ್ ನಗರದಲ್ಲೇ ಇದ್ದಾರೆ. ಆರು ವಿಶ್ವವಿದ್ಯಾನಿಲಯಗಳಿವೆ. ಒಂದು ಕಾಲದಲ್ಲಿ ಕೃಷಿಯೊಂದೇ ಜೀವನಾಧಾರವಾಗಿದ್ದ ದೇಶದಲ್ಲಿ ಈಗ ಘನ ಕೈಗಾರಿಕೋದ್ಯಮಗಳಿವೆ. ಯಂತ್ರಸಾಮಗ್ರಿಗಳೂ ವ್ಯವಸಾಯೋತ್ಪನ್ನಗಳೂ ರಫ್ತಾಗುತ್ತವೆ. ಶೇಕಡಾ 60ರಷ್ಟು ಭೂಮಿ ಸಮುದಾಯ ವ್ಯವಸಾಯಕ್ಕೆ ಒಳಪಟ್ಟಿದೆ. ಉಳಿದದ್ದರಲ್ಲಿ ವೈಯಕ್ತಿಕ ಬೇಸಾಯ. ಬಲಟನ್ ನಸುಬಿಸಿ ನೀರಿನ ಸರೋವರ (46 ಮೈಲು ಉದ್ದ : 8 ಮೈಲು ಅಗಲ). ಹಂಗರಿಯವರು ಕ್ರೀಡಾಸಕ್ತರು. ಜಲ ಪೋಲೊ, ಈಜು, ಕುಸ್ತಿ, ಖಡ್ಗವಿದ್ಯೆ, ಕಾಲ್ಚೆಂಡಾಟ – ಇವುಗಳಲ್ಲಿ ನಿಷ್ಣಾತರು. ರಾಜಧಾನಿ ಯಲ್ಲಿ ಒಂದು ಲಕ್ಷಕ್ಕೂ ಹೆಚ್ಚು ಜನ ಕುಳಿತುಕೊಳ್ಳಬಹುದಾದ ಕ್ರೀಡಾಂಗಣವಿದೆ.

ಕ್ರೌರ್ಯವೆ ಜೀವನ ವಿಧಾನವಾಗಿದ್ದ ಗತಕಾಲವೀಗ ಇತಿಹಾಸದೊಂದು ಮಾಸಿದ ಪುಟ ಮಾತ್ರ. ಈ ದಿನ ಹಂಗರಿ ಜನತೆಯ ದೃಷ್ಟಿ ಇನ್ನೂ ಜಯಿಸಬೇಕಾಗಿರುವ ಮಜಲುಗಳ ಮೇಲೆ ಕೇಂದ್ರೀಕೃತವಾಗಿದೆ.

ಸಮಾಜವಾದೀ ರಾಷ್ಟ್ರಗಳ ದೊಡ್ಡ ಕುಟುಂಬದ ಇನ್ನೊಂದು ದೇಶ ರುಮಾನಿಯ (ರೊಮಾನಿಯ ಎಂತಲೂ ಕರೆಯುತ್ತಾರೆ), ಆ ದೊಡ್ಡ ಕುಟುಂಬ ಯಂತ್ರ ನಿರ್ಮಿತವಲ್ಲ. ಮನುಷ್ಯ ಸೃಷ್ಟಿ. ಹೀಗಾಗಿ, ಪ್ರತಿಯೊಂದು ಸಮಾಜವಾದೀ ದೇಶಕ್ಕೂ ತನ್ನದೇ ಆದ ವೈಶಿಷ್ಟ್ಯವುಂಟು. ಈ ಭಿನ್ನತೆಗೆ ಕಾರಣ ಐತಿಹಾಸಿಕವಿರಬಹುದು; ನಿನ್ನೆ ಮೊನ್ನೆಯದಿರಲೂಬಹುದು, ಇತಿಹಾಸವನ್ನು ರೂಪಿಸುವ ಶಕ್ತಿಗಳ ಪರಿಚಯವಿರುವವರಿಗೆ ಇಲ್ಲಿನ ಯಾವುದೇ ಭಿನ್ನತೆ ಮಹತ್ವದ್ದೆನಿಸುವುದಿಲ್ಲ.

ಅಲ್ಲಲ್ಲಿ ಕಾಣಲು ದೊರೆತಿರುವ ನವಶಿಲಾಯುಗದ ಚಿತ್ರಕಲೆ ಈಗಿನ ರುಮಾನಿಯದ ಪ್ರಾಚೀನತೆಯನ್ನು ಸಾರುತ್ತದೆ. ಕ್ರಿ. ಪೂ. 800ರ ಸುಮಾರಿಗೆ ದಕ್ಷಿಣ ರಷ್ಯದಿಂದ ಸಿಥಿಯನರು ಇಲ್ಲಿಗೆ ಬಂದರು. 'ಕಂಚಿನ ಯುಗ'ದ ನಾಗರಿಕತೆಯನ್ನು ನಾಶಪಡಿಸಿದರು. 500 ವರ್ಷಗಳ ಬಳಿಕ ಕೆಲ್ಟರ ಆಗಮನವಾಯಿತು. ಕ್ರಿಸ್ತಶಕ 106ರಲ್ಲಿ ರೋಮನರು ಈ ಭೂಮಿಯನ್ನು ವಶಪಡಿಸಿಕೊಂಡರು. ರೋಮ್ ಸಾಮ್ರಾಜ್ಯದ ಅಂತ್ಯದೊಂದಿಗೆ ರೋಮನರ ಆಳ್ವಿಕೆ ಮುಕ್ತಾಯವಾದರೂ ಅವರು ಆಳಿದ ನೆಲಕ್ಕೆ ರೋಮನ್ ದೇಶ – ರುಮಾನಿಯ – ಎಂಬ ಹೆಸರು ಉಳಿಯಿತು. 10ನೆಯ ಶತಮಾನದಲ್ಲಿ ತುರ್ಕಿಯ ಆಕ್ರಮಣಕ್ಕೆ ಬಲಿಯಾಗಿ, ರುಮಾನಿಯ ತುರ್ಕರ ಅಟೊಮಾನ್ ಸಾಮ್ರಾಜ್ಯದಲ್ಲಿ ಲೀನವಾಗಿ ಹೋಯಿತು. ಸುಲ್ತಾನನಿಗೆ ಕಪ್ಪ, ಸ್ಥಾನಿಕ ಅಧಿಕಾರಿಗಳಿಗೆ ಲಂಚ (ಬಕ್ಷೀಸ್) ಸಂದಾಯವಾದರಾಯಿತು. ಸ್ಥಳೀಯ ಸಿರಿವಂತ ಭೂಮಾಲಿಕರು ತಮ್ಮ ಜನರನ್ನು ಇಷ್ಟ ಬಂದಂತೆ ಸುಲಿಯಲು ಯಾವ ಅಡ್ಡಿಯೂ ಇರಲಿಲ್ಲ. 15ನೇ ಶತಮಾನದ ಒಬ್ಬಳು ರಾಣಿ – ಜೆರಿನಾ – ರೈತರನ್ನು ತೊತ್ತುಗಳಂತೆ ದುಡಿಸಿಕೊಂಡು ಸ್ಮೆರ್ದೆರೆವೊನಲ್ಲಿ ದೊಡ್ಡ ಕೋಟೆ ಕಟ್ಟಿಸಿದಳು. 17–18ನೇ ಶತಮಾನಗಳಲ್ಲಿ ಅಟೊಮಾನ್ ಸಾಮ್ರಾಜ್ಯ ಶಿಥಿಲವಾದಾಗ, ರುಮಾನಿಯದ ಜನತೆಯ ಪರಿಸ್ಥಿತಿ ಮತ್ತಷ್ಟು ಹದಗೆಟ್ಟಿತು. "ತುರ್ಕ ತುಳಿದ ಹಾದಿಯಲ್ಲಿ ಹುಲ್ಲು ಬೆಳೆಯೋದಿಲ್ಲ" ಎಂಬ ಗಾದೆ ಅಲ್ಲಿ ಹುಟ್ಟಿದ್ದು, ಆ ಪರಿಸ್ಥಿತಿಯಲ್ಲಿ. ಕ್ರಿಮಿಯಾ ಯುದ್ಧದ ಬಳಿಕ, 1861ರಲ್ಲಿ ರುಮಾನಿಯದ ಜನತೆ ಮತ್ತೊಮ್ಮೆ ರಾಷ್ಟ್ರೀಯ ಅಸ್ತಿತ್ವವನ್ನು ಪಡೆದರು. ರಾಜಕುಮಾರ

ಅಲೆಕ್ಸಾಂಡರ್ ಕುಜ ಅರಸನಾದ. ರುಮಾನಿಯಾದ ಸ್ವಾತಂತ್ರ್ಯವನ್ನು ತುರ್ಕಿ ಒಪ್ಪಿಕೊಳ್ಳಬೇಕಾಯಿತು. ಈ ಶತಮಾನದ ಆರಂಭದಲ್ಲಿ ರೈತದಂಗೆ ನಡೆಯಿತು. ಜಯಪ್ರದವಾಗಲಿಲ್ಲ. ಮೊದಲ ಮಹಾಯುದ್ಧದಲ್ಲಿ ಮಿತ್ರ ರಾಷ್ಟ್ರಗಳಿಗೆ ಬೆಂಬಲವಾಗಿ ಹೋರಾಡಿದ ರುಮಾನಿಯ ತನ್ನ ಸ್ಥಾನವನ್ನು ಭದ್ರಪಡಿಸಿಕೊಂಡಿತು. ಧನಾಢ್ಯರೇ ಬಲಾಢ್ಯರು. ಸಾಮಾಜಿಕ ಸುಧಾರಣೆಗಾಗಿ ಸರಕಾರ ನಡೆಸಿದ ಪ್ರಯತ್ನಗಳು ಮಣ್ಣುಗೂಡಿದವು.

ಅನಂತರದ ಕಾಲು ಶತಮಾನ ಸಂಕಟದ ಕಾಲ. ಶ್ರಮ ಜೀವಿಗಳು ಕಮ್ಯೂನಿಸ್ಟರ ನಾಯಕತ್ವದಲ್ಲಿ ಸಂಘಟಿತರಾಗತೊಡಗಿದಂತೆ, ಅವರಿಗಿದಿರಾಗಿ 'ಕಬ್ಬಿಣದ ರಕ್ಷಾದಳ' ಎಂಬ ಫ್ಯಾಸಿಸ್ಟ್ ಸಂಸ್ಥೆ ಸ್ಥಾಪಿತವಾಯಿತು. ಈ ದಳದ ಸದಸ್ಯರು ರುಮಾನಿಯದ ಮಣ್ಣು ತುಂಬಿದ ಪುಟ್ಟ ಚೀಲಗಳನ್ನು ಕೊರಳಿಗೆ ಕಟ್ಟಿಕೊಳ್ಳುತ್ತಿದ್ದರು. ಹಸುರು ಅಂಗಿ. ·ಸರ್ವಸ್ವವೂ ಪಿತೃಭೂಮಿಗಾಗಿ! ಎಂಬ ಘೋಷ. ಇವರ ಪಾಲಿಗೆ ರಾಷ್ಟ್ರೀಯತೆ ಮಾದಕ ವಸ್ತು. ಎಲ್ಲ ಭ್ರಷ್ಟಾಚಾರಕ್ಕೂ ಇವರ ಬೆಂಬಲ. ಜರ್ಮನಿಯ ನಾಜಿ ಪಕ್ಷದೊಡನೆ ಸಖ್ಯ. ಯೆಹೂದಿ ದ್ವೇಷ. ರಾಜಕಾರಣಿಗಳ ಹತ್ಯೆ. ಇವರ ಕಾಟ ಅತಿಯಾದಾಗ 1938ರಲ್ಲಿ ಅರಸ ಕೆರೊಲ್, ತನ್ನ ಸರ್ವಾಧಿಕಾರವನ್ನು ಭದ್ರಗೊಳಿಸಲೆಂದು ಆ ಸಂಸ್ಥೆಯ ಹದಿನಾಲ್ಕು ಜನ ಪ್ರಮುಖರನ್ನು ಕೊಲ್ಲಿಸಿದ.

ದ್ವಿತೀಯ ಮಹಾಯುದ್ಧ ಆರಂಭವಾದಾಗ ರುಮಾನಿಯದ ದೊರೆ ಎರಡನೆಯ ಕೆರೊಲ್ ತಟಸ್ಥನಾಗಿರಲು ಯತ್ನಿಸಿದ. ಆದರೆ ನಾಜಿ ಜರ್ಮನಿ ರುಮಾನಿಯದ ಎಣ್ಣೆಗೆ ಭಾರಿ ಗಿರಾಕಿ. ಫಾಸಿಸ್ಟ್ ಬಣ ಸೇರಲು ಬೇರೆ ಕಾರಣ ಬೇಕೆ? (1941ರಲ್ಲಿ ರುಮಾನಿಯ ಜರ್ಮನಿಗೆ 21 ಲಕ್ಷ ಟನ್ ಎಣ್ಣೆ ಪೂರೈಸಿತು). ಹಿಟ್ಲರ್ ರಷ್ಯದ ಮೇಲೆ ಯುದ್ಧ ಘೋಷಿಸಿದಾಗ, ರುಮಾನಿಯದ ಪಡೆಗಳೂ ಅವನನ್ನು ಹಿಂಬಾಲಿಸಿದುವು. ನಾಜಿಗಳ ಸೋಲು ಖಚಿತವೆನಿಸಿದೊಡನೆ, ಎರಡನೆಯ ಕೆರೊಲ್‌ನ ಉತ್ತರಾಧಿಕಾರಿ ಮೈಖೆಲ್ ತನ್ನ ದೇಶದ ಫಾಸಿಸ್ಟ್ ನಾಯಕರನ್ನು ಬಂಧಿಸಿ, ಜರ್ಮನಿಯ ಮೇಲೆ ಯುದ್ಧ ಸಾರಿದ. 1946ರ ನವೆಂಬರ್‌ನಲ್ಲಿ ಕೆಂಪು ಪಡೆಗಳು ರುಮಾನಿ ಯವನ್ನು ಹೊಕ್ಕುವು. ಮೈಖೆಲ್ ಗದ್ದುಗೆಯಿಂದಿಳಿದು, "ರುಮಾನಿಯ ಇನ್ನು ಗಣರಾಜ್ಯ" ಎಂದು ಘೋಷಿಸಬೇಕಾಯಿತು. 1965ರಲ್ಲಿ ಇದು 'ಸಮಾಜವಾದೀ ಗಣರಾಜ್ಯ'ವಾಯಿತು. ಆರಂಭದಲ್ಲಿ ಕಮ್ಯೂನಿಸ್ಟರು, ಉದಾರವಾದಿಗಳು, ಉಳುಮೆಗಾರರ ಪಕ್ಷ, ಸೋಷಿಯಲ್ ಡೆಮಾಕ್ರಟರು – ಇವರೆಲ್ಲ ಇದ್ದ ಸರಕಾರ. ಮುಂದೆ ಸಮಾಜವಾದೀ ಐಕ್ಯರಂಗದ ಆಳ್ವಿಕೆ.

ಹಿಂದೆ ಇದ್ದುದು ಕೃಷಿಯೊಂದನ್ನೇ ಆಧರಿಸಿದ ಅರ್ಥವ್ಯವಸ್ಥೆ. ಈಗ ಕೈಗಾರಿಕೋದ್ಯಮವೂ ಗಣನೀಯವಾಗಿ ಬೆಳೆದಿದೆ. ನೆರೆಹೊರೆ : ಹಂಗರಿ, ಯುಗೊಸ್ಲಾವಿಯ, ಬಲ್ಗೇರಿಯ, ಸೋವಿಯೆತ್ ಒಕ್ಕೂಟ. ಪೂರ್ವ ಭಾಗದಲ್ಲಿ ಕಪ್ಪು ಸಮುದ್ರಕ್ಕೆ ಒತ್ತಿಕೊಂಡಿರುವುದರಿಂದ ವಾಣಿಜ್ಯಾಭಿವೃದ್ಧಿಗೆ ಅನುಕೂಲ.

ರುಮಾನಿಯ ಚೀನದೊಡನೆ ಸ್ನೇಹ ಸಂಬಂಧ ಇರಿಸಿ ಕೊಂಡಿದೆ. ಈ ಮಟ್ಟಿಗೆ ಬಹ್ವಂಶ ಸಮಾಜವಾದೀ ರಾಷ್ಟ್ರಗಳಿಗಿಂತ ಬೇರೆಯಾದದ್ದು ರುಮಾನಿಯದ ಧೋರಣೆ.

2

ಯೂರೋಪಿನಲ್ಲಿ ಆಡುಭಾಷೆಯಾಗಿ 'ಹಂಗರಿ' ಕೇಳಿಸಿಕೊಂಡದ್ದು ಕ್ರಿ. ಶ. 9ನೇ ಶತಮಾನದ ಅಂತ್ಯದಲ್ಲಿ. ದೇಶಕ್ಕೆ ಹಂಗರಿ ಎಂಬ ಹೆಸರು ಬರಲು ಕಾರಣರಾದ ಮಾಗ್ಯರ್ ಜನರ ಮಾತನ್ನು ಅವಲಂಬಿಸಿದ್ದು, 'ಹಂಗರಿ'ಭಾಷೆ. 'ಮಧ್ಯಯುಗ'ದಲ್ಲಿ ಕ್ರೈಸ್ತ ಧರ್ಮದ ಪ್ರಾಬಲ್ಯದಿಂದ ಲ್ಯಾಟಿನ್ ಹಿರಿಮೆಗಳಿಸಿತಾದರೂ ಜನಸಮುದಾಯ ಮುಖ್ಯವಾಗಿ ಬಳಸಿದ್ದು ಮಾಗ್ಯರ್ (ಹಂಗರಿ) ಭಾಷೆಯನ್ನೇ. ಮೊದಲ ಕೈಬರಹದ ಪುಸ್ತಕ ಸಿದ್ಧವಾದದ್ದು 13ನೇ ಶತಮಾನದಲ್ಲಿ. 1471ರಲ್ಲಿ ಮಾಥಿಯಸ್ ಕೊರ್ವಿನಸ್ ಆಳುತ್ತಿದ್ದಾಗ, ಬುಡಾನಗರದಲ್ಲಿ ಒಂದು ಮುದ್ರಣಾಲಯ ಸ್ಥಾಪಿತವಾಯಿತು. ಹಂಗರಿ ಭಾಷೆಯ ಮೊದಲ ಪುಸ್ತಕ ಅಚ್ಚಾದದ್ದು 1533ರಲ್ಲಿ. 16–17ನೇ ಶತಮಾನಗಳ ಜಾನಪದ ಕಾವ್ಯ ಸಾಹಿತ್ಯವೆಲ್ಲ ವೀರರಸಪ್ರಧಾನವಾದದ್ದು. ಪರಕೀಯ ತುರ್ಕರಿಗಿದಿರಾದ ಹೋರಾಟ, ಕಥಾವಸ್ತು, ತುರ್ಕಿಯ ಒಂದೂವರೆ ಶತಮಾನದ ದಬ್ಬಾಳಿಕೆಯಲ್ಲಿ ಸಾಹಿತ್ಯದ ಬೆಳವಣಿಗೆ ಕುಂಠಿತವಾಯಿತಾದರೂ ಅದರ ಸ್ವಂತಿಕೆ ನಾಶವಾಗಲಿಲ್ಲ.

ವಿಜ್ಞಾನಿಗಳ ಅಕಾದೆಮಿ 1825ರಲ್ಲಿ ಸ್ಥಾಪಿತವಾಗಿ, ವಿವಿಧ ಬೌದ್ಧಿಕ ಕ್ಷೇತ್ರಗಳಲ್ಲಿ ಚಟುವಟಿಕೆ ಚುರುಕುಗೊಂಡಿತು. ಹಂಗರಿ ಭಾಷೆ ಪ್ರಬುದ್ಧವೂ ಶ್ರೀಮಂತವೂ ಆಯಿತು. 18ನೆಯ ಶತಮಾನದ ಕೊನೆಯ ದಶಕಗಳೂ 19ರ ಪೂರ್ವಾರ್ಧವೂ ಅಭಿವ್ಯಕ್ತಿಯ ಹಸುರು ಪಚ್ಚೆ ಜನ ಜೀವನವನ್ನು ಸಿಂಗರಿಸಿದ ಕಾಲ. "ಜನತೆಯ ಆತ್ಮ ವಾಸಿಸುತ್ತಿರುವುದು ಅವರ ಭಾಷೆಯಲ್ಲಿ" – ಎಂದ ಕೌಂಟ್ ಇಶ್‌ತ್ವಾನ್ ಶೆನ್ಯಿ. ಲಾಯೋಶ್ ಕೊಸ್ಸುತ್ ಒಂದು ಪತ್ರಿಕೆ ಆರಂಭಿಸಿ ಜನಜಾಗೃತಿಗಾಗಿ ಶ್ರಮಿಸಿದ. ಲೇಖನಿ ಖಡ್ಗವಾಯಿತು. (ಫ್ರಾನ್ಸಿನ ಮಹಾಕ್ರಾಂತಿಯ ಬಳಿಕ ಅನೇಕ ಮಾಗ್ಯರ್ ಕವಿಗಳು ಹಂಗರಿಯಲ್ಲಿ ಸೆರೆಮನೆ ಕಂಡರು.) ಹೀಗೆ ಹಸನಾದ ನೆಲದಲ್ಲಿ ಆಸ್ಟ್ರಿಯದ ಅರಸೊತ್ತಿಗೆಗಿದಿರು ರಾಷ್ಟ್ರೀಯ

ಕ್ರಾಂತಿ ನಡೆಯಿತು. ಕ್ರಾಂತಿಯ ಮಹಾಕವಿ ಸಾಂಡೋರ್ ಪೆಟೋಫಿ ಹುತಾತ್ಮನಾದ (1849). ಕೀರ್ತಿಶಾಲಿಯಾಗಿದ್ದ ಚಿತ್ರಕಾರ ಕಾರೋಲಿ ಕೆರ್ನ್‌ಸ್ಟಾಕ್ ಜನಪಕ್ಷಪಾತಿಯಾಗಿ "ಅರಸೊತ್ತಿಗೆಗೆ ಧಿಕ್ಕಾರ" ಎಂದು ಘೋಷಿಸಿ, ವಿರೋಧಪಕ್ಷವನ್ನು ಸೇರಿದ. ಪಿಟೀಲುವಾದಕ ಲಿಜ್ಟ್, ಪಿಯಾನೋವಾದಕ ಲಾಸ್ಲೊ ರಾಷ್ಟ್ರೀಯ ಪುನರುದಯದ ಬಾವುಟಗಳಾದರು.

ಇಪ್ಪತ್ತನೆಯ ಶತಮಾನದ ಆರಂಭ ಹಂಗರಿಯ ಸಾಹಿತ್ಯ, ಸಂಗೀತ, ಮತ್ತಿತರ ಕಲೆಗಳಿಗೆ ಹೊಸ ತಿರುವು ನೀಡಿತು. ಗತಕಾಲದ ಬಳುವಳಿಯಾಗಿ ಬಂದಿದ್ದ ನಿಷ್ಠುರ ಧಾರ್ಮಿಕ ಕಟ್ಟಳೆಗಳನ್ನು, ಕಂದಾಚಾರಗಳನ್ನು, ಭಾಷಾಮಡಿವಂತಿಕೆಯನ್ನು ಸಾಹಿತ್ಯದಿಂದ ದೂರವಿರಿಸಿದ ಶ್ರೇಷ್ಠ ಸಾಹಿತಿ ದ್ಯುಲ ಇಲ್ಲೇಶ್. ಮೊದಲ ಮಹಾ ಯುದ್ಧಕ್ಕಿದಿರು ಪ್ರತಿಭಟನೆಯ ವಾಣಿಯಾದ ಐಂಡ್ರೆ ಆಡಿ, ಇಪ್ಪತ್ತನೆಯ ಶತಮಾನದ ಶ್ರೇಷ್ಠರಲ್ಲೊಬ್ಬ. ಹೋರ್ಥಿಯ ಸರ್ವಾಧಿಕಾರಕ್ಕೆ ಮಣಿಯದೆ ಬಂಡಾಯದ ಸೊಡರನ್ನು ರಕ್ಷಿಸಿದವರು ಹಲವರು. ಕಥೆ, ಕಾದಂಬರಿ, ಕವಿತೆ, ನಾಟಕ – ಹೀಗೆ ವಿವಿಧ ಕ್ಷೇತ್ರಗಳಲ್ಲಿ ಕೃಷಿ. ಪ್ರಮುಖರು : ಮೋರ್ ಜೋಕಾಯಿ, ಲಾಯೋಸ್ ಮೆಶ್ತೆರ್‌ಹಾಜಿ, ತಿಬೋರ್ ಡೇರಿ, ಬೇಲ ಬಾರ್ಟೋಕ್, ಫೆರಂತ್ಸ್ ಶಾಂತಾ, ಜೋಸೆಫ್ ಕಟೋನ, ಕಾಲ್ಮಾನ್ ಮಿಕ್‌ಸಾಥ್, ಇಶ್‌ತ್ವಾನ್ ಸಾಬೊ, ಆರೋನ್ ತಾಮಾಶಿ, ಜೋಲ್ಟನ್ ಅಂಬ್ರುಸ್, ಫೆರಂತ್ಸ್ ಮೊಲ್ನಾಯ್, ಅಟ್ಟಿಲ ಜೋಸೆಫ್...

ಎರಡನೆಯ ಮಹಾಯುದ್ಧದಲ್ಲಿ ಮಡಿದ ಲೇಖಕರು ಹಲವರು.

ವಿಮೋಚನೆಗೆ ಮುನ್ನ ಹಂಗರಿಯ ಸಾಹಿತ್ಯ ಮೇಲಣ ವರ್ಗ ಗಳಿಗಷ್ಟೇ ದಕ್ಕುತ್ತಿತ್ತು. ಈಗ ಶ್ರೀಸಾಮಾನ್ಯನೇ ಪ್ರಭು. 'ವಿಜ್ಞಾನಿಗಳ ಅಕಾದೆಮಿ'ಗೆ ಈಗ 'ಅಕಾದೆಮಿ' ಎಂಬ ಚುಟುಕು ಹೆಸರಿಟ್ಟಿದ್ದಾರೆ. ಸಾಹಿತ್ಯ, ಕಲೆ, ವಿಜ್ಞಾನಿಗಳೆಲ್ಲಕ್ಕೂ ಇದರ ಆಸರೆ. ಇದು ಎಲ್ಲ ಕಿಟಕಿ ಗಳನ್ನೂ ತೆರೆದಿಟ್ಟಿರುವ ಮನೆ. ಹಂಗರಿಯ ಸಾಹಿತ್ಯವಲ್ಲದೆ, ಆ ಭಾಷೆಯಲ್ಲಿ ಸೋವಿಯೆತ್ ಒಕ್ಕೂಟದ ಸಾಹಿತ್ಯ ಕೃತಿಗಳೂ ಸಿಗುತ್ತವೆ; ಸಾರ್ತ್ರ್, ಕಾಫ್ಕಾ, ಕಾಮು, ಸ್ಟೀನ್‌ಬೆಕ್ಕರ ಕೃತಿಗಳೂ ಲಭ್ಯ. ಹಂಗರಿಯ ಓದುಗರ ಪಾಲಿಗೆ ಈಗಿನದು ವಿಸ್ತರಿಸುತ್ತ ಸಾಗಿರುವ ದಿಗಂತ.

"ಕುರಿ ಮರೀ, ಮರೀ...
ಘಮಘಮಿಸುವ ಹುಲ್ಲಿನ ಈ ಹೊಲದಲ್ಲೇ
ದಿಟವಾದರೆ ನನ ಸಾವು
ಆಮ್ಯಾಗೂ
ನಿನ ಸಂಗಾತಲೇ ಇರೋ ಹಂಗೆ

ನನ್ನನು ಇಲ್ಲೇ
ಕುರಿದೊಡ್ಡಿಯ ಬಳಿಯಲ್ಲೇ
ಮಣ್ಣು ಮಾಡಂತ ನೀ ಹೇಳು ಅವರೀಗೆ
ಕುರಿಮರೀ, ಮರೀ..."

ಮೇಲಿನ ಸಾಲುಗಳಿರುವ 'ಕುರಿಮರಿ' ಎಂಬ ಜನಪದ ಕಥನ ಕವನ ರುಮಾನಿಯದ ಜನಸಮುದಾಯದ ಮೇಲೆ ತಲೆತಲಾಂತರಗಳಿಂದ ಮೋಡಿ ಬೀಸುತ್ತ ಬಂದಿದೆ. ಯುವಕ ಕುರಿಗಾಹಿಯೊಬ್ಬನನ್ನು ಕೊಲ್ಲಲು, ಅವನನ್ನು ಇಷ್ಟಪಡದ ಬೇರೆ ಕುರಿಗಾಹಿಗಳು ಸಂಚು ಹೂಡುತ್ತಾರೆ. ಅದರ ಸುಳಿವು ದೊರೆತ ಕುರಿಗಾಹಿ ಮುದ್ದಿನ ಕುರಿ ಮರಿಯೊಡನೆ ತನ್ನ ಮಾನಸಿಕ ಯಾತನೆಯನ್ನು ತೋಡಿಕೊಳ್ಳುತ್ತಾನೆ.

ಇನ್ನೊಂದು ಪ್ರಖ್ಯಾತ ಕಥನ ಕವನ, ಕೋಟೆ ಕಟ್ಟಿಸಲು ರೈತರನ್ನು ತೊತ್ತುಗಳಂತೆ ದುಡಿಸಿಕೊಂಡ ಜೆರಿನಾ ರಾಣಿಗೆ ಸಂಬಂಧಿಸಿದ್ದು.

ಇಂಥ ಸತ್ವಯುತ ಜಾನಪದ ಸಾಹಿತ್ಯ ಕೃತಿಗಳು ರುಮಾನಿಯದಲ್ಲಿ ಹೇರಳವಾಗಿವೆ. ತುರ್ಕಿ ಸಾಮ್ರಾಜ್ಯದ ಅಧೀನವಾಗಿದ್ದಾಗಲೂ ಜನತೆ ತಮ್ಮ ಕಲಾಭಿವ್ಯಕ್ತಿಯನ್ನು ಬಲಿಕೊಡಲಿಲ್ಲ.

'ರೋಮನರ ದೇಶ'ದಲ್ಲಿ ಲ್ಯಾಟಿನ್ ಬೇರೂರಿದ್ದು ಸಹಜ ಬೆಳವಣಿಗೆ. ಶಾಲೆಗಳಲ್ಲಿ ಲ್ಯಾಟಿನ್ ಕಲಿಸುತ್ತಿದ್ದರು. 1561ರಲ್ಲಿ ರುಮಾನಿಯದ ಪ್ರಥಮ ವಿಶ್ವವಿದ್ಯಾಲಯ ಸ್ಥಾಪಿತವಾಯಿತು. ಲ್ಯಾಟಿನ್‌ನಿಂದ ಪ್ರಭಾವಿತವಾದ ಜನತೆಯ ಭಾಷೆ ಅಭಿವೃದ್ಧಿ ಹೊಂದಿತು. 16ನೆಯ ಶತಮಾನದಲ್ಲಿ ಧಾರ್ಮಿಕ ಗ್ರಂಥಗಳು ರುಮಾನಿಯ ಭಾಷೆಗೆ ಅನುವಾದಗೊಂಡುವು.

18ನೆಯ ಶತಮಾನದ ಅಂತ್ಯದಲ್ಲಿ ರುಮಾನಿಯ ಸಾಹಿತ್ಯದಲ್ಲಿ ನವಚೈತನ್ಯ ಹರಿದಾಡಿತು. ಅದು ಪುನರುದಯ. ವೃತ್ತಪತ್ರಿಕೆಗಳು, ನಿಯತಕಾಲಿಕೆಗಳು, ಫ್ರೆಂಚ್ - ಇಟಾಲಿ ಭಾಷೆಗಳಿಂದ ಶ್ರೇಷ್ಠ ಕೃತಿಗಳ ತರ್ಜುಮೆ, ರಂಗಭೂಮಿಯ ಮೇಲೆ ನಾಟಕಗಳ ಪ್ರಯೋಗ. 19ನೆಯ ಶತಮಾನದ ಶ್ರೇಷ್ಠ ಕವಿ ಹಾಗೂ ನಾಟಕಕಾರ, ವಾಸಿಲೆ ಅಲೆಕ್ಸಾಂದ್ರಿ. ಇತರ ಪ್ರಮುಖರು: ಮಿಹೇಯ್ಲ್ ಎಮಿನ್‌ಸನ್, ಅಯೊನ್ ಕ್ರಿಯಾನ್ಗ, ಅಲೆಕ್ಸಾಂಡೊರ್ ಒಡೊಬೆಸನ್. 19-20ನೇ ಶತಮಾನದ ಅಯೊನ್ ಸ್ಲಾವಿನೆಯ ಕಾದಂಬರಿಗಳಲ್ಲಿ ಟ್ರಾನ್ಸಿಲ್ವೇನಿಯ ಪ್ರದೇಶದ ಗ್ರಾಮೀಣ ಜೀವನ ಕಲಾವಂತಿಕೆಯ ಪರಾಕಾಷ್ಠೆಯನ್ನು ಮುಟ್ಟಿತು. ಈ ಶತಮಾನದ ಪ್ರತಿಭಾವಂತ ನಾಟಕಕಾರ ಅಯೊನೆಸ್ಕೊ ವಾಸಕ್ಕಾಗಿ ಪ್ಯಾರಿಸನ್ನು ಆಯ್ದುಕೊಂಡಿದ್ದಾನೆ. ಕಥೆಗಾರರಲ್ಲಿ ಖ್ಯಾತನಾಮರು : ಕರಗಿಯೇಲ್, ಆರೆಲ್ ಮಿಹೇಲ್, ಯೂಸೆಬಿಯು ಕಮಿಲರ್, ಟೈಟಸ್ ಪೊಪೊವಿಚಿ. ಬದುಕಿನ ಆಳಕ್ಕೆ ಪಾತಾಳ ಗರಡಿ, ನೂತನ

ಪರಿಸ್ಥಿತಿಯಲ್ಲಿ ಬದಲಾಗುತ್ತಿರುವ ಮಾನವ ಸಂಬಂಧಗಳ ಚಿತ್ರಣ, ಹೊಸ ಪೀಳಿಗೆಯ ಆಸೆ ಆಕಾಂಕ್ಷೆಗಳಿಗೆ ಧ್ವನಿ ನೀಡಿಕೆ... ಇದು ಶೋಧನೆಯ ಹೊಸ ಪಯಣ.

3

ಹಂಗರಿ, ರುಮಾನಿಯ, ಬಳ್ಳಿ ಒಂದೇ. ಆದರೂ ಹೂಗಳ ಕಂಪು ಬೇರೆ ಬೇರೆ.

ಬದುಕಿನ ಸ್ವರಮೇಳ – ಹಲವು ಕಥೆಗಳ ಮೂಲಕ. ಶ್ರವಣದಿಂದ, ಅರಿವಿನ ಅಂಚು ಹೊಸ ಮೆಟ್ಟಲನ್ನು ಮುಟ್ಟಿತ್ತದೆ.

ದೀಪಾವಳಿ, 1980   ನಿರಂಜನ
ಬೆಂಗಳೂರು   ಪ್ರಧಾನ ಸಂಪಾದಕ

ಹಂಗರಿ

❍ ಆರೋನ್ ತಾಮಾಶಿ

ಮಂಜುಹೂವಿನ ಮದುವಣಿಗ

ಆ ಹಸುಳೆ ಈ ಜಗತ್ತಿನಲ್ಲಿ ಜನ್ಮವೆತ್ತಿದ ದಿನ ಬೆಳಗ್ಗೆ ಓಚರ್ಡ್‌ನಲ್ಲಿ ಮಂಜು ಸುರಿಯಲಾರಂಭಿಸಿತ್ತು. ಬೆತ್ಲೆಹೆಮ್‌ನಂತೆ* ಓಚರ್ಡ್ ಮನುಕುಲದ ಕಣಜದಿಂದ ಆಯ್ದ ಗೋದಿಯ ಕಾಳಲ್ಲ. ಅದು ಜರಡಿಯಲ್ಲಿ ಸಿಕ್ಕಿಕೊಂಡ ಹೊಟ್ಟಿನ ಒಂದು ತುಣುಕು. ಅಂದರೆ, ಓಚರ್ಡ್ ಒಂದು ಕುಗ್ರಾಮ.

ಅಲ್ಲಿಯ ನಿವಾಸಿ ಮಿಹಾಯ್ ಹೆತ್ಘೂ ಕೂಡ ತನ್ನ ಹಳ್ಳಿಯಂತೆಯೇ ಬಡವ. ಬೆತ್ಲೆಹೆಮ್‌ನ ಕೊಬ್ಬಿದ ಗೂಳಿಗಳ ಬದಲು ಅವನ ಕೊಟ್ಟಿಗೆಯಲ್ಲಿದ್ದುದು ಸಣ್ಣ ಎರಡು ಬಡಕಲು ಹಸುಗಳು; ದೇವಗಾರ್ದಭದ ಬದಲು ಜೋಲುಗಡ್ಡದ ಒಂದೇ ಒಂದು ಹೋತ.

ಆದರೆ ಇಲ್ಲಿಯ ವಾತಾವರಣದಲ್ಲೂ ಮುಂದೆ ಏನೋ ಆಗಲಿದೆಯೆಂಬ ಮುನ್ಸೂಚನೆ ಸುಳಿದಾಡುತ್ತಿತ್ತು.

ಅಂತೂ ಆ ಬೆಳಗ್ಗೆ ಮಂಜು ಬೀಳುತ್ತಿತ್ತು.

ಹಿಮ ನಿಧಾನವಾಗಿ, ಮೃದುವಾಗಿ ಕೆಳಗಿಳಿಯುತ್ತಿತ್ತು. ಹಿಮದ ಪದರಗಳು ಬಿಳಿಯ ಚಿಟ್ಟೆಗಳಂತೆ ಗಾಳಿಯಲ್ಲಿ ಆಡುತ್ತ, ತೇಲುತ್ತ, ನೆಲವನ್ನೆಲ್ಲ ಆವರಿಸುತ್ತಿದ್ದುವು. ಮನೆಯ ಅಂಗಳದ ಮೇಲೆ, ದೈತ್ಯ ನರಿಯೊಂದು ಮಲಗಿದ್ದಂತೆ ಕಾಣುತ್ತಿದ್ದ ಕಣಜದ ಮಾಸಲು ಹುಲ್ಲು ಛಾವಣಿಯ ಮೇಲೆ, ಆಕಾರವನ್ನೇ ಕಳೆದುಕೊಂಡ ಹೊಗೆ ಕಟ್ಟಿದ ಹಳೆಯ ಮರಹೆಂಚುಗಳ ಮೇಲೆ, ಆ ಹೆಂಚುಗಳನ್ನು ಜೋಡಿಸಿದ ಮನೆಯ ಮೇಲ್ಛಾವಣಿಯ ಮೇಲೆ – ಎಲ್ಲಿ ನೋಡಿದರೂ ಮಂಜು, ಮಂಜು. ಇನ್ನೂ ಚಳಿ ಹುಟ್ಟಿರಲಿಲ್ಲ.

ಆದರೆ ಹಬ್ಬದ ದಿನ ಹತ್ತಿರವಾಗುತ್ತಿದ್ದಂತೆ ಮಂಜಿನ ಕಣಗಳ ಮೃದುತ್ವ ಕೂಡ ಕಡಿಮೆಯಾಯಿತು. ಅವು ಒಂದಕ್ಕೊಂದು ಸೇರಿ ಗಟ್ಟಿಯಾದವು. ದುಂಡಗಾದವು. ಆಕಾಶದಿಂದ ಮರಮರ ಶಬ್ದ ಮಾಡುತ್ತ ಗಸಗಸೆಯ ಕಾಳುಗಳಂತೆ ಬೀಳತೊಡಗಿದವು. ಬಿಳಿಯ ಗಸಗಸೆ ಕಾಳುಗಳು.

---

* ಬೆತ್ಲೆಹೆಮ್ : ಯೇಸುಕ್ರಿಸ್ತ ಹುಟ್ಟಿದ ಊರು. ಇಲ್ಲಿ ಹಟ್ಟಿಯೊಂದರಲ್ಲಿ ಯೇಸುವಿನ ತಾಯಿ ಅವನಿಗೆ ಜನ್ಮ ನೀಡಿದಳೆಂದು ಪ್ರತೀತಿ.

ಗಾಳಿ ಕೂಡ ಹೆಚ್ಚು ಬಿರುಸಾಗಿ ಬೀಸಲಾರಂಭಿಸಿತು.

ಮರುದಿನ ಕಣಜದ ಹುಲ್ಲು ಛಾವಣಿಯು ಸೆಟೆದು, ಮುರಿದು ಬೀಳುವಂತಾಗಿತ್ತು. ಅಂಗಳದಲ್ಲಿ ಬೀಳುತ್ತಿದ್ದ ಮಂಜಿನ ಕಾಳುಗಳ ಶಬ್ದ – ಮುರುಟಿಕೊಂಡಿದ್ದ ಛಾವಣಿಯ ಮರಹೆಂಚುಗಳಿಂದ ಆಗಾಗ ಕಟಕಟ ಧ್ವನಿ. ಕಿಟಕಿಯ ಬಾಗಿಲುಗಳ ಮೇಲೆ ಹಿಮದ ಹೂಗಳು ಅರಳತೊಡಗಿದ್ದುವು.

"ಅಬ್ಬಾ ಮೈ ಕೊರೆಯುವ ಚಳಿ" ಎಂದ ಮಿಹಾಯ್ ಹೆತ್ಫೂ.

ಮಿಕ್ಕಿದ ನಿನ್ನೆಯ ತಂಗಳಿನಿಂದಲೇ ಹೊಟ್ಟೆ ತುಂಬಿಸಿಕೊಂಡಿದ್ದ ಅವರೆಲ್ಲ ಊಟದ ಮೇಜಿನ ಸುತ್ತ ಕುಳಿತಿದ್ದರು. ಸೇದಿ ಬಿಡುತ್ತಿದ್ದ ಹೊಗೆಸೊಪ್ಪಿನ ಹೊಗೆಯಲ್ಲಿ ಆ ಮುದುಕ ಶರತ್ಕಾಲದ ಮಂಜಿನ ಪರದೆಯಲ್ಲಿ ಪಕ್ವವಾಗಿ ಹಳದಿ ಬಣ್ಣಕ್ಕೆ ತಿರುಗಿದ ಹಣ್ಣಿನಂತೆ ಕಾಣುತ್ತಿದ್ದ. ಅವನ ಹೆಂಡತಿ ಹುಬ್ಬು ಗಂಟುಹಾಕಿಕೊಂಡು ಮೇಜಿನ ಮೇಲೆ ಬಿದ್ದಿದ್ದ ಬ್ರೆಡ್ಡಿನ ತುಣುಕುಗಳನ್ನು ಎರಡು ಬೆರಳುಗಳಿಂದ ಹೆಕ್ಕುತ್ತಿದ್ದಳು. ಇತ್ತೀಚೆಗೆ ತಪ್ಪದೆ ಮೊಟ್ಟೆ ಹಾಕುತ್ತಿದ್ದ ತಮ್ಮ ಹೇಂಟೆಗೆ ಈ ಬ್ರೆಡ್ ಚೂರುಗಳಿಂದ ಹೊಟ್ಟೆ ತುಂಬಬಹುದೆಂದು ಅವಳು ಮನಸ್ಸಿನಲ್ಲೇ ಅಂದುಕೊಳ್ಳುತ್ತಿದ್ದಳು.

ತರುಣ ತಿಮೋತ್ ಕಿಟಕಿಯ ಗಾಜಿನ ಮೇಲೆ ಮೂಡಿದ್ದ ಹಿಮದ ಹೂಗಳ ನಡುವೆ ಬೆರಳಾಡಿಸುತ್ತಿದ್ದ.

ಮೌನ ಹೆಪ್ಪುಗಟ್ಟಿತ್ತು.

"ನೀನು ಹೋಗ್ತೀಯಲ್ವೆ?" – ಮಗನನ್ನು ಕೇಳಿದಳು ಮುದುಕಿ.

ಅವಳತ್ತ ತಿರುಗಿ ನೋಡದೆ "ನನ್ನನ್ನು ಕೇಳಿದೆಯಾ?" ಎಂದ ತಿಮೋತ್.

"ಇಲ್ಲ; ಆ ಪುಟ್ಟ ಯೇಸುವನ್ನು ಕೇಳಿದೆ." ಎಂದಳು ಆಕೆ ವ್ಯಂಗ್ಯವಾಗಿ.

ಮತ್ತೆ ಮೌನ. ಮುದುಕ ಹೆತ್ಫೂ ತಲೆ ಎತ್ತಿದ. ತರುಣ ಮಗನೂ ಅತ್ತ ತಿರುಗಿದ. ಯಾರು ಮೊದಲು ಮಾತನಾಡಬೇಕೆಂದು ಅವರಿಬ್ಬರೂ ಒಬ್ಬರನ್ನೊಬ್ಬರು ದಿಟ್ಟಿಸಿದರು.

"ಹೊರಗೆ ಕೊರೆಯುವ ಚಳಿ ಕಣೆ" ಎಂದು ಮುದುಕ.

ಮುದುಕಿಯ ಮುಚ್ಚಿದ ತುಟಿಗಳು ಬೆಚ್ಚಿದ ಹಕ್ಕಿಯ ರೆಕ್ಕೆಗಳಂತೆ ತೆರೆದುಕೊಂಡವು. ಛಡಿಯಿಂದ ಹೊಡೆದಂತೆ ಆಕೆ ಹೇಳಿದಳು:

"ಹೀಗೇ ಎಷ್ಟು ದಿನ ಅಂತ ಈ ಬಡತನದಲ್ಲಿ ಉರುಳಾಡುತ್ತ ಕುಳಿತಿರ್ಬೇಕು ನಾನು? ನನ್ನ ತಾಳ್ಮೆಗೂ ಮಿತಿಯಿಲ್ವೆ? ತಿಮೋತ್ ತಾಕೋಡ್‌ಗೆ ಹೋಗಲಿ. ಆ ಕಳ್ಳ ಬುಜೋಗಾನಿಯ ಮಗಳನ್ನು ಮದುವೆ ಮಾಡಿಕೊಡುವಂತೆ ಕೇಳಲಿ. ಅವಳೊಡನೆ ಅವನ ಅರ್ಧ ಸಂಪತ್ತನ್ನು ತರಲಿ. ಹೂಂ ಹೊರಡು."

ಅವಳ ಕೊನೆಯ ಮಾತು ಯುದ್ಧದ ಕಹಳೆಯಂತೆ ಮೊಳಗಿತು.

"ನೀನೇನು ಹೇಳ್ತೀ, ಅಪ್ಪ?" ತಿಮೋತ್ ಕೇಳಿದ.

ಮುದುಕ ಬಲಗಣ್ಣನ್ನು ಮುಚ್ಚಿಕೊಂಡು ಎಡಗಣ್ಣನ್ನು ತೆರೆದ. ಅವನ ದೃಷ್ಟಿ ಹೆಂಡತಿಯ ಮೇಲೆ ಬಿತ್ತು. ಬಳಿಕ ಮಗನತ್ತ ವಾಲಿತು.

"ಆ ಹುಡುಗಿಯ ಜತೆ ಸಂಸಾರ ಮಾಡೋ ಭರವಸೆ ನಿನಗೆ ಇದೆಯೇ?" ಎಂದು ಆತ ಮಗನನ್ನು ಪ್ರಶ್ನಿಸಿದ.

"ಅವಳಾಡೋದನ್ನೆಲ್ಲ ಸಹಿಸಿಕೊಂಡರೆ ಬಹುಶಃ ಸಾಧ್ಯ."

"ದಿನಕ್ಕೆ ಎಷ್ಟು ಸಲ?"

"ಕೊನೆ ಪಕ್ಷ ಮೂರು ಸಲ."

"ಹಾಗಾದರೆ ಪ್ರಯೋಜನವಿಲ್ಲ," ಎಂದು ಮುದುಕ ಕತ್ತು ಕೆಳಗೆ ಮಾಡಿದ, ಆದರೆ ಮರುಕ್ಷಣ ಆತ ಕತ್ತೆತ್ತಿದ. ಮುದುಕಿ ಮೇಜಿನ ಒಂದು ತುದಿಯನ್ನು ಹಿಡಿದಿದ್ದಳು. ಅವಳ ಕಣ್ಣುಗಳು ಸಿಟ್ಟಿನಿಂದ ಕಿಡಿ ಕಾರುತ್ತಿದ್ದವು. ಅವಳು ಕಿರಿಚಿದಳು:

"ಈ ಮನೇಲಿರೋ ಗಂಡಸರೆಲ್ಲ ಸೋಂಭೇರಿಗಳು. ಹೊಟ್ಟೆಗಿಲ್ಲದೆ ಈಗ ಪಡ್ತಿರೋ ಬವಣೆ ಸಾಲದು? ಆಕಾಶದಿಂದ ಅಮೃತ ಸುರಿಯುತ್ತೆ ಅಂತ ಕಾದು ಕುಳಿತಿರಿ. ನಿಮ್ಮ ಕೈಲಿ ಇನ್ನೇನು ಸಾಗುತ್ತೆ? ಅಬ್ಬಬ್ಬ ಅಂದರೆ ಒಂದು ಮೊಲದ ಬಾಲ ಹಿಡಿದು ಎಳೀಬಹುದು. ಅದರಿಂದ ಏನಾಗುತ್ತೆ? ಮೊಲದ ಬಾಲ ಎಳೆಯೋ ಬದಲು ನರೀನಾದ್ರೂ ಹಿಡೀರಿ. ಅದು ಮಾಂಸ ಇರೋ ಜಾಗಾನಾದ್ರೂ ತೋರಿಸುತ್ತೆ."

"ನರೀ ಹಿಡೀಬೇಕೆ? ಎಲ್ಲಿ?" – ಮುದುಕ ಕೇಳಿದ.

"ಕೋಳಿ ಎಲ್ಲಿರುತ್ತೋ ಅಲ್ಲಿ" – ರಪ್ಪನೆ ಅಪ್ಪಳಿಸಿದಳು ಮುದುಕಿ.

ಮುದುಕ ತಲೆಯಲ್ಲಾಡಿಸಿದ. "ಚೆನ್ನಾಗಿ ಹೇಳ್ದೆ. ಆ ನರಿ ಎಲ್ಲಾದ್ರೂ ನಮಗೆ ಮೋಸ ಮಾಡಿದ್ರೆ ನಾವಿಬ್ರೂ ಕಳ್ಳರು ಅನ್ನಿಸ್ಕೋಬೇಕಾಗುತ್ತೆ. ಉಹೂ, ಅದೆಲ್ಲ ಆಗೋಲ್ಲ. ನೇರವಾದ ದಾರಿ ಹಿಡಿದರೆ ಏನಾದ್ರೂ ಸಿಗಬಹುದು" ಎಂದ.

"ಏನು ಹಾಗಂದ್ರೆ?" ಮುದುಕಿ ಅನುಮಾನದಿಂದಲೇ ಕೇಳಿದಳು.

"ದಂಗೆ ಏಳ್ಬೇಕು. ನನ್ನ ಮಾತಿನ ಅರ್ಥ ಅದೇ" ಎಂದ ಮುದುಕ.

ಈ ಮಾತುಗಳಿಂದ ಅವಳು ಮತ್ತಷ್ಟು ಕೆರಳಿ ಕೆಂಡವಾದಳು. "ಬಹಳ ಒಳ್ಳೇದು! ಆದರೆ ನನಗೇನೂ ಕುತ್ತಿಗೆ ಕಳೆದುಕೊಳ್ಳೋ ಇಚ್ಛೆ ಈಗ ಇಲ್ಲ. ನೀವೇನಾದ್ರೂ ದಂಗೆ ಏಳೋದಕ್ಕೆ ಹೆಜ್ಜೆ ಇಟ್ಟರೆ ಪಾತಕಿಗಳಂತೆ ನಿಮ್ಮಿಬ್ಬರನ್ನೂ ಹೊಡೆದು ಕೆಡವುತ್ತಾರಷ್ಟೆ. ಇನ್ನೊಮ್ಮೆ ಆ ಮಾತು ಆಡೀರಿ" ಎಂದು ಆಕೆ ಎಚ್ಚರಿಸಿದಳು. "ದಂಗೆಯ ಮಾತು ಆಡೋ ಬದಲು ತಿಮೋತ್ ತಾಕೋಡ್‌ಗೆ ಹೊರಡಲಿ; ಸೌಜನ್ಯ, ಸಂಕೋಚವನ್ನೆಲ್ಲ ದಾರಿಯಲ್ಲೇ ಕಿತ್ತೊಗೆದು, ಆದಷ್ಟು ಹೆಚ್ಚು ವರದಕ್ಷಿಣೆ ಕೇಳಲಿ" ಎಂದಳು.

"ಆ ಬುಜೋಗಾನಿಗೆ ಎಷ್ಟು ಆಸ್ತಿ ಇರಬಹುದೆಂದುಕೊಂಡಿದ್ದೀಯಾ?" ಮುದುಕ ಕೇಳಿದ.

ಅವಳು ಹಾಗೇ ಲೆಕ್ಕಹಾಕತೊಡಗಿದಳು.

"ಹದಿನೈದು ಎಕರೆ ಕಾಡು. ಬಹುಶಃ ಅಷ್ಟೇ ಎಕರೆ ಹೊಲ. ಸದಾ ತುಂಬಿರುವ ಕಣಜ. ದೊಡ್ಡ ಮನೆ. ಇಷ್ಟೇ ಅಲ್ಲ ಒಂದು ಮರ ಕುಯ್ಯುವ ಮಿಲ್ ಬೇರೆ. ಎಲ್ಲ ಸೇರಿ ಏನಿಲ್ಲಾಂದ್ರೂ ಐವತ್ತು ಸಾವಿರ, ಐವತ್ತು ಸಾವಿರ ಪೆನ್‌ಗೋಗಳು. ಅದರಲ್ಲಿ ಅರ್ಧವನ್ನಾದರೂ ಕೇಳ್ಬೇಕು. ಯಾಕೇಂದ್ರೆ ತಿಮೋತ್‌ನನ್ನು ಕಂಡರೆ ಆ ಹುಡುಗಿಗೆ ಬಹಳ ಇಷ್ಟ."

"ಅವಳು ನೋಡೋಕೆ ಅಸಹ್ಯವಾಗಿದಾಳಲ್ಲ ಅಮ್ಮ" ಎಂದ ತಿಮೋತ್.

"ಆದರೆ ಅವಳನ್ನು ಹಣ ಮುತ್ತಿಕೊಂಡಿದೆಯಲ್ಲ? ಅದು ಮುಖ್ಯ. ಅವಳೂಂದರೆ ಹಣ. ಹೊರಡು, ಹೊರಡು."

ಗಂಡಸರಿಬ್ಬರ ದೃಷ್ಟಿಯೂ ನರಿಯ ಬಾಲವನ್ನು ಹುಡುಕುತ್ತಿರುವಂತೆ ಅತ್ತಿತ್ತ ಹೊರಳಾಡಿತು. ಅವರಿಗೆ ಏನೋ ಕಂಡಂತೆ ಆಗಿರಬೇಕು. ಮುದುಕ ಕೇಳಿದ:

"ತಿಮೋತ್, ಅವಳನ್ನು ಹಿಡಿಯೋದಕ್ಕೆ ಹೋಗ್ತಿಯೇನು?"

"ಇನ್ನೇನು ಮಾಡಲಿ, ನೀನೇ ಹಾಗೆ ಹೇಳಿದ ಮೇಲೆ?" ಎಂದ ತರುಣ ತಿಮೋತ್.

ಕೂಡಲೇ ಅವನು, ನಾಜೂಕಾಗಿ ತನ್ನನ್ನು ಸಿಂಗರಿಸಿಕೊಂಡ. ಆಗಿನ ವಾಡಿಕೆಯಂತೆ ಇಜಾರಿನ ಮೇಲೆ ಷರಟು ತೊಟ್ಟುಕೊಂಡ. ಕುದುರೆಯ ಕುತ್ತಿಗೆಯ ಮೇಲಿರುವ ಕೂದಲಿನಂತೆ ಕೊರಳಿನ ಸುತ್ತ ಕರಿಯ ಅಂಚು ಹೊಲಿದಿದ್ದ ತೋಳಿಲ್ಲದ ಬೂದುಬಣ್ಣದ ಬಿಗಿಯಂಗಿಯನ್ನು ಅದರ ಮೇಲೆ ಹಾಕಿಕೊಂಡ. ಹೊಳೆಯುತ್ತಿದ್ದ ಕಪ್ಪು ಬೂಟುಗಳಲ್ಲಿ ಕಾಲು ತೂರಿಸಿದ. ಕುರಿಯ ತೊಗಲಿನ ಟೋಪಿಯನ್ನು ನೌಕಾದಳದವರಂತೆ ತಲೆಯ ಮೇಲೆ ಧರಿಸಿದ. ದಾರಿಯಲ್ಲೇನಾದರೂ ದುಷ್ಟ ಮೃಗಗಳು ಎದುರಾದರೆ ಇರಲೆಂದು ಉದ್ದನೆಯ ಕಾವಿನ ಕೊಡಲಿಯನ್ನು ಹೆಗಲಿಗೇರಿಸಿ ಹೊರಟ.

ಹೊರಗೆ ಹಾಲಿನ ಬಣ್ಣಕ್ಕೆ ತಿರುಗಿದ್ದ ಕೊರೆಯುವ ತಣ್ಣನೆಯ ಗಾಳಿ. ಸೂರ್ಯ ಬರಲೋ ಬೇಡವೋ ಎಂದು ಮುದುಡಿಕೊಂಡಿದ್ದ. ಗಾಡಿಯ ಚಕ್ರಕ್ಕೆ ಸಿಕ್ಕ ಕಲ್ಲುಚೂರುಗಳಂತೆ, ಅವನ ಬೂಟುಗಳಡಿಯಲ್ಲಿ ಹಿಟ್ಟಿನಂಥ ಮಂಜಿನ ಕಣಗಳು ಕರಕರ ಎನ್ನುತ್ತಿದ್ದವು.

ರಸ್ತೆಯಲ್ಲಿ ಒಂದಾದರೂ ನರಪಿಳ್ಳೆ ಇಲ್ಲ.

ತಿಮೋತ್ ಹಳ್ಳಿಯನ್ನು ದಾಟಿದ. ಹಾಲುಗಾಳಿಯಲ್ಲಿ ದೂರದ ಬೆಟ್ಟಗಳು ಬೆಳ್ಳಗೆ ಕಾಣುತ್ತಿದ್ದವು. ಹೊಲಗಳ ಉಸಿರು ಹೆಪ್ಪುಗಟ್ಟಿ ಹಿಮವಾಗಿತ್ತು. ತಿಮೋತ್ ಕಿವಿಮುಚ್ಚುವಂತೆ ಟೋಪಿಯನ್ನೆಳೆದುಕೊಂಡ. ತಣ್ಣನೆಯ ಬೆಳಕಿನ ಸೂಜಿಗಳು ಅವನ ಕಣ್ಣುಗಳನ್ನು ಚುಚ್ಚುತ್ತಿದ್ದವು. ಇದರಿಂದಾಗಿ ನೀರಿನಿಂದ ತುಂಬಿಕೊಂಡ ಕಣ್ಣುಗಳನ್ನು ಆಗಾಗ ಮುಚ್ಚಿಕೊಳ್ಳುತ್ತಾ, ಆತ ಕೈಗಳನ್ನು ಅಂಗಿಯ ಜೇಬಿಗೆ ತುರುಕಿದ. ಹೊಲದ ನಡುವಿನ ಮಂಜು ಮುಸುಕಿದ ಹಾದಿಯಲ್ಲಿ ವೇಗವಾಗಿ ಹೆಜ್ಜೆ ಹಾಕಿದ.

ಅವನ ಸುತ್ತಮುತ್ತ ಎಲ್ಲೆಡೆಯಲ್ಲಿಯೂ ಬಿಳಿಯ ಮುಸುಕು ಹೊದ್ದ ನೆಲ ಸತ್ತು ಮಲಗಿತ್ತು.

ತಾಕೋಡ್ ಇಲ್ಲಿಂದ ಒಂದು ಗಂಟೆಯ ದಾರಿ ಎಂದುಕೊಂಡ ತಿಮೋತ್. ನಡಿಗೆಯಲ್ಲಿ ಅಷ್ಟು ದೂರ ಅವನ ಲೆಕ್ಕ ಸರಿ. ಅದು ಮೂರೂವರೆ ಕಿಲೋಮೀಟರ್ ದೂರವಿತ್ತು. ಹಾಗೆ ನೋಡಿದರೆ ಅದೇನೂ ಒಂದು ವ್ಯವಸ್ಥಿತ ನೆಲಸುನಾಡಲ್ಲ. ಆ ಕಾಡು ಪ್ರದೇಶದಲ್ಲಿ ಅಲ್ಲಲ್ಲಿ ಕೆಲವು ಹೊಲ ಮನೆಗಳಿದ್ದವು. ಅವೆಲ್ಲ ಸೇರಿ ಅನಿವಾರ್ಯವಾಗಿ ತಾಕೋಡ್ ರೂಪು ಗೊಂಡಿತ್ತು. ತಾಕೋಡ್‌ನಲ್ಲಿದ್ದವರೆಲ್ಲ ಕಷ್ಟಪಟ್ಟು ದುಡಿದು ಮರಗೆಲಸದಿಂದ ಜೀವಿಸಬೇಕಾಗಿತ್ತು. ಬೆಟ್ಟದ ಪಾರ್ಶ್ವದಲ್ಲಿ ಜುಳುಜುಳು ಹರಿಯುವ ಜುಂಗೋಡ್ ನದಿಯ ದಂಡೆ. ಬೇಸಿಗೆಯಲ್ಲಿ ಚಂಡಮಾರುತ, ಸಿಡಿಲುಗಳ ಹೊಡೆತ, ಚಳಿಗಾಲದಲ್ಲಿ ಸಿಡಿಲಿನ ಬದಲು ಹಿಮಪಾತ.

ಅಲ್ಲಿ ಸುಖವಾಗಿದ್ದವನೆಂದರೆ ಮಾರ್ಟನ್ ಬುಜೋಗಾನಿ ಒಬ್ಬನೇ.

"ಇದು ನರಿ ಹೇಳುವಂತೆಯೇ ಆಗ್ತದೆ" ಎಂದುಕೊಂಡ ತಿಮೋತ್.

ಅವನು ಹಾಗಂದುಕೊಂಡದ್ದೇ ತಡ, ಅರಣ್ಯಗರ್ಭದಿಂದ ಒಂದು ದೊಡ್ಡ ನರಿ ಹೊರ ನೆಗೆಯಿತು. ಕಾಡಿನ ಮಧ್ಯದ ಬಳಸು ದಾರಿಗೇ ಅದು ಜಿಗಿದಿತ್ತು. ಮೈತುಂಬ ಮಾಸಲು ಬಣ್ಣದ ಕೂದಲು. ಪೊರಕೆಯಂಥ ಇಳಿಬಿದ್ದ ದಪ್ಪ ಬಾಲ. ಕೆಂಡದಂತೆ ಉರಿಯುತ್ತಿದ್ದ ಕಣ್ಣುಗಳು. ಹಲ್ಲು ಕಿರಿದು ರೋಷದಿಂದ ಗುರುಗುಟ್ಟುತ್ತಿದ್ದ ಆ ನರಿ ಅವನ ದಾರಿಗೆ ಅಡ್ಡವಾಗಿತ್ತು.

"ನನ್ನನ್ನು ಎದುರಿಸಲು ಬಂದೆಯಾ?" ಎಂದ ತಿಮೋತ್.

ಸದ್ಯಃ ಬದುಕಿದೆ; ಕೊಡಲಿಯನ್ನು ತರಬೇಕೆಂದು ನನಗೆ ಹೊಳೆಯಿತಲ್ಲ ಎಂದುಕೊಂಡ ಆತ – ಆದರೆ ಸಾಮಾನ್ಯವಾಗಿ ಚಳಿಗಾಲದಲ್ಲಿ ಕೈಯಲ್ಲೊಂದು ಆಯುಧವಿಲ್ಲದೆ ಯಾರೂ

ಕಾಡಿನೊಳಗೆ ಹೋಗುತ್ತಿರಲಿಲ್ಲ. ಕೂಡಲೇ ಕೊಡಲಿಯ ಕಾವನ್ನು ಭದ್ರವಾಗಿ ಹಿಡಿದುಕೊಂಡು ಒಂದೇ ಏಟಿಗೆ ನರಿಯನ್ನು ಹೊಡೆದುರುಳಿಸಲು ಅದರತ್ತ ಅವನು ಮುನ್ನುಗ್ಗಿದ. ಆದರೆ ಅದು ಅವನಿಗಿಂತ ಚುರುಕು. ಸಿಟ್ಟಿನಿಂದ ಗುರ್ರೆನ್ನುತ್ತ ಪಕ್ಕಕ್ಕೆ ಜಿಗಿಯಿತು. ಆದರೂ ದಾರಿಯನ್ನು ಮಾತ್ರ ಅದು ಬಿಟ್ಟುಕೊಡಲಿಲ್ಲ. ಅವನ ಮುಂದೆ ಕುಣಿಯುತ್ತ, ಹಿಂದೆ ನೋಡುತ್ತ, ಆಗಾಗ ತನ್ನ ಕೋರೆಹಲ್ಲುಗಳನ್ನು ತೋರಿಸುತ್ತ, ಅದು ದಾರಿಕಟ್ಟಿ ನಿಲ್ಲುತ್ತಿತ್ತು.

ಹೀಗೇ ಇಬ್ಬರೂ ಒಮ್ಮೆ ನಿಧಾನವಾಗಿ ಕಾಲೆಳೆಯುತ್ತ, ಒಮ್ಮೆ ವೇಗವಾಗಿ ಮುನ್ನುಗ್ಗುತ್ತ, ಸ್ವಲ್ಪ ದೂರ ಸಾಗಿದರು. ಇದ್ದಕ್ಕಿದ್ದಂತೆ ನರಿ ಏನೋ ವಾಸನೆ ಹಿಡಿಯಿತು. ಆ ಕ್ಷಣ ಮೈ ನಿಗುರಿಸಿಕೊಂಡು ಯುದ್ಧಕ್ಕೆ ಸಿದ್ಧವಾಗಿ ಸೆಟೆದು ನಿಂತಿತು.

ಅಷ್ಟರಲ್ಲಿ ಬಿಳಿಯ ಹಿಮದ ಮೇಲೆ ಜಾರುವ ನೆರಳಿನಂತೆ ಒಂದು ತೋಳ ಕಾಣಿಸಿ ಕೊಂಡಿತು. ಕಣ್ಣು ರೆಪ್ಪೆ ಬಡಿಯುವುದರೊಳಗೆ ಅದು ನರಿಯ ಮೇಲೆರಗಿತು. ಎರಡೂ ಗುರುಗುಟ್ಟುತ್ತಾ ಹಿಮದ ಮೇಲೆ ಉರುಳಾಡಿದುವು. ಗಿರ್ರನೆ ಗಿರಗಿಟಿಯಂತೆ ತಿರುಗಿದುವು. ನರಿ ಕುಯ್‌ಗುಟ್ಟಿತು. ತೋಳ ಕಟಕಟನೆ ಅದರ ಕುತ್ತಿಗೆಯನ್ನು ಕಡಿಯಿತು.

ತಿಮೋತ್‌ನ ನಾಡಿಗಳಲ್ಲಿ ನೆತ್ತರು ರಭಸದಿಂದ ಮಿಡಿಯತೊಡಗಿತು.

ಅದರೊಂದಿಗೇ ಗಾಳಿಯ ಹೊಡೆತಕ್ಕೆ ಸಿಕ್ಕ ಬೂದಿಯೊಳಗಿನ ಕೆಂಡದಂತೆ ಅವನ ಮಿದುಳು ಚುರುಕಾಯಿತು. ಕೊಡಲಿಯ ಏಟು ಎಲ್ಲಿಗೆ ಬೀಳಬೇಕೆಂದು ಆತ ಯೋಚಿಸಿದ. ಅವನೇನು ನರಿಗೆ ಹೊಡೆಯಬೇಕಿಲ್ಲ. ಅದರ ಗತಿ ಕಾಣಿಸಲು ತೋಳವೇ ಸಾಕು. ಆದರೆ ಆ ತೋಳ ಉರುಳುತ್ತಿದ್ದ ವೇಗಕ್ಕೆ ಅದರ ತಲೆಯ ಮೇಲೆ ಹೊಡೆಯುವುದು ಅಸಾಧ್ಯವೇ ಆಗಿತ್ತು.

ಆದರೂ ಅವನು ಮನಸ್ಸು ಗಟ್ಟಿಮಾಡಿಕೊಂಡ.

"ನೀನೂ ನನ್ನ ದಾರಿಗೆ ಅಡ್ಡವಾಗಿ ಬಂದೆಯಲ್ಲವೇ ?" ಎಂದು ತೋಳದ ಮೇಲೆ ಮೊದಲು ಮಾತಿನ ದಾಳಿ ಮಾಡಿದ.

ಇನ್ನೇನು ಆತ ಕೊಡಲಿಯಿಂದ ಹೊಡೆಯಬೇಕು, ಅಷ್ಟರಲ್ಲಿ ಅವನ ಮಾತು ಕೇಳಿಯೋ ಅಥವಾ ರಕ್ತದ ವಾಸನೆಯನ್ನು ಹಿಡಿದೋ, ಭಾರಿ ಪಕ್ಷಿಯೊಂದು ಹಾರಿ ಬಂದು ಅವನ ಹತ್ತಿರದ ಮರದ ರೆಂಬೆಯ ಮೇಲಿಳಿಯಿತು. ಮರದ ಮೇಲಿನಿಂದ ಹಿಟ್ಟು ಮಂಜು ಅವನ ತಲೆಯ ಮೇಲೆ ದೊಪ್ಪನೆ ಬಿತ್ತು.

ತಿಮೋತ್ ಮುಗ್ಗರಿಸಿದ. ತಲೆ ಕೊಡವಿಕೊಂಡ. ಹಿಂದಕ್ಕೆ ನೆಗೆದ. ಕಣ್ಣುಗಳ ಮೇಲೆ ಬಿದ್ದ ಹಿಮವನ್ನೊರೆಸಿಕೊಂಡು ಮತ್ತೆ ಕಣ್ಣು ಬಿಡುವಷ್ಟರಲ್ಲಿ ನರಿ ಸತ್ತುಬಿದ್ದಿತ್ತು. ತೋಳ ತನ್ನ ಬೇಟೆಯ ಪಕ್ಕದಲ್ಲೆ ತಿಮೋತ್‌ಗೆ ಎದುರಾಗಿ ಕುಳಿತಿತ್ತು. ಆದರೆ ಅದು ಅವನನ್ನು ಗಮನಿಸಿದಂತೆ ತೋರಲಿಲ್ಲ. ಅದು ಸೋತು ಸೊರಗಿತ್ತು. ಅದರ ಕೆಳದವಡೆಯಿಂದ ರಕ್ತ ಸೋರುತಿತ್ತು. ಬಹುಶಃ ಆ ದವಡೆಯ ಕೀಲು ತಪ್ಪಿತ್ತು. ಅದನ್ನು ಸರಿಪಡಿಸಿಕೊಳ್ಳಲು ತೋಳ ಒದ್ದಾಡುತ್ತಿತ್ತು.

ತಿಮೋತ್ ಅದನ್ನು ನೋಡುತ್ತಲೇ ಇದ್ದ. ಅವನಿಗೆ ಹೊಟ್ಟೆ ತೊಳೆಸಿ ವಾಕರಿಕೆ ಬರುವಂತಾಯಿತು.

ಈ ಹೇವರಿಕೆ ಅವನ ದೇಹವನ್ನೆಲ್ಲ ವ್ಯಾಪಿಸಿಕೊಂಡಂತೆ ಅವನ ಕಿವಿಗಳ ಪಕ್ಕದಿಂದ ಬೆವರು ಸುರಿದು, ಕೆನ್ನೆಗಳ ಮೇಲೆ ಹೆಪ್ಪುಗಟ್ಟುತ್ತಿತ್ತು. ಎಲ್ಲವೂ ತನಗೆ ವಿರುದ್ಧವಾಗಿಯೇ ಇದೆ ಎಂದು ಆತ ಯೋಚಿಸಿದ. ಆ ಮೃಗಗಳು, ಇಡೀ ಜಗತ್ತು, ಆಕಾಶ, ಭೂಮಿ – ಎಲ್ಲ ಇಂದು ಅವನಿಗೆ ಪ್ರತಿಕೂಲವಾಗಿದ್ದವು.

ಬಹುಶಃ ಅವನು ತಾಕೋಡ್‌ಗೆ ಹೋಗುವುದು ದೇವರಿಗೆ ಬೇಕಿಲ್ಲ. "ಆದರೂ ನಾನು ತಾಕೋಡ್‌ಗೆ ಹೋಗ್ತೇನೆ" ಎಂದುಕೊಂಡು ಅವನು ಮುಂದಕ್ಕೆ ಬಾಗಿದ. ಕೊಡಲಿಯನ್ನೆತ್ತಿ ಒಂದೇ ಏಟಿಗೆ ತೋಳದ ಬುರುಡೆಯನ್ನು ಸೀಳಿದ. ಕೊಡಲಿಯ ಅಲಗನ್ನು ಮಂಜಿನಲ್ಲಿ ಒರೆಸಿದ. ತಾಕೋಡ್‌ನ ದಾರಿ ಹಿಡಿದ.

ಕೇವಲ ಕಾಲು ಗಂಟೆ–ಅವನು ತಾಕೋಡ್‌ನಲ್ಲಿದ್ದ.

ಮನೆಯನ್ನು ಪ್ರವೇಶಿಸಿದಾಗ ಅವನಿಗೆ ಬುಜೋಗಾನಿಯ ಹೆಂಡತಿಯೊಬ್ಬಳೇ ಕಂಡಳು. ಅವಳಾಗಲೇ ಮುದುಕಿಯಾಗಿದ್ದಳು. ಅವಳ ಮಗಳು ಕೂಡ ಈಗ ಹುಡುಗಿಯಲ್ಲ. ಅವಳಿಗೆ ಆ ವಯಸ್ಸು ದಾಟಿ ವರ್ಷಗಳೇ ಉರುಳಿದ್ದವು. ಪಟ್ಟಣಿಗರಂತೆ ಬಟ್ಟೆ ತೊಟ್ಟಿದ್ದ ಆ ಮುದುಕಿಯ ಕಟಿಗಳು, ಅದರಲ್ಲಿಯೂ ಬಲಬದಿಯ ಕಟಿ ದಪ್ಪವಾಗಿತ್ತು. ಕಾರಣ, ಅವಳ ಬಲಗಾಲು ಕುಂಟು. ಶುಭ್ರವಾದ ದೀಪದ ಬೆಳಕಿನಲ್ಲಿ ಅವಳು ರಾತ್ರಿಯ ಊಟಕ್ಕೆ ಮೇಜನ್ನು ಸಜ್ಜುಗೊಳಿಸುತ್ತಿದ್ದಳು.

"ಕಡೆಗೂ ಬಂದೆಯಲ್ಲ" – ಅವಳು ಅವನನ್ನು ಕಂಡು ಮಾತನಾಡಿದ್ದು ಅಷ್ಟೆ.

"ಬಂದೆ. ನೀವು ನನ್ನ ನಿರೀಕ್ಷೆಯಲ್ಲೇ ಇದ್ದಂತೆ ಕಾಣುತ್ತೆ" ಎಂದ ತಿಮೋತ್.

ಅವಳೇನೂ ಉತ್ತರಕೊಡಲಿಲ್ಲ. 'ಹೆಲಿ' ಎಂದು ಕೂಗಿದಳು. ಹೆಲಿ ಎಂದರೆ, ಮಗಳು ಹೆಲೆನಾ. ಹೆಲಿ ಬೇಗ ಬಂದಳು. ಅವಳು ಅಡುಗೆ ಮಾಡುತ್ತಿದ್ದಳೆಂದು ಕಾಣುತ್ತದೆ. ತೊಟ್ಟಿದ್ದ ಏಪ್ರನ್ ಹಾಗೇ ಇತ್ತು. ತಿಮೋತ್‌ನನ್ನು ನೋಡುತ್ತಿದ್ದಂತೆ ಅವಳ ಮುಖ ಕೆಂಪಾಯಿತು. ಅವಳಿದ್ದ ಸ್ಥಿತಿ ಹಾಗಿತ್ತು. ಆ ಉಡುಪಿನಲ್ಲಿ ಅವಳನ್ನು ನೋಡಿದ ಯಾರಿಗಾದರೂ ಅನುಕಂಪ ವಾಗುತ್ತಿತ್ತು. ಇಲ್ಲವೇ ನಗು ಬರುತ್ತಿತ್ತು. ಅದಕ್ಕೆ ಕಾರಣವೂ ಇತ್ತು. ನವೆಂಬರ್ ಕಳೆದರೂ ಇನ್ನೂ ಗಿಡದಲ್ಲಿಯೇ ತೂಗಾಡುತ್ತಿರುವಂಥ ಹೆಣ್ಣು ಆಕೆ. ಮೂಳೆ ಮೂಳೆ ಬಿಟ್ಟುಕೊಂಡು ಎತ್ತರವಾಗಿದ್ದಳು. ಒಣ ಹುಲ್ಲಿನಂಥ ಕೆದರಿದ ಕೂದಲು. ಮೂಗಿನ ಕೆಳಗೆ ಅಳುಕಿ ನಿಂತ ಮೀಸೆ. ಬಾಯಿಯ ಆ ಕೊನೆ ಈ ಕೊನೆಯಲ್ಲಿ ಮಾತ್ರ ಅದು ಚೆನ್ನಾಗಿ ಮೂಡಿತ್ತು. ಇಬ್ಬರೂ ಏನೋ ಒಂದೆರಡು ಮಾತನಾಡಿದರು.

ಅಷ್ಟರಲ್ಲಿ ಬುಜೋಗಾನಿ ಆಗಮಿಸಿದ. ಅತಿಥಿಗಳು ಇನ್ನೂ ಬಂದಿದ್ದಾರೋ ಇಲ್ಲವೋ ಎಂದು ವಿಚಾರಿಸಿಕೊಂಡು ಹೋಗಲು ಆತ ಮಿಲ್ ಬಿಟ್ಟು ಬಂದಿದ್ದ. ಕೇವಲ ತಿಮೋತ್ ಒಬ್ಬನೇ ಬಂದಿರುವುದನ್ನು ನೋಡಿ ಅವನ ತೋಳನ್ನು ಹಿಡಿದುಕೊಂಡು "ನಾನು ಮದುವಣಿಗನನ್ನು ಇಲ್ಲಿಂದ ಕರಕೊಂಡು ಹೋಗ್ತೇನೆ" ಎಂದು ಹೇಳಿ, ಅವನನ್ನು ಮನೆಯ ಪಕ್ಕದ ಒಪ್ಪಾರಿಗೆ ಕರೆತಂದ.

ಕೊರೆಯುವ ಆ ಚಳಿಯಲ್ಲಿ ಮರ ಕುಯ್ಯುವ ಕೆಲಸ ಸಾಗಿತ್ತು. ಎರಡು ಯಂತ್ರಗಳು. ಐವರು ಕೆಲಸಗಾರರು. ಅವರಲ್ಲೊಬ್ಬ ಹಸನ್ಮುಖದ ಜಿಪ್ಸಿ. ತಿಮೋತ್‌ನನ್ನೂ ಬುಜೋಗಾನಿ ಅವರ ಜೊತೆ ಕೆಲಸಕ್ಕೆ ಹಚ್ಚಿದ. ಈಗ ಅವರ ಸಂಖ್ಯೆ ಆರಾಯಿತು.

ಸುಮಾರು ಮಧ್ಯರಾತ್ರಿಯ ಹೊತ್ತಿಗೆ ಒಂದು ಮುರುಕು ಗಾಡಿಯಲ್ಲಿ ಅತಿಥಿಗಳು ಆಗಮಿಸಿದರು. ಕೆಲಸ ನಿಂತಿತು. ಅತಿಥಿಗಳು ಒಬ್ಬ ಶ್ರೀಮತಿ ಬುಜೋಗಾನಿಯ ಸೋದರ. ಅವನೊಬ್ಬ ತೋಟಗಾರ. ಅವನಿಗೂ ಒಂದು ಕಾಲು ಕುಂಟು. ಅವನೊಂದಿಗೆ ಅವನ ಪತ್ನಿ. ಇನ್ನೊಬ್ಬ ಅತಿಥಿ ಬುಜೋಗಾನಿಯ ಸೋದರ. ಮಾಂಸದ ವ್ಯಾಪಾರಿ. ಜೊತೆಯಲ್ಲಿ ಅವನ ಹೆಂಡತಿಯೂ ಇದ್ದಳು.

ಅವರೆಲ್ಲ ಊಟದ ಮೇಜಿನ ಮುಂದೆ ಕುಳಿತರು.

ಬುಜೋಗಾನಿ ಎಲ್ಲರಿಗೂ ಮದ್ಯವನ್ನು ಕೊಡುವಷ್ಟರಲ್ಲಿ ಮೇಜಿನ ಮೇಲೆ ಎರಡು ಡಬರಿಗಳಲ್ಲಿ ಸಾರನ್ನು ಇಡಲಾಗಿತ್ತು. ಅದರಿಂದೇನೂ ಬುಜೋಗಾನಿ ತನ್ನ ಕೆಲಸ ನಿಲ್ಲಿಸಲಿಲ್ಲ. ಆತ ಬ್ರಾಂದಿಯ ಗ್ಲಾಸ್ ಹಿಡಿದು ಮೇಲೆದ್ದ. ಹೆಲಿಯ ಪಕ್ಕದಲ್ಲಿ ಬಿಮ್ಮನೆ ಬಿಗಿದುಕೊಂಡು ಕುಳಿತಿದ್ದ ತಿಮೋತ್‌ನತ್ತ ತನ್ನ ಗ್ಲಾಸ್ ಹಿಡಿದು "ಯುದ್ಧ ನಿಲ್ಲಲಿ. ಮದುಮಕ್ಕಳು ಸುಖವಾಗಿರಲಿ; ಅನೇಕ ಮಕ್ಕಳಾಗಲಿ" ಎಂದು ಸ್ವಸ್ತಿವಾಚನ ಮಾಡಿದ.

ಅವನ ಇಚ್ಛೆಯಂತೆ ಆಗಲಿ ಎಂದು ಎಲ್ಲರೂ ತಂತಮ್ಮ ಗ್ಲಾಸ್‌ಗಳನ್ನೆತ್ತಿದರು. ಊಟಕ್ಕೆ ಅಂದಿನ ವಿಶೇಷವೆಂದರೆ ಹಿಟ್ಟಿನುಂಡೆಗಳನ್ನು ಹಾಕಿದ್ದ ಮಾಂಸದ ಸಾರು. ಹೆಲಿ ಸೌಟಿನಲ್ಲಿ ಸಾರನ್ನು ತಿಮೋತ್‌ನ ತಟ್ಟೆಗೆ ಬಡಿಸಿದಳು. ಅವನ ಬಗ್ಗೆ ಅದೆಷ್ಟು ಪಕ್ಷಪಾತ! ಧಾರಾಳತನ! ಏನಿಲ್ಲವೆಂದರೂ ಆರು ಉಂಡೆಗಳನ್ನು ಅವನ ತಟ್ಟೆಗೆ ಅವಳು ತುಂಬಿದಳು.

ಊಟ ಶುರುವಾಯಿತು. ತಿಮೋತ್ ಗಟ್ಟಿ ಮನಸ್ಸು ಮಾಡಿ ಸಾರನ್ನು ಹೀರಿದ. ಆದರೆ ಉಂಡೆಯನ್ನು ಎರಡು ಹೋಳು ಮಾಡಿ ತಿನ್ನಬೇಕೆಂದಿದ್ದಾಗ ಉಂಡೆ ಚಮಚಕ್ಕೆ ಸಿಕ್ಕದೆ ಜಾರಿತು. ಸ್ವಲ್ಪ ಸಾರೂ ಚೆಲ್ಲಿತು. ಅದನ್ನು ತುಂಡು ಮಾಡಲು ಮತ್ತೊಮ್ಮೆ ಆತ ಯತ್ನಿಸಿದ. ಆದರೆ ಅದು ಪುನಃ ಕೈಕೊಟ್ಟಿತು. ಅವನ ಮುಖ ಕೆಂಪಾಯಿತು. ಈಗೇನು ಮಾಡುವುದು? ಉಂಡೆ ದಪ್ಪಗಿತ್ತು. ಅದನ್ನು ಇಡಿಯಾಗಿ ತಿನ್ನುವುದು ಅವನಿಗೆ ಸಾಧ್ಯವಿರಲಿಲ್ಲ. ಎರಡು ತುಂಡು ಮಾಡಲೂ ಆಗುತ್ತಿರಲಿಲ್ಲ.

'ಹಾಳಾಗಿ ಹೋಗಲಿ' ಎಂದು ಆತ ಸುಮ್ಮನಾದ. ಉಳಿದವರೆಲ್ಲ ಉಂಡೆ ತಿನ್ನುತ್ತಿರುವುದನ್ನು ಗಮನಿಸಿದ. ಬುಜೋಗಾನಿ ಮತ್ತು ಮಾಂಸ ವ್ಯಾಪಾರಿ ಉಂಡೆಗಳನ್ನು ಇಡಿಯಾಗಿಯೇ ನುಂಗುತ್ತಿದ್ದರು. ತೋಟಗಾರ ಚಾಕುವಿನಿಂದ ಎರಡು ತುಂಡು ಮಾಡಿಕೊಂಡಿದ್ದ. ಹೆಂಗಸರು ಆ ದವಡೆಯಲ್ಲೊಂದು ಚೂರು, ಈ ದವಡೆಯಲ್ಲೊಂದು ಚೂರು ಅಗಿಯುತ್ತಿದ್ದರು. ತಿಮೋತ್ ಉಂಡೆಯನ್ನು ಇಡಿಯಾಗಿ ನುಂಗಲಾರ. ಅಕಸ್ಮಾತ್ ಗಂಟಲಲ್ಲಿ ಸಿಕ್ಕಿಕೊಂಡು ಉಸಿರು ಕಟ್ಟಿದರೆ ಗ್ರಾಮದ ತುಂಬಾ ಅವನದೇ ಮಾತಾಗುತ್ತದೆ. ಅದನ್ನು ಚಾಕುವಿನಿಂದಲೂ ತುಂಡು ಮಾಡುವಂತಿಲ್ಲ. 'ಶುದ್ಧ ಹಳ್ಳಿ ಗಮಾರ. ಯಾವತ್ತೂ ಉಂಡೆ ತಿಂದೇ ಇಲ್ಲಾಂತ ಕಾಣುತ್ತೆ' ಎಂದು ಅವರೆಲ್ಲ ಅಂದುಕೊಂಡುಬಿಟ್ಟರೆ!

ಈಗ ಇನ್ನೊಂದು ಉಂಡೆಯನ್ನು ಆತ ತುಂಡು ಮಾಡಲು ಹೊರಟ. ಅದೋ ಕಲ್ಲಿನಂತಿತ್ತು. ಅವನ ಹಣೆಯಲ್ಲಿ ಬೆವರಿನ ಹನಿಗಳು ಕಾಣಿಸಿಕೊಂಡವು. ಗುರುಗುಟ್ಟಿದ ಆ ನರಿ, ತಲೆಯ ಮೇಲೆ ಹಿಮದ ರಾಶಿಯನ್ನೇ ಉರುಳಿಸಿದ ಆ ಪಕ್ಷಿ, ತನ್ನ ರಕ್ತದ ಮಡುವಿನಲ್ಲೆ ಸತ್ತ ಆ ತೋಳ – ಯಾವುದನ್ನಾದರೂ ಎದುರಿಸಬಹುದು. ಈ ಉಂಡೆಗಳನ್ನು ಒಡೆಯುವುದು ಮಾತ್ರ ಅಸಾಧ್ಯವಾಗಿ ಕಂಡಿತು ಅವನಿಗೆ.

ಹಾಗೆಂದು ಸೋಲೊಪ್ಪಿಕೊಳ್ಳಲೂ ಅವನು ಸಿದ್ಧನಿರಲಿಲ್ಲ. ಶಕ್ತಿಯಿಂದ ಸಾಧ್ಯವಾಗದಿದ್ದರೆ ಯುಕ್ತಿ ಇದ್ದೇ ಇದೆ. ಇನ್ನಾರಿಗೂ ಗೊತ್ತಾಗದಂತೆ ಆತ ಮೆಲ್ಲಗೆ ತನ್ನ ಶರಟಿನ ಗುಂಡಿಗಳನ್ನು ಬಿಚ್ಚಿದ. ಮೇಜಿಗೆ ಇನ್ನೂ ಹತ್ತಿರವಾಗಿ ಸರಿದ. ತನ್ನ ತಟ್ಟೆಯತ್ತ ಬಾಗಿದ. ಚಮಚದಿಂದ ಒಂದು ಉಂಡೆಯನ್ನೆತ್ತಿಕೊಂಡು ಶರಟಿನೊಳಕ್ಕೆ ಇಳಿಬಿಟ್ಟು ಖಾಲಿ ಚಮಚವನ್ನು ತುಟಿಯೊಳಗಿಟ್ಟುಕೊಂಡ.

ಆ ಉಂಡೆ ಇನ್ನೂ ಸ್ವಲ್ಪ ಬಿಸಿಯಾಗಿತ್ತು. ಸ್ವಲ್ಪ ಒದ್ದೆಯಾಗಿಯೂ ಇತ್ತು. ಅಂತೂ ಅದು ಹೇಗೋ ಸುರಕ್ಷಿತ ಜಾಗ ಸೇರಿಕೊಂಡಿತು.

ಇನ್ನೈದು ಉಂಡೆಗಳನ್ನು ಅವನು ಹಾಗೇ ಮಾಡಿದ.

"ಸದ್ಯಃ ಬದುಕಿದೆ. ಕಲ್ಲು ಶಿಲುಬೆಯೇ ನಿನಗೆ ಕೃತಜ್ಞತೆಗಳು" ಎಂದು ಆತ ನಿಡುಸುಯ್ದ.

"ನನ್ನ ಹೃದಯವೂ ಕೃತಜ್ಞತೆಯಿಂದ ತುಂಬಿ ತುಳುಕ್ತಿದೆ" ಎಂದು ಹೇಳಿ ಅವನ ಕಿವಿಯಲ್ಲಿ ಪಿಸುಗುಟ್ಟಿದಳು.

ಅವಳು ಹೃದಯ ತುಂಬಿ ಆ ಮಾತನ್ನಾಡಿದಳೆಂಬುದು ಅವಳ ನಿಸ್ತೇಜ ನೀಲಿ ಕಣ್ಣುಗಳಲ್ಲಿ ಮಿಂಚಿದ ಹೊಳಪಿನಿಂದ ಅವನಿಗರಿವಾಯಿತು. ಅವಳಿಗೆ ಸಂತೋಷವಾದರೆ ಆಗಲಿ ಎಂದುಕೊಂಡ. ಆನಂದ ಕೆಲವರ ಪಾಲಿಗೆ ಒಂದೇ ನಿಮಿಷ; ಇನ್ನು ಕೆಲವರಿಗೆ ಒಂದು ಇಡೀ ಸಂಜೆ. ತನ್ನ ಮಟ್ಟಿಗೆ ಅದು ಒಂದು ರಾತ್ರಿಗಿಂತ ಹೆಚ್ಚು ಕಾಲ ಉಳಿಯದೆಂದು ಅವನಿಗೆ ಅನಿಸಿತ್ತು. ಆದರೆ ಆ ಆನಂದಚಕ್ರ ಹೇಗೆ ಭಗ್ನವಾಗಬಹುದೆಂಬುದನ್ನು ಚಿತ್ರಿಸಿ ಕೊಳ್ಳಲು ಮಾತ್ರ ಅವನಿಗೆ ಸಾಧ್ಯವಾಗಲಿಲ್ಲ.

ಏನಾಗುತ್ತೋ ಆಗಲಿ.

ಅಲ್ಲಿ ದೇವತೆಗಳೇ ಸುಳಿದಾಡುತ್ತಿದ್ದರೋ, ಬುಜೋಗಾನಿಯ ಅದೃಷ್ಟವೋ – ಊಟ ಅಡೆತಡೆ ಯಿಲ್ಲದೆ ಸಾಗಿತು. ಎಲ್ಲರೂ ಸಂತೋಷದಿಂದ ಕಾಲ ಕಳೆದರು. ಮದ್ಯದ ಭಾರಿ ಸಮಾರಂಭವೇ ನಡೆಯಿತು. "ಎಲ್ಲಿ, ಎಲ್ಲರೂ ನಿಮ್ಮ ಗ್ಲಾಸ್ ಹಿಡಿಯಿರಿ" ಎಂದು ಬುಜೋಗಾನಿ ಬಲವಂತ ಮಾಡುತ್ತಿದ್ದ. ಮಾಂಸ ವ್ಯಾಪಾರಿ ಕೂಡ ಸಾಧ್ಯವಾದಷ್ಟೂ ಕುಡಿಯಲು ನಿಶ್ಚಯಿಸಿದ್ದಂತೆ ಕಂಡ.

ಕಾಲ ಸವೆದುದೇ ಗೊತ್ತಾಗಲಿಲ್ಲ.

ಇನ್ನು ತಾನು ಹೊರಬರುವ ಹೊತ್ತಾಯಿತೆಂದು ಹಗಲು ಯೋಚಿಸುತ್ತಿದ್ದಾಗ ಕ್ಲಾರಿನೆಟ್ ನುಡಿಸುವಂತೆ ಜಿಪ್ಸಿಗೆ ಬುಜೋಗಾನಿ ಹೇಳಿದ. ಮೊದಮೊದಲು ಸುಮಧುರ ಗೀತೆಗಳನ್ನು ನುಡಿಸಿದ ಜಿಪ್ಸಿ ಬಹುಬೇಗನೆ ಉತ್ಸಾಹದಿಂದ ನೃತ್ಯಗೀತೆ ನುಡಿಸತೊಡಗಿದ. ಬುಜೋಗಾನಿಯ ಸೋದರ ಮೇಲೆದ್ದ. ಶ್ರೀಮತಿ ಬುಜೋಗಾನಿಯ ಹಬ್ಬದ ಪಾದರಕ್ಷೆಗಳನ್ನು ಧರಿಸಿ ಅವನು ಸುತ್ತು ತಿರುಗಲಾರಂಭಿಸಿದ. ಬುಜೋಗಾನಿಯೂ ಎದ್ದ. ಮಗಳ ಜತೆ ಕುಣಿಯತೊಡಗಿದ. ತೋಟಗಾರ ಕೂಡ ಮಾಂಸವ್ಯಾಪಾರಿಯ ಹೆಂಡತಿಯೊಂದಿಗೆ ಹೆಜ್ಜೆ ಹಾಕಲು ಶುರುಮಾಡಿದ.

ನಲಿದಾಟಕ್ಕೆ ಕಾವೇರತೊಡಗಿತು.

ಅವರೆಲ್ಲ ಅಷ್ಟೊಂದು ಉಲ್ಲಾಸದಿಂದ ಕುಣಿಯುವುದನ್ನು ಕಂಡು ಜಿಪ್ಸಿಗೆ ಸ್ಫೂರ್ತಿ ಉಕ್ಕಿತು. ಆತ ತೀವ್ರಗತಿಯ ಗೀತೆ ಪ್ರಾರಂಭಿಸಿದ. ಈಗ ತಿಮೋತ್ ಕೂಡ ಮೇಲೆದ್ದ. ಚುರುಕಾಗಿ ಹೆಜ್ಜೆ ಹಾಕತೊಡಗಿದ. ಅವನು ಒಂಟಿಯಾಗಿ ಕುಣಿಯುತ್ತಿದ್ದ. ಮದುವಣಿಗನ ಆನಂದವನ್ನು ಕಂಡು ಉಳಿದೆಲ್ಲರೂ ನರ್ತನ ನಿಲ್ಲಿಸಿ ಅವನನ್ನೇ ಗಮನಿಸುತ್ತಿದ್ದರು. ತಿಮೋತ್ ಸಾಕಷ್ಟು ಮದ್ಯ ಸೇವಿಸಿದ್ದ. ಅವನ ಮನಸ್ಸು ಅಲ್ಲಿಂದ ಓಡಿಹೋಗಲು ತವಕಿಸುತ್ತಿತ್ತು. ತಿಮೋತ್ ಆವೇಶದಿಂದ ಕುಣಿಯಲಾರಂಭಿಸಿದ. ದೇಹವನ್ನು ಹಾಗೆ ಹೀಗೆ ಆಡಿಸುತ್ತ ಸುಂಟರಗಾಳಿಯ ಹಾಗೆ ಅವನು ಸುರುಳಿಸುತ್ತುತ್ತಿದ್ದಂತೆ, ಅವನ ಶರಟು ಬೆಲ್ಟ್‌ನಿಂದ ಜಾರಿ, ಉಂಡೆಗಳು ಒಂದೊಂದಾಗಿ ನೆಲಕ್ಕೆ ಬಿದ್ದುವು.

ಆರು ಉಂಡೆಗಳು.

ಧಪ್‌ಧಪ್ ಎಂದು ಬೀಳುತ್ತಿರುವುದೇನೆಂದು ಅವರೆಲ್ಲ ಆಶ್ಚರ್ಯಚಕಿತರಾಗಿ ಬಿಟ್ಟ ಕಣ್ಣು ಬಿಟ್ಟ ಹಾಗೆಯೇ ದಿಟ್ಟಿಸಿದರು.

"ನಿಲ್ಲಿಸು" – ಬುಜೋಗಾನಿ ಕಿರಿಚಿದ.

ತಿಮೋತ್ ತಟಸ್ಥನಾದ.

"ಇದೇನು ನೀನು ಮಾಡಿದ್ದು? ಅವನ್ನೆಲ್ಲ ಈಗ ತಾನೇ ನೀನು ತಿಂದಿದ್ದೆಯಲ್ಲ?" ಎಂದು ಕೂಗಿದ ಬುಜೋಗಾನಿ.

ನೆಲದ ಮೇಲೆ ಚಲ್ಲಾಪಿಲ್ಲಿಯಾಗಿ ಬಿದ್ದಿದ್ದ ಉಂಡೆಗಳನ್ನು ತಿಮೋತ್ ಗಮನಿಸಿದ. ಅವನಿಗೆ ಅವಮಾನವಾದಂತೆನಿಸಿತು. ಮಾತೇ ಹೊರಡಲಿಲ್ಲ. ಚುಚ್ಚುವ ಮೌನವನ್ನು ಮುರಿದು ಹೆಲಿ ಇದ್ದಕ್ಕಿದ್ದಂತೆ ಬಿಕ್ಕಿ ಬಿಕ್ಕಿ ಅಳತೊಡಗಿದಳು. ಬುಜೋಗಾನಿ ಒಂದಾದ ಮೇಲೊಂದರಂತೆ ಉಂಡೆಗಳನ್ನು ಕೊಠಡಿಯ ಮೂಲೆಗೆ ಒದ್ದ.

"ಕ್ಷಮಿಸಿ" ಎಂದ ತಿಮೋತ್.

ಅವನು ಕೊಠಡಿಯಿಂದ ಹೊರಬಂದ. ಕೊಡಲಿಯನ್ನು ಕೈಗೆತ್ತಿಕೊಂಡ. ಮನೆಯ ದಾರಿ ಹಿಡಿದ. ಬಿರಬಿರನೆ ನಡೆದ. ಒಂದೆರಡು ಸಲ ಹಿಂದಿರುಗಿ ನೋಡಿದ. ಅವನ ಹಿಂದೆ ಯಾರೂ ಬರುತ್ತಿರಲಿಲ್ಲ. ಬಲಗಿವಿಯ ಮೇಲೆ ಟೋಪಿಯಿಂದ ತಟ್ಟುತ್ತ ಆತ ಶಿಳ್ಳೆ ಹಾಕಲು ಶುರುಮಾಡಿದ. ಬೆಳಕು ಹರಿಯಿತು. ಕತ್ತಲು ಕರಗಲಾರಂಭಿಸಿತು. ಹಗಲು ಹುಟ್ಟಿದಂತೆ ವಾತಾವರಣ ಹಿತಕರವಾಯಿತು. ಹಕ್ಕಿಗಳು ಹರ್ಷದಿಂದ ಹಾಡುತ್ತಾ ಗಗನದತ್ತ ಹಾರಿದುವು. ಮರಗಳ ಮೇಲಿನಿಂದ ಹಿಮ ಮೆಲ್ಲಮೆಲ್ಲನೆ ಹಿಂಜಿದ ಹತ್ತಿಯಂತೆ ಕೆಳಗಿಳಿಯುತ್ತಿತ್ತು. ಹಿಂದಿನ ಸಂಜೆಯಂತೆಯೇ ಇಂದೂ ಕ್ರೂರಮೃಗಗಳ ಸುಳಿವಿರಲಿಲ್ಲ. ಹಿಮಗಟ್ಟಿದ ತೊರೆಯ ಬಳಿ ಅವನಿಗೆ ಕೇವಲ ಎರಡು ಜಿಂಕೆಗಳು ಮಾತ್ರ ಕಾಣಿಸಿದುವು. ಅವನು ಹತ್ತಿರ ಬರುವುದನ್ನೇ ಅವು ಕಾಯುತ್ತ ನಿಂತವು. ಥಳಥಳಿಸುವ ಆಸೆಯ ಕಣ್ಣುಗಳಿಂದ ಅವನನ್ನೇ ನೋಡಿದುವು.

ಅವಕ್ಕೇನು ಬೇಕೆಂದು ಅವನಿಗೆ ಅರ್ಥವಾಯಿತು.

ತೊರೆಯ ನೀರಿನ ಹೆಪ್ಪುಗಟ್ಟಿದ ಪದರವನ್ನು ಆತ ಕೊಡಲಿಯಿಂದ ಸೀಳಿದ. ಆ ಜಿಂಕೆಗಳು ಮಾತ್ರವಲ್ಲ, ಹಕ್ಕಿಗಳು ಕೂಡ ಈಗ ನೀರಡಿಕೆ ಹಿಂಗಿಸಿಕೊಳ್ಳಬಹುದು.

ಅನಂತರ ಅವನು ತನ್ನ ಎಡಗಿವಿಯ ಮೇಲೆ ಟೋಪಿಯನ್ನೆಳೆದುಕೊಂಡ. ಉಲ್ಲಾಸದಿಂದ ಮನೆ ತಲಪಿದ. ಅವನ ತಾಯಿ ತಂದೆ ಮೇಜಿನ ಬಳಿ ಕುಳಿತು ಬೆಳಗಿನ ಹಾಲು ಕುಡಿಯುತ್ತಿದ್ದರು.

"ಬಂದೆಯಾ ? ಬಾ ಮಗು. ಹೋದ ಕೆಲಸವಾಯಿತೆ ?" – ತಾಯಿ ಪ್ರಶ್ನಿಸಿದಳು.

"ಆಯಿತು ಅಮ್ಮ" ಎಂದ ತಿಮೋತ್.

"ಏನೇನಾಯಿತು ? ಹೇಗಾಯಿತು ?"

"ಬಡಪಾಯಿಗಳು. ಎಲ್ಲರೂ ಸತ್ತರು. ಗುರುಗುಟ್ಟುವ ನರಿ ಹುಡುಗಿಯನ್ನು ಹೆದರಿಸಿ ಸಾಯಿಸಿತು. ಅವಳ ತಾಯಿಯನ್ನು ತೋಳ ತಿಂದು ಹಾಕಿತು. ಇನ್ನೂ ಬುಜೋಗಾನಿ. ಯುವಕನೊಬ್ಬ ಅವನನ್ನು ಉಂಡೆಕಲ್ಲು ಹೊಡೆದು ಸಾಯಿಸಿದ."

ಮಗನ ಮಾತುಗಳು ಅವಳಿಗೆ ಅರ್ಥವಾದುವು. ಅವಳು ಅಲ್ಲಿಂದೆದ್ದು ಹೋದಳು.

"ಅದೇನೋ ಹಾಗಾಯಿತು. ಈಗ ನಾವೇನು ಮಾಡೋಣ ?" ಮುದುಕ ಹೆತ್ಫೊ ಕೇಳಿದ.

"ದಂಗೆ ಏಳೋಣ" ಎಂದ ತಿಮೋತ್.

ಭಿನ್ನಾಭಿಪ್ರಾಯವೇ ಇಲ್ಲದ ಈ ಮಾತು ಹೊರಟ ಬಳಿಕ ತರುಣ ತಿಮೋತ್ ಕಿಟಕಿಯತ್ತ ಬಂದ. ಮೂಡಣ ಬೆಳಕು ಕಿಟಕಿಯ ಗಾಜುಗಳ ಮೇಲೆ ನಿಧಾನವಾಗಿ ಹರಡುತ್ತಿತ್ತು. ಅದರೊಂದಿಗೆ ಅಲ್ಲಿ ಅರಳಿದ್ದ ಹಿಮದ ಹೂಗಳು ಅವನ ಮದುವೆಯ ನಿಶ್ಚಿತಾರ್ಥದಂತೆ ಕರಗಿಹೋಗುತ್ತಿದ್ದವು. ಆತ ನಗುಮುಖದಿಂದ ಅದನ್ನು ನೋಡುತ್ತಾ ನಿಂತ.

○ ಇಶ್‌ತ್ವಾನ್ ಸಾಬೊ

ಎಲ್ಲ ಹೇಗಿತ್ತೋ ಹಾಗೇ ಇದೆ

ಫಾಬಿಯಾನ್ ತೂರಾಡುತ್ತಾ ಅಡುಗೆಮನೆಗೆ ಬಂದ. ಇನ್ನೂ ನಿದ್ದೆಗಣ್ಣು. ಮೈಮೇಲೆ ಅರ್ಧಂಬರ್ಧ ಬಟ್ಟೆ. ಕೆದರಿದ ತಲೆ ಕೂದಲಿನಲ್ಲಿ ಬೆರಳಾಡಿಸುತ್ತ ಕುತ್ತಿಗೆ ನಡುಗುವಷ್ಟು ಜೋರಾಗಿ ಆತ ಆಕಳಿಸಿದ. ಅಡುಗೆಗೆ ಸಿದ್ಧ ಮಾಡಿಕೊಳ್ಳುತ್ತಿದ್ದ ತಾಯಿಯನ್ನು ಕಂಡು ನಸುನಕ್ಕ. 'ಬಾ' ಎನ್ನುವಂತೆ ಅವಳು ಮಗನತ್ತ ವಾತ್ಸಲ್ಯದ ನೋಟ ಬೀರಿದಳು. ಸೂರ್ಯ ಈಗಾಗಲೇ ಬಾನಿನಲ್ಲಿ ಬಹಳ ಮೇಲೇರಿದ್ದ. ಬೇಸಗೆಯ ಸತ್ವಯುತವಾದ ಬೆಳಕಿನ ರಶ್ಮಿಗಳು ಕಿಟಕಿಯ ಮೂಲಕ ಒಳಗೆ ಹರಿಯುತ್ತಿದ್ದವು.

"ಚೆನ್ನಾಗಿ ನಿದ್ದೆ ಮಾಡಿದೆ" ಎಂದ ಫಾಬಿಯಾನ್, ಮೈಕೈ ಕೆರೆದುಕೊಳ್ಳುತ್ತ. ಹಗಲು ಬೆಳಕಿನ ಪ್ರಕಾಶವನ್ನು ದಿಟ್ಟಿಸಲಾರದೆ ಆತ ಪಿಳಿಪಿಳಿ ಕಣ್ಣುಬಿಟ್ಟ. ನಿಂತಲ್ಲಿಂದ ಕಾಲ್ತೆಗೆಯಲು ಅವನಿಗೆ ಸಾಧ್ಯವಿಲ್ಲವೆನಿಸಿತು.

"ನಾವು ತಿಂಡಿ ತಿಂದಾಯಿತು. ನಿನ್ನನ್ನು ಎಬ್ಬಿಸೋಕೆ ಮನಸ್ಸಾಗಲಿಲ್ಲ. ನೀನು ಮತ್ತೆ ಮಲಗೋದಿಲ್ಲ ತಾನೇ ?" ಎಂದು ತಾಯಿ ಕೇಳಿದಳು.

"ಇಲ್ಲ."

ಮೇಜಿನವರೆಗೆ ಕಾಲೆಳೆಯುತ್ತ ಹೋಗಿ ಒಂದು ಸ್ಟೂಲ್ ಮೇಲೆ ಅವನು ಕುಳಿತ. ಸಿಗರೇಟ್‌ಗಾಗಿ ತನ್ನ ಅಂಗಿಯ ಜೇಬುಗಳಲ್ಲಿ ತಡಕಾಡಿದ.

"ಇಷ್ಟು ಅವಸರವಾಗಿ ಸಿಗರೇಟ್ ಸೇದೋಕೆ ಶುರು ಮಾಡಿ ಬಿಡಬೇಡ. ಮೊದಲು ಸ್ವಲ್ಪ ತಿಂಡಿ ತಿನ್ನು. ಏನು ತರಲಿ ?" ಎಂದು ತಾಯಿ ಕೇಳಿದಳು.

"ಒಂದು ಸ್ವಲ್ಪ ಹಾಲು ಸಾಕು. ಈಗಲೇ ಅಲ್ಲ. ಸ್ವಲ್ಪ ತಡವಾಗಿ."

ಫಾಬಿಯಾನ್ ಸಿಗರೇಟ್ ಹಚ್ಚಿದ. ಒಂದು ದಂ ಹೊಗೆ ಎಳೆದುಕೊಂಡ. ಅದನ್ನು ಹೊರಗೆ ಬಿಡದೆ ಸ್ವಲ್ಪ ಹೊತ್ತು ಎದೆಯಲ್ಲೇ ತುಂಬಿಕೊಂಡಿದ್ದ.

"ಮೊಟ್ಟೆಗಳನ್ನು ಹುರಿದು ಕೊಡೋಣ ಎಂದುಕೊಂಡಿದ್ದೆ" ಎನ್ನುತ್ತಾ ಫಾಬಿಯಾನನ ತಾಯಿ ಮಾಂಸದ ತುಣುಕುಗಳನ್ನು ಪಾತ್ರೆಗೆ ಹಾಕತೊಡಗಿದಳು.

“ನಾನು ಅದನ್ನು ತಿನ್ನೋದಿಲ್ಲ. ನಗರದಲ್ಲಿಯೂ ಬೆಳಗಿನ ಹೊತ್ತು ಹಾಲು ಕುಡೀತೇನೆ. ಅಷ್ಟೆ”

“ಬರೀ ಹಾಲೇ? ಅದರಿಂದ ಹೊಟ್ಟೆ ತುಂಬುತ್ತೇನು? ಮನೇಲಿ ಇರೋವಾಗ್ಲಾದ್ರೂ ಚೆನ್ನಾಗಿ ತಿಂದು ಉಂಡು ಮಾಡಬಹುದು.”

“ನನಗೆ ಆ ಅಭ್ಯಾಸವೇ ತಪ್ಪಿಹೋಗಿದೆ,” ಎಂದು ಫಾಬಿಯಾನ್ ಮತ್ತೊಮ್ಮೆ ದೊಡ್ಡದಾಗಿ ಆಕಳಿಸಿದ.

“ನೀನು ಕಣ್ತುಂಬ ನಿದ್ದೆ ಕೂಡ ಮಾಡೋದಿಲ್ಲಾಂತ ಕಾಣುತ್ತೆ.”

“ಇವತ್ತು ಮಾಡಿದಷ್ಟಂತೂ ಇಲ್ಲ. ಮಧ್ಯ ರಾತ್ರೆಗೋ, ಒಂದು ಗಂಟೆಗೋ ಮಲಗ್ತೇನೆ.”

“ಒಂದು ಗಂಟೆಗೆ? ಅಲ್ಲೀ ತನಕ ಏನು ಮಾಡ್ತಾ ಇರ್ತೀಯ?”

“ಏನಾದರೂ ಓದ್ತಿರೋದು,” ಎಂದ ಮಗ.

ಅದು ಸರಿಯಲ್ಲ ಎನ್ನುವಂತೆ ಮುದುಕಿ ತಲೆಯಲ್ಲಾಡಿಸಿದಳು. ದೂರದ ಬುಡಾಪೆಸ್ಟ್ ಬಗ್ಗೆಯೇ ತಾಯಿಗೆ ಅನುಮಾನವೆಂದು ಫಾಬಿಯಾನ್‌ಗೆ ಗೊತ್ತು. ಆತ ನಸುನಕ್ಕ. ಬಾಯಿಯಿಂದ, ಮೂಗಿನಿಂದ ಸಿಗರೇಟ್ ಹೊಗೆ ಬಿಟ್ಟ.

ಅವನಿಗೆ ಸುಖವೆನಿಸಿತ್ತು. ಅವನು ಹದಿನಾಲ್ಕು ಗಂಟೆ ನಿದ್ರಿಸಿದ್ದ. ಹಳ್ಳಿಯ ಪರಿಶುಭ್ರ ಗಾಳಿ ಅವನಿಗೆ ನೆಮ್ಮದಿ ತಂದಿತ್ತು. ಅದು ನಿಜಕ್ಕೂ ಸೊಗಸಾದ ನಿದ್ರೆಯೇ. ಕೆಟ್ಟ ಕನಸಿಲ್ಲ. ಅತ್ತಿತ್ತ ಹೊರಳಾಡಿರಲಿಲ್ಲ. ಕಾಲು ಚಾಚಿ ಬಲ ಮಗ್ಗುಲಾಗಿ ಮಲಗಿದ್ದವನು ಎಚ್ಚರವಾದಾಗಲೂ ಹಾಗೇ ಇದ್ದ. ಮನೆಯಲ್ಲಿ ಮಾತ್ರ ಅವನು ಇಷ್ಟು ಸುಖವಾಗಿ ನಿದ್ದೆ ಮಾಡುವುದು ಸಾಧ್ಯವಿತ್ತು. ಲಲ್ಲೆ ಹೊಡೆದು ಪ್ರಚೋದಿಸುವ, ಆದರೆ ಮೈಮುಟ್ಟುವುದಕ್ಕೆ ಅವಕಾಶ ಕೊಡದ ಹೆಣ್ಣುಗಳಂಥ ಇರುಳಾಗಿರಲಿಲ್ಲ ಮನೆಯಲ್ಲಿನ ರಾತ್ರಿಕಾಲ.

ಕಳೆದ ಎರಡು ವರ್ಷಗಳು ಗೊಂದಲಮಯ ಕನಸಿನಂತೆ ಮರೆಯಾಗುತ್ತಿರುವ ಹಾಗೆ ಅವನಿಗೆ ಕಂಡಿತು. ಅದೇ ಅಡುಗೆಮನೆಯ ಊಟದ ಮೇಜಿನ ಮುಂದೆ, ಸ್ಟೂಲ್ ಮೇಲೆ ಅವನೀಗ ಪುನಃ ಕುಳಿತಿದ್ದ. ಹೊರಗೆ ಸೂರ್ಯ. ಕಿಟಕಿಯ ಮೂಲಕ ಅವನ ಬೆಳಕು. ತಾಯಿ ತನ್ನದೇ ಕೆಲಸದಲ್ಲಿ ಮಗ್ನಳು. ಅವಳು ಮಾಡುತ್ತಿದ್ದುದೆಲ್ಲ ಅವನಿಗೆ ಚಿರಪರಿಚಿತ – ಸ್ವಲ್ಪವೂ ಬೇಸರವಿಲ್ಲದ ಅವಳ ಕೆಲಸದ ರೀತಿ; ಬಿಡುವೇ ಇಲ್ಲದ ಆ ಕೈಗಳು; ಸೊಗಸಾದ ಬಿಸಿಲು ಕೋಲು; ಕಚ್ಚುಕಚ್ಚಾದ ಹಳೆಯ ಮೇಜು; ಮೌನವಾಗಿದ್ದ ಪಾತ್ರೆಗಳು – ಎಲ್ಲವೂ ಅವುಗಳ ಜಾಗದಲ್ಲೇ ಹಿಂದೆ ಹೇಗಿರುತ್ತಿದ್ದುವೋ ಹಾಗೇ ಇದ್ದುವು. ಒಂದೇ ರಾತ್ರಿಯಲ್ಲಿ ಎಂಥ ಪವಾಡ!

“ನೋಡು, ಆ ಗೂಡಿನಲ್ಲಿ ಬ್ರಾಂದಿ ಇದೆ. ಒಂದು ದ್ರಾಂ ತಗೋ,” ಎಂದಳು ತಾಯಿ.

ಫಾಬಿಯಾನ್ ಮೇಲೆದ್ದು ಗೂಡಿನತ್ತ ನಡೆದ. ನೀಲಿ ಹೂವಿನ ಪರದೆಯನ್ನು ಸರಿಸಿದ. ಆ ಪರದೆಯೂ ಅವನು ಮಗುವಾಗಿದ್ದಾಗ ಇದ್ದದ್ದು. ಅವನ ತಂದೆ ಬ್ರಾಂದಿಯನ್ನು ಯಾವಾಗಲೂ ಇಡುತ್ತಿದ್ದುದೂ ಇಲ್ಲಿಯೇ – ಈ ಗೂಡಿನಲ್ಲೇ. ಬೆಳಗ್ಗೆ ಎದ್ದೊಡನೆ ಅವನ ತಂದೆ ಮಾಡುತ್ತಿದ್ದುದೂ ಒಂದು ದ್ರಾಂ ಹಾಕುವುದೇ.

ಅವನು ಒಂದು ದ್ರಾಂ ಸುರಿದುಕೊಂಡು ಒಂದೇ ಗುಟುಕಿಗೆ ಕುಡಿದುಬಿಟ್ಟ. ಅವನ ಕಣ್ಣುಗಳು ಅರಳಿದುವು. ಅವುಗಳ ಕೊನೆಯಲ್ಲಿ ಕಣ್ಣೀರು ತುಂಬಿಕೊಂಡಿತು. ಅದು ತುಂಬ ಸೊಗಸಾದ ಬ್ರಾಂದಿ. ಫಾಬಿಯಾನ್ ಗಂಟಲು ಸರಿಮಾಡಿಕೊಂಡ.

“ಬ್ರಾಂದಿ ಎಂದರೆ ಇದಪ್ಪ,” ಎಂದು ಉಸಿರು ಸಿಕ್ಕವನಂತೆ ಉಸುರಿದ. “ಸೊಗಸಾಗಿದೆ,” ಎಂದ.

ತಾಯಿ ನಕ್ಕಳು. "ಬೆಳಿಗ್ಗೆ ಒಂದು ಡ್ರಾಂ ಬ್ರಾಂದಿ ಕುಡಿದರೆ ಒಳ್ಳೆಯದು, ಚೆನ್ನಾಗಿ ಹಸಿವಾಗ್ತದೆ" ಎಂದಳು.

"ಒಂದೊಂದು ಸಲ ನಾನೂ ಒಂದಿಷ್ಟು ರುಚಿ ನೋಡ್ತೇನೆ" ಎಂದು ಸ್ವಲ್ಪ ನಾಚುತ್ತಲೇ ಅವಳು ಮತ್ತೆ ಹೇಳಿದಳು.

ಆ ಪಾನೀಯದ ಬಿಸಿ ಎದೆಯಿಂದ ಹೊಟ್ಟೆಯ ತನಕ ಹರಿದು ಅವನಿಗೆ ಹಿತವಾಯಿತು. ಅದನ್ನು ಅನುಭವಿಸುತ್ತಾ, ಹೌದೆಂದು ಅವನು ತಲೆಯಾಡಿಸಿದ. ಅದು ತತ್‌ಕ್ಷಣದಲ್ಲಿ ರಕ್ತವೇ – ಬಿಸಿ ರಕ್ತವೇ ಆಗಿಬಿಟ್ಟಂತೆ ಅವನ ದೇಹದ ಮೂಲೆ ಮೂಲೆಯನ್ನೂ ಸೇರಿತು.

"ಇನ್ನೊಂದು ಡ್ರಾಂ ಕುಡಿ," ಎಂದಳು ತಾಯಿ.

ಫಾಬಿಯಾನ್ ಹಾಗೇ ಮಾಡಿದ. ಅವನಿಗೆ ಏನೋ ನೆನಪಾಯಿತು.

"ಅಪ್ಪ ಎಲ್ಲಿ?"

"ಬಾವಿಗೆ ಹೋಗಿದ್ದಾರೆ."

ಇದು – ಬಾವಿಗೆ ಹೋಗುವುದು – ಕೂಡ ಮನೆಯ ಎಂದಿನ ಜೀವನದ ಒಂದು ಅಂಗವೇ ಆಗಿತ್ತು. ದ್ರಾಕ್ಷಿಯ ಗುಡ್ಡದ ಮೇಲೆ ಕುಡಿಯುವ ನೀರು ಸಿಗುತ್ತಿರಲಿಲ್ಲ. ಕೆಳಗಿನ ಬಯಲಿನಿಂದಲೇ ಜನ ನೀರು ತರಬೇಕಾಗಿತ್ತು. ಕೆಲವರು ಗಾಡಿಯಲ್ಲಿ, ಇನ್ನು ಕೆಲವರು ಹೆಗಲ ಮೇಲೆ ಅಡ್ಡೆಯಲ್ಲಿ. ಹದಿ ವಯಸ್ಸಿನ ಹುಡುಗನಾಗಿದ್ದಾಗ ಹೀಗೆ ನೀರು ತರುವುದು ಅವನಿಗೆ ಇಷ್ಟವಾದ ಒಂದು ಕ್ರೀಡೆಯಾಗಿತ್ತು. ಸಂಜೆಯಾಗುತ್ತಿದ್ದಂತೆ ಮೂರು ನಾಲ್ಕು ಜನ ಜತೆಗಾರರು ಒಂದಾಗಿ ಸೇರಿ ನೀರಿಗಾಗಿ ಕೆಳಗಿಳಿಯುತ್ತಿದ್ದರು. ಆಕಸ್ಮಿಕವೆಂಬಂತೆ ಹುಡುಗಿಯರೂ ಕೈಯಲ್ಲಿ ಮಡಕೆ ಹಿಡಿದು ಆಗ ಬಾವಿಯ ಬಳಿ ಗುಂಪು ಸೇರುತ್ತಿದ್ದರು. ನಿಜವಾಗಿಯೂ ಯಾವಾಗಲೂ ಇದು ಕೇವಲ ಆಕಸ್ಮಿಕವಾಗಿರುತ್ತಿತ್ತೇ? ಬಾವಿಯ ಹತ್ತಿರ ಗದ್ದಲದ ಚಟುವಟಿಕೆ. ಅವಕಾಶವಾದಾಗಲೆಲ್ಲ ಹುಡುಗರು ಹುಡುಗಿಯರನ್ನು ಎಳೆದಾಡುತ್ತಿದ್ದರು.

ಹುಡುಗಿಯರೇನು ಸುಮ್ಮನಿರುತ್ತಿದ್ದರೇ? ಮುಸಿಮುಸಿ ನಗುತ್ತಾ ಸುತ್ತು ಹಾಕುತ್ತಿದ್ದರು. ಕೆಲವೊಮ್ಮೆ ಕಿರುಚುತ್ತಿದ್ದರು. ಅವರ ಕಣ್ಣುಗಳು ಆನಂದದಿಂದ ಬೆಳಗುತ್ತಿದ್ದವು.

"ನಾನೇ ಹೋಗಬೇಕೆಂದಿದ್ದೆ" ಎಂದ ಫಾಬಿಯಾನ್.

ತಂದೆಯನ್ನು ಸಮರ್ಥಿಸುತ್ತಾ, ತಾಯಿ ಅವನನ್ನು ಸಂತೈಸಿದಳು: "ನೀನು ಸೊಗಸಾಗಿ ನಿದ್ರಿಸುತ್ತಿದ್ದೆ. ಆದರೆ ಅದಕ್ಯಾಕೆ ಯೋಚನೆ? ನೀನು ಇಲ್ಲಿರುವಷ್ಟು ದಿನ, ಎಷ್ಟೋ ಸಲ ಆ ಕೆಲಸ ಮಾಡಬೇಕಾದೀತು. ಆಮೇಲೆ ನಿನಗೇ ಬೇಸರವಾಗ್ತದೆ."

'ಇಲ್ಲ. ಇಲ್ಲ. ಬಾವಿಯಿಂದ ನೀರು ತರೋದು ಬೇಸರವೆನಿಸೋದಿಲ್ಲ' ಎಂದು ಮನಸ್ಸಿನಲ್ಲೇ ಅಂದುಕೊಂಡ ಫಾಬಿಯಾನ್.

ಅವನ ತಾಯಿ ಅಡುಗೆ ಒಲೆಯ ಬಾಗಿಲನ್ನು ಮುಚ್ಚಲು ಕಷ್ಟಪಡುತ್ತಿದ್ದಳು. ಕಡೆಗೂ ನಾಲ್ಕನೆಯ ಸಲಕ್ಕೆ ಅದು ಮುಚ್ಚಿಕೊಂಡಿತು. ಅದಕ್ಕಾಗಿ ಅವಳು ವಿಶೇಷವಾಗಿ ಕಲಿತಿದ್ದ ಜಾಣತನವೇ ಬೇಕಾಯಿತು. ಫಾಬಿಯಾನ್ ನಗು ತಡೆಯಲಾಗಲಿಲ್ಲ. ಅವನು ಸಣ್ಣಹುಡುಗನಾಗಿದ್ದಾಗಲೂ ಹಾಗೇ. ಆ ಬಾಗಿಲು ತೊಂದರೆ ಕೊಡುತ್ತಿತ್ತು. ವರ್ಷಗಳು ಉರುಳುತ್ತಿದ್ದವು. ಮೊದಲು ಹದಿನೈದು, ಅನಂತರ ಇಪ್ಪತ್ತು. ಈಗ ಮತ್ತೂ ಎರಡು ವರ್ಷಗಳು ಸಂದಿದ್ದವು. ಆದರೂ ಆ ಸಣ್ಣ ಕಬ್ಬಿಣದ ಬಾಗಿಲು ಸ್ವಲ್ಪವಾದರೂ ಬದಲಾಗಿರಲಿಲ್ಲ. ಅದನ್ನು ಮುಚ್ಚಲು ಅವನ ತಾಯಿಯ ಆ ನುರಿತ ಕೈಗಳೇ ಆಗಬೇಕು. ಮೊದಲು ಓರೆಯಾಗಿ ಮೇಲಕ್ಕೆ ಸರಿಸಿ,

ಅನಂತರ ಡಭಕ್ಕನೆ ಕೆಳಕ್ಕೆ ತಳ್ಳಬೇಕು, ಇಲ್ಲದಿದ್ದರೆ ಅದು ಮುಚ್ಚಿಕೊಳ್ಳುತ್ತಿರಲಿಲ್ಲ.

"ಏನು ನೋಡಿ ನಗ್ತಾ ಇದ್ದೀ ?" ಎಂದು ಅವಳು ಪಿಳಿಪಿಳಿ ಕಣ್ಣು ಬಿಡುತ್ತಾ ಕೇಳಿದಳು. ಆ ಬಾಗಿಲಿನಿಂದ ಅವಳಿಗೆ ಕಸಿವಿಸಿಯಾಗಿತ್ತು. ಇಪ್ಪತ್ತು ವರ್ಷಗಳಿಂದಲೂ ಅಷ್ಟೆ.

"ಏನೂ ಇಲ್ಲ" ಫಾಬಿಯಾನ್ ಸಂತಸದಿಂದ ಹೇಳಿದ. "ಇಲ್ಲಿ ಯಾವುದೂ ಬದಲಾಗೋದೇ ಇಲ್ಲ. ಅದೇ ಸ್ವಾರಸ್ಯ," ಎಂದ.

ತಾಯಿ ಕೊಂಚ ಸೋಜಿಗದಿಂದಲೇ ಅವನತ್ತ ನೋಡಿದಳು.

"ಆ ಬಾಗಿಲು. ಅದಕ್ಕೆ ಮುಚ್ಚಿಕೊಳ್ಳಬೇಕು ಅನ್ನೋ ಇಷ್ಟಾನೇ ಇಲ್ಲ. ಆ ತಟ್ಟೆಗಳು, ಅಲ್ಲೇ ಇವೆ. ಎಲ್ಲವೂ ಎಲ್ಲಿದ್ದುವೋ ಅಲ್ಲೆ. ಹೇಗಿದ್ದುವೋ ಹಾಗೇ."

"ಇನ್ನು ಹೇಗಿರ್ಬೇಕು ?"

"ದೇವರಿಗೇ ಗೊತ್ತು. ಮನೆ ಬಿಟ್ಟು ಹೋದಾಗ ಎಲ್ಲವೂ ಬದಲಾಗ್ತದೆ ಅಂತ ಒಮ್ಮೊಮ್ಮೆ ಅನ್ನಿಸ್ತದೆ."

ಅವನ ತಾಯಿಗೆ ಫಾಬಿಯಾನ್‌ನ ಮಾತುಗಳು ಅರ್ಥವಾಗಲೇ ಇಲ್ಲ.

"ನೋಡು, ನಾವು ಹೇಗಿದ್ದೆವೋ ಹಾಗೆನೇ ಇದ್ದೇವೆ. ಬಹುಶಃ ಮುಂದೆಯೂ ಹೀಗೇ ಇರ್ತೇವೆ."

"ಹಾಗಿರೋದು ತಪ್ಪು ಅಂತಲ್ಲ. ನಮ್ಮ ಮಾತಿನ ಅರ್ಥ ಅದಲ್ಲ. ಹೀಗಿರೋದರಲ್ಲೂ ಒಂದು ಬಗೆಯ ಆನಂದವಿದೆ ಎನ್ನಿಸುತ್ತೆ," ಎಂದ ಫಾಬಿಯಾನ್, ಸ್ವಲ್ಪವೂ ತಡಮಾಡದೆ. ಆದರೆ ಅವನು ಯಾವುದೋ ಕಲ್ಲು ಗೋಡೆ ಅಡ್ಡಬಂದಂತೆ ಮಾತು ನಿಲ್ಲಿಸಿದ. ಬಳಿಕ ಅಡ್ಡಾದಿಡ್ಡಿಯಾಗಿ ಮುಂದುವರಿಸಿದ:

"ಹೂವುಗಳಿವೆಯಲ್ಲ, ಆ ಜಾಗ, ಅದು ಮೊದಲಿನಿಂದ್ಲೂ ಹಾಗೆ ಇದೆ. ನನಗೆ ನೆನಪು ಬಂದಾಗಿನಿಂದ್ಲೂ ಅದು ಗೋಡೆಯ ಮೇಲೆ ಅಲ್ಲಿ ತೂಗಾಡ್ತಲೇ ಇದೆ."

"ಅದು ಇರಬೇಕಾದ್ದೇ ಅಲ್ಲಿ. ಇನ್ನೆಲ್ಲಿರೋಕೆ ಸಾಧ್ಯ ?" ಎಂದಳು ತಾಯಿ. ಹಾಗೆ ಹೇಳುವಾಗ ಅವಳು ಮಗನನ್ನು ಬಹು ಸೂಕ್ಷ್ಮವಾಗಿ ದಿಟ್ಟಿಸಿದಳು. ತಾಯಿಯ ಸಂಶಯದ ನೋಟದಿಂದ ಅವನು ಗಲಿಬಿಲಿಗೊಂಡ. ತನ್ನ ಬಗೆಗೆ ತನಗೇ ನಾಚಿಕೆ ಎನಿಸಿತು. ತಾನು ಅಷ್ಟು ಮಾತನಾಡಬಾರದಿತ್ತು. ಅದರಿಂದ ಆಗುವುದೇನೂ ಇಲ್ಲ ಎಂದುಕೊಂಡ. ಆದರೆ ಏನೋ ಬಡಪಡಿಸುತ್ತ ಒಮ್ಮೆ ಸಿಕ್ಕಿಕೊಂಡ ಮೇಲೆ ಆ ಪರಿಸ್ಥಿತಿಯಿಂದ ಪಾರಾಗಲು ಇನ್ನೇನಾದರೂ ಮಾತನಾಡಲೇಬೇಕಾಗಿತ್ತು. ಆದರೆ ಅಂಥ ಮಾತು ಅವನಿಗೆ ಥಟ್ಟನೆ ಹೊಳೆಯಲಿಲ್ಲ. ದಂಡೆಯ ಮೇಲೆ ಕುಳಿತಿರುವ ಬೆಸ್ತನಿಗೆ ನೀರಿನಾಳದಲ್ಲಿ ಮೀನಿರುವುದು ಗೊತ್ತಿದ್ದೂ ಬಲೆಯಾಗಲೀ, ಗಾಳವಾಗಲೀ ಇಲ್ಲದಂಥ ಸ್ಥಿತಿ ಅವನದಾಗಿತ್ತು. ಹೀಗಾಗಿ ಆತ ಸುಮ್ಮನಾದ.

"ನೋಡು, ಈಗ ನೆನಪಾಯಿತು. ನೀನು ಎದ್ದ ಮೇಲೆ ಒಂದು ಮೊಲವನ್ನು ಕೊಲ್ಲಬೇಕೂಂತ ನಿಮ್ಮಪ್ಪ ಹೇಳಿ ಹೋದರು," ಎಂದಳು ತಾಯಿ.

"ಮೊಲವನ್ನೇ ?" ಫಾಬಿಯಾನ್ ಪ್ರಶ್ನಿಸಿದ.

"ಹೌದು; ಒಳ್ಳೆ ಮಸಾಲೆ ಹಾಕಿ ಅದನ್ನು ಅಡುಗೆ ಮಾಡ್ತೇನೆ. ನಿನಗೆ ಯಾವಾಗ್ಲೂ ಅದು ಇಷ್ಟವಾಗ್ತಿತ್ತು."

ಫಾಬಿಯಾನ್ ತತ್‌ಕ್ಷಣವೇ ಎದ್ದು ನಿಂತ. ಮಾಡಲು ಒಂದು ಕೆಲಸ ಹೇಳಿದರಲ್ಲ ಎಂಬ ಸಂತೋಷದಿಂದ ಅವನಿಗೆ ಕುಣಿಯಬೇಕೆನ್ನಿಸಿತ್ತು.

"ಯಾವುದನ್ನು ಕೊಲ್ಬೇಕು ?"

"ಬಣ್ಣ ಬಣ್ಣದ ಹೆಣ್ಣು ಮೊಲ ಇದೆಯಲ್ಲ? ಅದು ಏನು ಮಾಡಿದರೂ ಗಂಡಿನ ಜತೆ ಸೇರೋದಿಲ್ಲ. ಮರಿ ಹಾಕಿ ಎಷ್ಟೋ ವರ್ಷವಾಯಿತು."

ಫಾಬಿಯಾನ್ ಆಗಲೆಂದು ತಲೆಯಾಡಿಸಿ ಬಾಗಿಲಿನತ್ತ ಹೊರಟ.

"ಅದರ ಚರ್ಮ ನಿಮ್ಮಪ್ಪ ಸುಲೀತಾರೆ. ಅದನ್ನು ಕೊಲ್ಲೋದಷ್ಟೆ ನಿನ್ನ ಕೆಲಸ" – ತಾಯಿ ಕೂಗಿ ಹೇಳಿದಳು.

ಅವನು ಈಗಾಗಲೇ ಅಂಗಳಕ್ಕೆ ಬಂದಿದ್ದ. ಅಂದು ಭಾನುವಾರ. ಸೊಗಸಾದ ಬೆಳಗು. ಆತ ತನ್ನ ಸುತ್ತ ಒಮ್ಮೆ ಹಾಗೇ ಕಣ್ಣು ಹಾಯಿಸಿದ. ಲಾಯಗಳತ್ತ ಕುತೂಹಲದಿಂದ ನಡೆದ. ಆ ಸಣ್ಣ ಕೆಲಸ ಅವನಿಗೆ ಸಂತೋಷ ತಂದಿತ್ತು. ಅವನು ಎಳೆಯವನಾಗಿದ್ದಾಗಿನಿಂದಲೂ ಅಷ್ಟೆ, ಮೊಲವನ್ನು ಕೊಲ್ಲುವುದು ಅವನದೇ ಕೆಲಸವಾಗಿತ್ತು. ಅವನ ತಂದೆ ಅದರ ಚರ್ಮ ಸುಲಿಯುತ್ತಿದ್ದರು.

ಈಗ ಇನ್ನೊಂದು ಮೊಲದ ಕಿವಿಯ ಹಿಂಭಾಗಕ್ಕೆ ಏಟುಕೊಟ್ಟು ಅದನ್ನಾತ ಸಂಹರಿಸಲಿದ್ದ. ಅದು ಅವನೇ ಮಾಡಬೇಕಾದ ಕೆಲಸವೆಂದು ಅವನ ತಂದೆತಾಯಿಯರಿಗೂ ಗೊತ್ತಿರುವಂತಿತ್ತು. ಈ ಬಗೆಯ ಭಾವನೆಯೇ ಅವನಿಗೆ ಸಂತೋಷ ನೀಡುತ್ತಿತ್ತು. 'ಇಲ್ಲಿನ ಯಾವ ವ್ಯವಸ್ಥೆಯೂ ಬದಲಾಗುವುದಿಲ್ಲ. ಇಲ್ಲ, ಯಾವುದೂ ಇಲ್ಲ' ಎಂದು ಅವನು ಮನಸ್ಸಿನಲ್ಲೇ ಅಂದುಕೊಂಡ. ಹತ್ತು ವರ್ಷದ ಹಿಂದಿನಂತೆಯೇ ಈಗಲೂ ಲಾಯದತ್ತ ನಡೆದ. ಮನಸ್ಸಿನಲ್ಲಿ ಅದೇ ಸ್ಪಷ್ಟ ಉದ್ದೇಶ. ಅವನ ಬಲಗೈ ಬರಿದಾಗಿತ್ತು. ಆದರೂ ನಿಶ್ಚಿಂತ ಮೊಲಕ್ಕೆ ಅದೇ ಅಂತಕ. ಅವನಿಗೇನೂ ಉದ್ವೇಗವಿರಲಿಲ್ಲ.

ಈ ಮೊದಲು ಅವನು ಅದೆಷ್ಟೋ ಮೊಲಗಳನ್ನು ಕೊಂದಿದ್ದ. ಎಷ್ಟು ಎಂದು ಯಾರು ಹೇಳಬಲ್ಲರು ? ಮೊಲಗಳನ್ನು ಅವುಗಳ ಹಿಂತಲೆಯ ಮೇಲೆ ಹೊಡೆದು ಸಾಯಿಸಿದ ಕೈಚಲನೆಯನ್ನು ಜ್ಞಾಪಿಸಿಕೊಳ್ಳುವ ಸಲುವಾಗಿ ಅವನು ತನ್ನ ಬಲಗೈಯನ್ನು ಗಾಳಿಯಲ್ಲಿ ಜೋರಾಗಿ ಬೀಸಿದ. ಸರಿಯಾಗಿ ಹೊಡೆಯಬಲ್ಲೆನೆಂದು ಅವನಿಗೆ ಖಾತ್ರಿಯಾಯಿತು. ಹಾಗೆಯೇ ಕುಡುಗೋಲು ಉಪಯೋಗಿಸುವುದನ್ನಾಗಲಿ, ಮನೆಯಲ್ಲಿ ಕಲಿತ ಯಾವುದನ್ನೇ ಆಗಲಿ, ಅವನು ಮರೆತಿರಲಿಲ್ಲ. ಅವನ ಕೈಗಳೂ, ಮನಸ್ಸೂ ಅವನ್ನು ಎಂದೂ ಮರೆಯಲಾರವು. ಆದುದರಿಂದಲೇ ಅವನು ಬದಲಾಗಲು ಸಾಧ್ಯವಿರಲಿಲ್ಲ. ಹೌದು, ಏಕೆ ಬದಲಾಗಬೇಕು ?

ಹಿಂದೆ ಭಾನುವಾರ ಬೆಳಗ್ಗೆ ಲಾಯಗಳಿಗೆ ಹೋಗುತ್ತಿದ್ದಂತೆಯೇ ಅವನು ಈಗಲೂ ಹೋದ. ಮೊಲವನ್ನು ಕೊಲ್ಲುವುದೆಲ್ಲ ಅರ್ಧ ನಿಮಿಷದ ಕೆಲಸ. ಅದಕ್ಕೆ ಯಾವತ್ತೂ ಆತ ಹೆಚ್ಚು ಗಮನಕೊಡುತ್ತಿರಲಿಲ್ಲ. ಉದ್ದನೆಯ ಕಿವಿಗಳ ಹಿಂದೆ ಒಂದೆರಡು ಪೆಟ್ಟು ಹಾಕಿದರಾಯಿತು. ಬಳಿಕ ಅದನ್ನು ಚರ್ಮ ಸುಲಿಯಲು ತಂದೆಯ ಬಳಿಗೆ ಒಯ್ಯುತ್ತಿದ್ದ. ತೀರಾ ನಿಕೃಷ್ಟ ಕೆಲಸ.

ಅವನು ಈಗ ಬೋನಿನ ಮುಂದೆ ನಿಂತ. ಮೊಲಗಳ ಕಡೆ ನೋಡಿದ. ಹಿಂದೊಂದು ಕಾಲದಲ್ಲಿ ಅವನು ಹೀಗೆ ಮಾಡುತ್ತಿರಲಿಲ್ಲ. ಏಕೆಂದರೆ ಅವುಗಳನ್ನು ಅವನು ದಿನದಲ್ಲಿ ಅನೇಕ ಬಾರಿ– ಆಹಾರ ಕೊಡುವಾಗ ಪ್ರೀತಿಯಿಂದ ಮೈದಡವುವಾಗ, ಗಂಡು ಹೆಣ್ಣು ಕೂಡುವಾಗ – ನೋಡಿರುತ್ತಿದ್ದ. ಆದರೆ ಈಗ, ಎರಡು ವರ್ಷಗಳ ಬಳಿಕ, ಆ ಸಾಧು ಪ್ರಾಣಿಗಳ ಕಡೆ ಅವನು ಕುತೂಹಲದಿಂದ ನೋಡಿದ. ಎಷ್ಟು ನಮ್ರ ಪ್ರಾಣಿಗಳು! ಅವುಗಳ ಬೆನ್ನು ಎಷ್ಟು ಸುಂದರವಾಗಿ ಬಾಗಿತ್ತು! ಆ ಸಣ್ಣ ಮೂಗಿನ ಹೊಳ್ಳೆಗಳು ಯಾವಾಗಲೂ ಏನನ್ನೋ

ಮೂಸುತ್ತಿರುವಂತೆ ಚಲಿಸುತ್ತಿದ್ದುವಲ್ಲ! ಆದರೆ ಅವು ವೇಗವಾಗಿ ಉಸಿರಾಡುತ್ತಿದ್ದುದೇ ಅದಕ್ಕೆ ಕಾರಣ. ಕಿವಿಗಳಾದರೋ ಬಹಳ ಉದ್ದ. ಅತ್ತ ಇತ್ತ ಜೋಲುತ್ತಿದ್ದವು. ಒಮ್ಮೊಮ್ಮೆ ಅವು ಬೋನಿನಲ್ಲಿ ಆಚೀಚೆ ಹೋಗುತ್ತಿದ್ದವು. ಆದರೆ ಅದು ನಡಿಗೆಯೂ ಆಗಿರಲಿಲ್ಲ; ನೆಗೆತವೂ ಆಗಿರಲಿಲ್ಲ. ಮರಿಗಳೂ ದೊಡ್ಡ ಮೊಲಗಳಂತೆಯೇ ವರ್ತಿಸುತ್ತಿದ್ದವು – ಹಿರಿಯರನ್ನು ಅನುಕರಿಸಲು ಯತ್ನಿಸುತ್ತಿದ್ದಂತೆ.

ಫಾಬಿಯಾನ್ ಅವುಗಳನ್ನು ದಿಟ್ಟಿಸಿ ನೋಡಿದ. ತನ್ನ ಜೀವನದಲ್ಲೇ ಮೊದಲ ಬಾರಿಗೆ ಅವುಗಳನ್ನು ನೋಡುತ್ತಿರುವಂತೆ ಅವನಿಗೆ ತೋರಿತು. ಅವು ವಿಚಿತ್ರವಾಗಿ, ಕುತೂಹಲಕರವಾಗಿ ಕಂಡವು. ಇದನ್ನೇಕೆ ಅವನು ಈ ಮೊದಲೇ ಗಮನಿಸಿರಲಿಲ್ಲ? ಅಥವಾ ಅವನು ಅವು ಗಳನ್ನು ನೋಡುವ ದೃಷ್ಟಿಯೇ ಬದಲಾಗಿತ್ತೆ?

ಅವನು ಬಗ್ಗಿದ. ಕೆಳಗಡೆಯ ಬೋನಿನ ಒಂದು ಮೂಲೆಯಲ್ಲಿ ಆ ದಪ್ಪನೆಯ ಬಣ್ಣಬಣ್ಣದ ಹೆಣ್ಣು ಮೊಲವಿತ್ತು. ಅರ್ಧ ಕಣ್ಣು ಮುಚ್ಚಿದ್ದ ಅದು ಫಾಬಿಯಾನ್‌ನನ್ನು ನೋಡಿರಲಾರದು. ಅದರ ಮೂಗಿನ ಹೊಳ್ಳೆಗಳು ಅಲುಗಾಡುತ್ತಲೇ ಇದ್ದುವು. ಉದ್ದನೆಯ ಕಿವಿಗಳು ಹಿಂದಕ್ಕೆ ಬಾಗಿದ್ದುವು. ಅದೊಂದು ದೊಡ್ಡ ಮೊಲ.

"ನಾನು ಕೊಲ್ಲಬೇಕಾದ ಮೊಲ ನೀನೇ ಅಲ್ಲವೇ?" ಫಾಬಿಯಾನ್ ಕೇಳಿದ.

ಅವನ ಧ್ವನಿ ಕೇಳಿ ಅದು ಸ್ವಲ್ಪ ಅಲುಗಾಡಿತು, ಅಷ್ಟೆ. ಅದು ಅಗಿದು ಬಿಟ್ಟ ಹುಲ್ಲಿನ ಕಡ್ಡಿಗಳು ಅಲ್ಲಿ ಹರಡಿಕೊಂಡಿದ್ದವು.

"ನೀನು ಗಂಡಿನ ಜತೆ ಸೇರೋದಿಲ್ಲವಂತೆ. ಎಂಥ ಹೆಣ್ಣು ನೀನು?" ಎಂದು ಫಾಬಿಯಾನ್ ಗೇಲಿ ಮಾಡಿದ. ಅನಂತರ ಅದನ್ನು ಉದ್ದೇಶಿಸಿ ಆತ ಪುನಃ ನಗೆಯಾಡಿದ:

"ನಿನ್ನನ್ನು ಸದ್ಯದಲ್ಲೇ ಮಾಂಸದ ಮಸಾಲೆಯೊಂದಿಗೆ ಊಟಕ್ಕೆ ಬಡಿಸಲಿದ್ದಾರೆ. ಮೊದ್ದು ಹೆಣ್ಣೇ, ಅದರಿಂದ ನಿನಗೇನು ಪ್ರಯೋಜನ? ಅದರಿಂದ ಪ್ರಯೋಜನ ನಮಗೆ ಮಾತ್ರ."

ಮೊಲದೊಡನೆ ಹೀಗೆ ಸ್ನೇಹಿತನಂತೆ ಆತ ಮಾತನಾಡಿದ. ಹಿಂದೆ ಅವನು ಹೀಗೆ ಮಾಡುತ್ತಿರಲಿಲ್ಲ. ಕೊಲ್ಲಬೇಕಾದ ಮೊಲದ ಬಳಿಗೆ ಹೋಗಿ ಬೋನಿನ ಸಣ್ಣ ಬಾಗಿಲಿನಿಂದ ಅದನ್ನು ಹೊರಕ್ಕೆಳೆದುಬಿಡುತ್ತಿದ್ದ. ಇದರಿಂದ ಬೆರಗಾದ ಮೊಲ ಏನನ್ನಾದರೂ ಬಲವಾಗಿ ಹಿಡಿದುಕೊಳ್ಳಲು ಯತ್ನಿಸುತ್ತಿತ್ತು. ಆದರೆ ಪ್ರಯೋಜನವಾಗುತ್ತಿರಲಿಲ್ಲ. ಅವುಗಳಲ್ಲಿ ಕೆಲವಕ್ಕೆ ಭಯವೂ ಆಗುತ್ತಿರಲಿಲ್ಲ. ಅವು ತಮ್ಮ ಬೆಪ್ಪುಗಣ್ಣುಗಳನ್ನು ಅಗಲವಾಗಿ ತೆರೆದು, ಎಲ್ಲವನ್ನೂ ವಿನೀತವಾಗಿ, ನಿಶ್ಶಂಕೆಯಿಂದ ಸಹಿಸಿಕೊಳ್ಳುತ್ತಿದ್ದವು. ತನ್ನ ಎಡಗೈಯಿಂದ ಫಾಬಿಯಾನ್ ಅವುಗಳ ಹಿಂಗಾಲುಗಳನ್ನೆತ್ತಿ, ಅವುಗಳನ್ನು ತಲೆಕೆಳಗೆ ಮಾಡಿ ಹಿಡಿದಾಗ ಕೂಡ ಅವಕ್ಕೆ ಸಂಶಯ ಬರುತ್ತಿರಲಿಲ್ಲ. ಮುಂದೆ ಏನಾಗಬಹುದು ಎಂಬುದನ್ನು ತಿಳಿಯಲು ಅವು ತಾಳ್ಮೆ ಯಿಂದ ಕಾಯುತ್ತಿದ್ದವು. ಆಮೇಲೆ, ಉದ್ದವಾದ ಅವುಗಳ ಕಿವಿಗಳನ್ನು ಫಾಬಿಯಾನ್ ಮುಂದಕ್ಕೆ ಚಾಚಿ ನಿಲ್ಲಿಸುತ್ತಿದ್ದ. ಅನಂತರ ಅವುಗಳ ಕತ್ತು ಆ ಕಿವಿಗಳ ಬುಡವನ್ನು ಸಂಧಿಸುವ ನಿರ್ದಿಷ್ಟ ಜಾಗವನ್ನು ನೋಡಿ ಗುರುತಿಸುತ್ತಿದ್ದ. ತರುವಾಯ ಆ ಜಾಗದ ಮೇಲೆ ತನ್ನ ಬಲಗೈಯ ಅಂಚಿನಿಂದ ಆತ ಎರಡು ಏಟುಗಳನ್ನು ಒಂದರ ಬಳಿಕ ಇನ್ನೊಂದರಂತೆ ಮಿಂಚಿನ ವೇಗದಿಂದ ಹೊಡೆಯುತ್ತಿದ್ದ. ಅವುಗಳು ಪ್ರಾಣ ಬಿಡಲು ಒಂದೇ ಏಟು ಸಾಕಾಗುತ್ತಿತ್ತು. ಎರಡನೆಯದು ಅದನ್ನು ಖಚಿತಪಡಿಸಿಕೊಳ್ಳುವ ಸಲುವಾಗಿ ಮಾತ್ರ. ಹೀಗೆ ಮಾಡುವಾಗ ಮೊಲಗಳು ಒಂದಿಷ್ಟಾದರೂ ತುಡಿದುಕೊಳ್ಳುತ್ತಿರಲಿಲ್ಲ; ಅಥವಾ ಒಂದೇ ಒಂದು

ಚೀತ್ಕಾರವನ್ನಾದರೂ ಹೊರಡಿಸುತ್ತಿರಲಿಲ್ಲ. ಮೊದಲ ಏಟಿಗೇ ಅವುಗಳ ಬೆನ್ನುಮೂಳೆ ಮುರಿದುಹೋಗುತ್ತಿತ್ತು. ಅವನ ಕೈಯಿಂದ ಉದ್ದವಾಗಿ ನೇತಾಡುತ್ತಿದ್ದ ಅವುಗಳ ದೇಹಗಳು ಇನ್ನೂ ಭಾರವಾಗಿಯೇ ಇರುತ್ತಿದ್ದವು. ಆದರೆ ಅವು ಬದುಕಿದ್ದಾಗಿನ ರೀತಿಗೂ ಇದಕ್ಕೂ ಏನೋ ಒಂದು ಬಗೆಯ ವ್ಯತ್ಯಾಸವಿರುತ್ತಿತ್ತು.

ಅಷ್ಟರಲ್ಲಿ ಆ ಬಣ್ಣಬಣ್ಣದ ಮೊಲ ಬೋನಿನ ತಂತಿ ಬಲೆಯ ಕಡೆಗೆ ಬಹುಶಃ ನೆಗೆದು ಅಥವಾ ಒಂದು ಹೆಜ್ಜೆ ಇಟ್ಟು, ನಿಧಾನವಾಗಿ ಆಚೀಚೆ ಮೂಸಿ ನೋಡಿತು. ಬಳಿಕ ಎದುರಿಗಿದ್ದ ಹುಲ್ಲಿನ ಒಂದು ಕಡ್ಡಿಯನ್ನು ಕಚ್ಚಿ ಗಕ್ಕನೆ ತಿಂದಿತು. ಫಾಬಿಯಾನ್ ತನ್ನ ಬಲಗೈಯನ್ನು ನೋಡಿಕೊಂಡ. ಬಲವಾಗಿ ಹೊಡೆಯುವಂತೆ ಕೈಯನ್ನು ಬೀಸಿದ.

ಅವನ ಕೈ ಬೀಸುವಿಕೆಯಿಂದ ಹೆದರಿಕೊಂಡ ಮೊಲ ಪುನಃ ಮೂಲೆಗೆ ಸರಿಯಿತು. ಫಾಬಿಯಾನ್ ಹಿಂಜರಿದ. ತತ್‌ಕ್ಷಣ ಲಾಯವನ್ನು ಬಿಟ್ಟು, ಅಡಿಗೆಮನೆಯ ಬಾಗಿಲಿನತ್ತ ನಡೆದ.

ಅವನ ತಾಯಿ ಸಾರಿಗಾಗಿ ತರಕಾರಿ ಸಿದ್ಧಪಡಿಸುತ್ತಿದ್ದಳು. ಚಕಚಕನೆ ಕೆಲಸ ಮಾಡುತ್ತಿದ್ದ ಅವಳ ಕೈಗಳನ್ನೇ ಫಾಬಿಯಾನ್ ಒಂದು ಕ್ಷಣ ನೋಡಿದ. ಬಳಿಕ ನಿಧಾನವಾಗಿ, ಏತಕ್ಕೋ ಆ ಕಡೆ ಬಂದವನಂತೆ, ಗೂಡಿನತ್ತ ಸರಿದ. ನೀಲಿ ಹೂಗಳಿದ್ದ ಪರದೆಯನ್ನೆತ್ತಿದ. ಅವನೇನು ಮಾಡುತ್ತಿದ್ದನೆಂದು ತಾಯಿ ಗಮನಿಸಿರಲಿಲ್ಲ. ಅವನು ಒಂದು ದ್ರಾಂ ಬ್ರಾಂದಿ ಸುರಿದುಕೊಂಡ. ಅದನ್ನು ಬೇಗನೆ ಕುಡಿದ. ಬಳಿಕ ಮತ್ತೊಂದು ದ್ರಾಂ. ಆದರೆ ಈ ಸಲ ಸೀಸೆ ಗಾಜಿನ ಲೋಟಕ್ಕೆ ತಗಲಿ ಶಬ್ದವಾಯಿತು. ತಾಯಿ ತಿರುಗಿ ನೋಡಿ ಚಕಿತಳಾದಳು.

"ನಾನು ಇನ್ನೊಂದು ದ್ರಾಂ ಕುಡಿದೆ," ಎಂದ ಫಾಬಿಯಾನ್.

"ಒಳ್ಳೆಯದು ಮಗು, ಆದರೆ ಜಾಸ್ತಿಯಾಗೋದಿಲ್ವೆ?"

"ಏನಿಲ್ಲ," ಎಂದು ಆತ ಕೈಯಾಡಿಸಿದ. ಮೊದಲ ಸಲ ಕುಡಿದುದನ್ನು ತಾಯಿ ನೋಡದೆ ಇದ್ದುದರಿಂದ ಇನ್ನೊಂದು ದ್ರಾಂ ಬಗ್ಗಿಸಿಕೊಂಡ.

"ಪರವಾಗಿಲ್ಲ. ಬೇಕಾದರೆ ಕುಡಿ. ಆದರೆ ನಿನಗೆ ಅಭ್ಯಾಸವಿಲ್ಲವೇನೋ ಅಂತ ಭಾವಿಸಿದೆ" ಎಂದಳು ತಾಯಿ.

ಫಾಬಿಯಾನ್ ನಕ್ಕು ನುಡಿದ:

"ಯಾಕೇಂತ ನನಗೆ ಗೊತ್ತಿಲ್ಲ. ಆದರೆ ಈಗೇನೋ ಅದು ಒಳ್ಳೇದೆನಿಸ್ತಿದೆ."

ಆದರೆ ಆ ಕೊನೆಯ ದ್ರಾಂ ಅವನಿಗೆ ಅಷ್ಟೇನೂ ಒಳಿತು ಮಾಡಿದಂತೆ ಕಾಣಲಿಲ್ಲ. ಆ ಬೆಳಿಗ್ಗೆ ಅವನು ಕುಡಿದ ಮೊದಲನೆಯ ದ್ರಾಂನಷ್ಟು ಇದೇನೂ ಸೊಗಸೆನಿಸಲಿಲ್ಲ. ಇದರಲ್ಲಿ ಮೊದಲಿನ ಪರಿಮಳವಿರಲಿಲ್ಲ. ಮೊದಲ ದ್ರಾಂನಿಂದ ಎದೆಯಲ್ಲಿ ಆದ ಹಿತಕರ ಬಿಸಿ ಈಗ ಉಂಟಾಗಲಿಲ್ಲ. ಅದಕ್ಕಾಗಿ ಆತ ಕಾದ. ಪ್ರಯೋಜನವಾಗಲಿಲ್ಲ. ಮೊದಲ ದ್ರಾಂನಿಂದ ಆದ ಹಗುರ ಭಾವ, ಲವಲವಿಕೆ ಕಾಣಲಿಲ್ಲ. ಬದಲು ಅವನ ಮನಸ್ಸು ಜಡವಾಯಿತು.

"ನೀನಿನ್ನೂ ತಿಂಡಿ ತಿಂದಿಲ್ಲ" ಎಂದಳು ತಾಯಿ, ಬಯ್ಯುವವಳಂತೆ.

"ಸ್ವಲ್ಪ ಹೊತ್ತು ಬಿಟ್ಟು ತಿನ್ತೇನೆ," ಎಂದು ಫಾಬಿಯಾನ್ ಕೈಯಾಡಿಸಿದ.

"ಮೊಲವನ್ನು ಕೊಂದೆಯಾ?"

ಬಿಸಿಲು ತುಂಬಿದ ಅಂಗಳದತ್ತ ನೋಡುತ್ತ, ಹೊಸಲಿನ ಬಳಿ ಸುತ್ತಾಡುತ್ತಿದ್ದ ಫಾಬಿಯಾನ್ "ಓಹೋ" ಎಂದ.

"ಅಪ್ಪ ಮನೆಗೆ ಬಂದರೆ?"

"ನಾನು ನೋಡಲಿಲ್ಲ."

ಫಾಬಿಯಾನ್ ಮತ್ತೊಂದು ಸಿಗರೇಟು ಹಚ್ಚಿದ. ಮೂರು ದ್ರಾಂ ಬ್ರಾಂದಿಯಿಂದಾಗಿ ಕ್ಷಣದಿಂದ ಕ್ಷಣಕ್ಕೆ ಅವನಿಗೆ ತಲೆ ಸುತ್ತಿ ಬರುತ್ತಿತ್ತು. ತೆರೆದ ಬಾಗಿಲ ಬಳಿ ನಿಂತಿದ್ದ ಅವನ ಕಣ್ಣುಗಳಿಗೆ ಬಿಸಿಲು ನೇರವಾಗಿ ಬಡಿಯುತ್ತಿತ್ತು. ಆತ ಅನ್ಯಮನಸ್ಕನಾಗಿ ಹೇಳಿದ :

"ಮೊದಲಿನಷ್ಟು ಸಲೀಸಾಗಿ ಆ ಕೆಲಸ ಮಾಡೋದಕ್ಕೆ ಈಗ ನನಗಾಗೋದಿಲ್ಲ."

"ಏನು ?"

"ಮೊಲ ಕೊಲ್ಲೋದು". ಅವನು ತಾಯಿಯತ್ತ ತಿರುಗಿ, ಒಳಗೊಳಗೆ ನಗುತ್ತ ಹೇಳಿದ. "ಅದನ್ನು ಒಂದೇ ಏಟಿನಿಂದ ಕೊಲ್ಲೋದಕ್ಕೆ ನನ್ನಿಂದ ಈಗ ಸಾಧ್ಯವಾಗಲೇ ಇಲ್ಲ. ಹಿಂದೆ ಒಂದೇಟು ಸಾಕಾಗ್ತಿತ್ತು."

ಅವನು ತನ್ನ ಬಲ ಹಸ್ತವನ್ನು ನೋಡಿಕೊಂಡ. ಅದೊಂದು ವಿಚಿತ್ರ ವಸ್ತುವೋ ಎಂಬಂತೆ ಅದನ್ನು ಆ ಕಡೆಗೆ ಈ ಕಡೆಗೆ ತಿರುಗಿಸುತ್ತಾ ಆತ ಹೇಳಿದ:

"ಇದೇ ರೀತಿ ಮುಂದುವರಿದರೆ ನನ್ನ ಕೈ ಕೊನೆಗೆ ಒರಟಾಗಿಬಿಡ್ಬಹುದು."

ಹೀಗೆಂದು ಅವನು ಮತ್ತೆ ತನ್ನ ಕೈಯನ್ನು ಬಲವಾಗಿ ಬೀಸಿದ. ತಾಯಿ ನಕ್ಕಳು.

"ಸರಿ, ಅದೇನೂ ದೊಡ್ಡ ಸಂಗ್ತಿಯಲ್ಲ. ಸ್ವಲ್ಪ ಸಮಯ ಆ ಕೆಲಸ ಮಾಡದೇನೇ ಇದ್ರೆ... ಕೈ ಚಳಕ ಒಮ್ಮೆಗೆ ಹೋಗ್ತದೆ ಅಷ್ಟೆ. ಆದರೆ ಕೊನೆಯ ಏಟಿಗಾದರೂ ಅದನ್ನು ನೀನು ಮುಗಿಸಿದೆಯಲ್ಲ; ಅದೇ ಮುಖ್ಯ."

"ನನ್ನ ಕೆಲಸ ಇನ್ನೂ ಚೆನ್ನಾಗಿರಬೇಕಿತ್ತು," ಎಂದ ಫಾಬಿಯಾನ್. ಪ್ರಖರ ಬಿಸಿಲಿನ ಕಿರಣಗಳಿಂದಾಗಿ ತಾನು ನಿಶ್ಶಕ್ತನಾಗುತ್ತಿರುವಂತೆ ಅವನಿಗನ್ನಿಸಿತು. ಬ್ರಾಂದಿಯ ಕೆಟ್ಟ ವಾಸನೆ ಅವನ ಬಾಯಿಯನ್ನು ತುಂಬಿಕೊಳ್ಳುತ್ತಿತ್ತು.

ಅವನು ಬಾಗಿಲಿನಿಂದ ದೂರ ಸಾಗಿದ.

"ಎಲ್ಲಿಗೆ ಹೊರಟೆ ? ತಿಂಡಿ ತಿಂದು ಹೋಗು," ಎಂದಳು ತಾಯಿ.

"ಮತ್ತೊಂದು ಸುತ್ತು ತಿರುಗಿ ಬರ್ತೇನೆ."

ಲಾಯಕ್ಕೆ ಹೋಗಲು ಈಗ ಅವನಿಗೆ ಹೆಚ್ಚು ಕಾಲ ಬೇಕಾಯಿತು. ಕೆಳಗಣ ಬೋನಿನ ಪಕ್ಕದಲ್ಲಿ ಕುಳಿತು, ತಂತಿಬಲೆಯ ಮೂಲಕ ಆತ ಮೊಲವನ್ನು ಪುನಃ ನೋಡಿದ. ಅವನ ತಲೆ ಸುತ್ತುತ್ತಿತ್ತು. ಆದುದರಿಂದ ಬೋನಿನ ಮೂಲೆಯನ್ನು ಹಿಡಿದುಕೊಳ್ಳುವುದು ಒಳ್ಳೆಯದು ಎಂದು ಅವನಿಗೆನಿಸಿತು. 'ನಾನು ಮೂರನೆಯ ದ್ರಾಂ ಕುಡಿಯಬಾರದಿತ್ತು. ಅದು ರುಚಿಯಾಗಿಯೂ ಇರಲಿಲ್ಲ' ಎಂದು ಆತ ಮನಸ್ಸಿನಲ್ಲೇ ಹೇಳಿಕೊಂಡ. ಆದರೆ ಅದರ ಬಗ್ಗೆ ಈಗೇನೂ ಮಾಡುವಂತಿರಲಿಲ್ಲ. ಇನ್ನೇನು ಅವನ ತಂದೆ ಬಂದುಬಿಡುತ್ತಾರೆ. ಅಷ್ಟರೊಳಗೆ ಮೊಲ ಕೊಲ್ಲುವ ಕೆಲಸ ಮುಗಿದಿರಬೇಕು.

"ಬಾ ಹಾಗಾದರೆ" ಎಂದು ಅವನು ಬೋನಿನ ಬಾಗಿಲನ್ನು ತೆರೆದು, ಮೊಲದ ಬೆನ್ನನ್ನು ಹಿಡಿದುಕೊಂಡ. ಆದರೆ ಮರುಕ್ಷಣದಲ್ಲೇ ಅದನ್ನು ಬಿಟ್ಟು ಬಿಟ್ಟ. ಸುಸ್ತಾದವನಂತೆ ಅವನು ಮತ್ತೆ ಬೋನಿನ ಬಾಗಿಲು ಮುಚ್ಚಿದ. ಬದುಕಿಕೊಂಡೆ ಎನ್ನುವಂತೆ ಮೊಲ ಮೈ ಅಲುಗಿಸಿತು. ಒಂದೆರಡು ಬಾರಿ ಕುಪ್ಪಳಿಸಿತು. ಆದರೂ ತನಗೆ ಅಪಚಾರವಾಗಿದೆ ಎನ್ನುವಂತಿತ್ತು ಅದರ ನೋಟ. ಅವನು ಬೋನಿನ ಮುಂದೆ ನಿರಾಶನಾಗಿ ಕುಳಿತ. ಅವನ ಕೈಗಳು ತೂರಾಡುತ್ತಿದ್ದವು. ಅವುಗಳಲ್ಲಿ ಶಕ್ತಿಯೇ ಇಲ್ಲವೆನ್ನಿಸಿತು ಅವನಿಗೆ. ಅವನ ಮನಸ್ಸೂ

ಜಡವಾದಂತೆ ಕಂಡಿತು. ಯಾವ ವಿಷಯದ ಬಗ್ಗೆಯೂ ಯೋಚಿಸಲು ಅವನಿಗೆ ಸಾಧ್ಯವಿರಲಿಲ್ಲ. ಈ ಮಂಜಿನ ಮಧ್ಯದಿಂದ ಹೇಗೋ ಎದ್ದು ಬಂದಂತೆ ಬ್ರಾಂದಿಯ ಸೀಸೆಯೊಂದೇ ಕಾಣಿಸುತ್ತಿತ್ತು. ಅದೂ ಮಸುಕು ಮಸುಕಾಗಿ.

ಮನೆಯ ಗೂಡಿನಲ್ಲಿದ್ದ ಈ ಸೀಸೆಯೊಂದೇ ಅವನಿಗೆ ದೂರದ ಆಶಾಕಿರಣವಾಗಿ ಕಂಡಿತು.

"ಸ್ವಲ್ಪ ತಾಳು" ಎಂದು ಮೊಲದತ್ತ ನೋಡಿ ಅವನು ಗೊಣಗಿದ. ಅನಂತರ ಆತ ಮೇಲೆದ್ದು ಮತ್ತೆ ಮನೆಯ ಕಡೆ ಹೊರಟ. "ಇನ್ನು ಕೆಲವು ನಿಮಿಷಗಳವರೆಗಾದರೂ ತಂದೆ ಬರದಿದ್ದರೆ ಸಾಕು," ಎನ್ನುತ್ತಿತ್ತು ಮನಸ್ಸು.

ತಾಯಿ ಕೊಠಡಿಯನ್ನು ಚೊಕ್ಕ ಮಾಡುತ್ತಿದ್ದಳು.

"ನನ್ನ ತಿಂಡಿ ಸಿದ್ಧವಾಗಿದೆಯೇ ?" ಫಾಬಿಯಾನ್ ತಾಯಿಯನ್ನು ಕೇಳಿದ.

"ಓ. ಒಲೆಯ ಮೇಲಿದೆ."

ಫಾಬಿಯಾನ್ ಗೂಡಿನತ್ತ ಹೋದ. ಅವನು ಈಗ ಗಾಜಿನ ಲೋಟವನ್ನು ಗಮನಿಸಲೇ ಇಲ್ಲ. ಸೀಸೆಯನ್ನು ಎತ್ತಿ ಆತುರಾತುರವಾಗಿ ಗಟಗಟನೆ ಕುಡಿದ. ಅವನ ಕೈ ನಡುಗುತ್ತಿತ್ತು. ಕಿವಿಗಳು ಕೋಣೆಯ ಕಡೆ ಬಾಗಿದ್ದವು, ಹೊಟ್ಟೆಗೆ ಬೇಡವಾಗಿದ್ದರೂ ವಿಷ ಪ್ರವಾಹದಂತೆ ಬ್ರಾಂದಿ ಅವನ ಗಂಟಲಿನಿಂದ ಕೆಳಗಿಳಿಯಿತು. ಅವನು ಕುಡಿದೇ ಕುಡಿದ. ಕಣ್ಣುಗಳಲ್ಲಿ ನೀರು ತುಂಬಿಕೊಂಡಿತು. ಉಸಿರಾಡುವುದೇ ಕಷ್ಟವಾಯಿತು. ಸುಸ್ತಾದ ಫಾಬಿಯಾನ್ ತೂರಾಡುತ್ತ ಸೀಸೆಯನ್ನು ಗೂಡಿನಲ್ಲಿಟ್ಟು ಪರದೆಯನ್ನು ಸರಿಪಡಿಸಿದ. ಮತ್ತೆ ಅಡಿಗೆಮನೆಯಿಂದ ಮೆಲ್ಲಗೆ ಹೊರಕ್ಕೆ ಜಾರಿಕೊಂಡ.

ಮನೆಯ ಮೂಲೆಯನ್ನು ಸೇರುವುದರೊಳಗೆ ಅವನು ಬ್ರಾಂದಿಯ ಪ್ರಭಾವಕ್ಕೆ ಸಂಪೂರ್ಣವಾಗಿ ವಶವಾಗಿದ್ದ. ಅಂಗಳ ತೇಲಾಡುತ್ತಿರುವಂತೆ, ಮರಗಳೆಲ್ಲ ನಡುಗುತ್ತಿರುವಂತೆ ಅವನಿಗೆ ಕಂಡಿತು. ಬುದ್ಧಿವಂತಿಕೆಯಿಂದ ಅವುಗಳ ನಡುವೆ ಹಾದುಹೋಗಲು ಆತ ಯತ್ನಿಸಿದ. ಹಾಗೆಯೇ ಲಾಯದ ಬಾಗಿಲು ಕೂಡ ಸ್ಥಿರವಾಗಿರಲಿಲ್ಲ. ಅದು ಎಡದಿಂದ ಬಲಕ್ಕೆ ತೂಗಾಡುತ್ತಿತ್ತು. ಕಡೆಗೂ ಅದರೊಳಗೆ ಅವನು ಹೇಗೋ ಸೇರಿದ.

ಬಳಿಕ ಆ ಬಣ್ಣಬಣ್ಣದ ಮೊಲವಿದ್ದ ಬೋನಿನ ಮುಂದೆ ಅವನು ಪುನಃ ಕುಳಿತುಕೊಂಡ. ಬೋನಿನ ಒಂದು ಬದಿಯನ್ನು ಭದ್ರವಾಗಿ ಹಿಡಿದು ತನ್ನ ಎದುರಾಳಿಯನ್ನು ದುರುಗುಟ್ಟಿ ನೋಡಿದ. ಹೀಗೆ ಅಡಿಗಡಿಗೆ ಬರುತ್ತಿದ್ದ ಅವನ ಭೇಟಿಗಳಿಂದಾಗಿ ಅದು ತನ್ನ ಚಿತ್ತಸ್ವಾಸ್ಥ್ಯವನ್ನು ಕಳೆದುಕೊಂಡು ಸ್ವಲ್ಪ ಚಡಪಡಿಸುತ್ತಿತ್ತು.

ಅದಕ್ಕೂ ಅವನಿಗೂ ನಡುವೆ ಇದ್ದುದು ತಂತಿಯ ಬಲೆ ಮಾತ್ರ. ಫಾಬಿಯಾನ್ ಮೊಲದ ಕಣ್ಣುಗಳನ್ನೇ ನೋಡಿ, ಬಿಗಿದ ಮುಷ್ಟಿಗಳಿಂದ ಅದನ್ನು ಹೆದರಿಸಿದ. ತನ್ನೊಳಗೇ ರೋಷ ಹೆಪ್ಪುಗಟ್ಟಿಕೊಳ್ಳಲು ಕಾದ. ಅದರ ಮೇಲೆ ದ್ವೇಷದಿಂದಲೋ ಎಂಬಂತೆ ನೆಟ್ಟ ನೋಟದಿಂದ ಅದನ್ನು ನಿಟ್ಟಿಸುತ್ತಾ, ಆತ ಹೇಳಿದ:

"ನೀನು ಕೊಬ್ಬಿದ್ದೀಯ; ತಡಿ. ತಲೆಯ ಮೇಲೆ ಒಂದೇ ಏಟಿನಿಂದ ನಿನ್ನನ್ನು ಈಗಲೇ ಸಾಯಿಸ್ತೇನೆ. ಅದಕ್ಕೆ ಏನಂತೀಯ ನೀನು ? ಹುಂ, ನಿನ್ನ ತಲೆಯ ಮೇಲೆ ಈಗ ಏಟು ಬೀಳ್ತದೆ."

ಅವನ ಎದೆಯ ಮೇಲೆ ಬ್ರಾಂದಿ ಭಾರವಾಗಿ ಕೂತಿತ್ತು. ಅವನ ಮನಸ್ಸು ಮಸುಕಾಗಿತ್ತು. ಆದುದರಿಂದ ಆತ ಒಮ್ಮೆ ದೀರ್ಘವಾಗಿ ಉಸಿರೆಳೆದು, ಮತ್ತೆ ಮಾತು ಮುಂದುವರಿಸಿದ :

"ಏನು? ಬಿದ್ದರೆ ಬೀಳಲಿ ಅಂತೀಯ ? ನಿನ್ನ ಯಜಮಾನ ಆ ದರಿದ್ರ ಮೂಲೆಯಿಂದ

ನಿನ್ನನ್ನು ಈಗ ಹಿಡಿದೆಳೀತಾನೆ... ನಿನ್ನ ಹಿಂಗಾಲುಗಳನ್ನೆತ್ತಿ ನಿನ್ನ ಕಿವಿಯ ಹಿಂಬದಿಗೆ ಆತ ಬಲವಾಗಿ ಒಂದು ಏಟು ಹೊಡೀತಾನೆ. ಎಷ್ಟು ಬಲವಾಗಿ ಅಂದ್ರೆ, ನೀನು... ನೀನು ಕ್ಷಣಾರ್ಧದಲ್ಲಿ ಪ್ರಾಣ ಬಿಡೋದು ಖಂಡಿತ. ಆಮೇಲೆ ನಿನ್ನ ಇನ್ನೊಬ್ಬ ಯಜಮಾನ ಆ ವಾಲ್ನಟ್ ಮರಕ್ಕೆ ನಿನ್ನನ್ನು ಮೊಳೆ ಹಾಕಿ ಜಡಿದು, ನಿನ್ನ ಚರ್ಮ ಸುಲೀತಾನೆ. ಹಾಗಾಗ್ತದೆ ಅನ್ನೋ ಸಂಶಯ ಕೂಡ ನಿನ್ನ ತಲೇಲಿ ಇನ್ನೂ ಸುಳಿದಿಲ್ಲ ಅಲ್ವೆ?"

ಇಷ್ಟು ಹೇಳಿ ಆತ ಮೊಲದ ಮೇಲೆ ಒಂದು ಕ್ರೂರ ನೋಟ ಬೀರಿದ. ತನ್ನ ಹಲ್ಲುಗಳನ್ನು ಕೂಡ ಕಟಕಟನೆ ಕಡಿದ. ಆದರೆ ಇದು ನೈಜ ಭಾವನೆಯಲ್ಲ ಎಂದು ಅವನಿಗೆನಿಸಿತು. ಅವನಿಗೆ ಒಳಗೊಳಗೇ ದಣಿವಾಗಿತ್ತು. ಆದರೂ ಆತ ಪುನಃ ಮೊಲವನ್ನು ಉದ್ದೇಶಿಸಿ ನುಡಿದ:

"ನೀನು ಸಾಯೋದು ಖಂಡಿತ. ನೀನು ಗಂಡಿನ ಜೊತೆ ಕೂಡೋದಿಲ್ಲ ಅಲ್ವೆ? ಮರಿಗಳನ್ನು ಹಾಕೋದಿಲ್ಲ, ಅಲ್ವೆ? ಹಾಗಾದರೆ ನೀನ್ಯಾಕೆ ಬದುಕಿದ್ದೀ? ನಿಲ್ಲು ನಿನಗೆ ಬುದ್ಧಿ ಕಲಿಸ್ತೇನೆ, ನೀನು..."

ಅಷ್ಟರಲ್ಲಿ ಬಾಗಿಲ ಬಳಿ ಯಾರೋ ನಿಂತಂತೆ ಅವನಿಗೆ ಭಾಸವಾಯಿತು. ಅವನು ತಿರುಗಿ ನೋಡಿದ. ಪಕ್ಕದ ಮನೆಯ ಕಿಶೋರ. ಆತ ಹಲ್ಲು ಕಿಸಿಯುತ್ತ ನಿಂತಿದ್ದ. ಫಾಬಿಯಾನ್ ಚಕ್ಕನೆ ಮೇಲೆದ್ದ.

"ಹಲೋ, ಲಾಲಿ. ನಿನ್ನನ್ನು ನೋಡಿ ಎಷ್ಟು ವರ್ಷವಾಯಿತು! ಏನು ಸಮಾಚಾರ?" ಎಂದು ಕೇಳಿದ.

ಹುಡುಗ ಇನ್ನೂ ಒಳಗೆ ಬಂದ. ಏಕೋ ಏನೋ ಆತ ಹಲ್ಲು ಕಿರಿಯುತ್ತಲೇ ಇದ್ದ. ಫಾಬಿಯಾನ್‌ಗೆ ಅನುಮಾನವಾಯಿತು. ಅವನನ್ನೇ ನೋಡಿದ. ತಾನೀಗ ಮಾತನಾಡಿದುದನ್ನು ಅವನು ಕೇಳಿಸಿಕೊಂಡಿದ್ದನೇ? ಇಲ್ಲವೇ?

"ಏನು ಬೇಕಾಗಿತ್ತು?" ಆತ ಒರಟಾಗಿ ಕೇಳಿದ. ಲಾಲಿ ಸುಮ್ಮನೆ ನಕ್ಕ.

"ನಿನ್ನ ಹತ್ತಿರ ಸಿಗರೇಟಿದ್ದರೆ ಕೇಳಿ ಇಸ್ಕೊಂಡು ಬಾ ಅಂತ ಅಪ್ಪ ಹೇಳಿದ್ರು. ಅವರ ಸಿಗರೇಟೆಲ್ಲ ಮುಗಿದುಹೋಗಿದೆ. ಅವರು ಪಟ್ಟಣಕ್ಕೆ ಹೋಗೋದು ಮಧ್ಯಾಹ್ನದ ಮೇಲೇನೇ. ನೀವು ಸಿಗರೇಟು ಕೊಟ್ಟರೆ ದುಡ್ಡು ಕೊಡ್ತೇನೆ."

"ಸಿಗರೇಟೆ? ಒಂದು ಪ್ಯಾಕೆಟ್ ಇರಬಹುದೇನೋ ನೋಡ್ತೇನೆ," ಎಂದ ಫಾಬಿಯಾನ್.

ಆ ಹುಡುಗನ ನಗುಮುಖದಿಂದ ತನ್ನ ದೃಷ್ಟಿಯನ್ನು ಹೊರಳಿಸಲು ಅವನಿಗೆ ಸಾಧ್ಯ ವಾಗಲಿಲ್ಲ. ಅವನು ತನ್ನನ್ನು ಅಣಕಿಸುತ್ತಿರಬಹುದೇ? ಅಥವಾ ಅವನು ಯಾವಾಗಲೂ ಇರುವುದು ಹಾಗೆಯೆ? ಆ ಹುಡುಗ ಸದಾ ಹಲ್ಲು ಕಿರಿಯುತ್ತಿದ್ದನೆಂಬುದು ಅವನಿಗೆ ನೆನಪಿಗೆ ಬಂದಂತಾಯಿತು.

"ಸಿಗರೇಟ್ ಬೇಕಾಗಿರೋದು ನಿನಗಲ್ಲ ತಾನೆ?"

ಲಾಲಿ ಹಲ್ಲು ಕಿರಿದ.

"ನಾನು ಸಿಗರೇಟ್ ಸೇದೋದಿಲ್ಲ."

"ನನಗೇನೋ ಅನುಮಾನ."

"ದೇವರಾಣೆಗೂ ಇಲ್ಲ."

"ನಾನು ನಿನ್ನ ತಂದೆಯನ್ನು ಕೇಳ್ತೇನೆ," ಎಂದು ಗದರಿಸುವವನಂತೆ ಫಾಬಿಯಾನ್ ಹೇಳಿದ.

ಹುಡುಗನನ್ನು ಇಷ್ಟೊಂದು ಪ್ರಶ್ನಿಸಿದುದರಿಂದ ಅವನಿಗೆ ಕೊಂಚ ಧೈರ್ಯ ಬಂದಂತೆ

ಆಯಿತು. ಬೋನಿನ ಮೂಲೆಯಿಂದ ಕೈ ತೆಗೆಯದಿದ್ದರೂ ಅವನು ಹುಡುಗನ ಜೊತೆ ತೊದಲದೆ ಮಾತನಾಡಿದ್ದ. ಬೋನನ್ನು ಬಲವಾಗಿ ಹಿಡಿದುಕೊಂಡಿರುವವರೆಗೆ ಅವನು ನೆಟ್ಟಗೆ ನಿಲ್ಲಬಹುದಾಗಿತ್ತು.

ಲಾಲಿ ನಗುತ್ತ ನಿಂತೇ ಇದ್ದ.

ಬೋನಿನ ಕಡೆಗೆ ಕೈ ಮಾಡಿ ತೋರಿಸುತ್ತ ಫಾಬಿಯಾನ್, "ಒಂದು ಮೊಲ ಕೊಲ್ಲೋದು ನಿನ್ನ ಕೈಲಾಗುತ್ತಾ?" ಎಂದು ಅವನೊಡನೆ ಸ್ನೇಹ ಭಾವದಿಂದಲೇ ಕೇಳಿದ.

ಈ ಪ್ರಶ್ನೆಯಿಂದ ಹುಡುಗನಿಗೆ ಆಶ್ಚರ್ಯವಾಯಿತು. ಆದರೂ ಅವನು ಉತ್ಸಾಹದಿಂದ ತಲೆಯಾಡಿಸಿದ.

"ಓಹೋ, ಅದೇನು ದೊಡ್ಡ ಕೆಲಸ?"

ಅವನು ಸೀದಾ ಬೋನುಗಳತ್ತ ನಡೆದು ಬಂದ.

"ಯಾವ ಮೊಲ?"

"ಈ ಬಣ್ಣಬಣ್ಣದ್ದು. ಅದು ಒಂದೇ ಏಟಿಗೆ ಸಾಯಬೇಕು. ಗೊತ್ತಾಯಿತಾ? ನಿನ್ನ ಕೈ ಎಷ್ಟು ಬಲವಾಗಿದೆ ನೋಡೋಣ."

ಲಾಲಿ ಹಲ್ಲು ಕಿರಿಯುತ್ತ ಕೈಯಾಡಿಸಿ ಹೇಳಿದ:

"ನಾನು ಕೊಂದಿರೋ ಮೊಲಗಳಿಗೆ ಲೆಕ್ಕವೇ ಇಲ್ಲ."

ಇದ್ದಕ್ಕಿದ್ದಂತೆ ಆ ಹುಡುಗನ ಮುಗ್ಧ ಮುಖದ ಬಗ್ಗೆ ಫಾಬಿಯಾನ್‌ಗೆ ದ್ವೇಷ ಹುಟ್ಟಿತು. ಆತ ಕೊಂಚ ಗಡುಸಾಗಿ ಕೇಳಿದ:

"ನೀನು ಯಾವಾಗಲೂ ಹಲ್ಲು ಕಿರಿಯುತ್ತೀಯಲ್ಲ; ಯಾಕೆ?"

ಲಾಲಿ ತನ್ನ ಬಾಯಿ ಮುಚ್ಚಿಕೊಂಡ. ಆದರೆ ತುಟಿಗಳು ಪುನಃ ತೆರೆದುಕೊಂಡವು. ಅವನ ಆ ತುಂಟ ಹಲ್ಲಿನ ಸಾಲುಗಳು ಫಾಬಿಯಾನ್‌ಗೆ ಮತ್ತೊಮ್ಮೆ ಕಾಣಿಸಿದವು.

"ನಾನೇನು ಹಲ್ಲು ಕಿರಿಯುತ್ತಿಲ್ವಲ್ಲ?"

"ಉಹೂಂ, ಕಿರೀತಿದ್ದಿ; ನೀನೊಂದು ಮಂಗನ ಹಾಗೆ ಕಾಣ್ತಾ ಇದ್ದಿ." ಫಾಬಿಯಾನ್ ನಿರುತ್ಸಾಹದಿಂದ ನುಡಿದ. ಈ ಕುರಿತು ತಾನೇನೂ ಮಾಡುವ ಹಾಗಿಲ್ಲವೆಂದು ತೋರಿಸಲು ಭುಜ ಕುಣಿಸಿದ ಲಾಲಿ, ಬೋನಿನ ಮುಂದೆ ಕುಳಿತ. ಪರಿಣತನಂತೆ ಆತ ಬೋನಿನ ಬಾಗಿಲು ತೆರೆದ. ಅವನ ಆ ಕೆಲಸದಲ್ಲಿ ಪಂದ್ಯವಾಡುವವರ ನಿಷ್ಠೆ, ಶ್ರದ್ಧೆ ಕಂಡಿತು.

ಫಾಬಿಯಾನ್‌ಗೆ ಅವನ ತಂದೆ ಕಾಣಿಸಿದರು. ಆತ ಮನೆಯಿಂದ ಲಾಯದತ್ತಲೇ ಬರುತ್ತಿದ್ದ.

ಲಾಲಿ ಈಗಾಗಲೇ ಮೊಲವನ್ನು ಹಿಡಿದುಕೊಂಡಿದ್ದ. ಎಡಗೈಯಲ್ಲಿ ಅದರ ಹಿಂಗಾಲುಗಳನ್ನು ಹಿಡಿದು ಬಲಗೈಯಿಂದ ಕುತ್ತಿಗೆಯ ಮೇಲೆ ಹೊಡೆಯಲು ಅವನು ಸಿದ್ಧನಾಗುತ್ತಿದ್ದ. ಕೇವಲ ಕೆಲವು ನಿಮಿಷಗಳ ಕೆಳಗಷ್ಟೆ ಫಾಬಿಯಾನ್ ಕೂಡ ಹಾಗೆ ಮಾಡಬೇಕೆಂದಿದ್ದ.

"ಅದನ್ನು ಬೋನಿನೊಳಕ್ಕೆ ಬಿಟ್ಟು ಬಿಡು." ಫಾಬಿಯಾನ್ ಅರಚಿದ. ಹುಡುಗ ಅಚ್ಚರಿಯಿಂದ ಹಲ್ಲು ಕಿರಿದ. "ಯಾಕೆ?"

"ಹಿಂದಕ್ಕೆ ಬಿಟ್ಟು ಬಿಡು."

ಮನಸ್ಸಿಲ್ಲದಿದ್ದರೂ ಲಾಲಿ ಮೊಲವನ್ನು ಬೋನಿನೊಳಕ್ಕೆ ತೂರಿಸಿ ಬಾಗಿಲು ಹಾಕಿದ. ಇದೆಲ್ಲ ತನಗೆ ಅರ್ಥವಾಗಲಿಲ್ಲ ಎಂಬಂತೆ ಆತ ಫಾಬಿಯಾನ್ ಕಡೆಗೆ ವಿವರಣೆಗಾಗಿ ನೋಡಿದ.

ಬಾಗಿಲಿನತ್ತ ದೃಷ್ಟಿ ಹರಿಸುತ್ತ, ಫಾಬಿಯಾನ್ ಅವಸರದಲ್ಲಿ ಹೇಳಿದ: "ನಿನಗೆ ಸಿಗರೇಟ್

ಕೊಡ್ತೇನೆ. ನಾನೆ ತರ್ತೇನೆ. ನಿಮ್ಮ ತಂದೆಯ ಜೊತೆ ಮಾತನಾಡಿದಂತಾಗ್ತದೆ."

"ಆದರೆ ಮೊಲ ? ಅದನ್ನು ಕೊಲ್ಲೋದಿಲ್ವೇ ?" ಹುಡುಗ ತೊದಲಿದ.

"ಇಲ್ಲ. ನಾನು ತಮಾಷೆಗೆ ಹೇಳ್ದೆ ಅಷ್ಟೆ," ಎಂದು ಫಾಬಿಯಾನ್ ನಕ್ಕ. ಲಾಲಿ ತಬ್ಬಿಬ್ಬಾದುದನ್ನು ಕಂಡು ಅವನಿಗೆ ತುಂಬ ಸಂತೋಷವಾಯಿತು.

ಇಷ್ಟು ಹೊತ್ತಿಗೆ ಫಾಬಿಯಾನ್‌ನ ತಂದೆ ಲಾಯದ ಬಾಗಿಲಿನ ಬಳಿ ಬಂದರು.

"ಏನು ಮಾಡ್ತಿದ್ದೀರಿ ?"

"ಏನಿಲ್ಲ. ಬನ್ನಿ" ಎಂದು ಗೊಣಗುತ್ತ ಲಾಲಿ ಅಲ್ಲಿಂದ ಕಾಲ್ತೆಗೆದ. ತನ್ನ ಸ್ಥಿತಿ ತಂದೆಗೆ ಎಲ್ಲಿ ಗೊತ್ತಾಗಿಬಿಡುವುದೋ ಎಂದು ಫಾಬಿಯಾನ್ ಬೋನಿನ ಬದಿಗೆ ಒರಗಿಕೊಂಡ. ಏನನ್ನಾದರೂ ಹಿಡಿದುಕೊಳ್ಳದೆ, ಒಂದು ಹೆಜ್ಜೆ ಇಡಲು ಸಹ ಅವನಿಗೆ ಧೈರ್ಯವಿರಲಿಲ್ಲ.

ಅವನ ತಂದೆ ಹೇಳಿದರು :

"ಸ್ವಲ್ಪ ಜಾಸ್ತಿ ಮಾತನಾಡ್ತ ನಿಂತುಬಿಟ್ಟೆ. ಹೆತೆಶಿ ದಂಪತಿ ಈ ಸಂಜೆ ಗುಲಾಬಿ ಕಸಿ ಮಾಡಲು ಬಾ ಅಂದರು. ಕಸಿ ಮಾಡಲು ಎಲ್ಲರೂ ನನ್ನನ್ನೇ ಕರೀತಾರೆ. ನಿನಗೆ ಎಲ್ಲಿ ಗುಲಾಬಿ ಕಂಡರೂ ಅದು ನನ್ನದೇ ಕೈ ಕೆಲಸ. ಹೊ! ಮರೆತೇಬಿಟ್ಟೆ. ಮೊಲವನ್ನು ಕೊಂದಾಯಿತೆ ?"

"ಇಲ್ಲ," ಎಂದ ಫಾಬಿಯಾನ್.

"ಇಲ್ಲವೆ ? ಸರಿ. ಜಾಗ ಬಿಡು. ಅದರ ಚರ್ಮ ಸುಲೀಬೇಕು. ಇಲ್ಲದಿದ್ದರೆ ನಿನ್ನ ತಾಯಿಗೆ ಹೊತ್ತಿಗೆ ಸರಿಯಾಗಿ ಅಡುಗೆ ಸಿದ್ಧ ಮಾಡೋದಕ್ಕೆ ಆಗೋದಿಲ್ಲ."

ಫಾಬಿಯಾನ್ ಬೋನಿನಿಂದ ಸರಿದು ಒಂದೆರಡು ಹೆಜ್ಜೆ ಮುಂದಿಟ್ಟ.

"ತಡವಾದರೇನಾಯಿತು ?" ಎಂದು ತಂದೆಯೊಡನೆ ಆತ ಕೇಳಿದ.

ಅವನು ಅತ್ತಿತ್ತ ಓಡಾಡದೆ ತಂದೆಯ ಎದುರು ಹೇಗೋ ನೆಟ್ಟಗೆ ನಿಂತ. ಆದರೆ ಅದಕ್ಕೆ ಅವನು ತನ್ನೆಲ್ಲ ಶಕ್ತಿಯನ್ನೂ ಉಪಯೋಗಿಸಬೇಕಾಯಿತು. ರಜತ ಪರದೆಯ ಮೇಲಿನ ಆಕೃತಿಗಳಂತೆ ತಂದೆಯ ಮುಖ ಒಮ್ಮೆ ಮುಂದೆ ಬರುತ್ತಿದ್ದಂತೆಯೂ ಮತ್ತೊಮ್ಮೆ ಹಿಂದೆ ಸರಿಯುತ್ತಿದ್ದಂತೆಯೂ ಅವನಿಗೆ ಕಂಡಿತು. ಹೀಗಾಗಿ ಅದು ಸ್ಪಷ್ಟವಾಗಿ ಅವನಿಗೆ ಗೋಚರಿಸುತ್ತಿರಲಿಲ್ಲ. ಎಷ್ಟು ಪ್ರಯತ್ನಿಸಿದರೂ ಅವನ ದೃಷ್ಟಿಪಥಕ್ಕೆ ಅದು ಸಿಲುಕುತ್ತಿರಲಿಲ್ಲ. ಅವನು ಕಣ್ಣುಗಳನ್ನು ಒಮ್ಮೆ ಸಂಕುಚಿತಗೊಳಿಸಿ ನೋಡಿದ; ಇನ್ನೊಮ್ಮೆ ಅಗಲವಾಗಿ ತೆರೆದು ನೋಡಿದ. ಆದರೆ ಹೇಗೆ ವೀಕ್ಷಿಸಿದರೂ ಅವನ ನೋಟ ಬೀಳುತ್ತಿದ್ದುದು ಒಂದೋ ಅದರ ಪಕ್ಕಕ್ಕೆ, ಇಲ್ಲವೇ ಅದರಿಂದ ಮೇಲಕ್ಕೆ. ಒಂದೇ ಕಡೆಯಲ್ಲಿ ಸ್ಥಿರವಾಗಿ ನಿಲ್ಲಲು ಅದಕ್ಕೇನು ಸಂಕಟ ? ಎಂದಾತ ಯೋಚಿಸಿದ. ಮತ್ತೆ ಅವನಿಗೆ ಬ್ರಾಂದಿಯ ನೆನಪಾಯಿತು. ಒಂದೋ ಅವನು ಇನ್ನೂ ಹೆಚ್ಚು ಕುಡಿಯಬೇಕಿತ್ತು ಅಥವಾ ಸ್ವಲ್ಪ ಕಡಿಮೆಯಾಗಿದ್ದರೂ ಪರವಾಗಿರುತ್ತಿರಲಿಲ್ಲ. ಹಾಗೆ ಮಾಡಿದ್ದರೆ ಇದಕ್ಕಿಂತ ಒಳ್ಳೆಯದಾಗುತ್ತಿತ್ತೋ ಏನೋ ? ಅಂತೂ ಇದಕ್ಕಿಂತ ಹೆಚ್ಚು ಕೆಡುಕಾಗಲು ಸಾಧ್ಯವಿರಲಿಲ್ಲ.

"ನಾವದನ್ನು ಕೊಲ್ಲಲೇ ಬೇಕೆ ?" ಎಂದು ಆತ ಕೇಳಿದ. ಅವನ ನಾಲಿಗೆ ಸ್ವಲ್ಪ ತೊದಲಿತು.

"ಹೌದು ಕೊಲ್ಬೇಕು. ನಿನ್ನ ತಾಯಿ ಈಗ ಕೋಳಿ ಕೊಯ್ಯಲು ಸಿದ್ಧವಾಗಿಲ್ಲ." ಎನ್ನುತ್ತ ತಂದೆ ಲಾಯದಲ್ಲಿನ ದಾರಿಯನ್ನು ಗುಡಿಸಲಾರಂಭಿಸಿದರು. ತಂದೆ ಯಾವಾಗಲೂ ಏನಾದರೂ

ಮಾಡುತ್ತಲೇ ಇರುತ್ತಾರೆಂದು ಫಾಬಿಯಾನ್‌ಗೆ ಸಂತೋಷ. ಇಲ್ಲದಿದ್ದರೆ ಅವನು ತಂದೆಯ ಎದುರು ನಿಂತು ಅವನನ್ನೇ ನೋಡುತ್ತಿರಬೇಕಾಗಿತ್ತು. ಫಾಬಿಯಾನ್ ಕಣ್ಣು ಮುಚ್ಚಿಕೊಂಡು ಹೇಳಿದ :

"ಮಾಂಸ ಇಲ್ಲದಿದ್ದರೂ ಪರವಾಗಿಲ್ಲ. ನಡೀತದೆ."

ತಂದೆ ಪರಕೆಯನ್ನು ಗೋಡೆಗೆ ಒರಗಿಸುತ್ತ ನುಡಿದ:

"ಇವತ್ತು ಭಾನುವಾರ. ಅದನ್ನು ಹಿಡಿದುಕೊಂಡು ಒಂದು ಏಟು ಕೊಟ್ಟರಾಯಿತು. ಚಿಂತಿಸಬೇಕಾಗಿಲ್ಲ. ಅದರಿಂದ ಇನ್ನೇನೂ ಪ್ರಯೋಜನವಿಲ್ಲ. ಅದನ್ನು ಯಾವತ್ತೋ ಕೊಲ್ಲ ಬೇಕಾಗಿತ್ತು. ನೀನು ಬರಲಿ ಅಂತ ಕಾದೆವು."

"ನೀವೇ ಅದನ್ನು ಕೊಂದುಬಿಡಬಹುದಾಗಿತ್ತು," ಎಂದು ತೊದಲಿದ ಫಾಬಿಯಾನ್ ಬಾಗಿಲಿನ ಕಡೆ ಹೊರಟ. ಲಾಯದ ಗಬ್ಬುನಾತ ಮೂಗಿಗೆ ಬಡಿಯುತ್ತಿತ್ತು. ಅವನ ಹೊಟ್ಟೆ ತೊಳಸುತ್ತಿತ್ತು. ಒಂದು ಕೈಯನ್ನು ಗೋಡೆಗೆ ಆನಿಸಿಕೊಂಡೇ ಆತ ನಡೆದ. ಸ್ವಲ್ಪ ಹೊತ್ತಿನಲ್ಲೇ ತನಗೆ ವಾಂತಿಯಾಗುವುದು ಖಂಡಿತವೆಂದು ಅವನಿಗೆ ಗೊತ್ತಿದ್ದರೂ, ತಂದೆಯ ಇದಿರಿನಲ್ಲಿ ತ್ವರೆ ಮಾಡಲು ಅವನಿಗೆ ಇಷ್ಟವಿರಲಿಲ್ಲ.

"ಎಲ್ಲಿಗೆ ಹೊರಟೆ"? – ತಂದೆ ಕೇಳಿದ.

"ಲಾಲಿ ಸಿಗರೇಟ್ ಕೇಳಿದ. ನಾನು ಅದನ್ನು ಕೊಟ್ಟು ಅವನ ತಂದೆಯೊಡನೆ ಮಾತಾಡಿ ಕೊಂಡು ಬರ್ತೇನೆ."

"ಇರಲಿ, ಬಾ. ಅದನ್ನು ಮೊದಲು ಕೊಲ್ಲು. ನಾನು ಚರ್ಮ ಸುಲೀತೇನೆ. ಮಧ್ಯಾಹ್ನದ ಊಟ ಸಂಜೆ ಮಾಡಬೇಕಂತೀಯ ? ಇಷ್ಟು ಹೊತ್ತಿಗೆ ಅದನ್ನು ಇಪ್ಪತ್ತು ಸಲ ಕೊಲ್ಲಬಹುದಿತ್ತು."

"ಇಪ್ಪತ್ತು ಸಲವೇ ?" ಫಾಬಿಯಾನ್ ಬಾಗಿಲ ಬಳಿಯೇ ನಕ್ಕ.

"ಬೇಕಾದರೆ ಮರಿಗಳು, ಮೊಲಗಳು ಎಲ್ಲವನ್ನೂ ಒಂದಾದ ಮೇಲೊಂದರಂತೆ ಕೊಲೆಮಾಡಿಬಿಡ್ತಿದ್ದೆ. ಇಪ್ಪತ್ತು ಸಲ ಯಾಕೆ ? ಇನ್ನೂರು ಸಲ."

ಹೀಗಂದು ಆತ ಗಹಗಹಿಸಿ ನಗುತ್ತಾ ತೂರಾಡತೊಡಗಿದ.

ಸ್ಟೂಲೊಂದರ ಕಾಲನ್ನು ಭದ್ರ ಮಾಡುತ್ತಿದ್ದ ತಂದೆ ಈಗಷ್ಟೆ ಮಗನತ್ತ ಕೊಂಚ ಗಮನ ಹರಿಸಿದ. ಅವನ ಮುಖದಲ್ಲಿ ಅಚ್ಚರಿ ಕಾಣಿಸಿತು. ಕ್ರಮೇಣ ಅದು ಮಾಯವಾಗಿ ಅವನು ಮಗನನ್ನು ಸ್ವಲ್ಪ ಹೊತ್ತು ಕುತೂಹಲದಿಂದ ದಿಟ್ಟಿಸಿದ.

"ಕುಡಿದಿದ್ದೀಯ ?" ಎಂದು ಬಹಳ ಶಾಂತವಾಗಿಯೇ ಆತ ಕೇಳಿದ.

ಫಾಬಿಯಾನ್ ಬಾಗಿಲಿನಿಂದ ಬರುತ್ತಿದ್ದ ಬೆಳಕಿಗೆ ಅಡ್ಡವಾಗಿ ನಗುತ್ತ ನಿಂತಿದ್ದ. ತನ್ನ ಬಗ್ಗೆ ಅವನಿಗೆ ಈಗ ಅಷ್ಟಾಗಿ ಗಮನವಿರಲಿಲ್ಲ. ತಂದೆಯ ಪ್ರಶ್ನೆಗೆ ಉತ್ತರವಾಗಿಯೋ ಎಂಬಂತೆ ಅವನು ತೂರಾಡಿದ. ಬಳಿಕ ಹೇಳಿದ:

"ಮೊಲಗಳು... ಎಲ್ಲದರ ಚರ್ಮ ಸುಲಿದು ಬಿಡು. ನನಗೆ ಇವತ್ತು ಓದಬೇಕು ಅನ್ನೋ ಇಚ್ಛೆ ಇತ್ತು."

"ಅಯ್ಯೋ, ಮುಠ್ಠಾಳ ! ಹೀಗೆ ವರ್ತಿಸೋದಕ್ಕೆ ನಿನಗೆ ನಾಚಿಕೆಯಾಗೋದಿಲ್ವೆ ?"

"ಏನು ಹಾಗೆಂದರೆ – ಇನ್ನು ಹೇಗೆ ವರ್ತಿಸ್ಬೇಕು ?" ಎಂದ ಫಾಬಿಯಾನ್ ಕೈಯಾಡಿಸುತ್ತ. "ನಾನು ಕೊಂಚ ಕುಡೀಬಾರ್ದೇನು ? ನಾನೀಗ್ಲೇ ಬೇಕಾದಷ್ಟು ಪುಸ್ತಕ ಓದಿದ್ದೇನೆ. ಎಷ್ಟೊಂತಂದ್ರೆ...

ಒಬ್ಬ ವ್ಯಕ್ತಿಗೆ ಒಮ್ಮೊಮ್ಮೆ ಕೊಂಚ ವಿಶ್ರಾಂತಿ ಬೇಕಾಗ್ತದೆ. ಬಾವಿಗೆ ಹೋಗೋದು... ಮೊಲ ಕೊಲ್ಲೋದು... ತಿಂಡಿ ತಿನ್ನೋದು... ಊಟ ಮಾಡೋದು... ಈಗ ನಾನು ಹಾಗಿಲ್ಲ."

"ಅದೇನೋ ಸ್ಪಷ್ಟವಾಗಿದೆ" ಎಂದು ತಂದೆ ತಲೆಯಾಡಿಸಿದ.

ಫಾಬಿಯಾನ್ ತಂದೆಯ ಕಣ್ಣುಗಳನ್ನು ದಿಟ್ಟಿಸಲು ಯತ್ನಿಸಿದ. ಆದರೆ ಅವನ ಮುಖ ನೆಟ್ಟಗೆ ನಿಲ್ಲುತ್ತಿರಲಿಲ್ಲ. ಫಾಬಿಯಾನ್ ತಾನೇ ನೆಟ್ಟಗೆ ನಿಂತ.

"ಆ ಪುಸ್ತಕಗಳನ್ನು ಓದೋದೆಂದರೆ ಹುಡುಗಾಟವಲ್ಲ ಗೊತ್ತೆ?" ಎನ್ನುತ್ತ ಆತ ಮೊಲದ ಬೋನಿನತ್ತ ಕಾಲು ಹಾಕಿದ. "ಬೇಕಾದರೆ ನಾನು ಆ ಮೊಲವನ್ನು ಕೊಲ್ಲಬಲ್ಲೆ. ಕೊಲ್ಲಲಾಗದಷ್ಟೇನೂ ನಾನು ಕುಡಿದಿಲ್ಲ," ಎಂದ.

ಆದರೆ ತಂದೆ ಅವನಿಗೆ ಅಡ್ಡ ಬಂದ. "ಅಲ್ಲೇ ನಿಲ್ಲು. ನಾನೇ ಆ ಕೆಲಸ ಮಾಡ್ತೇನೆ. ನೀನು ಹೋಗು. ಮಲಗಿಕೋ," ಎಂದ.

ತಂದೆಯ ಶಾಂತ ವರ್ತನೆಯಿಂದ ಫಾಬಿಯಾನ್‌ಗೆ ಕೋಪ ಉಕ್ಕೇರಲಾರಂಭಿಸಿತು. ಆತ ಕೇಳಿದ :

"ಯಾಕೆ ? ನನಗೇನಾಗಿದೆ ? ಸರಿಯಾಗೇ ಇದ್ದೇನಲ್ಲ ?"

"ಇಲ್ಲ. ನೆಟ್ಟಗೆ ನಿಂತುಕೊಳ್ಳೋದಕ್ಕೂ ನಿನ್ನಿಂದ ಆಗುತ್ತಿಲ್ಲ. ನೀನು ಮಲಗೋದೇ ಮೇಲು."

"ಇಲ್ಲ. ನಾನು ಅವರಿಗೆ ಸಿಗರೇಟ್ ತಂದುಕೊಡ್ಬೇಕು," ಎನ್ನುತ್ತ ಅವನು ಮತ್ತೆ ಬಾಗಿಲಿನತ್ತ ತೂರಾಡುತ್ತ ಹೊರಟ. ತಂದೆ ಗಾಬರಿಯಿಂದ ಕೈ ಮುಂದೆ ಚಾಚಿ ಅವನನ್ನು ಹಿಡಿದುಕೊಳ್ಳಲು ಯತ್ನಿಸಿದರು. ಫಾಬಿಯಾನ್ ಬಲವಂತದಿಂದ ಬಾಗಿಲು ದಾಟಿ ಹೋಗಲು ಪ್ರಯತ್ನಪಟ್ಟ. ಈಗ ತಂದೆಗೂ ಸಿಟ್ಟು ಬಂದಿತು.

"ಏ ಮೂರ್ಖ ! ಎಲ್ಲಿಗೆ ಹೋಗ್ತಿದ್ದೀ ? ಎಂದು ಮಗನನ್ನು ಬಾಗಿಲಿನಿಂದ ಆತ ಹಿಂದಕ್ಕೆ ತಳ್ಳಿ ಮತ್ತೆ ಸಿಟ್ಟಿನಿಂದ ಹೇಳಿದ :

"ಈ ಸ್ಥಿತಿಯಲ್ಲಿ ಹೋಗಿ ಬೇರೆಯವರ ಮುಂದೆ ನಿಲ್ತೀಯೇನು ? ನೀನೊಬ್ಬ ವಿದ್ಯಾರ್ಥಿ ಯಂತೆ, ನೀನು !"

ಅನಂತರ ಹುಲ್ಲನ್ನು ಒಟ್ಟಿದ ಮೂಲೆಗೆ ಆತ ಮಗನನ್ನು ನೂಕಿದ. ಫಾಬಿಯಾನ್ ಅದಕ್ಕೆ ಅಡ್ಡಿ ಮಾಡಲಿಲ್ಲ. ಆತ ಸುಸ್ತಾಗಿ ಅರ್ಥಂಬರ್ಥ ನಗುತ್ತ ಮಾತಾಡುತ್ತಲೇ ಇದ್ದ.

"ವಿದ್ಯಾ – ರ್ಥಿ ! ನೀನು ಕೂಡ ಅದನ್ನೇ ಹೇಳ್ತೀಯ ? ಒಬ್ಬ ಬುದ್ಧಿಜೀವಿ ಸಹ ಕುಡೀಬಹುದು. ನಾನು ಎಷ್ಟು ಓದಿದ್ದೇನೆ ಅಂತ ನಿನಗೇನಾದರೂ ಗೊತ್ತಿದ್ದರೆ... ಏನೆಲ್ಲ ವಿಷಯಗಳ ಬಗ್ಗೆ..."

ತಂದೆ ಅವನ ಕೈಯನ್ನು ಬಲವಾಗಿ ಹಿಡಿದುಕೊಂಡು ಹುಲ್ಲಿನ ಒಟ್ಟಿಲಿನ ಬಳಿಗೆ ಕರೆದೊಯ್ದ. ಫಾಬಿಯಾನ್ ಸುಮ್ಮನಿದ್ದ. ಪರಿಚಿತವಾದ ಆ ಕೈಗಳ ಬಲವಾದ ಹಿಡಿತ ಅವನಿಗೆ ಹಿತವೆನಿಸಿತು. ಅದೇನೂ ಅವನಿಗೆ ಹೊಸದಲ್ಲ. ಬಹಳ ಹಿಂದೆ ತಾನು ನಡೆಯುವುದನ್ನು ಕಲಿಯುತ್ತಿದ್ದಾಗ ತಂದೆ ತನ್ನನ್ನು ಹೀಗೆ ಹಿಡಿದುಕೊಳ್ಳುತ್ತಿದ್ದರಲ್ಲವೆ! ಈಗ ಆ ರಕ್ಷೆಯ ನೆನಪಾಯಿತವನಿಗೆ.

"ನಾನು ಮಲಗಿಕೊಳ್ಳಲೆ ?" ಎಂದು ಅವನು ಮೆಲ್ಲನೆ ಕೇಳಿದ.

ತಂದೆ ಕಹಿಯಾಗಿ ಹೇಳಿದ :

"ಹಾಗೆ ಮಾಡು. ಆದರೆ ನಿನ್ನ ತಾಯಿ ನಿನ್ನನ್ನು ಈ ಸ್ಥಿತಿಯಲ್ಲಿ ನೋಡದಿರಲಿ."

"ಇಲ್ಲ," ಎಂದಷ್ಟೇ ಹೇಳಿದ ಫಾಬಿಯಾನ್ ಕೂಡಲೇ ಮುಂದಕ್ಕೆ ಬಗ್ಗಿ ವಾಂತಿ ಮಾಡಿದ. ಇನ್ನೊಂದು ನಿಮಿಷವೂ ತಾನು ಇರಲು ಇಷ್ಟಪಡದ ಜಾಗದಲ್ಲಿದ್ದಂತೆ ತೊಂದರೆಕೊಡುತ್ತಿದ್ದ ಆ ಹೊಲಸು ಪಾನೀಯ ಅವನ ಗಂಟಲಿನಿಂದ ಬುಗ್ಗನೆ ಹೊರಬಂದಿತು. ಆತ ನರಳುತ್ತ ಮತ್ತೆ ವಾಂತಿ ಮಾಡಿದ. ಅವನಿಗೆ ಏನೂ ಕಾಣದಂತಾಗಿತ್ತು. ಅವನ ಕಣ್ಣುಗಳ ತುಂಬ ನೀರು. ತಂದೆ ಅವನ ಹೆಗಲನ್ನು ಹಿಡಿದುಕೊಂಡಿದ್ದ.

"ನಿನ್ನ ಬಗ್ಗೆ ನಿನಗೇ ನಾಚಿಕೆಯಾಗ್ಬೇಕು," ಎಂದ ತಂದೆ.

"ನಾನು ಓದಿದುದೆಲ್ಲವನ್ನು ಕೂಡ ಇದರೊಂದಿಗೇ ವಾಂತಿ ಮಾಡಿಬಿಡಬೇಕು ಅಂತ ಅನ್ನಿಸ್ತದೆ," ಎಂದ ಫಾಬಿಯಾನ್, ಏದುಸಿರುಬಿಡುತ್ತ.

"ಆಗಲಿ, ಮುಂದಿನ ಸಲ ಹಾಗೇ ಮಾಡು."

ಅನಂತರ ದೃಢ ನಿರ್ಧಾರದಿಂದ ಕೂಡಿದ ಎರಡು ಕೈಗಳು ಮೊದಲು ತನ್ನನ್ನು ಕೂರಿಸಿ, ಬಳಿಕ ಯಾವುದೋ ಮೆತ್ತನೆಯ ವಸ್ತುವಿನ ಮೇಲೆ ಮಲಗಿಸುತ್ತಿರುವಂತೆ ಹುಡುಗನಿಗೆ ಭಾಸ ವಾಯಿತು. ಅವನಿಗೆ ಈಗ ಏನೂ ಬೇಕಿರಲಿಲ್ಲ. ಅವನು ಯಾವುದನ್ನೂ ವಿರೋಧಿಸಲಿಲ್ಲ. ಅವನು ಕೊನೆಗೆ ಹೇಳಿದುದು ಇಷ್ಟೆ;

"ಈ ಹಾಸಿಗೆ ಕೂಡ ಯಾವಾಗಿನಿಂದಲೂ ಇಲ್ಲೇ ಇತ್ತು."

"ಹೌದು. ಅಲ್ಲೇ ಇತ್ತು" ಎಂದ ತಂದೆ.

ಆಮೇಲೆ ಆತ ಮಗನನ್ನು ನೆಟ್ಟಗೆ ಮಲಗಿಸಿ ಅವನ ಮೈಮೇಲೆ ಒಂದು ಕಂಬಳಿ ಹೊದೆಸಿದ. ಫಾಬಿಯಾನ್‌ಗೆ ಕಣ್ಣುತುಂಬ ನಿದ್ದೆ ಬರುವಂತಾಗಿತ್ತು. ಅಷ್ಟರಲ್ಲಿ ತಂದೆಯ ಒಂದು ಅಣಕು ಮಾತು ಅವನ ಕಿವಿಗಳಿಗೆ ಕೇಳಿಸಿತು:

"ಈಗ ಎಲ್ಲ ಸರಿ ಹೋಯ್ತಲ್ವೆ ಪ್ರೊಫೆಸರ್ ?"

ಅದಕ್ಕೆ ಏನಾದರೂ ಉತ್ತರ ಕೊಡುವ ಮನಸ್ಸು ಅವನಿಗೆ. ಉತ್ತರ ಕೊಡಲೆಂದೇ ಅವನ ತುಟಿಗಳು ಚಲಿಸಿದವು. ಆದರೆ ಯಾರಿಗೂ ಕೇಳಿಸದ ಒಂದು ಪಿಸು ನುಡಿಯಷ್ಟೆ ಅವನ ಬಾಯಿಯಿಂದ ಹೊರಬಿತ್ತು. ಇನ್ನೊಂದು ಕ್ಷಣದಲ್ಲಿ ಅವನನ್ನು ನಿದ್ರೆ ಸಂಪೂರ್ಣವಾಗಿ ಸೆಳೆದುಕೊಂಡಿತ್ತು. ಆ ಕ್ಷಣದಲ್ಲಿ ಅವನಿಗೆ ಬೇರಾವ ಅಪೇಕ್ಷೆಯೂ ಇರಲಿಲ್ಲ. ನಿದ್ರೆಯ ಆಳದಲ್ಲಿ ಅವನು ಸಂಪೂರ್ಣ ತೃಪ್ತನಾಗಿದ್ದ. ○

○ ಕಾಲ್ಮಾನ್ ಮಿಕ್‌ಸಾಥ್

ಹಸಿರು ನೊಣ

ಆ ಹಳ್ಳಿಯಲ್ಲೇ ಬಹಳ ಶ್ರೀಮಂತನಾಗಿದ್ದ ಆ ವೃದ್ಧ ರೈತ ಕಾಯಿಲೆಯಿಂದ ಹಾಸಿಗೆ ಹಿಡಿದಿದ್ದ. ಆತ ಸಾಯುವ ಸ್ಥಿತಿಯಲ್ಲಿದ್ದ. ಇಡೀ ಮಾನವ ಕುಲಕ್ಕೇ ಉದಾಹರಣೆಯಾಗಿರಲೆನ್ನುವಂತೆ ಅವನ ಬಗ್ಗೆ ದೇವರು ನ್ಯಾಯ ತೀರ್ಮಾನ ನೀಡಿದ್ದ :

"ಜಾನ್ ಗಾಲ್‌ನನ್ನು ನೋಡಿ. ಮರ್ತ್ಯರಾದ ನೀವು ನಿಮ್ಮನ್ನು ಏನೆಂದು ತಿಳಿದುಕೊಂಡಿದ್ದೀರಿ ? ನೀವು ಕ್ಷುಲ್ಲಕರು. ಆದರೆ ಜಾನ್ ಗಾಲ್ ನಿಜವಾಗಿಯೂ ಒಬ್ಬ ಗಮನಾರ್ಹ ವ್ಯಕ್ತಿ. ಹಳ್ಳಿಯ ನ್ಯಾಯಾಧೀಶ ಕೂಡ ಕೆಲವೊಮ್ಮೆ ಅವನ ಕೈ ಕುಲುಕುತ್ತಾನೆ. ಗ್ರಾಮದ ನಾಮಾಂಕಿತ ಮಹಿಳೆಯರು ಅವನ ಭೇಟಿಗೆ ಬರುತ್ತಾರೆ. ನಿಮ್ಮಲ್ಲೆಲ್ಲಾ ಅವನೇ ಧನಿಕ. ಹೀಗಿದ್ದೂ ನಾನು ಅವನನ್ನು ಸದೆಬಡಿದೆ. ಅವನನ್ನು ಕಚ್ಚಲು ನಾನು ಹಸಿದ ತೋಳವನ್ನು ಕಳಿಸಬೇಕಾಗಲಿಲ್ಲ. ಭಾರಿ ಓಕ್ ಮರವೊಂದು ಬೇರು ಕಡಿದುಕೊಂಡು ಅವನ ಮೇಲೆ ಬಿದ್ದು ಅವನನ್ನು ನೆಲಕ್ಕೆ ಅಪ್ಪಳಿಸುವಂತೆ ಮಾಡಬೇಕಾಗಲೂ ಇಲ್ಲ. ಆ ಕೆಲಸಕ್ಕೆ ಒಂದು ಸಣ್ಣ ನೊಣ ಸಾಕಾಯಿತು."

ಅದು ಆದದ್ದೂ ಹಾಗೇ. ಒಂದು ನೊಣ ಅವನ ಕೈಯನ್ನು ಕಡಿಯಿತು. ಅದು ಕೂಡಲೇ ಕಪ್ಪಗೆ, ಕೆಂಪಗೆ ಊದಲಾರಂಭಿಸಿತು. ವೈದ್ಯನಿಗೆ ಹೇಳಿಕಳಿಸುವಂತೆ ಊರಿನ ಪಾದ್ರಿಯೂ ಕಿಲ್ಲೆಯ ಒಡತಿಯೂ ಅವನಿಗೆ ಒತ್ತಾಯ ಮಾಡಿದರು.

ವೈದ್ಯನಿಗೆ ಹೇಳಿಕಳಿಸಲು ಅವನೇನೋ ಒಪ್ಪಬಹುದಿತ್ತು. ಆದರೆ ಯಾರಾದರೊಬ್ಬ ತಜ್ಞನಿಗೋಸ್ಕರ ಬುಡಾಪೆಸ್ಟ್‌ಗೆ ತಂತಿ ಕಳಿಸುವಂತೆ ಅವರಿಬ್ಬರೂ ಸೂಚಿಸಿದರು. ಈ ಕೆಲಸಕ್ಕೆ ಪ್ರೊಫೆಸರ್ ಬಿರಲಿಯೇ ಸರಿ ಎಂದು ಅವರು ನಿರ್ಧರಿಸಿದರು. ಒಂದು ಭೇಟಿಗೆ ಅವನಿಗೆ ಮುನ್ನೂರು ಫ್ಲಾರಿನ್ ಶುಲ್ಕ ತೆರಬೇಕಿತ್ತು. ಆದರೂ ಈ ವೆಚ್ಚ ಸಾರ್ಥಕವೆಂದು ಅವರು ರೈತನಿಗೆ ತಿಳಿಸಿದರು.

"ನಿಮಗೆ ಬುದ್ಧಿಯಿಲ್ಲ. ಆ ನೊಣ ಮುನ್ನೂರು ಫ್ಲಾರಿನ್ ನಷ್ಟೇನೂ ನನಗೆ ಅಪಾಯ ಮಾಡಿರಲಾರದು," ಎಂದ ರೈತ. ಆದರೆ ಕಿಲ್ಲೆಯ ಒಡತಿ ಪಟ್ಟು ಹಿಡಿದಳು. ವೈದ್ಯನಿಗೆ ತಾನೇ

ದುಡ್ಡು ಕೊಡುವುದಾಗಿ ಹೇಳಿದಳು. ಉಪಾಯ ಫಲಿಸಿತು. ಎಷ್ಟಾದರೂ ಜಾನ್ ಗಾಲ್ ಸ್ವಾಭಿಮಾನಿ ರೈತ. ತಂತಿ ಹೋಯಿತು. ಡಾಕ್ಟರ್‌ನನ್ನು ಕರೆತರಲು ನಿಲ್ದಾಣಕ್ಕೆ ಕಳಿಸಿದ್ದ ಗಾಡಿಯಲ್ಲಿ ಕನ್ನಡಕ ಧರಿಸಿದ್ದ ತೆಳ್ಳನೆಯ ತರುಣನೊಬ್ಬ ಬಂದ. ಅವನದೇನೂ ಅಂತಹ ಆಕರ್ಷಕ ವ್ಯಕ್ತಿತ್ವವಾಗಿರಲಿಲ್ಲ.

ವೃದ್ಧ ರೈತನ ಯುವ ಪತ್ನಿ ಶ್ರೀಮತಿ ಗಾಲ್ ಅವನನ್ನು ಹೆಬ್ಬಾಗಿಲಿನಲ್ಲಿ ಬರಮಾಡಿಕೊಂಡಳು.

"ಬುಡಾಪೆಸ್ಟ್‌ನ ವಿಖ್ಯಾತ ವೈದ್ಯ ನೀವೇ ಅಲ್ಲವೇ ?" ಎಂದು ಆಕೆ ಕೇಳಿದಳು. "ಒಳಗೆ ಬಂದು ನನ್ನ ಗಂಡನನ್ನು ನೋಡಿ. ಆತನ ಕೈಯನ್ನು ಒಂದು ಸಣ್ಣ ನೊಣ ಕಚ್ಚಿದೆ. ಅಷ್ಟಕ್ಕೆ ಆನೆಯೇ ಕಚ್ಚಿಬಿಟ್ಟಷ್ಟು ಗಲಾಟೆ ಮಾಡ್ತಿದ್ದಾರೆ."

ಅವಳು ಹೇಳಿದ್ದು ಶುದ್ಧ ಸುಳ್ಳು. ಜಾನ್‌ಗಾಲ್ ಒಂದು ಮಾತನ್ನೂ ಆಡಿರಲಿಲ್ಲ. ಯಾರಾದರೂ ಕೇಳಿದ ಹೊರತು ನೊಣ ಕಚ್ಚಿತೆಂದು ಅವನು ಹೇಳುತ್ತಲೂ ಇರಲಿಲ್ಲ. ಏನೂ ಆಗದವನಂತೆಯೇ, ಸ್ವಲ್ಪವೂ ಉದ್ವೇಗವಿಲ್ಲದೆ ಆತ ಹಾಸಿಗೆಯಲ್ಲಿ ಮಲಗಿದ್ದ. ಬಾಯಿಯಲ್ಲಿ ತನ್ನ ಪೈಪ್ ಇಟ್ಟುಕೊಂಡು, ಮೆತ್ತನೆಯ ಒಂದು ಕುರಿಚರ್ಮದ ಮೇಲೆ ಆತ ತಲೆ ಒರಗಿಸಿದ್ದ.

"ಏನಾಗಿದೆ ಅಜ್ಜಯ್ಯ ? ಒಂದು ನೊಣ ಕಚ್ಚಿತಂತೆ. ಹೌದೆ ?" ವೈದ್ಯ ಕೇಳಿದ.

"ಹ್ಞಾ," ಎಂದ ರೈತ.

"ಎಂಥ ನೊಣ ?"

"ಹಸಿರು ನೊಣ." ಚುಟುಕಾಗಿ ಉತ್ತರಿಸಿದ ರೈತ.

"ಅವರೊಡನೆ ಮಾತನಾಡುತ್ತಿರಿ, ಡಾಕ್ಟರೇ. ನನಗೆ ಸ್ವಲ್ಪ ಕೆಲಸವಿದೆ. ಒಲೆಯ ಮೇಲೆ ರೊಟ್ಟಿ ಇಟ್ಟು ಬಂದಿದ್ದೇನೆ," ಎಂದಳು ರೈತನ ಹೆಂಡತಿ.

"ಆಗಲಿ ತಾಯಿ," ಎಂದ ವೈದ್ಯ, ಅನ್ಯಮನಸ್ಕನಾಗಿ.

ಏನೋ ಕುಟುಕಿದಂತೆ ಅವಳು ಚಕ್ಕನೆ ಅವನತ್ತ ತಿರುಗಿದಳು. ಸೊಂಟದ ಮೇಲೆ ಕೈಗಳನ್ನಿಟ್ಟುಕೊಂಡು ಅರ್ಧ ಮುನಿಸಿನಿಂದ ಮತ್ತು ಅರ್ಧ ವೈಯಾರದಿಂದ ಆಕೆ ಹೇಳಿದಳು:

"ಏನೆಂದಿರಿ ! ನಿಮಗೆ ನನ್ನ ತಂದೆಯಷ್ಟು ವಯಸ್ಸಾಗಿದೆ. ನಿಮ್ಮ ಕಣ್ಣುಗಳ ಮೇಲೆ ಇರೋ ಕಿಟಕಿಗಳಿಂದ ನಿಮಗೆ ಸರಿಯಾಗಿ ಕಾಣೋದಿಲ್ಲವೊ ಏನೋ ?"

ಇಷ್ಟು ಹೇಳಿ ಅವಳು ರಭಸದಿಂದ ಹಿಂದೆ ಹೋದಳು. ಆ ರಭಸಕ್ಕೆ ಗರಿಗರಿಯಾದ ಅವಳ ಲಂಗವೂ ಸುಂಟರಗಾಳಿಯಂತೆ ಸುಯ್ಯಲಾಡಿತು. ಶಕ್ತಿವಂತೆಯಾದ ಯುವತಿಯ ಗತ್ತಿನಿಂದ ಅವಳು ನೆಟ್ಟಗೆ ನಡೆದಳು.

ವೈದ್ಯನ ಕಣ್ಣುಗಳು ಅವಳು ಹೋಗುವುದನ್ನೇ ನೋಡುತ್ತಿದ್ದುವು. ಅವಳು ಬಹಳ ಸುಂದರಿ. ವೈದ್ಯನಿಗಿಂತ ಚಿಕ್ಕವಳು. ಅವಳ ಗಂಡನಿಗಿಂತಲೂ ಬಹಳ ಚಿಕ್ಕವಳು. ವೈದ್ಯ ಅವಳ ಕ್ಷಮೆ ಕೇಳಬೇಕೆಂದಿದ್ದ. ಆದರೆ ಅವನು ಏನಾದರೂ ಹೇಳುವ ಮೊದಲೇ ಅವಳು ಹೊರಟು ಹೋಗಿದ್ದಳು. ವೈದ್ಯ ಪುನಃ ರೈತನತ್ತ ಮುಖ ತಿರುಗಿಸಿ ಕೇಳಿದ :

"ಎಲ್ಲಿ, ಕೈ ಕೊಡಿ ನೋಡೋಣ. ನೋಯ್ತಿದೆಯೆ ?"

"ಬೇಕಾದಷ್ಟು."

ಊದಿಕೊಂಡಿದ್ದ ಕೈಯನ್ನು ಡಾಕ್ಟರ್ ಪರೀಕ್ಷಿಸಿದ. ಅವನ ನೋಟ ಗಂಭೀರವಾಯಿತು.

"ಬಲವಾಗಿಯೇ ಕಚ್ಚಿದೆ, ವಿಷದ ನೊಣವಿರಬೇಕು."

"ಇರ್ಬಹುದು. ಅದು ಸಾಮಾನ್ಯ ನೊಣದಂತೆ ಇರ್ಲಿಲ್ಲ ಅಂತ ಹೇಳಬಲ್ಲೆ," ಎಂದ ಜಾನ್ ಸ್ವಲ್ಪವೂ ಉದ್ವೇಗವಿಲ್ಲದೆ.

"ಅದು ಯಾವುದೋ ಹೆಣದ ಮೇಲೆ ಕೂತು ಬಂದ ನೊಣವಾಗಿರ್ಬೇಕು."

ಈ ಮಾತಿಗೆ ಜಾನ್ ಗಾಲ್ ಕೊಟ್ಟ ಉತ್ತರವೆಂದರೆ ಒಂದು ಮೂಕ ಶಾಪ ಮಾತ್ರ.

"ಅದೃಷ್ಟವಶಾತ್ ನಾನು ಸಕಾಲಕ್ಕೆ ಬಂದೆ. ಈಗಲೂ ಏನಾದರೂ ಮಾಡ್ಬಹುದು. ನಾಳೆಯಾಗಿದ್ದರೆ ತುಂಬಾ ತಡವಾಗ್ತಿತ್ತು. ನೀವು ಸತ್ತೇಹೋಗಿಬಿಡ್ತಿದ್ರಿ."

"ಹೌದೇ ? ಆಶ್ಚರ್ಯ !" ಎಂದ ರೈತ, ಪೈಪ್‌ನೊಳಗೆ ಹೊಗೆಸೊಪ್ಪನ್ನು ಹೆಬ್ಬೆಟ್ಟಿನಿಂದ ಒತ್ತುತ್ತ.

"ರಕ್ತದಲ್ಲಿ ವಿಷ ಬೇಗನೆ ಸೇರಿಬಿಡ್ತದೆ. ನಾವು ಸ್ವಲ್ಪವೂ ತಡಮಾಡೋ ಹಾಗಿಲ್ಲ. ನೀವು ಮನಸ್ಸು ಗಟ್ಟಿಮಾಡಿಕೊಳ್ಬೇಕು ಯಜಮಾನ್ರೇ. ನಿಮ್ಮ ತೋಳನ್ನು ಕತ್ತರಿಸಬೇಕಾಗ್ತದೆ."

"ನನ್ನ ತೋಳನ್ನೇ ?" – ರೈತ ಆಶ್ಚರ್ಯದಿಂದ ಸ್ವಲ್ಪ ವ್ಯಂಗ್ಯವಾಗಿ, ಆದರೆ ಕೊಂಚವೂ ವಿಚಲಿತನಾಗದೆ ಕೇಳಿದ.

"ಹೌದು. ಹಾಗೆ ಮಾಡಲೇಬೇಕು."

ಜಾನ್ ಗಾಲ್ ಒಂದು ಮಾತನ್ನೂ ಆಡಲಿಲ್ಲ. ಸುಮ್ಮನೆ ತಲೆಯಾಡಿಸಿ ಧೂಮಪಾನದಲ್ಲಿ ಮಗ್ನನಾದ.

ರೈತನನ್ನು ಒತ್ತಾಯಿಸುವ ಧ್ವನಿಯಲ್ಲಿ ಡಾಕ್ಟರ್ ಹೇಳಿದ:

"ನೋಡಿ ನಿಮಗೆ ಸ್ವಲ್ಪವೂ ನೋವಾಗೋದಿಲ್ಲ. ನೀವು ನಿದ್ರಿಸೋ ಹಾಗೆ ಮಾಡ್ತೇನೆ. ನಿಮಗೆ ಎಚ್ಚರವಾದಾಗ ನಿಮ್ಮ ಪ್ರಾಣ ಉಳಿದಿರ್ತದೆ. ಇಲ್ಲವಾದರೆ ನಾಳೆ ಇಷ್ಟು ಹೊತ್ತಿಗೆ ನೀವು ಸತ್ತ ಇಲಿಯಂತಾಗಿರ್ತೀರಿ. ಆಗ ದೇವರೂ ನಿಮ್ಮನ್ನು ಬದುಕಿಸಲಾರ."

"ಓಹ್ ! ನನ್ನನ್ನು ನನ್ನ ಪಾಡಿಗೆ ಬಿಟ್ಟು ಬಿಡಿ" – ಅಷ್ಟೊಂದು ಮಾತುಗಳನ್ನು ಕೇಳಲಾರದವನಂತೆ ಹೇಳಿದ ರೈತ, ಗೋಡೆಯತ್ತ ತಿರುಗಿ ಕಣ್ಣುಗಳನ್ನು ಮುಚ್ಚಿಕೊಂಡ.

ಇಂತಹ ಮೊಂಡುತನಕ್ಕೆ ವೈದ್ಯ ಸಿದ್ಧನಾಗಿ ಬಂದಿರಲಿಲ್ಲ. ವೃದ್ಧನ ಹೆಂಡತಿಯ ಜೊತೆ ಮಾತನಾಡಲು ಅವನು ಕೊಠಡಿಯಿಂದ ಹೊರಬಂದ.

"ನನ್ನ ಗಂಡ ಹೇಗಿದ್ದಾನೆ ?" ಎಂದು ತನ್ನ ಕೆಲಸ ಮಾಡುತ್ತಲೇ ಎಷ್ಟು ಸಾಧ್ಯವೋ ಅಷ್ಟು ಅನಾಸಕ್ತಿಯಿಂದ, ಕೇಳಿದಳು ಆಕೆ. ವೈದ್ಯನ ಬಗ್ಗೆ ತಿರಸ್ಕಾರ ವ್ಯಕ್ತಪಡಿಸುವುದು ಅವಳ ಉದ್ದೇಶವಾಗಿತ್ತು.

"ಅವರ ತೋಳನ್ನು ಕತ್ತರಿಸ್ಬೇಕು. ಅದಕ್ಕೊಪ್ಪುವಂತೆ ಅವರ ಮನವೊಲಿಸಿ ಅಂತ ನಿಮಗೆ ಹೇಳಲು ಬಂದೆ, ಅಷ್ಟೆ."

"ಅಯ್ಯೋ ದೇವರೇ !" ಎಂದು ಚಕಿತಳಾಗಿ ನುಡಿದ ಆಕೆ, ತನ್ನ ಮೈಯ ಮೇಲಿದ್ದ ಬಿಳಿಯ ಮೇಲುವಸ್ತ್ರದಂತೆ ಬಿಳಿಚಿಕೊಂಡಳು. "ಹಾಗೆ ಮಾಡಲೇಬೇಕೇನು ?" ಎಂದು ಕೇಳಿದಳು.

"ಇಲ್ಲದಿದ್ದರೆ ಇನ್ನು ಇಪ್ಪತ್ತನಾಲ್ಕು ಗಂಟೆಗಳಲ್ಲಿ ಅವರು ಸತ್ತುಹೋಗ್ತಾರೆ."

ಅವಳ ಮುಖ ಕೆಂಪಾಯಿತು. ಡಾಕ್ಟರ್‌ನ ಕೈ ಹಿಡಿದುಕೊಂಡು ಗಂಡ ಮಲಗಿದ್ದಕೊಠಡಿಗೆ ಆಕೆ ಅವನನ್ನು ಎಳೆದೊಯ್ದಳು. ಅಲ್ಲಿ ಕೈಗಳನ್ನು ಸೊಂಟದ ಮೇಲಿಟ್ಟುಕೊಂಡು ಕೇಳಿದಳು:

"ನಾನು ಅಂಗವಿಕಲನ ಹೆಂಡತಿಯಾಗ್ಬೇಕೆ ? ಅದರಿಂದ ತೃಪ್ತಳಾಗುವ ಹೆಂಗಸಿನಂತೆ ನಾನು ಕಾಣಿಸ್ತೇನೆಯೇ ? ಹಾಗಾದಲ್ಲಿ ನಾನು ಅವಮಾನದಿಂದ ಸತ್ತುಹೋಗಿಬಿಡ್ತೇನೆ, ಅಷ್ಟೆ. ಅವರತ್ತ ನೋಡಿ," ಎಂದು ಗಂಡನ ಕಡೆಗೆ ತಿರುಗಿ ಅವಳು ಕಿರಿಚಿದಳು:

"ನಿಮ್ಮ ತೋಳು ಕತ್ತರಿಸೋದಕ್ಕೆ ಅವರಿಗೆ ಅವಕಾಶ ಕೊಡ್ಬೇಡಿ ಜಾನ್. ಅವರ ಮಾತಿಗೆ ಕಿವಿಕೊಡ್ಬೇಡಿ !"

ವೃದ್ಧ ರೈತ ಹೆಂಡತಿಯನ್ನು ಸ್ನೇಹದ ಕಣ್ಣುಗಳಿಂದ ನೋಡುತ್ತಾ ಅವಳಿಗೆ ಸಮಾಧಾನ ಹೇಳಿದ:

"ನೀನೇನೂ ಚಿಂತಿಸೋದು ಬೇಡ ಕ್ರಿಶ್ಕಾ. ಇಲ್ಲಿ ಕಸಾಯಿಕೆಲಸ ಮಾಡೋದಕ್ಕೆ ನಾನು ಖಂಡಿತ ಬಿಡೋದಿಲ್ಲ. ದೇಹವನ್ನು ಚೂರು ಚೂರು ಮಾಡಿಕೊಂಡು ಸಾಯೋದಕ್ಕೆ ನನಗಿಷ್ಟವಿಲ್ಲ."

ಸಾವಿನ ಕರಾಳತೆಯ ಮತ್ತು ಬದುಕಿನ ಸೌಂದರ್ಯದ ಬಗ್ಗೆ ಆ ಮುದುಕನಿಗೆ ಡಾಕ್ಟರ್ ಹೇಳಿದುದೆಲ್ಲ ವ್ಯರ್ಥವಾಯಿತು. ತನ್ನ ಮಾತಿಗೆ ಬೆಂಬಲ ನೀಡಲು ಕಿಲ್ಲೆಯ ಒಡತಿಯನ್ನು, ಪಾದ್ರಿಯನ್ನು ಮತ್ತು ಹಳ್ಳಿಯ ಅತ್ಯುತ್ತಮ ಮಾತುಗಾರರೆಲ್ಲರನ್ನೂ ಆತ ಕರೆಸಿ ನೋಡಿದ. ಆದರೆ ಅದರಿಂದಲೂ ಏನೂ ಪ್ರಯೋಜನವಾಗಲಿಲ್ಲ. ಜಾನ್ ಗಾಲ್ ತನ್ನ ಹಟ ಬಿಡಲಿಲ್ಲ. ತೋಳನ್ನು ತುಂಡರಿಸಿಕೊಳ್ಳಲು ಒಪ್ಪಲಿಲ್ಲ. ಸ್ವಲ್ಪವೂ ನೊಂದುಕೊಳ್ಳದೆ, ಅಸಮಾಧಾನವಿಲ್ಲದೆ, ಒಂದು ಹನಿ ಕಣ್ಣೀರು ಹಾಕದೆ, ಸಾವನ್ನು ಎದುರಿಸುವ ರೈತನ ಪ್ರಶಾಂತ ಭಾವ ಅವನ ಮುಖದ ಮೇಲಿನ ಕಳೆಯಲ್ಲಿ, ಮಾತಿನ ಧ್ವನಿಯಲ್ಲಿ ವ್ಯಕ್ತವಾಗುತ್ತಿತ್ತು. ಸಾವಿನ ಬಗ್ಗೆ ಅವನಿಗೆ ಯಾವ ಭೀತಿಯೂ ಇರಲಿಲ್ಲ. ತನಗೆ ಸಾಯುವ ಸಮಯ ಒದಗಿದೆ ಎಂದಾಗಿದ್ದರೆ, ತನಗಿಂತ ಮೊದಲು ತನ್ನ ತಾತ ಮತ್ತು ಮುತ್ತಾತಂದಿರು ಹೇಗೆ ಹೋಗಿದ್ದರೋ, ಹಾಗೆಯೇ ಅವನು ಕೂಡ ಹೋಗಲು ಸಿದ್ಧನಾಗಿದ್ದ.

ಮುದುಕ ಉಳಿದುಕೊಳ್ಳುವಂತೆ ಅವನ ಮನ ಒಲಿಸಲು ಎಷ್ಟು ಪ್ರಯತ್ನಿಸಿದರೂ, ಅದರಿಂದ ಏನೂ ಪ್ರಯೋಜನವಿಲ್ಲವೆಂಬುದು ಸ್ಪಷ್ಟವಾಗಿತ್ತು. ಆದರೆ ತನ್ನ ಬಗ್ಗೆ ನಿಜವಾಗಿ ಕಾಳಜಿ ತೋರುತ್ತಿದ್ದ ವೈದ್ಯನ ವರ್ತನೆಯಿಂದ ಮುದುಕನ ಮನಸ್ಸು ಕೊನೆಗೆ ಕರಗಲಾರಂಭಿಸಿತು. ವೈದ್ಯನ ಮನಸ್ಸಿನಲ್ಲಾಗುತ್ತಿದ್ದ ಗೊಂದಲಕ್ಕಾಗಿ ಅವನಿಗೆ ಅನುಕಂಪವೆನಿಸಿತು. ವೈದ್ಯ ಪಡುತ್ತಿದ್ದ ಸಂಕಟದಿಂದ ಜಾನ್‌ಗೆ ವಿಷಾದವೆನಿಸಿತು. ಅವನು ಅರ್ಧ ಹಾಸ್ಯಾಸ್ಪದವಾದ ಹಾಗೂ ಅರ್ಧ ಕರುಣಾಜನಕವಾದ ರೀತಿಯಲ್ಲಿ ವೈದ್ಯನಿಗೆ ಸಮಾಧಾನ ಹೇಳಲಾರಂಭಿಸಿದ.

ರೈತನೆಂದರೆ, ಹಣದ ಯೋಚನೆ ಅವನ ಮೇಲೆ ಚಮತ್ಕಾರ ಮಾಡಿಬಿಡುತ್ತದೆ ಎಂಬುದು ವೈದ್ಯನಿಗೆ ಇದ್ದಕ್ಕಿದ್ದಂತೆ ನೆನಪಾಯಿತು. ಅವನು ಹೇಳಿದ:

"ನಾನು ನಿಮ್ಮ ತೋಳನ್ನು ಕತ್ತರಿಸಲಿ, ಬಿಡಲಿ, ನೀವು ಮುನ್ನೂರು ಫ್ಲಾರಿನ್ ಕೊಡಲೇ ಬೇಕಾಗ್ತದೆ. ಶಸ್ತ್ರ ಚಿಕಿತ್ಸೆ ಮಾಡಿಸಿಕೊಳ್ಳದಿದ್ದರೆ ಹಣ ವ್ಯರ್ಥವಾಗ್ತದೆ. ಅದೆಲ್ಲ ಐದು ನಿಮಿಷದ ಕೆಲಸ ಅಷ್ಟೆ."

"ನೀವು ಏನಾದರೂ ಮುಲಾಮು ಬರೆದುಕೊಟ್ಟು ನಿಮ್ಮ ಹಣ ತಗೋಬಹುದು," ಎಂದು ಬೂಟುಗಳನ್ನು ಕೊಳ್ಳುವಾಗ ಚೌಕಾಶಿ ಮಾಡುವಷ್ಟೇ ಶಾಂತವಾಗಿ ಮುದುಕ ಹೇಳಿದ.

ಇನ್ನು ಮಾತನಾಡಿ ಪ್ರಯೋಜನವಿರಲಿಲ್ಲ. ಡಾಕ್ಟರ್ ಬೇಸರದಿಂದ, ನಿರಾಶೆಯಿಂದ ಅಲ್ಲಿಂದ ಹೊರಟ. ವಿಷಯದ ಬಗ್ಗೆ ಯೋಚಿಸಲು ಮತ್ತು ಹಳ್ಳಿಯ ಬುದ್ಧಿವಂತರೊಡನೆ

ಸಮಸ್ಯೆಯ ಬಗ್ಗೆ ಚರ್ಚಿಸಲು ಅವನು ಸ್ವಲ್ಪ ದೂರ ಸುತ್ತಾಡಿದ. ಆದರೆ ಅವನಿಗೆ ಯಾರಿಂದಲೂ ಸೂಕ್ತ ಸಲಹೆ ದೊರೆಯಲಿಲ್ಲ. ಗ್ರಾಮದ ಕರಣಿಕನನ್ನು ಮತ್ತು ನ್ಯಾಯಪಾಲಕನನ್ನು ರೋಗಿಯ ಬಳಿ ಕರೆತಂದುದರಿಂದ ಕೂಡ ಏನೂ ಫಲ ಸಿಗಲಿಲ್ಲ. ಡಾಕ್ಟರನ ಈ ದುಷ್ಟ ಹಂಚಿಕೆಗಳನ್ನೆಲ್ಲ ಮಣ್ಣುಗೂಡಿಸಲು ಆ ರೈತನ ತರುಣ ಹೆಂಡತಿ ಅಲ್ಲಿ ಸದಾ ಕಾದಿರುತ್ತಿದ್ದಳು. ಮುದುಕನ ಹಟಮಾರಿತನವನ್ನು ಬಲಪಡಿಸಲು ಒಂದೆರಡು ಮಾತುಗಳನ್ನಾದರೂ ಆಡದೆ ಅವಳು ಎಂದೂ ಸುಮ್ಮಗೆ ಕುಳಿತುಕೊಳ್ಳುತ್ತಿರಲಿಲ್ಲ. ಆ ವೈದ್ಯ ಅವಳನ್ನು ಉರಿಗಣ್ಣಿನಿಂದ ಆಗೀಗನೋಡುತ್ತ ಒಮ್ಮೆ ಗಟ್ಟಿಯಾಗಿ ಗದರಿಸಿದ :

"ಗಂಡಸರು ಮಾತನಾಡುತ್ತಿರುವಾಗ ನೀವು ಬಾಯಿ ಮುಚ್ಚಿಕೊಂಡಿರಿ !"

"ಹುಂಜದ ತಿಪ್ಪೆಯಲ್ಲಿ ಹೇಂಟೆಗೂ ಒಂದು ಸ್ಥಾನವಿದೆ," ಎಂದು ಅವಳು ತನ್ನ ದೇಹವನ್ನಾಡಿಸುತ್ತ ಅವನಿಗೆ ಮಾರುತ್ತರ ಕೊಟ್ಟಳು.

ಜಾನ್ ಗಾಲ್ ಅವರ ಜಗಳ ನಿಲ್ಲಿಸಲು ಮುಂದಾದ :

"ಕ್ರಿಶ್ಕಾ, ತುಂಬ ಗಲಾಟೆ ಮಾಡ್ಬೇಡ. ಅತಿಥಿಗಳಿಗೆ ಒಂದು ಸೀಸೆ ವೈನ್ ತಂದುಕೊಡು."

"ಯಾವ ಪೀಪಾಯಿಯಿಂದ ತರಲಿ ?" ಎಂದು ಕೇಳಿದಳು ಕ್ರಿಶ್ಕಾ.

"ಇನ್ನೂರು ಲೀಟರ್ ಪೀಪಾಯಿನಿಂದ. ಆದರೆ ನನ್ನ ಅಂತ್ಯಸಂಸ್ಕಾರಕ್ಕೆ ಮುನ್ನೂರು ಲೀಟರ್ ಪೀಪಾಯಿ ಉಪಯೋಗಿಸು. ಅದು ಈಗಾಗಲೇ ಹುಳಿಯಾಗ್ತಿದೆ."

ತಾನು ಸಾಯುವುದು ಖಚಿತವೆಂದು ನಿರ್ಧರಿಸಿದ್ದ ಆತ ಅದಕ್ಕೆ ಸಿದ್ಧನಾಗಿದ್ದ. ಅತಿಥಿಗಳು ವೈನ್ ಕುಡಿದು, ಅವನನ್ನು ಶಾಂತಿಯಿಂದ ದೇವರಲ್ಲಿಗೆ ಹೋಗಲು ಬಿಟ್ಟು ಅಲ್ಲಿಂದ ನಡೆದರು. ಅಂಗಳದಲ್ಲಿ ಡಾಕ್ಟರ್ ಬಿರಲಿ ಮನೆಯ ಕೂಲಿಯಾಳನ್ನು ಭೇಟಿಯಾದ. ಎಲ್ಲ ಬಗೆಯ ಕೆಲಸವನ್ನೂ ಮಾಡುತ್ತಿದ್ದ ಆತ ಒಳ್ಳೇ ಬಲಶಾಲಿಯಂತೆ ಕಾಣುತ್ತಿದ್ದ ಒಬ್ಬ ತರುಣ.

ಅವನೊಂದಿಗೆ ಡಾಕ್ಟರ್ ಹೇಳಿದ :

"ಗಾಡಿಯನ್ನು ಸಿದ್ಧಮಾಡು. ಇನ್ನೊಂದರ್ಧ ಗಂಟೆಯಲ್ಲಿ ನಾನು ಹೊರಡ್ತೇನೆ. ರಾತ್ರಿಯ ಊಟಕ್ಕೆ ನಾನು ಇಲ್ಲಿ ನಿಲ್ಲೋದಿಲ್ಲ ಅಂತ ಶ್ರೀಮತಿ ಗಾಲ್ ಅವರಿಗೆ ಹೇಳಿಬಿಡು."

ಮುಂದೇನು ಮಾಡಬೇಕೆಂದು ತೋಚದೆ ಆತ ಹೆಬ್ಬಾಗಿಲ ಹೊರಗೆ ನಿಂತ. ಹೆಬ್ಬಾಗಿಲ ಸಂದಿನಿಂದ ಶ್ರೀಮತಿ ಗಾಲ್ ಬಳಿಗೆ ಆ ವ್ಯಕ್ತಿ ಹೋಗುವುದು ಡಾಕ್ಟರ್‌ಗೆ ಕಾಣಿಸಿತು. ಆ ಕೂಲಿಯಾಳನ್ನು ಕಂಡೊಡನೆ ಆಕೆ ಬೀರಿದ ವಯ್ಯಾರದ ನೋಟ, ಅವಳ ಬಳಿ ಹೋಗುತ್ತಿದ್ದಂತೆ ಅವನು ಠೀವಿಯಿಂದ ವರ್ತಿಸಿದ ರೀತಿ, ಡಾಕ್ಟರಿಗೆ ಗೋಚರಿಸದಿರಲಿಲ್ಲ. ಅವರಿಬ್ಬರೂ ಬೆಂಕಿಯೊಡನೆ ಸರಸವಾಡುತ್ತಿದ್ದರೆಂಬುದು, ಇಬ್ಬರ ನಡುವೆ ಏನೋ ಹೊಂದಾಣಿಕೆ ಇತ್ತೆಂಬುದು ಸ್ಪಷ್ಟವಾಗಿತ್ತು. ಈಗ ಅವನು ಮಾಡಬೇಕಾಗಿದ್ದುದು ಆ ಬಗ್ಗೆ ಇನ್ನೂ ಸ್ವಲ್ಪ ವಿಷಯ ಸಂಗ್ರಹಣೆ, ಅಷ್ಟೆ. ಈ ಹಳ್ಳಿಯವರ ಪ್ರೇಮ ಪ್ರಕರಣಗಳ ಬಗ್ಗೆ ಎಲ್ಲವನ್ನೂ ತಿಳಿದ ಮಾಟಗಾತಿ ಮುದುಕಿಯೊಬ್ಬಳು ಹಳ್ಳಿಯಲ್ಲಿ ಎಲ್ಲೋ ಇರಲೇಬೇಕು. ಊರಿನ ಕರಣಿಕನಿಗೆ ಅವಳು ಗೊತ್ತಿರಲೇಬೇಕು.

ಹೌದು. ಅವನಿಗೆ ಗೊತ್ತಿತ್ತು.

"ಮಾಟಗಾತಿ ಮುದುಕಿ ರೆಬೆಕ್ ಜಾನ್ ಗಾಲ್‌ನ ಮನೆಯಿಂದ ಎರಡು ಮನೆಯಾಚೆ ಇದ್ದಾಳೆ," ಎಂದ ಆತ.

ಆ ಮಾಟಗಾತಿಗೆ ಡಾಕ್ಟರ್ ಎರಡು ಬೆಳ್ಳಿ ನಾಣ್ಯಗಳನ್ನು ಕೊಟ್ಟು ಅವಳೊಂದಿಗೆ ಕೇಳಿದ:

"ನಾನು ಒಬ್ಬಾಕೆಯನ್ನು ಪ್ರೇಮಿಸ್ತಿದ್ದೇನೆ. ಅವಳು ನನ್ನನ್ನು ಪ್ರೇಮಿಸೋ ಹಾಗೆ ಮಾಡೋದಕ್ಕೆ ಏನನ್ನಾದರೂ ಕೊಡು."

"ಓ, ಅದೇನು ಅಷ್ಟು ಸುಲಭವೆಂದುಕೊಂಡೆಯಾ ? ನೀನು ಒಂದು ಬೆದರುಗೊಂಬೆಯಂತೆ ಕಾಣ್ತೀ. ನಿನ್ನಂಥವನನ್ನು ಹೆಂಗಸರು ಸಾಮಾನ್ಯವಾಗಿ ಪ್ರೀತಿಸೋದಿಲ್ಲ."

"ಹೌದು, ತಾಯಿ. ಆದರೆ ಅವಳಿಗೆ ಬೇಕಾದಷ್ಟು ರೇಷ್ಮೆ ಬಟ್ಟೆಗಳನ್ನೂ ಖರ್ಚು ಮಾಡಲು ಅವಳು ಕೇಳಿದಷ್ಟು ಹಣವನ್ನೂ ಕೊಡೋ ತಾಕತ್ತು ನನಗಿದೆ."

"ಆ ಹೆಂಗಸು ಯಾರು ?"

"ಶ್ರೀಮತಿ ಜಾನ್ ಗಾಲ್."

"ಗಿಡದಿಂದ ಕಿತ್ತಿರೋ ಗುಲಾಬಿಗಳನ್ನು ಬಿಟ್ಟು ಬೇರೆ ಯಾವ ಗುಲಾಬಿಯನ್ನಾದರೂ ನೀನು ಕೀಳ್ಬಹುದು."

ವೈದ್ಯ ತಿಳಿದುಕೊಳ್ಳಬೇಕೆಂದಿದ್ದ ಸಂಗತಿಯೂ ಅದೇ.

"ಅವಳ ಪ್ರೇಮಕ್ಕೆ ಪಾತ್ರನಾದ ಇನ್ನೊಬ್ಬ ವ್ಯಕ್ತಿ ಯಾರಾಗಿರ್ಬಹುದು ?" ವೈದ್ಯ ಕೇಳಿದ.

"ಪಾಲ್ ನಾದ್ಯ, ಆ ಕೂಲಿಯಾಳು. ಅವಳು ಅವನನ್ನು ಪ್ರೇಮಿಸ್ತಾಳೆ ಅಂತ ಕಾಣ್ತದೆ. ಯಾಕೇಂತಂದ್ರೆ ಅವಳು ಆಗಾಗ ಇಲ್ಲಿಗೆ ಪ್ರೇಮಕಷಾಯಗಳಿಗೋಸ್ಕರ ಬರ್ತಾಳೆ. ಮೂರು ವರ್ಷದಷ್ಟು ಹಳೆಯ ಬಳ್ಳಿಗಳ ಮೇಲಿನ ಹೋದ ವರ್ಷದ ಧೂಳನ್ನು, ಅವಳಿಗೆ ನಾನು ಕೊಟ್ಟೆ. ಅದನ್ನು ಮದ್ಯದಲ್ಲಿ ಹಾಕಿ ಅವನಿಗೆ ಕುಡಿಯೋದಕ್ಕೆ ಕೊಡುವಂತೆ ಹೇಳಿದೆ."

"ಜಾನ್ ಗಾಲ್‌ಗೆ ಸ್ವಲ್ಪಾನೂ ಸಂಶಯ ಬಂದಿಲ್ವೆ ?"

"ಅವನು ಬಹಳ ಚುರುಕು ಬುದ್ಧಿಯ ಮನುಷ್ಯನಾಗಿರ್ಬಹುದು. ಆದರೆ ಹೆಣ್ಣಿನ ಬುದ್ಧಿ ವಂತಿಕೆಯ ಮುಂದೆ ಅವನ ಆಟ ಏನೂ ನಡೆಯೋದಿಲ್ಲ."

ಜಾನ್ ಗಾಲ್‌ನ ಮನೆಗೆ ವೈದ್ಯ ಹಿಂತಿರುಗಿದ. ಪ್ರೇಮಿಗಳು ಇನ್ನೂ ಸಲ್ಲಾಪದಲ್ಲೇ ನಿರತ ರಾಗಿದ್ದರು. ಡಾಕ್ಟರ್‌ನನ್ನು ಆ ಕೂಲಿಯಾಳು ನಿಲ್ದಾಣಕ್ಕೆ ಕರೆದೊಯ್ಯಲು ಸಿದ್ಧನಾಗಿದ್ದ. ಕುದುರೆಗಳ ಬೆನ್ನನ್ನು ಆತ ಬಟ್ಟೆಯಿಂದ ಉಜ್ಜುತ್ತಿದ್ದ. ಅವಳು ವೈದ್ಯನನ್ನು ಹತ್ತಿರಕ್ಕೆ ಕರೆದಳು. ಅವನು ಬರುತ್ತಿರುವಂತೆ ಅವಳು ತನ್ನ ಕೈಗಳನ್ನು ಮಡಿಲಿನಲ್ಲಿ ತೂರಿಸಿ ಮುನ್ನೂರು ಫ್ಲಾರಿನ್ ನೋಟುಗಳನ್ನು ತೆಗೆದಳು.

"ಇದು ನೀವು ತೆಗೆದುಕೊಂಡ ತೊಂದರೆಗಾಗಿ ಡಾಕ್ಟರ್," ಎಂದು ಆಕೆ ಹಣವನ್ನು ಅವನತ್ತ ಚಾಚಿದಳು.

ವೈದ್ಯ ಹೇಳಿದ:

"ಆಗಲಿ. ಆದರೆ ಈ ಹಣಕ್ಕೆ ಅರ್ಹನಾಗಲು ಎಷ್ಟು ಕೆಲಸ ಮಾಡ್ಬೇಕಾಗಿತ್ತೋ ಅಷ್ಟು ಮಾಡೋದಕ್ಕೆ ನನ್ನಿಂದ ಆಗ್ಲಿಲ್ಲ ಅನ್ನೋದು ನಿನ್ನ ಆತ್ಮಸಾಕ್ಷಿಯ ಮೇಲೆ ಒಂದು ಹೊರೆಯಾಗಿ ಉಳಿಯೋದು ಖಂಡಿತ, ಸುಂದರಾಂಗಿ."

"ಅದನ್ನು ಹೊರೋದಕ್ಕೆ ತಕ್ಕಷ್ಟು ತ್ರಾಣ ನನ್ನ ಆತ್ಮದಲ್ಲಿದೆ. ಆ ಬಗ್ಗೆ ನೀವೇನೂ ಯೋಚಿಸ್ಬೇಕಾದ್ದಿಲ್ಲ".

"ಒಳ್ಳೆಯದು. ನಿಮ್ಮ ಪತಿಗೆ ವಿದಾಯ ಹೇಳಿ ಬರ್ತೇನೆ. ಅಷ್ಟರಲ್ಲಿ ನನ್ನ ಚೀಲವನ್ನು ಗಾಡಿಯಲ್ಲಿರಿಸಿ."

ಜಾನ್ ಗಾಲ್ ಮೊದಲಿನಂತೆಯೇ ಮಲಗಿದ್ದ. ಪೈಪ್‌ನಿಂದ ಹೊಗೆ ಬರುತ್ತಿರಲಿಲ್ಲ. ಆತ

ನಿದ್ರಿಸುತ್ತಿರುವವನಂತೆ ಕಣ್ಣು ಮುಚ್ಚಿಕೊಂಡಿದ್ದ. ಕೊಠಡಿಯ ಬಾಗಿಲು ತೆರೆದುಕೊಳ್ಳುತ್ತಿದ್ದಂತೆ ಒಂದು ಕಣ್ಣು ಬಿಟ್ಟು ಅವನು ಆ ಕಡೆಯೇ ನೋಡಿದ.

"ಹೋಗಿ ಬರ್ತೇನೇಂತ ಹೇಳೋದಕ್ಕೆ ಬಂದೆ ಮಿಸ್ಟರ್ ಗಾಲ್," ಎಂದ ವೈದ್ಯ.

"ಹೊರಟೇ ಬಿಟ್ಟಿರಾ ?" – ಗಾಲ್ ನಿರಾಸಕ್ತನಂತೆ ಕೇಳಿದ.

"ನಾನು ಇಲ್ಲಿ ಮಾಡಬೇಕಾದ್ದೇನೂ ಇಲ್ಲ."

"ಅವಳು ನಿಮಗೆ ಹಣ ಕೊಟ್ಟಳೆ ?"

"ಹೌದು. ಅಂದ ಹಾಗೆ, ಮಿಸ್ಟರ್ ಗಾಲ್, ನಿಮ್ಮ ಹೆಂಡತಿ ಬಹಳ ಸುಂದರಿ. ಅಬ್ಬಾ! ಆಕೆ ನಿಜವಾಗಿಯೂ ಚೆನ್ನಾಗಿದ್ದಾಳೆ."

ರೋಗಿ ಈಗ ಇನ್ನೊಂದು ಕಣ್ಣನ್ನು ತೆರೆದ. ತನ್ನ ಒಳ್ಳೆಯ ಕೈಯನ್ನು ಡಾಕ್ಟರನ ಮುಂದೆ ಚಾಚಿ, "ಹೌದಲ್ವೆ ?" ಎಂದ.

"ಅವಳ ಸೊಗಸಾದ ತುಟಿಗಳು ತೊಂಡೆ ಹಣ್ಣಿನಂತಿವೆ."

"ಹೌದು. ಹಾಗೆಯೇ ಇವೆ." ರೈತನ ಮುಖದ ಮೇಲೆ ಆನಂದದ ನಗೆ ಮೂಡಿತು.

"ಆ ಅಪಾಪೋಲಿ ಪಾಲ್ ಅವಳ ಜೊತೆ ಸೊಗಸಾಗಿ ಕಾಲ ಕಳೀತಾನೆ ಅಂತ ಕಾಣ್ತದೆ."

ಮುದುಕ ರೈತ ನಡುಗಿದ. ವೈದ್ಯನನ್ನು ಕಣ್ಣೆತ್ತಿ ನೋಡುತ್ತ ಆತ ಕೇಳಿದ:

"ಡಾಕ್ಟರ್, ನೀವು ಏನು ಹೇಳಿದಿರಿ ?"

ತಾನು ಹೇಳಲಿಚ್ಛಿಸದುದನ್ನು ಏನೋ ಹೇಳಿಬಿಟ್ಟಂತೆ ಡಾಕ್ಟರ್ ತಕ್ಷಣ ತುಟಿಗಳನ್ನು ಮುಚ್ಚಿ ಕೊಂಡ. ಬಳಿಕ ಹೇಳಿದ:

"ಏನಿಲ್ಲ; ತೀರಾ ಅಸಂಬದ್ಧ ಮಾತು ಆಡಿಬಿಟ್ಟೆ. ಇದು ನನಗೆ ಸಂಬಂಧಪಡದ ವಿಷಯ. ಆದರೂ ನನಗೆ ಕಣ್ಣುಗಳಿವೆ; ತಲೆಯಿದೆ; ನಾನು ನೋಡಬಲ್ಲೆ. ನಿಮ್ಮ ತೋಳನ್ನು ಕತ್ತರಿಸೋದಕ್ಕೆ ಅವಳು ಒಪ್ಪದಿದ್ದ ಕ್ಷಣವೇ ನನಗೆ ಸಂದೇಹವಾಯಿತು. ನಿಮಗೇನೂ ಅನುಮಾನ ಬಂದೇ ಇಲ್ವೆ? ಆದರೆ ಈಗ ನನಗೆ ಅರ್ಥವಾಗ್ತದೆ. ಚೆನ್ನಾಗಿ ಅರ್ಥವಾಗ್ತದೆ.

ತನ್ನ ಒಂದು ಕೈ ಊದಿಕೊಂಡಿದೆ ಎಂಬುದನ್ನು ಮರೆತು ಜಾನ್ ಗಾಲ್ ಎರಡು ಮುಷ್ಟಿ ಗಳನ್ನೂ ಆಡಿಸತೊಡಗಿದ. ಅದರಿಂದುಂಟಾದ ನೋವಿನಿಂದ ನರಳುತ್ತಾ ಅವನೆಂದ:

"ಅಯ್ಯೋ ! ನನ್ನ ತೋಳು, ತೋಳು ! ಡಾಕ್ಟರ್ ಇನ್ನೊಂದು ಮಾತನ್ನೂ ಆಡಬೇಡಿ."

"ಇಲ್ಲ, ಆಡೋದಿಲ್ಲ."

ದೀರ್ಘ ನರಳಾಟವೊಂದು ರೋಗಿಯ ಎದೆಯಿಂದ ಹೊರಟಿತು. ಅವನು ಬಲಗೈಯಿಂದ ವೈದ್ಯನ ತೋಳನ್ನು ಭದ್ರವಾಗಿ ಹಿಡಿದುಕೊಂಡ.

"ಯಾವ ಪಾಲ್, ಡಾಕ್ಟರ್ ? ಯಾರವನು ?"

"ಖಂಡಿತವಾಗಿಯೂ ನಿಮಗೆ ಗೊತ್ತಿಲ್ಲ ಅಂತೀರಾ ? ಅವನೇ, ನಿಮ್ಮಲ್ಲಿ ಕೆಲಸಕ್ಕಿರುವ ಆಳು – ಪಾಲ್ ನಾದ್ಯ."

ಮುದುಕ ಬಿಳಿಚಿಕೊಂಡ. ಅವನ ತುಟಿಗಳು ಅದುರಿದವು. ರಕ್ತವೆಲ್ಲ ಹೃದಯಕ್ಕೆ ನುಗ್ಗಿ ದಂತಾಯಿತು. ಈಗ ಅವನ ತೋಳಿನಲ್ಲಿ ಸ್ವಲ್ಪವೂ ನೋವು ಕಾಣಿಸಲಿಲ್ಲ. ಅವನು ಕೈಯಿಂದ ಹಣೆ ಚಚ್ಚಿಕೊಂಡು ಮೇಲೆ ನೋಡಿದ.

"ನಾನೆಂಥ ಮೂರ್ಖ ! ನಾನು ಮೊದಲೇ ಗಮನಿಸಬೇಕಾಗಿತ್ತು... ಅವಳು ಹೆಣ್ಣಲ್ಲ, ಹಾವು !"

"ಆಕೆಯನ್ನು ಈಗ ನಿಂದಿಸೋದ್ರಿಂದ ಏನು ಫಲ, ಗಾಲ್ ? ಅವಳಲ್ಲಿ ಯೌವನವಿದೆ;

ಆರೋಗ್ಯವಿದೆ; ಬದುಕನ್ನು ಸವಿಯೋ ಬಯಕೆ ಇದೆ ಅಲ್ವೆ? ಅವಳು ಇನ್ನೂ ಏನೂ ತಪ್ಪು ಮಾಡದ ಮುಗ್ಧೆಯೇ ಇರ್ಬಹುದು. ಆದರೆ ನೀವು ಹೋದ ಬಳಿಕ ಅವಳು ಮದುವೆಯಾಗ್ಲೇ ಬೇಕು... ನೀವು ಹೋಗೋದಂತೂ ಖಂಡಿತ."

ಮುದುಕ ಪ್ರಯತ್ನಪಟ್ಟು ಅಲುಗಾಡಿದ. ಇನ್ನೂ ಮಾತನಾಡುತ್ತಲೇ ಇದ್ದ ವೈದ್ಯನತ್ತ ಹೊರಳಿದ.

"ನೀವು ಸತ್ತ ಮೇಲೆ ಅವಳು ಯುವಕನೊಬ್ಬನನ್ನು ಮದುವೆಯಾದರೆ ನೀವೇನೂ ಕಳೆದು ಕೊಳ್ಳೋದಿಲ್ಲ. ಮಣ್ಣಿನ ಮಡಿಲು ಸೇರಿದ ಮೇಲೆ ನಿಮಗೆ ಅವಳ ವಿಷಯವೇನೂ ತಿಳಿಯೋದಿಲ್ಲ. ಹಾಗೆ ನೋಡಿದ್ರೆ ಅವಳಿಗೊಬ್ಬ ಸುಂದರ ಪುರುಷ ಗಂಡನಾಗಿ ಸಿಗ್ತಾನಲ್ಲ ಅಂತ ನೀವು ಸಂತೋಷಪಡ್ಬೇಕು. ಪಾಲ್ ನೋಡೋದಕ್ಕೆ ಲಕ್ಷಣವಾಗಿದ್ದಾನೆ."

ಮುದುಕ ಹಲ್ಲು ಕಡಿಯುತ್ತಿದ್ದ. ಎರಡು ಆನೆಗಳು ತಮ್ಮ ದಾಡೆಗಳನ್ನು ಪರಸ್ಪರ ಉಜ್ಜುತ್ತಿರುವಂತೆ ಶಬ್ದವಾಗುತ್ತಿತ್ತು.

"ನೀವು ಜಿಪುಣನಂತೆ ವರ್ತಿಸಬಾರ್ದು, ಮಿಸ್ಟರ್ ಗಾಲ್. ಗಂಡಿನ ಅಪ್ಪುಗೆಯಿಲ್ಲದೆ ಅವಳ ಆ ಸೊಗಸಾದ ದೇಹ ವ್ಯರ್ಥವಾಗಿ ಹೋದ್ರೆ, ಅದು ನಿಜವಾಗ್ಲೂ ಶೋಚನೀಯ. ಪಾಲ್ ಮೂರ್ಖನಲ್ಲ. ಅಂಥ ಹೆಣ್ಣು ಸಿಗೋದಾದ್ರೆ ಅವನೇನು ಅವಳನ್ನು ಒಮ್ಮೆಯಾದರೂ ರಮಿಸದೆ ಇರೋದಿಲ್ಲ. ಅಲ್ಲದೆ ನಿಮ್ಮ ಹಣ, ಆಸ್ತಿ ಎಲ್ಲ ಅವಳಿಗೇ ಹೋಗ್ತದೆ. ಆ ಹೆಂಗಸಿಗೂ ಬದುಕಿನ ಬಯಕೆ ಇರೋದು ಸಹಜ. ನೀವು ಮೂವರಲ್ಲಿ ಮೂರ್ಖ ಅಂತಂದ್ರೆ ನೀವೊಬ್ಬರೇ, ಮಿಸ್ಟರ್ ಗಾಲ್ !"

ರೈತ ಮತ್ತೆ ನರಳಿದ. ಅವನ ಹಣೆಯ ಮೇಲೆ ಬೆವರು ಕಾಣಿಸಿತು. ನರನರದಲ್ಲೂ ರೋಷ ಹರಿದಾಡಿತು.

"ಮಿಸ್ಟರ್ ಗಾಲ್, ಏನೂ ಇಲ್ಲದಿರೋದಕ್ಕಿಂತ ಆಕೆಯನ್ನು ಒಂದು ತೋಳಿನಿಂದಲಾದರೂ ಅಪ್ಪಿಕೊಳ್ಳೋದು ಹೆಚ್ಚು ಸುಖಕರ."

ಮುದುಕನಿಗೆ ಇನ್ನು ತಡೆಯಲಾಗಲಿಲ್ಲ. ಆತ ಹಾಸಿಗೆಯಲ್ಲೇ ನೆಗೆದು ಕುಳಿತ. ಊದಿಕೊಂಡ ತೋಳನ್ನು ವೈದ್ಯನ ಕಡೆ ಚಾಚಿ ಹೇಳಿದ:

"ಎಲ್ಲಿ ನಿಮ್ಮ ಚಾಕು ? ಡಾಕ್ಟರ್, ಕತ್ತರಿಸಿ ಬಿಡಿ." ❍

O ತಿಬೋರ್ ಡೇರಿ

ಪ್ರತಿಭಟನೆ

ಶೆಲ್ ಪೆಟ್ರೋಲಿಯಂ ಡಿಪೋದ ಎದುರು ಮೂವತ್ತೋ ನಲವತ್ತೋ ಮಂದಿ ಮಹಿಳೆಯರು ನಿಂತಿದ್ದರು. ಡಿಪೋ ಇದ್ದುದು ಪೆಸ್ಟ್ ಕಡೆಯ ದಂಡೆಯ ಮೇಲೆ. ಸಿಮೆಂಟ್ ಕಾಂಕ್ರೀಟ್ ಡಿಪೋವಿನ ಒಂದು ಮೂಲೆಗೆ ಅಂಟಿಕೊಂಡಂತೆ ಮರದ ಹಲಗೆಯ ಒಂದು ಗುಡಿಸಲು. ಅದು ಕಾವಲುಗಾರನ ಮನೆ. ಎಳೆಯ ಸೂರ್ಯನ ಮೊದಲ ಕಿರಣಗಳು ಕಾಣುತ್ತಿದ್ದಂತೆ, ಆ ಮನೆಯ ಸಣ್ಣ ಕಿಟಕಿಯಲ್ಲಿದ್ದ ಮರದ ಪಂಜರದೊಳಗಿನಿಂದ ಹಕ್ಕಿಯೊಂದು ಚಿಲಿಪಿಲಿಗುಟ್ಟಿತು.

ಡಿಪೋ ಬಾಗಿಲು ತೆಗೆಯುವುದನ್ನೇ ಆ ಹೆಂಗಸರು ಕಾಯುತ್ತಿದ್ದರು. ಕೆಲವರು ಮುಂಜಾನೆ ನಾಲ್ಕು ಗಂಟೆಗೇ ಅಲ್ಲಿಗೆ ಬಂದು ನಿಂತಿದ್ದರು. ಪೆಟ್ರೋಲಿಯಂ ಕಂಪೆನಿಯ ಜಾಹೀರಾತು ನೋಡಿ ಅವರು ಬಂದಿದ್ದರು. ದಡದ ಮೇಲಿರುವ ತನ್ನ ಕಾರ್ಯಾಗಾರದಲ್ಲಿ ಚೀಲ ಹೊಲಿಯುವ ಚಿಪ್ಪಿಗರು ಬೇಕೆಂದು ಜಾಹೀರಾತು ತಿಳಿಸಿತ್ತು. ಬೆಳಗಿನ ಚಳಿಯಲ್ಲಿ ನಿಂತಿದ್ದ ಆ ಹೆಂಗಸರು ತಲೆವಸ್ತ್ರ ಬಿಗಿ ಮಾಡಿಕೊಂಡರು. ಕಾಲುಗಳನ್ನು ಝಾಡಿಸಿದರು. 'ಕ್ಯೂ' ಬೆಳೆಯುತ್ತಿತ್ತು. ಕೊನೆಗೆ ಪಾರ್ಲಿಮೆಂಟ್ ಭವನದ ಮೆಟ್ಟಿಲನ್ನೂ ಅದು ತಲಪಿತು. ಏಳು ಗಂಟೆಯ ವೇಳೆಗಾಗಲೇ ಅಲ್ಲಿ ಬಹುಶಃ ಇನ್ನೂರು ಮಂದಿ ಸೇರಿದ್ದರು. ಆದರೆ ಕೆಲಸಕ್ಕೆ ನೇಮಿಸಿಕೊಳ್ಳುವುದು ಇನ್ನೂ ಆರಂಭವಾಗಿರಲಿಲ್ಲ. ಗುಡಿಸಲಿನ ಚಿಕ್ಕ ಕಿಟಕಿಯಲ್ಲಿ ಕೆದರಿದ ಕೂದಲಿನ ಕಾವಲುಗಾರನ ತಲೆ ಕಾಣಿಸಿಕೊಂಡಿತು. ಮೆಲ್ಲನೆ ಮಾತನಾಡಿಕೊಳ್ಳುತ್ತಿದ್ದ ಹೆಂಗಸರ ಆ ದೊಡ್ಡ ಹಿಂಡನ್ನು ಅಚ್ಚರಿ ತುಂಬಿದ ನಿದ್ದೆಗಣ್ಣು ಗಳಿಂದ ಆತ ದಿಟ್ಟಿಸಿದ.

"ನೀವ್ಯಾಕೆ ಬಂದಿದ್ದೀರಿ ? ಕೆಲಸಕ್ಕಾಗಿಯೇ ? ಕೆಲಸಕ್ಕೆ ತೆಗೆದು ಕೊಳ್ಳೋ ವಿಚಾರ, ಕಚೇರಿಯ ಯಾರೂ ನನಗೆ ಹೇಳಿಯೇ ಇಲ್ವಲ್ಲ ?" ಎಂದ ಅವನು, ಕಿಟಕಿಯ ಕೆಳಗೆ ನಿಂತಿದ್ದವರಿಗೆ.

"ಅವರೇಕೆ ಹೇಳ್ಬೇಕು ? ಕಚೇರಿಯವರು ಯಾರಾದರೂ ಖಂಡಿತ ಬಂದೇ ಬರ್ತಾರೆ," ಎಂದು ಒಬ್ಬಾಕೆ ಗಡುಸಾಗಿಯೇ ಉತ್ತರಿಸಿದಳು.

ಕಾವಲುಗಾರ ಮೀಸೆಯನ್ನು ಸವರಿಕೊಂಡ. "ಬಂದರೆ ಬರ್ತಾರೆ. ಹಾಗಾದರೆ ಕಾಯಿರಿ" ಎಂದು ಗೊಣಗಿದ. ಕಣ್ಣುಬಿಟ್ಟು ನೋಡಬಹುದಾದಂಥ ಚೆಂದುಳ್ಳ ಹುಡುಗಿಯರು ಯಾರಾದರೂ ಸಾಲಿನಲ್ಲಿರುವರೇ ಎಂದು ನಿದ್ದೆಗಣ್ಣಿನಲ್ಲೇ ಆತ ನೋಡಿದ. ಬಳಿಕ ಕಿಟಕಿಯ ಬಾಗಿಲು ಮುಚ್ಚಿದ.

ಹೆಂಗಸರು ಕಾದು ನಿಂತೇ ಇದ್ದರು. ಈಗ ಹೆಚ್ಚು ಮಂದಿ 'ಕ್ಯೂ' ಸೇರಿಕೊಳ್ಳುತ್ತಿರಲಿಲ್ಲ. ಕೆಲವು ನಿಮಿಷಗಳು ನಿಂತಿದ್ದ ಮೇಲೆ ಸಾಲಿನ ಕೊನೆಯಲ್ಲಿದ್ದ ಕೆಲವರು 'ಪ್ರಯೋಜನ ಇಲ್ಲ'ವೆಂದು ಮನೆಗೆ ವಾಪಸಾದರು. ಮುಂಜಾನೆ ಇನ್ನೂ ಕತ್ತಲಿದ್ದಾಗಲೇ ಬಂದು, ಡಾನ್ಯೂಬ್ ನದಿಯ ಮೇಲೆ ಹಾದು ಬರುವ ಚಳಿಗಾಳಿಯಲ್ಲಿ ಕಾಲು ಬಿಟ್ಟುಕೊಂಡು, ಡಿಪೋ ಮುಂದೆ ನಾಲ್ಕೈದು ಗಂಟೆಗಳಿಂದ ನಿಂತಿದ್ದವರಿಗೇ ಹೆಚ್ಚು ತಾಳ್ಮೆಯಿದ್ದಂತಿತ್ತು. ಒಂದು ಕಾಲು ಭಾರವಾದಾಗ ಮತ್ತೊಂದು ಕಾಲಿನ ಮೇಲೆ ಅವರು ಭಾರ ಹಾಕುತ್ತಿದ್ದರು. ಕಾಲುಗಳನ್ನು ಆಗಾಗ ಝಾಡಿಸುತ್ತಿದ್ದರು. ಮೇಲಂಗಿಯ ಜೇಬುಗಳಲ್ಲಿ ಬೆಚ್ಚಗೆ ಕೈತೂರಿಸಿಕೊಂಡು, ಇಗರ್ಜಿಯಲ್ಲಿ ಪ್ರಶ್ನೋತ್ತರ ಸ್ತೋತ್ರ ಮಾಲಿಕೆಯನ್ನು ಪಠಿಸುವಂತೆ ಮೃದುವಾಗಿ ಪರಸ್ಪರ ಮಾತನಾಡಿ ಕೊಳ್ಳುತ್ತಿದ್ದರು. 'ಕ್ಯೂ'ವಿನ ಮೊದಲಲ್ಲಿ ಉಳಿದೆಲ್ಲರಿಗಿಂತ ಎತ್ತರವಾದ ಸೌಮ್ಯ ಹೆಂಗಸೊಬ್ಬಳು ನಿಂತಿದ್ದಳು. ಅವಳ ಪಕ್ಕದಲ್ಲಿದ್ದ ಗಿಡ್ಡ ಮುದುಕಿ ಆಕೆಯ ಎದೆಯ ಎತ್ತರಕ್ಕೆ ಬರುತ್ತಿದ್ದಳೋ ಏನೋ. ದೂರದಲ್ಲಿದ್ದ ಅಂದ್ಯಾಲ್‌ಫೋಲ್ಡ್‌ನ ಆಚೆ ಕೊನೆಯಿಂದ ಅವರಿಬ್ಬರೂ ಒಟ್ಟಿಗೇ ಬಂದಿದ್ದರು. ಪ್ರತಿ ಐದು ಹೆಜ್ಜೆಗೊಮ್ಮೆ ನಿಂತು ಮುದುಕಿ ಪಿರೋಶ್ಕಾಳನ್ನು ತನ್ನ ಜೊತೆ ಶ್ರೀಮತಿ ರೋಜಾ ಕರೆದುಕೊಂಡು ಬಂದಿದ್ದಳು. ತಮ್ಮ ಜವಾಬ್ದಾರಿಗಳ ಹೊರೆಯಿಂದ ಪ್ರೇರಿತರಾಗಿ ಈ ಇಬ್ಬರೂ ಕೆಲಸ ಸಿಗುವುದೆಂಬ ಆಸೆಯಿಂದ ಬೆಳಕು ಹರಿಯುವುದಕ್ಕೆ ಮೊದಲೇ ಬಂದಿದ್ದರು. ಅಲ್ಲಿಗೆ ಬಂದವರಲ್ಲಿ ಇವರೇ ಮೊದಲಿಗರು.

"ಸೂರ್ಯ ಹುಟ್ಟಿ ಮೇಲಕ್ಕೆ ಬರುತ್ತಿದ್ದಾನೆ" ಎಂದಳು ಪಿರೋಶ್ಕಾ ಚಿಕ್ಕಮ್ಮ. ಆಕೆ ಕೆಲವು ವರ್ಷಗಳ ಹಿಂದೆಯಷ್ಟೆ ರೇವ್‌ಫಲೋಪ್ ಬೆಟ್ಟದ ದ್ರಾಕ್ಷಿ ತೋಟಗಳಿಂದ ಪೆಸ್ಟ್‌ಗೆ ಬಂದವಳು. ಆಕೆ ಹಿತವಾಗಿ ನಗುತ್ತಾ, ಪ್ರೋತ್ಸಾಹದಾಯಕವಾಗಿ ಮತ್ತೆ ನುಡಿದಳು :

"ಬರಬರುತ್ತ ಇನ್ನು ಬೆಚ್ಚಗಾಗ್ತದೆ."

"ಬೆಚ್ಚಗಾಗ್ತದೆ," ಎಂದು ಮರು ನುಡಿದಳು ಕಳೆದೆರಡು ಗಂಟೆಗಳಿಂದ ಈವರೆಗೆ ಒಂದೂ ಮಾತನ್ನಾಡಿರದ ಶ್ರೀಮತಿ ರೋಜಾ. ನಸು ಹೊಂಬಣ್ಣದ ತಲೆಗೂದಲನ್ನು ಸಣ್ಣಗೆ ಕತ್ತರಿಸಿ ಕೊಂಡಿದ್ದ ಆ ಧಡೂತಿ ಹೆಂಗಸಿನ ಮೈಮೇಲೆ ಗಂಡಸಿನ ಕಡು ನೀಲಿ ಬಣ್ಣದ ಉಣ್ಣೆಯ ಸ್ವೆಟರ್ ಇತ್ತು. ಎದ್ದು ಕಾಣುವ ಕೆನ್ನೆಯೆಲುಬಿನ ಮೇಲೆ ಬೂದು ಬಣ್ಣದ ಸಣ್ಣ ಕಣ್ಣುಗಳು. ಆ ಕಣ್ಣುಗಳನ್ನು ಎತ್ತ ತಿರುಗಿಸಬೇಕೆಂದು ನಿರ್ಧರಿಸುವುದಕ್ಕೇ ಅವಳಿಗೆ ಸಾಕಷ್ಟು ಸಮಯ ಬೇಕಾಗಬಹುದೆಂದು ಯಾರಿಗಾದರೂ ಅನ್ನಿಸುತ್ತಿತ್ತು. ಅವಳು ಮಾತನಾಡುತ್ತಿದ್ದುದೂ ನಿಧಾನ. ಯಾರತ್ತ ತಿರುಗಿ ಮಾತನಾಡುತ್ತಿರುವಳೆಂಬುದೂ ಮೊದಮೊದಲು ಗೊತ್ತಾಗುತ್ತಿರಲಿಲ್ಲ. ಆದರೆ ಕೊನೆಯಲ್ಲಿ ಅವಳು ತನ್ನ ಧಡೂತಿ ದೇಹವನ್ನು ಬಗ್ಗಿಸಿ, ನೆಟ್ಟ ನೋಟದಿಂದ ಮಾತನಾಡ ತೊಡಗಿದಳೆಂದರೆ ಅವಳಿಂದ ತಪ್ಪಿಸಿಕೊಳ್ಳಲು ಯಾರಿಗೂ ಸಾಧ್ಯವೇ ಆಗುತ್ತಿರಲಿಲ್ಲ. ಒಂದು ಗೂಳಿ ಎದುರಾದಂತೆ ದಿಗ್ಭ್ರಾಂತಿಯಾಗುತ್ತಿತ್ತು. "ನಿಜವಾಗಿಯೂ ಬೆಚ್ಚಗಾಗ್ತದೆಯೇ ? ನೀನು ಒಳ್ಳೆ ಖುಷಿಯಲ್ಲಿರೋ ಹಾಗೆ ತೋರ್ತದಲ್ಲ ಪಿರೋಶ್ಕಾ ಚಿಕ್ಕಮ್ಮ ?" ಎಂದಳು ಆಕೆ.

"ಈ ಚಳಿಗಾಳಿ ಇಲ್ಲದೇ ಇರ್ತಿದ್ರೆ ನಿನ್ನ ಮಾತು ಸರಿ ಅಂತ ಅನ್ನಬಹುದಿತ್ತು" ಎಂದಳು ಮತ್ತೊಬ್ಬ ಹೆಂಗಸು.

ಪಿರೋಶ್ಕಾ ಚಿಕ್ಕಮ್ಮ ನಕ್ಕು, ಹುಡುಗಿಯ ಸ್ವರದಂತೆ ಸ್ಪಷ್ಟವಾದ ತನ್ನ ಕಂಚಿನ ಕಂಠದಲ್ಲಿ ನುಡಿದಳು:

"ಈ ಗಾಳಿ ಯಾಕೆ ಬೀಸ್ತದೆ ಅಂತ ಅನೇಕರು ಆಶ್ಚರ್ಯಪಡ್ತಾರೆ. ವಾತಾವರಣವನ್ನು ಶುದ್ಧ ಮಾಡೋದೇ ಅದು. ಗಾಳಿ ಇಲ್ಲದೇ ಹೋಗಿದ್ದರೆ ಜನರ ಮೈಯಿಂದ ದುರ್ನಾತ ಹೋಡೀತಿತ್ತು."

"ಜನ ಯಾವಾಗಲೂ ಹಾಗೇ. ಗಾಳಿ ಬೀಸಿದರೂ ಅವರ ಮೈಯಿಂದ ನಾತ ಬಂದೇ ಬರುತ್ತೆ" – ಎನ್ನುತಾ ಶ್ರೀಮತಿ ರೋಜಾ ಗುಡಿಸಲ ಗೋಡೆಯನ್ನು ಮುಷ್ಟಿಯಿಂದ ಗುದ್ದಿದಳು. ಅದಕ್ಕೇನೂ ಉತ್ತರ ಬರಲಿಲ್ಲ. ಕಾವಲುಗಾರ ಹೊರಹೋಗಿದ್ದ. ಇಷ್ಟು ಹೊತ್ತಿಗಾಗಲೇ ಅಲ್ಲಿಗೊಬ್ಬ ಪೊಲೀಸ್ ಸಿಪಾಯಿ ಬಂದಿದ್ದ. ಹುರಿಮಾಡಿದ ಮೀಸೆಯ ಅವನು ಹೆಂಗಸರ ಮಾತುಗಳನ್ನು ಕೇಳುತ್ತಿದ್ದ. ಆಗಾಗ ಸ್ವಲ್ಪ ಕಡಿಮೆ ವಯಸ್ಸಿನ ಹೆಂಗಸರತ್ತ ಮೃದುನೋಟ ಬೀರುತ್ತಿದ್ದ. ಅವನೀಗ ಹೇಳಿದ:

"ತಾಳ್ಮೆ, ತಾಳ್ಮೆ. ನಾವೆಲ್ಲರೂ ಕೆಲವು ವರ್ಷಗಳಲ್ಲಿ ಮುದುಕರಾಗಿಯೇ ಆಗ್ತೇವೆ."

ಆ ಉದ್ದನೆಯ ಕ್ಯೂ ಈಗ ಜನರನ್ನು ಆಕರ್ಷಿಸಲಾರಂಭಿಸಿತ್ತು. ಕೆಲಸವಿಲ್ಲದ ಕೆಲವು ಸೋಮಾರಿ ತರುಣರು ಶಿಳ್ಳೆ ಹಾಕುತ್ತ ನದೀ ದಂಡೆಯ ಮೇಲಿನ ವಿಹಾರಪಥದ ಕಬ್ಬಿಣದ ಸರಳುಗಳನ್ನು ಒರಗಿ ನಿಂತಿದ್ದರು. ಕೆಳಗಿದ್ದ ಹೆಂಗಸರ ಮೇಲೆ ತನ್ನ ಉಗುಳು ಹಾರಿಸಲು ಯತ್ನಿಸುತ್ತಿದ್ದ ಎಳೆ ಹುಡುಗನೊಬ್ಬನನ್ನು ಅವನ ಜರ್ಮನ್ ದಾದಿ ಹಿಂದಕ್ಕೆ ಎಳೆಯುತ್ತಿದ್ದಳು. ಬೆಳಗಿನ ವಾಯುವಿಹಾರಕ್ಕೆ ಹೊರಟ ವಯಸ್ಸಾದ ಒಬ್ಬಿಬ್ಬರು ಗಂಡಸರು ಆಗಾಗ ಕಾಣಿಸಿ ಕೊಳ್ಳುತ್ತಿದ್ದರು. ಪೊಲೀಸನ ಬಳಿ ನಿಂತು "ಈ ಹೆಂಗಸರ್ಯಾಕೆ ಇಲ್ಲಿ ಕಾಯ್ತಿದ್ದಾರೆ?" ಎಂದು ಅವರು ಪ್ರಶ್ನಿಸುತ್ತಿದ್ದರು. ಕ್ಯೂ ಇನ್ನೂ ಉದ್ದವಾಗಿ ಬೆಳೆದಿತ್ತು. ಒಂದು ತುದಿಯಿಂದ ನೋಡಿದರೆ, ಬೆಳಗಿನ ಆ ಮಂಜಿನಲ್ಲಿ ಅದರ ಇನ್ನೊಂದು ತುದಿ ದಿಗಂತದ ನೇರಳೆ ಮೋಡಗಳಲ್ಲಿ ಲೀನವಾದಂತೆ ಕಾಣುತ್ತಿತ್ತು. ಈ ವೇಳೆಗೆ ಬಿಸಿಲೇರಿತ್ತು. ಅದು ನದೀದಂಡೆಯ ಮೇಲೆ ಅವತರಿಸಿದ್ದ ಆ ಹರಕಲು ದೇವದೂತಿಕೆಯರ ತಂಡಕ್ಕೆ ಹಿತ ಕೊಡುತ್ತಿತ್ತು. ಇಷ್ಟು ಹೊತ್ತಿಗೆ ಕಾವಲುಗಾರನೂ ಹಿಂತಿರುಗಿ ಬಂದಿದ್ದ.

"ಹೋಗು, ಕಚೇರಿಗೆ ಫೋನ್ ಮಾಡು. ಇನ್ನು ಎಷ್ಟು ಹೊತ್ತು ನಾವಿಲ್ಲಿ ಕಾಯಬೇಕು?" ಎಂದಳು ಒಬ್ಬಾಕೆ.

ಅದಕ್ಕೆ ಕಾವಲುಗಾರ ಮುನಿಸಿನಿಂದ ಉತ್ತರಿಸಿದ:

"ಫೋನ್ ಮಾಡಿದರೆ ನನಗೆ ಇಪ್ಪತ್ತು ಫಿಲರ್‌ಗಳನ್ನು ಯಾರು ವಾಪಸು ಕೊಡ್ತಾರೆ? ಸ್ವಲ್ಪ ತಡಕೊಳ್ಳಿ. ಯಾರಾದರೂ ಬಂದೇ ಬರ್ತಾರೆ. ನೀವೆಲ್ಲ ಯಾವ ಕೆಲಸಕ್ಕಾಗಿ ಬಂದಿದ್ದೀರಿ ?"

"ನಾವು ಚೀಲಗಳನ್ನು ಹೊಲಿಯೋದಕ್ಕೆ ಬಂದಿದ್ದೀವಿ."

ಕಾವಲುಗಾರ ಅಚ್ಚರಿಯಿಂದ ಕೇಳಿದ:

"ಚೀಲ ಹೊಲಿಯೋದಕ್ಕೆ? ನಮಗೆ ಚೀಲಗಳು ಬೇಕಿಲ್ಲವಲ್ಲ ?"

"ಯಾಕೆ ಬೇಕಿಲ್ಲ ?"

ಹತ್ತಿರ ನಿಂತಿದ್ದ ಒಬ್ಬ ಚಿಕ್ಕ ಹುಡುಗ ಹೇಳಿದ :

"ಮಿಸ್ಟರ್, ನಿಮಗೆ ಚೀಲಗಳು ಬೇಕು. ಹೊಸ ಕಾನೂನು ಗೊತ್ತಿಲ್ವೆ ನಿನಗೆ? ಇನ್ನು ಮೇಲೆ ಪೆಟ್ರೋಲನ್ನು ಚೀಲಗಳಲ್ಲಿ ಮಾರಾಟ ಮಾಡ್ಬೇಕಂತೆ."

ಪಿರೋಶ್ಕಾ ಚಿಕ್ಕಮ್ಮ ನಕ್ಕು ನುಡಿದಳು:

"ಹಿಟ್ಟು ಮಾರಾಟ ಮಾಡೋಹಾಗೆ!"

ಹುಡುಗನೆಂದ:

"ಹೌದು, ಚೀಲದಲ್ಲಿ ಮಾರಿದರೆ ಬೆಂಕಿ ತಗಲೋ ಅಪಾಯ ಕಡಿಮೆ. ಡಬ್ಬದಿಂದ ಸುಲಭವಾಗಿ ಚೆಲ್ಲಿ ಹೋಗೋ ಹಾಗೆ ಚೀಲದಿಂದ ಅದು ಚೆಲ್ಲೋದಿಲ್ಲ."

ಚಳಿಯಿಂದ ಮರಗಟ್ಟಿದ್ದ ತನ್ನ ಕೈಗಳನ್ನು ತಿಕ್ಕುತ್ತಾ ಪಿರೋಶ್ಕಾ ಚಿಕ್ಕಮ್ಮ ಹೇಳಿದಳು:

"ಅಬ್ಬ ಬದುಕಿದೆ. ನಿನ್ನ ತಲೆಯೇ ತಲೆ. ಬಾ ಇಲ್ಲಿ, ನಿನ್ನ ಕಿವಿ ಹಿಂಡ್ತೇನೆ."

"ಒಂದು ಏಣಿಯನ್ನು ತರಲೇ ಅತ್ತೆ?"

ಆಕೆ ನಕ್ಕಳು.

"ಯಾತಕ್ಕೆ?"

"ಯಾತಕ್ಕೇಂದ್ರೆ, ಆಗ ನೀನು ತುದಿಗಾಲಿನಲ್ಲಿ ನಿಲ್ಲಬೇಕಾದ ಕಷ್ಟ ತಪ್ಪುತ್ತೆ ಅತ್ತೆ," ಎಂದು ಹುಡುಗ ನಮ್ರವಾಗಿಯೇ ಹೇಳಿದ.

ಅಷ್ಟರಲ್ಲಿ, ಗಸ್ತಿನಿಂದ ವಾಪಸು ಬಂದ ಪೊಲೀಸ್‌ನವ ಪುನಃ 'ಕ್ಯೂ'ವಿನ ತುದಿಯಲ್ಲಿ ನಿಂತ. "ಇಲ್ಲಿಗೆ ಬರುವಂತೆ ನಿಮಗೆ ಯಾರು ಹೇಳಿದರು?" ಎಂದು ಮುಂದಿದ್ದವರನ್ನು ಆತ ಪ್ರಶ್ನಿಸಿದ.

"ಪತ್ರಿಕೆಯಲ್ಲಿ ಜಾಹೀರಾತು ಬಂದಿತ್ತು."

"ಯಾವ ಪತ್ರಿಕೆ?"

ತನ್ನ ಮುಖದ ಮುಂದೆ ಹಿಡಿದ ಪತ್ರಿಕೆಯನ್ನು ಸ್ವಲ್ಪ ಹೊತ್ತು ಓದಿದ ಪೊಲೀಸ್‌ನವ, ಮೀಸೆಯನ್ನು ಮೇಲಕ್ಕೆ ಕೆಳಕ್ಕೆ ಆಡಿಸುತ್ತ ಪತ್ರಿಕೆಯನ್ನು ವಾಪಸು ಕೊಟ್ಟ. ಅವನ ಬೆನ್ನ ಹಿಂದಿನಿಂದ ಪತ್ರಿಕೆಯಲ್ಲಿದ್ದುದನ್ನು ಓದಿದ ಕಾವಲುಗಾರ ತಲೆಯ ಮೇಲಿನ ಟೋಪಿಯನ್ನು ಹಿಂದಕ್ಕೆಳೆದುಕೊಂಡು, ಗಟ್ಟಿಯಾಗಿ ಹೇಳಿದ :

"ಮಹಿಳಾಮಣಿಗಳೇ, ನೀವೆಲ್ಲ ಮನೆಗೆ ಹೋಗಿ. ನಿಮಗೆಲ್ಲ ಯಾರೋ ಮಂಕುಬೂದಿ ಎರಚಿದ ಹಾಗೆ ಕಾಣ್ತದೆ. ಪತ್ರಿಕೆ ನೋಡಿದಾಗ ಇವತ್ತು ಏಪ್ರಿಲ್ ಒಂದು ಅಂತ ತಿಳೀತು."

ಹೆಂಗಸರಲ್ಲಿ ಕೆಲವರು ನಗಲಾರಂಭಿಸಿದರು. ದೇವದೂತಿಕೆಯರ ಸ್ಥೂಲ ದೇಹಗಳಿಂದ ಹೊರಬಿದ್ದ ಈ ನಗುವಿನ ಅಲೆ ಬಿಸಿಲಿನಲ್ಲಿ ಕರಗುತ್ತಾ ಹಿಂದಕ್ಕೆ ಹಬ್ಬಿ, ಪಾರ್ಲಿಮೆಂಟ್ ಭವನದ ಮೆಟ್ಟಲುಗಳ ಬಳಿಯಿದ್ದ 'ಕ್ಯೂ'ವಿನ ಕೊನೆಯನ್ನು ಮುಟ್ಟಲು ಎರಡು ಮೂರು ನಿಮಿಷಗಳೇ ಬೇಕಾದವು.

"ಏಯ್, ಮುದಿಗೂಬೆ, ಸಾಕು ನಿನ್ನ ತಲೆಹರಟೆ," ಎಂದು ಹುಡುಗಿಯೊಬ್ಬಳು ಕಾವಲುಗಾರನನ್ನು ಛೇಡಿಸಿದಳು.

ಆದರೆ ಈಗ ಬಿಸಿಲೇರಿದ್ದುದರಿಂದ ಹೆಂಗಸರು ಹಿಂದಿಗಿಂತ ಹೆಚ್ಚು ಸಮಾಧಾನದಿಂದ ಗೊಣಗಲಾರಂಭಿಸಿದ್ದರು. ಪಿರೋಶ್ಕಾ ಚಿಕ್ಕಮ್ಮ ತನ್ನ ಜೇಬಿನುದ್ದಕ್ಕೂ ಕೈಹಾಕಿ ಬ್ರೆಡ್‌ನ ಚೂರೊಂದನ್ನು ಬಾಯಿಗಿಟ್ಟುಕೊಂಡು ತನ್ನ ಮುದಿ ಒಸಡುಗಳಿಗೆ ಕೆಲಸ ನೀಡಿದಳು. ಅದನ್ನು ಎಷ್ಟು ರುಚಿಕರವಾಗಿ ಆಕೆ ಜಗಿಯತೊಡಗಿದಳೆಂದರೆ, ಉಳಿದ ಹೆಂಗಸರಿಗೂ ಹಸಿವಿನ

ಅನುಭವವಾಯಿತು. ಬಾಯಿಯಲ್ಲಿ ನೀರೂರಿಸುವ ರೀತಿಯಲ್ಲಿ ಕೆಂಬಣ್ಣದ ಮಾಂಸ ಭಕ್ಷ್ಯದ ಮಾಲೆಗಳು ತಮ್ಮ ತಲೆಗಳ ಮೇಲ್ಗಡೆ ಹಗುರವಾಗಿ ಪ್ರಭಾವಳಿಗಳ ಹಾಗೆ ತಿರುಗುತ್ತಿರುವಂತೆ ಅವರಿಗೆ ತೋರಿತು. ಡಾನ್ಯೂಬ್ ನದಿಯ ಮೇಲಣ ಇಡೀ ವಾತಾವರಣವೇ ನಮ್ರವಾಗಿ ಬಿಸಿಲಿನಲ್ಲಿ ಥಳಥಳಿಸುತ್ತಿತ್ತು. ಬೇಗನೆ ಬಿಸಿಲೇರಿತು. ಎಷ್ಟು ಸೆಕೆಯಾಗತೊಡಗಿತೆಂದರೆ ನದಿಯ ದಂಡೆಗೆ ಕಟ್ಟಿದ ದೋಣಿಯ ಮೇಲಿದ್ದ ಮೂವರು ಅಂಬಿಗರು ತಮ್ಮ ಅಂಗಿಯನ್ನು ಬಿಚ್ಚಿ, ಹಚ್ಚೆ ಹಾಕಿದ್ದ ಎದೆ ಬಿಟ್ಟುಕೊಂಡು ಇಸ್ಪೀಟು ಆಡಲು ಕುಳಿತರು. ಪಕ್ಕದ ದೋಣಿಯ ಮೇಲಿದ್ದ ಒಂದು ಪುಟ್ಟ ನಾಯಿ ಸಹ ಸಂತೋಷದಿಂದ ಬೊಗಳಲಾರಂಭಿಸಿತು. ಪಿರೋಶ್ಕಾ ಚಿಕ್ಕಮ್ಮನ ತಲೆಯ ಮೇಲೆ ನಿಜವಾಗಿಯೂ ಮಾಂಸಭಕ್ಷ್ಯಗಳ ಒಂದು ಮಾಲೆ ತಿರುಗುತ್ತಿರುವಂತೆ, ಅದರ ವಾಸನೆ ಹತ್ತಿದಂತೆ ಅನ್ನಿಸಿತ್ತು ಅದಕ್ಕೆ.

"ನನ್ನ ಮಗ ಒಂದು ಮಾಂಸದ ಅಂಗಡಿಯಲ್ಲಿ ಕೆಲಸ ಮಾಡ್ತಿದ್ದ. ಆದರೆ ಈಗೊಂದು ವರ್ಷದಿಂದ ಅವನು ನಿರುದ್ಯೋಗಿ. ಅವನು ನಿನ್ನೆ ಕಸಾಯಿಖಾನೆಗೆ ಹೋಗಿ ತನ್ನ ಥೂಳು ಪಾವಡವನ್ನು ನಲವತ್ತು ಫಿಲರ್‌ಗಳಿಗೆ ಮಾರಿದ," ಎಂದು ಒಬ್ಬಾಕೆ ವಿಷಣ್ಣಳಾಗಿ ನುಡಿದಳು.

ಈ ವೇಳೆಗೆ ಅಲ್ಲಿ ಭಾರಿ ಜನಜಂಗುಳಿ ಸೇರಿತ್ತು. ನಾಟಕ ಮಂದಿರದ ಉಪ್ಪರಿಗೆಯ ಮೊಗಸಾಲೆಯಲ್ಲಿ ಪ್ರೇಕ್ಷಕರು ಕಿಕ್ಕಿರಿಯುವಂತೆ ನದೀ ದಂಡೆಯ ಕಬ್ಬಿಣದ ಸರಳುಗಳುದ್ದಕ್ಕೂ ಜನ ಸೇರಿದ್ದರು. ಪ್ರಾಮ್‌ಗಳಲ್ಲಿ ಸಣ್ಣ ಮಕ್ಕಳನ್ನು ತಳ್ಳಿಕೊಂಡು ಬಂದಿದ್ದ ಹಲವು ದಾದಿಯರ ಸಮೇತ ಅವರಲ್ಲಿ ಹೆಚ್ಚು ಕುತೂಹಲಿಗಳು ರಂಗಭೂಮಿಯ ಪಕ್ಕದಲ್ಲೇ ನಿಲ್ಲುವಂತೆ ನದಿ ದಂಡೆಯಲ್ಲಿ ಹರಡಿಕೊಂಡಿದ್ದರು.

ಕಾಯುತ್ತಾ ನಿಂತಿದ್ದ ಹೆಂಗಸರ ಬಗ್ಗೆ ಕನಿಕರಗೊಂಡ ರೈತ ಹುಡುಗಿಯೊಬ್ಬಳು "ಇನ್ನೇನು ಮಾಡ್ತೀರಿ ? ಮನೆಗೆ ಹೋಗಿ. ನಿಮ್ಮನ್ನು ತಮಾಷೆಯ ವಸ್ತುಗಳಾಗಿ ಮಾಡಿದ್ದಾರೆ ಅಂತ ಗೊತ್ತಾಯಿತಲ್ವೆ ?" ಎಂದಳು.

"ಯಾರೂ ಅಷ್ಟೊಂದು ನಿಷ್ಕರುಣಿಗಳಾಗಿರಲಾರರು" – ಎಂದಳು ಕ್ಯೂನಲ್ಲಿದ್ದ ಒಬ್ಬಾಕೆ.

ಪ್ರೇಕ್ಷಕರ ಕಡೆಯಿಂದ ಒಂದು ಧ್ವನಿ ಹೇಳಿತು : "ಇಲ್ಲ ಖಂಡಿತ, ಕಾಯುತ್ತಲೇ ಇರಿ, ಮಧ್ಯ ರಾತ್ರಿಯವರೆಗೆ."

"ಮಧ್ಯರಾತ್ರಿಯವರಿಗೆ ಮಾತ್ರ ಯಾಕೆ ? ಕೆಲಸ ಸಿಗೋದಕ್ಕೆ ಒಳ್ಳೆಯ ಅವಕಾಶ ಇದೆ ಅಂದಾಗ ಅದನ್ನು ಕಳೆದುಕೊಳ್ಳೋದು ಸರಿಯಲ್ಲ," ಎಂದ ಒಬ್ಬ ಹುಡುಗ.

"ವಿಳಾಸವೇನಾದರೂ ತಪ್ಪಾಗಿದೆಯೋ ಅಂತ ನೋಡಿ," ಎಂದು ಯಾರೋ ಕೂಗಿದರು. ಜನ ನಕ್ಕರು. "ಒಂದು ಚೀಲ ಪೆಟ್ರೋಲ್‌ಗೆ ಎಷ್ಟು ಬೆಲೆ ಅಮ್ಮ ?" – ಕುಹಕದಿಂದ ಕೆಲವರು ಪ್ರಶ್ನಿಸಿದರು.

"ಇದಕ್ಕೆ ಎಷ್ಟು ಕೂಲಿ ಕೊಡ್ತಾರೆ ?" ಯಾರೋ ಕೇಳಿದರು. "ಕಡಿಮೆಗೆ ಒಪ್ಪಿಕೊಳ್ಳಬೇಡಿ" ಎಂದರು.

"ಮನೆಗೆ ಹೋಗಿ."

"ದೇವರೇ ನಮ್ಮನ್ನು ಕಾಪಾಡಲಿ ! ಖಂಡಿತ ಮನೆಗೆ ಹೋಗ್ಬೇಡಿ," ಎಂದು ಉದ್ಯೋಗಾವ ಕಾಶದ ಬಗ್ಗೆ ಹಿಂದೆ ಮಾತನಾಡಿದ ಹುಡುಗ ಪ್ರತಿಭಟಿಸಿದ.

"ಕೆಲಸ ಸಿಕ್ಕದೆ ಮನೆಗೆ ಹೋದರೆ ಅಲ್ಲಿ ಎಂಥ ಏಟು ಬೀಳ್ತದೆ ಗೊತ್ತೆ ? ಅಬ್ಬ !" ಎಂದು ಕೆಲಸ ಕಲಿಯುತ್ತಿರುವವನಂತೆ ಕಾಣುತ್ತಿದ್ದ ಹುಡುಗನೊಬ್ಬ ಹಲ್ಲು ಕಿರಿಯುತ್ತ ಹೇಳಿದ.

ಹೆಂಗಸರು ಹೆಚ್ಚು ಮಾತನಾಡಲಿಲ್ಲ. ಅವರಲ್ಲಿ ಬಹುಮಂದಿ ಜನಗಳ ಮಾತಿಗೆ ಗಮನ ಕೊಡದೆ ತಮ್ಮ ತಮ್ಮಲ್ಲೇ ಪಿಸುಗುಟ್ಟಿಕೊಂಡರು. ಏನಾಗುತ್ತಿದೆಯೆಂಬುದೇ ಗೊತ್ತಿಲ್ಲದವರಂತೆ ಕೆಲವರು ಪೆಚ್ಚುಪೆಚ್ಚಾಗಿ ನಕ್ಕರು. ಎಲ್ಲೋ ಅಲ್ಲೊಬ್ಬಳು ಇಲ್ಲೊಬ್ಬಳು ಕೋಪದಿಂದ, ನಾಚಿಕೆಯಿಂದ ಮುಖ ಕೆಂಪಗೆ ಮಾಡಿಕೊಂಡು ಉತ್ತರ ಕೊಡುತ್ತಿದ್ದಳು. ಅವರೂ ಆಮೇಲೆ ಸುಮ್ಮನಾದರು. ಕೊನೆಗೆ ಅಲ್ಲಿದ್ದ ಇನ್ನೂರು ಮಂದಿ ಹೆಂಗಸರೂ ಚಾಚೂ ಎನ್ನದೆ ನಿಂತರು.

ಈ ವೇಳೆಗೆ ಮಧ್ಯಾಹ್ನವಾಗುತ್ತ ಬಂದಿತ್ತು. ಕ್ಯೂನ ತೀರಾ ಕೊನೆಯಲ್ಲಿದ್ದ ಕೆಲವರು ಜಾಗ ಬಿಟ್ಟಿದ್ದರು. ಅವರ ಹೊಟ್ಟೆ ತಾಳ ಹಾಕುತ್ತಿತ್ತು. ಕ್ಯೂ ಮಧ್ಯದಲ್ಲಿದ್ದ ಸ್ವಲ್ಪ ಮಂದಿಯೂ ಈಗಾಗಲೇ ಮನೆಗೆ ಹಿಂತಿರುಗಿದ್ದರು. ಈ ಕೆಲವರ ವಿನಾ ಉಳಿದೆಲ್ಲರೂ ತಮ್ಮ ಜಾಗದಲ್ಲೇ ನಿಂತಿದ್ದರು. ಇನ್ನೊಬ್ಬಳು ಜಾಗಬಿಡದೆ ಪಟ್ಟುಹಿಡಿದು ನಿಂತಿದ್ದುದೇ ಅಲ್ಲಿ ಉಳಿದಿದ್ದ ಪ್ರತಿಯೊಬ್ಬಳಿಗೂ ಸ್ಫೂರ್ತಿ, ಒಂದು ಆಶಾಕಿರಣ. ಅಲ್ಲಿ ಕಾಯುವುದಕ್ಕಿಂತ ಮನೆಗೆ ಹೋಗುವುದೇ ಹೆಚ್ಚು ಲೇಸು ಎಂದು ಯಾರಿಗೂ ಎನಿಸಲಿಲ್ಲ.

"ಕಚೇರಿಗೆ ಫೋನ್ ಮಾಡಯ್ಯ."

ಗುಡಿಸಿಲಿನ ಬಳಿ ನೆಮ್ಮದಿ ಇಲ್ಲದೆ ನಿಂತಿದ್ದ ಕಾವಲುಗಾರನಿಗೆ ಅನೇಕರು ಕೂಗಿ ಹೇಳಿದರು.

"ಅದಕ್ಕೆ ಯಾರು ದುಡ್ಡು ಕೊಡ್ತಾರೆ? ನಾನೇ ಕೈಯಿಂದ ಕೊಡ್ಬೇಕೇನು?"

"ಕೈಯಿಂದ ಹಾಕು. ಕಚೇರಿಯವರು ನಿನಗೆ ಹಿಂದಕ್ಕೆ ಕೊಡ್ತಾರೆ."

"ಅವರು ಕೊಡ್ತಾರೆ ಮಣ್ಣು! ನಿಮ್ಮ ನಿಮ್ಮಲ್ಲೇ ಸಂಗ್ರಹಿಸಿ ಕೊಡಿ."

"ನಾವೇ ಹಣಕೊಡ್ಬೇಕೆ?"

ಹುಡುಗಿಯೊಬ್ಬಳು ಕಹಿಯಾಗಿ ಕೇಳಿದಳು.

ಶ್ರೀಮತಿ ರೋಜಾ ಜೇಬಿಗೆ ಕೈಹಾಕಿ ಇಪ್ಪತ್ತು ಫಿಲರ್‌ಗಳನ್ನು ತೆಗೆದುಕೊಟ್ಟಳು. ಅವಳ ಜೇಬಿನಲ್ಲಿ ಉಳಿದಿದ್ದುದೇ ಅಷ್ಟು. ಆ ಹಣವನ್ನು ಕಾವಲುಗಾರನ ಕೈಯಲ್ಲಿಡುತ್ತಿದ್ದಾಗ ಅವಳ ದೊಡ್ಡ ತೋಳುಗಳು ನಡುಗುತ್ತಿದ್ದುದನ್ನು ಅವನು ಗಮನಿಸಿದ. ಆತ ಕತ್ತೆತ್ತಿ ಅವಳ ಮುಖ ನೋಡಿದ. ಆದರೆ ಅದು ಅಮೃತಶಿಲೆಯಂತೆ ಸ್ತಬ್ಧವಾಗಿತ್ತು. ಕಾಲು ಗಂಟೆಯ ಬಳಿಕ ಅವನು ಹಿಂತಿರುಗಿ ಬಂದ. ಉದ್ವಿಗ್ನ ಹೆಂಗಸರನ್ನು ತಾನೊಬ್ಬನೇ ಎದುರಿಸುವ ಧೈರ್ಯವಿಲ್ಲದೆ ಜೊತೆಗೆ ಪೊಲೀಸನನ್ನೂ ಆತ ಕರೆದುಕೊಂಡು ಬಂದಿದ್ದ. ಶೆಲ್ ಸಂಸ್ಥೆಗೆ ಚೀಲ ಹೊಲಿಯುವ ಹೆಂಗಸರ ಅಗತ್ಯವಿಲ್ಲವೆಂದು ಕಾವಲುಗಾರ ಹೇಳಿದಾಗ, ಭಾರಿ ಕೋಲಾಹಲವೇ ಆಯಿತು. ಆ ಹೆಂಗಸರ ಗೋಳಾಟ, ಕೂಗಾಟ ಎಷ್ಟು ಜೋರಾಗಿತ್ತೆಂದರೆ ಅವರನ್ನು ಹತೋಟಿಗೆ ತರಲು ತನಗೊಬ್ಬನಿಗೇ ಸಾಧ್ಯವಾಗದೆಂದು ಪೊಲೀಸನಿಗೆ ಅನ್ನಿಸಿತು. ಇನ್ನಷ್ಟು ಪೊಲೀಸರನ್ನು ಕರೆಸಿಕೊಳ್ಳುವುದೇ ಸೂಕ್ತವೆಂದು ಅವನಿಗೆ ಕಂಡಿತು. ಆಕಾಶವನ್ನು ಮೋಡ ಮುಸುಕಿತು. ನದಿಯ ಮೇಲೆ ಇದ್ದಕ್ಕಿದ್ದಂತೆ ತಣ್ಣನೆಯ ಗಾಳಿ ಸುಂಯ್ಯೆಂದು ಬೀಸಿತು. ಅಂಬಿಗರು ಅಂಗಿ ತೊಟ್ಟು ದಡಕ್ಕೆ ಬಂದರು.

"ಅವರೆಲ್ಲಾ ಸೇರಿ ಡಿಪೋವನ್ನು ಚೂರು ಚೂರು ಮಾಡಿದರೂ ನನಗೇನೂ ಆಶ್ಚರ್ಯವಾಗದು," ಎಂದ, ಅಲ್ಲಿ ಗುಂಪುಗೂಡಿದ್ದ ಜನರಲ್ಲಿ ಒಬ್ಬ.

"ಯಾಕೆ? ಅದಕ್ಕೂ ಸಂಸ್ಥೆಗೂ ಏನು ಸಂಬಂಧ?" – ಗುಮಾಸ್ತೆಯೊಬ್ಬ ಕೇಳಿದ.

"ಏನೂ ಇಲ್ಲ."

"ಹಾಗಾದರೆ ಸರಿ."

"ಹಾಗಾದರೆ ಸರಿ..." ಅವನು ಹೇಳಿದುದನ್ನೇ ಮೊದಲಿನವ ಸಂದೇಹದಿಂದ ಮರು ನುಡಿದ.

ಜನ ಒಬ್ಬರನ್ನೊಬ್ಬರು ಸಂಶಯದಿಂದ ನೋಡಿದರು. ಪತ್ರಿಕೆಯಲ್ಲಿ ಜಾಹೀರಾತು ಕೊಟ್ಟಿದ್ದವರೇ ಅದರ ಪರಿಣಾಮವನ್ನು ವೀಕ್ಷಿಸಲು ಏನೂ ಗೊತ್ತಿಲ್ಲದವರ ಹಾಗೆ ಅಲ್ಲಿ ಬಂದು ನಿಂತಿರುವ ಸಂಭವವಿತ್ತು. ಆ ಗುಂಪಿನಲ್ಲಿ ಯಾರು ಬೇಕಾದರೂ ಆ ಕೆಲಸ ಮಾಡಿದ್ದಿರ ಬಹುದು. ಆದರೆ ಹಾಗೆ ಮಾಡಿದಾತ ತಾನೇ ಎಂದು ಗೊತ್ತಾಗದಂತೆ ಅವನು ಎಚ್ಚರವಹಿಸುವುದು ನಿಸ್ಸಂದೇಹವಾಗಿದ್ದುದರಿಂದ, ಪ್ರತಿಯೊಬ್ಬನೂ ತನ್ನ ಪಕ್ಕದವನನ್ನು ಸಂಶಯ ದೃಷ್ಟಿಯಿಂದ ನೋಡಿದ. ಎಲ್ಲಿ ತನ್ನ ಮೇಲೆ ಅನುಮಾನ ಬರುವುದೋ ಎಂದು, ಕೋಪದಿಂದ ಕೂಗುವವರೊಡನೆ ತಾನೂ ಸೇರಿಕೊಂಡ.

ಪೊಲೀಸರು ಅಲ್ಲಿ ಮಾಡುವುದೇನೂ ಉಳಿದಿರಲಿಲ್ಲ. ಸ್ವಲ್ಪವೂ ಧೃತಿಗೆಡದ ಮೂವತ್ತು ಅಥವಾ ನಲವತ್ತು ಹೆಂಗಸರು ಮಾತ್ರ ಈಗ ಡಿಪೋ ಮುಂದೆ ಇದ್ದರು. ಉಳಿದವರು ಚೆದರಿ ಹೋಗಿದ್ದರು.

"ಮನೆಗೆ ಹೋಗೋಣ ರೋಜಾ," ಎನ್ನುತ್ತ, ಕಣ್ಣೊರೆಸಿಕೊಂಡು, ಪಿರೋಶ್ಕಾ ಚಿಕ್ಕಮ್ಮ ಮುಂದುವರಿಸಿದಳು: "ನಾನು ಇಷ್ಟೊಂದು ನಕ್ಕು ಎಷ್ಟೋ ವರ್ಷವಾಗಿತ್ತು. ಇಂತಹ ಉಪಾಯ ಮಾಡಿದವನನ್ನು ನಾನು ಎಷ್ಟು ಪ್ರೀತಿಸ್ತೇನೆ ಗೊತ್ತೆ?"

ಶ್ರೀಮತಿ ರೋಜಾ ಒಂದು ಮಾತೂ ಆಡಲಿಲ್ಲ. ಹತ್ತಿರದಲ್ಲೇ ಒಟ್ಟಿದ್ದ ಇಟ್ಟಿಗೆ ರಾಶಿಗಳತ್ತ ಅವಳು ನಡೆದಳು.

ಕಲ್ಲಿನ ಹರಳುಗಳನ್ನು ಎತ್ತುವಷ್ಟು ಹಗುರವಾಗಿ ಬಲಗೈಯಲ್ಲಿ ಎರಡು ಇಟ್ಟಿಗೆಗಳನ್ನು ಹಿಡಿದು, ಅವುಗಳನ್ನು ಕಾವಲುಗಾರನ ಗುಡಿಸಿಲಿನತ್ತ ಅವಳು ಬೀಸಿ ಎಸೆದಳು. ಗುಡಿಸಲಿನ ಮರದ ಗೋಡೆಗಳು ಕಿರುಗುಟ್ಟಿದವು. ಕಿಟಕಿ ಚೂರು ಚೂರಾಯಿತು.

"ಇದೂ ಏನೂ ಕೆಟ್ಟ ಕೆಲಸವಲ್ಲ," ಎಂದ ಪಿರೋಶ್ಕಾ ಚಿಕ್ಕಮ್ಮ, ತನ್ನ ಪಕ್ಕೆಗಳನ್ನು ಹಿಡಿದುಕೊಂಡು ಹೊಟ್ಟೆ ಹುಣ್ಣಾಗುವಂತೆ ನಕ್ಕಳು. "ನಾನು ಕೂಡ ಒಂದು ಕೈ ನೋಡ್ತೇನೆ," ಎಂದು ಆಕೆ ಎರಡೂ ಕೈಗಳಿಂದ ಒಂದು ಇಟ್ಟಿಗೆಯನ್ನೆತ್ತಿಕೊಂಡಳು. ತನ್ನ ನಿಶ್ಶಕ್ತ ಮುದಿ ತೋಳುಗಳಿಂದ ಅದನ್ನು ಗುಡಿಸಲಿನ ಕಡೆಗೆ ಎಸೆದಳು. ಆದರೆ ಅದು ಗುರಿತಪ್ಪಿ ಒಂದು ಗಜ ಹಿಂದೆಯೇ ಬಿದ್ದುಬಿಟ್ಟಿತು. "ನಾನೆಂಥ ಮೂರ್ಖಳು" ಎಂದು ಮುದುಕಿ ಗೊಣಗಿಕೊಂಡು, ತನ್ನ ಚಿಕ್ಕ ಹ್ಯಾಟನ್ನು ನಿರ್ಲಕ್ಷ್ಯದಿಂದ ತನ್ನ ನೆತ್ತಿಯ ಮೇಲೆ ಯದ್ವಾತದ್ವಾ ಇಟ್ಟಳು. ಕಿಟಕಿ ಮುರಿದ ಶಬ್ದ ಕೇಳಿ ಅಲ್ಲಿದ್ದ ಹೆಂಗಸರು ಕಿರಿಚಿದರು. ಕೆಲವರು ಓಡಿದರು. ಸಣ್ಣ ಹುಡುಗಿಯೊಬ್ಬಳು ಉದ್ವೇಗದಿಂದ ನೆಲದ ಮೇಲೆ ಮಂಡಿಯೂರಿ ಹತಾಶೆಯಿಂದ ಕೂಗಿದಳು :

"ಆ ಬಡ ಕಾವಲುಗಾರನಿಗೇನೂ ತೊಂದರೆ ಮಾಡ್ಬೇಡಿ. ಅವನೇನು ತಾನೇ ಮಾಡಬಲ್ಲ ? ಪಾಪ, ಅವನ ಹಕ್ಕಿ ಸತ್ತುಹೋಯಿತು !" ❍

○ ಫೆರಂತ್ಸ್ ಶಾಂತಾ

ನಾಜಿಗಳು

ಕುರಿಗಾಹಿಗೆ ವಯಸ್ಸಾಗುತ್ತ ಬಂದಿತ್ತು. ಅವನಿಗೀಗ ಅರುವತ್ತು ಅಥವಾ ಅರವತ್ತೈದು ಇದ್ದಿರಬಹುದು. ಅಗಲವಾಗಿ ಎತ್ತರ ವಾಗಿದ್ದ ಒಂದು ದಿಮ್ಮಿಯ ಮೇಲೆ ಆತ ಕಟ್ಟಿಗೆ ಕಡಿಯುತ್ತಿದ್ದ. ಅವನ ಹತ್ತಿರವೇ ಇದ್ದ ಎಂಟೊಂಬತ್ತು ವರ್ಷದ ಒಬ್ಬ ಹುಡುಗ ಮರದ ಚೂರುಗಳನ್ನು ಗುಡ್ಡೆ ಮಾಡುತ್ತಿದ್ದ.

ಇಬ್ಬರಿಗೂ ಕುದುರೆಗಳ ಖುರಪುಟ ಧ್ವನಿ ಕೇಳಿಸಿತು. ಅವು ತಮ್ಮ ಬೆನ್ನ ಹಿಂದೆ ಬಂದು ನಿಂತಂತೆ ಅವರಿಗೆ ಭಾಸವಾಯಿತು. ಬಳಿಕ ಬೆಂಕಿಕಡ್ಡಿ ಗೀರಿದ ಶಬ್ದ. ಸಿಗರೇಟ್‌ಗಳು ಹೊತ್ತಿಕೊಂಡವು. ಆದರೂ ಅವರು ಹಿಂತಿರುಗಿ ನೋಡಲಿಲ್ಲ, ತಮಗೇನೂ ಕೇಳಿಸದವರಂತೆ ಅವರು ಕಟ್ಟಿಗೆ ಕಡಿಯುತ್ತಿದ್ದರು.

ಬಂದವರು ಇಬ್ಬರು ಶಸ್ತ್ರಧಾರಿಗಳು. ಅವರು ಪಕ್ಕದ ಪೈನ್ ಕಾಡಿನಿಂದ ಬಂದಿದ್ದರು. ಅಲ್ಲಿ ಮರಗಳ ಹಿಂದೆ ಅಡಗಿ ನಿಂತು ಕುರಿಗಾಹಿ, ಕುರಿಗಳ ಹಿಂಡು, ಅಲ್ಲಿನ ಸಣ್ಣ ಗುಡಿಸಲು, ಅತ್ತಿತ್ತ ಓಡಿಕೊಂಡು ಬೊಗಳುತ್ತಿದ್ದ ನಾಯಿ, ಎಲ್ಲವನ್ನೂ ಅವರು ಗಮನಿಸಿದ್ದರು. ಅನಂತರ ಹುಲ್ಲುಗಾವಲನ್ನು ದಾಟಿ ಬಂದು ಕುರಿಗಾಹಿ ಮತ್ತು ಆ ಹುಡುಗನ ಹಿಂದೆ ಕುದುರೆಗಳನ್ನು ನಿಲ್ಲಿಸಿದ್ದರು.

ಇವರಿಬ್ಬರ ಹಿಂದೆ ಕುದುರೆಗಳ ಮೇಲೆ ಕುಳಿತು ಅವರು ಮೌನವಾಗಿ ಸಿಗರೇಟ್ ಹೊಗೆ ಬಿಡುತ್ತಿದ್ದರು. ಅವರ ಸೊಂಟದಲ್ಲಿ ಪಿಸ್ತೂಲುಗಳಿದ್ದವು. ಬೆನ್ನ ಹಿಂದೆ ರೈಫಲ್‌ಗಳು, ರಿಕಾಪುಗಳಿಂದ ಹೊರಗೆ ಇಳಿಬಿದ್ದ ಕಾಲುಗಳು.

ಅಲ್ಲಿ ನಾಲ್ವರು ಮಾನವಜೀವಿಗಳು ಒಬ್ಬರಿಗೊಬ್ಬರು ಸಮೀಪವಾಗಿ ನಿಂತುಕೊಂಡಿರಲೇ ಇಲ್ಲವೇನೋ ಎನ್ನುವಂತೆ ಕಾಲ ಮೌನವಾಗಿ ಉರುಳುತ್ತಿತ್ತು.

ಸಿಗರೇಟನ್ನು ಪೂರ್ತಿ ಸೇದಿದ ಮೇಲೆ ಸೈನಿಕರಲ್ಲೊಬ್ಬ ಕುದುರೆಯ ಬೆನ್ನಿನ ಮೇಲಿನ ಜೀನಿನಿಂದ ಒಂದು ದೊಡ್ಡ ರಬ್ಬರ್ ಲಾಠಿಯನ್ನು ತೆಗೆದುಕೊಂಡು "ಏ ಮುದುಕ," ಎಂದ.

ಕುರಿಗಾಹಿ ಕೊಡಲಿಯನ್ನು ಆಗ ತಾನೆ ಎತ್ತಿದ್ದ. ಆದರೆ ಮರಕ್ಕೆ ಹೊಡೆಯುವ ಬದಲು ಅದನ್ನಾತ ಶೀಘ್ರವಾಗಿ ಈಗ ತನ್ನ ಮುಂದೆ ನೆಲದ ಮೇಲೆ ಇಟ್ಟ. ಅನಂತರ ಅವನು ತಲೆಯ

ಮೇಲಿನ ತನ್ನ ಹ್ಯಾಟ್ ತೆಗೆದ. ತಿರುಗಿದ. ಬರಿ ತಲೆಯಲ್ಲಿ, ಎಷ್ಟು ಸಾಧ್ಯವೋ ಅಷ್ಟು ಬಗ್ಗಿದ. ಆತ ಒಂದು ಮಾತೂ ಆಡಲಿಲ್ಲ. ದೃಷ್ಟಿ ಮೇಲೆತ್ತಲಿಲ್ಲ. ಕುದುರೆಯ ಮುಂದೆ ಬೆನ್ನು ಬಾಗಿಸಿ, ಕೈಯಲ್ಲಿ ಹ್ಯಾಟು ಹಿಡಿದು ನಿಂತಿದ್ದ ಅವನ ಬಿಳಿಯ ತಲೆಗೂದಲು, ಬೀಸುತ್ತಿದ್ದ ಗಾಳಿಯಲ್ಲಿ ಹಾರಾಡುತ್ತಿತ್ತು.

ತನಗೇನೂ ಕೇಳಿಸಿಯೇ ಇಲ್ಲವೆನ್ನುವಂತೆ ಮರದ ಚೂರುಗಳನ್ನು ಆ ಹುಡುಗ ಒಂದೊಂದಾಗಿ ಆರಿಸಿ ರಾಶಿಗೆ ಸೇರಿಸುತ್ತಿದ್ದ.

ಇನ್ನೂ ಸ್ವಲ್ಪ ಕಾಲ ಉರುಳಿತು. ಸೈನಿಕರು ಏನೂ ಹೇಳಲಿಲ್ಲ. ಮುದುಕ ಅವರ ಮುಂದೆ ಸ್ವಲ್ಪವೂ ಅಲುಗಾಡದೆ ಬಗ್ಗಿ ನಿಂತೇ ಇದ್ದ.

ಬಳಿಕ, ಎಷ್ಟೋ ಹೊತ್ತಿನ ಬಳಿಕ – ಕುದುರೆಗಳು ಅಶಾಂತಿಯಿಂದ ನೆಲದ ಮೇಲೆ ಕಾಲಾಡಿಸಿದವು. ತಲೆಗಳನ್ನು ಕೊಡಹಿದವು – ಒಬ್ಬ ಸೈನಿಕ ಮಾತನಾಡಿದ.

"ನೀನು ಯಾರನ್ನಾದರೂ ಕಂಡಿದ್ದೀಯಾ ?" ಎಂದು ಆತ ಕೇಳಿದ.

ಮುದುಕ ಥಟ್ಟನೆ, ಎತ್ತಿದ್ದ ಕೊಡಲಿಯನ್ನು ತನ್ನ ಮುಂದೆ ನೆಲಕ್ಕಿಳಿಸಿದಷ್ಟು ಥಟ್ಟನೆ, ಉತ್ತರಕೊಟ್ಟ.

"ನಾನು ಯಾರನ್ನೂ ಕಂಡಿಲ್ಲ."

ಎರಡನೆಯ ಸೈನಿಕ ಹತ್ತಿರ ಬಂದ.

"ನಿನ್ನನ್ನು ನಾವು ಕೇಳಿದ್ದು – ಈ ಸುತ್ತಮುತ್ತ ಯಾರಾದ್ರೂ ಒಬ್ಬ ವ್ಯಕ್ತಿಯನ್ನು ನೀನು ನೋಡಿದ್ದೀಯಾ ?"

"ಇಲ್ಲಿ ಸುತ್ತಮುತ್ತ ನಾನು ಯಾರನ್ನೂ ನೋಡಿಲ್ಲ," ಎಂದ ಮುದುಕ. ಅವನ ದೃಷ್ಟಿ ನೆಲದ ಮೇಲೆಯೇ ಇತ್ತು. ದಾರ ಕಟ್ಟಿದ್ದ ತನ್ನ ಬೂಟು, ಹುಲ್ಲು ಮತ್ತು ಕುದುರೆಗಳ ಗೊರಸುಗಳನ್ನ ಆತ ನೋಡುತ್ತಿದ್ದ.

"ಹತ್ತಿರ ಬಾ," ಎಂದ ರಬ್ಬರ್ ಲಾಠಿ ಹಿಡಿದ ಸೈನಿಕ.

ಮುದುಕ ಕುದುರೆಗೆ ತೀರಾ ಹತ್ತಿರ ಹೋದ.

"ಇನ್ನೂ ಹತ್ತಿರ."

ಮುದುಕ ಕುದುರೆಯ ಕಾಲ ಬಳಿಯೇ ನಿಂತ.

"ಇನ್ನಷ್ಟು ಹತ್ತಿರ."

ಮುದುಕ ಸೈನಿಕನ ಬೂಟಿನ ಹತ್ತಿರಕ್ಕೆ ಸರಿದ. ಬೂಟಿನ ತುದಿ, ರಿಕಾಪು, ಕುದುರೆಯ ಹೊಟ್ಟೆ ಹಾಗೂ ಹುಲ್ಲು – ಇಷ್ಟು ಮಾತ್ರ ಅವನಿಗೆ ಕಾಣುತ್ತಿತ್ತು.

ಸೈನಿಕ ಕೆಳಕ್ಕೆ ಬಾಗಿ ರಬ್ಬರ್ ಲಾಠಿಯನ್ನು ಮುದುಕನ ಗಲ್ಲಕ್ಕೆ ಹಿಡಿದು ಅವನ ಮುಖವನ್ನು ಮೇಲೆತ್ತಿದ. ಮುದುಕನ ಸೊಂಟ ಮುಂದಕ್ಕೆ ಬಾಗಿಯೇ ಇತ್ತು. ಈಗ ತಲೆ ಬೆನ್ನಿಗೆ ತಗಲುವಷ್ಟು ಹಿಂದಕ್ಕೆ ಹೋಯಿತು. ಆದರೆ ಅವನ ದೃಷ್ಟಿ ಮಾತ್ರ ಮೇಲೆ ಸರಿಯಲಿಲ್ಲ. ಅವನು ಕುದುರೆ ಸವಾರನ ಶರಾಯಿ ಮುಚ್ಚಿಕೊಂಡಿದ್ದ ಮಂಡಿ ಮತ್ತು ರಿಕಾಪಿನ ಚರ್ಮವನ್ನೇ ದಿಟ್ಟಿಸಿದ. ಅವನಿಗೆ ಉಗುಳು ನುಂಗಬೇಕೆನ್ನಿಸಿತು. ಆದರೆ ಗಲ್ಲದ ಅಡಿಯಲ್ಲಿ ಲಾಠಿಯಿದ್ದುದರಿಂದ ಸಾಧ್ಯವಾಗಲಿಲ್ಲ.

ಸೈನಿಕ ಮುದುಕನ ಮುಖವನ್ನೇ ನೋಡಿದ. ಅವನ ಮುಂಗೈ ಮಂಡಿಯ ಮೇಲಿತ್ತು. ರಬ್ಬರ್ ಲಾಠಿಯ ಮೂಲಕ ಮುದುಕನ ತಲೆಯನ್ನು ಇನ್ನಷ್ಟು ಮೇಲೆತ್ತಿ ಅವನ ಮುಖವನ್ನು ಆತ ಪುನಃ ದಿಟ್ಟಿಸಿದ.

ಅನಂತರ ಆತ ಲಾಠಿಯನ್ನು ಹಿಂದಕ್ಕೆಳೆದುಕೊಂಡು, ಅದರಿಂದ ಮುದುಕನ ಹೆಗಲ ಮೇಲೆ ಹೊಡೆದ.

ತುಸು ಹೊತ್ತು ಮೌನ.

"ನೀನು ಹೋಗಬಹುದು."

ಮುದುಕ ತಿರುಗಿದ. ದಿಮ್ಮಿಯತ್ತ ಬೇಗ ಬೇಗ ಹೋದ. ತಲೆಯ ಮೇಲೆ ಹ್ಯಾಟ್ ಇಟ್ಟುಕೊಂಡ. ಕೊಡಲಿ ಹಿಡಿದು ಅದನ್ನು ಮೇಲಕ್ಕೆತ್ತಿ ಕಟ್ಟಿಗೆ ಕಡಿಯಲು ತೊಡಗಿದ.

ಅವನು ಮೂರು ನಾಲ್ಕು ಕೊರಡುಗಳನ್ನು ಸೀಳಿದ್ದಿರಬಹುದು. ಅಷ್ಟರಲ್ಲಿ ಇನ್ನೊಬ್ಬ ಸೈನಿಕ, "ಏ ಮುದುಕ," ಎಂದು ಕೂಗಿದ.

ಮುದುಕ ಸೈನಿಕನತ್ತ ತಿರುಗಿದ. ಹ್ಯಾಟ್ ತೆಗೆದ. ಸೊಂಟ ಬಗ್ಗಿಸಿದ. ದೃಷ್ಟಿಯನ್ನು ನೆಲಕ್ಕೆ ಕೀಲಿಸಿದ – ಎಲ್ಲ ಹಿಂದೆ ಮಾಡಿದ್ದಂತೆಯೇ.

"ಹುಡುಗನ ವಯಸ್ಸೆಷ್ಟು?"

"ಅವನಿಗೆ ಎಂಟಾಯಿತು."

"ಅವನನ್ನು ನೀನು ಸಾಕ್ತಿದ್ದೀಯಾ ?"

"ನಾನು ಸಾಕ್ತಿದ್ದೇನೆ."

ಮೊದಲಿನ ಸೈನಿಕ ಕೇಳಿದ :

"ಎಷ್ಟು ವರ್ಷದಿಂದ ಅವನನ್ನು ಸಾಕ್ತಿದ್ದೀ ?"

"ಒಂದು ವರ್ಷವಾಯ್ತು."

"ಹುಡುಗನಿಗೆ ಎಷ್ಟು ವರ್ಷ ವಯಸ್ಸು?"

"ಎಂಟಾಯಿತು."

"ನೀನು ಅವನನ್ನು ಸಾಕ್ತಿದ್ದೀಯಾ ?"

"ನಾನು ಸಾಕ್ತಿದ್ದೇನೆ."

ಅವರು ಹತ್ತಿರ ಬಂದರು. "ಈ ಸುತ್ತಮುತ್ತ ಒಬ್ಬ ವ್ಯಕ್ತಿಯನ್ನು ನೀನು ನೋಡಿದ್ದೀಯಾ ?"

"ಇಲ್ಲಿ ಸುತ್ತಮುತ್ತ ನಾನು ಯಾರನ್ನೂ ನೋಡಿಲ್ಲ."

"ನೀನು ಹೋಗಬಹುದು," ಎಂದ ಎರಡನೆಯವ.

ಅವರು ಮೌನವಾಗಿದ್ದರು.

"ಏ ಹುಡುಗ" – ರಬ್ಬರ್ ಲಾಠಿ ಹಿಡಿದ ಸೈನಿಕ ಕೂಗಿದ.

ಹುಡುಗನ ತೋಳಿನ ತುಂಬ ಸೌದೆ ತುಂಡುಗಳಿದ್ದವು. ಅದನ್ನು ಉಳಿದ ರಾಶಿಗೆ ಸೇರಿಸಲು ಅವನು ಹೊರಟ್ಟಿದ್ದ. ಆತ ನಿಂತುಕೊಂಡ. ಸೌದೆಯನ್ನು ತನ್ನ ಕಾಲಬಳಿ ಇಳಿಸಿದ. ಚಕ್ಕನೆ ತಲೆಯ ಮೇಲಿನ ಟೋಪಿಯನ್ನು ತೆಗೆದ. ಬಗ್ಗಿದ. ಬಗ್ಗಿದಂತೆಯೇ ಸೈನಿಕರತ್ತ ತಿರುಗಿದ. ಅವನ ಕೂದಲನ್ನು ಗಾಳಿ ಕೆದರಿತು. ಅವನಿಗೂ ತನ್ನ ಕಾಲುಗಳು ಮತ್ತು ನೆಲದ ಮೇಲಿನ ಹುಲ್ಲು ಮಾತ್ರ ಕಾಣುತ್ತಿತ್ತು.

"ನಿನಗೆಷ್ಟು ವಯಸ್ಸು?"

ಅವನು ತಟಕ್ಕನೆ ಉತ್ತರಿಸಿದ – ತನ್ನ ತೋಳುಗಳಲ್ಲಿದ್ದ ಸೌದೆಯನ್ನು ನೆಲಕ್ಕೆ ಇಳಿಸಿದಷ್ಟೇ ಬೇಗ.

"ನನಗೆ ಎಂಟು ವರ್ಷ."

"ಈ ಮುದುಕ ನಿನ್ನನ್ನು ಸಾಕ್ತಿದ್ದಾನೋ?"

"ಮುದುಕ ನನ್ನನ್ನು ಸಾಕ್ತಿದ್ದಾನೆ."

"ಎಷ್ಟು ದಿನದಿಂದ ಸಾಕ್ತಿದ್ದಾನೆ?"

"ಒಂದು ವರ್ಷದಿಂದ."

"ಆ ಮುದುಕನೇ ತಾನೆ?" ಇನ್ನೊಬ್ಬ ಕೇಳಿದ.

"ಆ ಮುದುಕನೇ."

"ನಿನ್ನ ಅಜ್ಜನೇನು?"

"ನನ್ನ ಅಜ್ಜ."

"ಬಾ ಇಲ್ಲಿ," ಎಂದು ರಬ್ಬರ್ ಲಾಠಿ ಹಿಡಿದ ಸೈನಿಕ ಹೇಳಿದ.

ಹುಡುಗ ಹೋದ – ಮುದುಕ ಮಾಡಿದಂತೆಯೇ – ಕುದುರೆಯ ಮುಂದೆ ನಿಂತ.

"ಹತ್ತಿರ ಬಾ."

ಅವನು ಬೂಟಿನ ತೀರಾ ಹತ್ತಿರಕ್ಕೆ ಹೋದ. ಆದರೆ ಅವನು ಕುಳ್ಳ. ಅವನ ಸೊಂಟ ಬಾಗಿತ್ತು. ಆದ್ದರಿಂದ ಅವನ ತಲೆ ಸೈನಿಕನ ಬೂಟನ್ನು ತಗಲುತ್ತಿರಲಿಲ್ಲ. ಅವನು ಕುದುರೆಯ ಹೊಟ್ಟೆಯ ಕೆಳಗೆ ಇದ್ದಂತಿತ್ತು. ಅವನಿಗೆ ನೆಲದ ಮೇಲಿನ ಹುಲ್ಲು ಮತ್ತು ತನ್ನ ಬೂಟುಗಳಲ್ಲದೆ ಬೇರೇನೂ ಕಾಣುತ್ತಿರಲಿಲ್ಲ.

ಸೈನಿಕ ತನ್ನ ಕಾಲಿನ ಬೂಟನ್ನು ಹುಡುಗನ ತಲೆಯ ಕೆಳಗೆ ಗದ್ದಕ್ಕೆ ತೂರಿಸಿ, ತಲೆಯನ್ನು ಮೇಲೆತ್ತಿದ್ದ.

"ಇನ್ನೂ ಮೇಲಕ್ಕೆತ್ತು," ಎಂದ.

ಹುಡುಗ ತಲೆಯನ್ನು, ಅದು ಕುತ್ತಿಗೆಯ ಹಿಂದೆ ಬೆನ್ನಿಗೆ ಒತ್ತುವಷ್ಟು ಮೇಲೆತ್ತಿದ. ಅವನು ಸೈನಿಕರ ಮುಖಗಳನ್ನೇ ನೋಡಿರಲಿಲ್ಲ. ಅವನಿಗೆ ತನ್ನ ಕಣ್ಣರೆಪ್ಪೆಗಳನ್ನು ಮೇಲಕ್ಕೆ ಸರಿಸಿ ಅವರನ್ನು ನೋಡುವ ಆಸೆಯಾಯಿತು.

ಅನಂತರ ಆತ ಕಣ್ಣುಗಳನ್ನು ಮುಚ್ಚಿಕೊಂಡ.

"ಕಣ್ಣು ಬಿಡು!"

ಅವನು ಬೂಟಿನ ಸುಕ್ಕುಗಳನ್ನೇ ದಿಟ್ಟಿಸುತ್ತಿದ್ದ.

"ಈ ಸುತ್ತಮುತ್ತ ಒಬ್ಬ ಮನುಷ್ಯನನ್ನು ನೀನು ನೋಡಿದ್ದೀಯಾ?"

"ಇಲ್ಲಿ ಸುತ್ತಮುತ್ತ ಯಾವ ಮನುಷ್ಯನನ್ನೂ ನಾನೂ ನೋಡಿಲ್ಲ."

ಅವನ ಬಾಯಿಯಲ್ಲಿ ಕೂಡ ಜೊಲ್ಲು ತುಂಬಿಕೊಂಡಿತು.

"ನಿನ್ನನ್ನು ಆ ಮುದುಕ ಸಾಕ್ತಿದ್ದಾನೆ ಅಂತ ಹೇಳಿದೆ."

"ಆ ಮುದುಕ ನನ್ನನ್ನು ಸಾಕ್ತಿದ್ದಾನೆ ಅಂತ ಹೇಳಿದೆ."

ಈಗ ಮೌನ. ಕುದುರೆಗಳು ಗೊರಸುಗಳಿಂದ ನೆಲವನ್ನು ತುಳಿಯುತ್ತಿದ್ದವು. ಮುದುಕನ ಕೊಡಲಿ ಶಬ್ದ ಮಾಡುತ್ತಿತ್ತು.

"ತಿರುಗು" ಎಂದು, ಸೈನಿಕ ತನ್ನ ಕಾಲನ್ನು ಹುಡುಗನ ಗದ್ದದಿಂದ ಕೆಳಕ್ಕೆ ಸರಿಸಿಕೊಂಡ.

ಹುಡುಗ ತಿರುಗಿದ.

"ನಿನ್ನ ಎದುರಿಗೆ ನೋಡು."

ಹುಡುಗ ತಲೆಯೆತ್ತಿದ.

"ಏನು ಕಾಣಿಸ್ತದೆ ?"

"ದೂರದಲ್ಲಿ ಬೆಟ್ಟಗಳು, ಆಕಾಶ, ಮರಗಳು ಕಾಣಿಸ್ತವೆ. ಹಾಗೇ ಗುಡಿಸಲು ಮತ್ತು ಅದರ ಮುಂದೆ ಗೂಟಗಳು, ಅವುಗಳ ಮೇಲೆ ಅಡುಗೆಯ ಮಡಕೆಗಳು ಕಾಣಿಸ್ತವೆ. ಅಲ್ಲದೆ ಆಡು, ಒಲೆ..."

"ಸರಿ. ಮುಂದೆ ನಡೆ !"

ಅವರು ಅವನ ಬೆನ್ನ ಹಿಂದೆಯೇ ಗುಡಿಸಲಿನವರೆಗೂ ಹೋದರು. ಅಲ್ಲಿ ನಿಲ್ಲುವಂತೆ ಹೇಳಿದರು. ಅದೊಂದು ಕುರಿಗಾಹಿಯ ಗುಡಿಸಲು. ತಗ್ಗಾದ ಛಾವಣಿ. ಅದರ ಮುಂದೆ ಗೂಟಗಳ ಮೇಲೆ, ಅಡುಗೆಯ ಮಡಕೆಗಳು ಇದ್ದವು. ಬಲಗಡೆ ಹಿಮದಷ್ಟು ಬೆಳ್ಳಗಿದ್ದ ಆಡೊಂದನ್ನು ಕಟ್ಟಿದ್ದರು. ಹತ್ತಿರದ ಕಲ್ಲುಗಳ ಮಧ್ಯೆ ಬೆಳಗಿನ ಬೆಂಕಿ ಉರಿದು ಬೂದಿಯಾಗಿತ್ತು.

ರಬ್ಬರ್ ಲಾಠಿಯ ಸೈನಿಕ ಮುಂದಕ್ಕೆ ಹೋಗಿ, ಹುಡುಗನನ್ನು ಆಡಿನತ್ತ ತಿರುಗಿಸಿದ.

"ಅದು ಏನು ?"

"ಅದೊಂದು ಮೇಕೆ."

"ಚೆನ್ನಾಗಿ ನೋಡು."

ಇನ್ನೊಬ್ಬ ಸೈನಿಕನೂ ಕೇಳಿದ: "ಅದು ಏನು ?"

"ಒಂದು ಮೇಕೆ," ಎಂದ ಹುಡುಗ.

ಆ ಸಿಪಾಯಿ ಬೂಟನ್ನು ಹುಡುಗನ ಪಕ್ಕೆಗೆ ಒತ್ತಿ "ತಿರುಗು" ಎಂದ.

ದೂರದಲ್ಲಿ ಕುರಿಮಂದೆ ಮೇಯುತ್ತಿತ್ತು. ಒಂದು ಕುರಿಯ ಕತ್ತಿನಲ್ಲಾದರೂ ಕಿರುಗಂಟೆ ಇರಲಿಲ್ಲ.

"ನಾಯಿಯನ್ನು ಇಲ್ಲಿಗೆ ಕರಿ."

ಹುಡುಗ ನಾಯಿಯನ್ನು ಕರೆದ. ಅದು ನಿಧಾನವಾಗಿ ಅಳುಕುತ್ತಾ ಬಂದು ಹುಡುಗನ ಪಕ್ಕದಲ್ಲಿ, ಅವನ ಕಾಲ ಬಳಿ ಕುಳಿತುಕೊಂಡಿತು.

ಸೈನಿಕನೆಂದ :

"ನನ್ನ ಕಡೆ ನೋಡು. ನಿನ್ನ ಕಾಲ ಬಳಿ ಬಿದ್ದಿದೆಯಲ್ಲ ಅದು, ಅದು ಏನು ?"

"ನಾಯಿ," ಎಂದ ಹುಡುಗ.

"ಅಲ್ಲ. ನಿನ್ನ ಕಾಲ ಬಳಿ ಮಲಗಿರೋದು ಮೇಕೆ. ಬಿಳಿಯ ದೊಡ್ಡ ಮೇಕೆ. ಗೊತ್ತಾಯಿತೇ ?"

ಹುಡುಗ ಮೌನವಾಗಿದ್ದ.

ಸೈನಿಕ ರಬ್ಬರ್ ಲಾಠಿಯನ್ನು ಹುಡುಗನ ಬರಿಯ ತಲೆಯ ಮೇಲೆ ಇಟ್ಟ. ತಲೆಯ ಮಧ್ಯದಲ್ಲಿ ನೆತ್ತಿಯಿಂದ ಹಣೆಯ ಮುಂದೆ ಕಣ್ಣುಗಳವರೆಗೆ ಬರುವಂತೆ ಅದನ್ನಾತ ಹಿಡಿದ. ಎರಡನೆಯ ಸೈನಿಕ ಹತ್ತಿರ ಬಂದು ಅವನ ಬೂಟುಗಾಲು ಹುಡುಗನ ಹೆಗಲಿಗೆ ತಗಲುವಂತೆ ಅವನ ಪಕ್ಕದಲ್ಲಿ ಕುದುರೆಯನ್ನು ನಿಲ್ಲಿಸಿದ.

"ಏಯ್ !"

ಹುಡುಗ ನಾಯಿಯನ್ನೇ ನೋಡಿದ.

ಈಗಷ್ಟೇ ಹುಡುಗನ ಪಕ್ಕಕ್ಕೆ ಬಂದು ನಿಂತ ಸೈನಿಕ ತನ್ನ ರಬ್ಬರ್ ಲಾಠಿಯನ್ನೂ ಹೊರಕ್ಕೆಳೆದು ಅದರಿಂದ ಹಗುರವಾಗಿ ಹುಡುಗನ ಹೆಗಲನ್ನು ತಟ್ಟಿ "ಸ್ಪಷ್ಟವಾಗಿ

ಮಾತನಾಡು," ಎಂದ.

"ನಿನ್ನ ಕಾಲ ಬಳಿ ಇರೋದೇನು ?"

ಹುಡುಗ ನಾಯಿಯನ್ನೇ ದಿಟ್ಟಿಸಿ ನೋಡಿದ.

"ಒಂದು ಮೇಕೆ," ಎಂದ.

"ದೊಡ್ಡ ಬಿಳೀ ಮೇಕೆ."

"ದೊಡ್ಡ ಬಿಳೀ ಮೇಕೆ."

ಸೈನಿಕ ಹುಡುಗನ ಪಕ್ಕದಿಂದ ದೂರ ಸರಿದ. ಇನ್ನೊಬ್ಬ ಅವನ ತಲೆಯ ಮೇಲಿಟ್ಟ ಲಾಠಿಯನ್ನು ಹಿಂದಕ್ಕೆಳೆದುಕೊಂಡು ತನ್ನ ಕಾಲಿನಿಂದ ಹುಡುಗನನ್ನು ಮೇಕೆಯತ್ತ ತಿರುಗಿಸಿದ.

"ಅಲ್ಲಿ ನಾಯಿ ಇದೆ. ನೋಡು, ನಾನು ಹೇಳಿದ್ದು ಅರ್ಥವಾಯಿತೇ?"

ಆತ ಲಾಠಿಯನ್ನು ಹುಡುಗನ ತಲೆಯ ಮೇಲೆ ಇಟ್ಟ.

"ಆಯಿತು !"

"ಅಷ್ಟೇನೂ ಎತ್ತರವಿಲ್ಲದ ಕಂದು ನಾಯಿ. ಗಿಡ್ಡವೂ ಅಲ್ಲ. ದೊಡ್ಡದೂ ಅಲ್ಲ."

"ಹೌದು," ಎಂದ ಹುಡುಗ.

"ಅದರ ಹೆಸರೇನು ?"

"ಸೀಸರ್..."

"ಹೋಗು, ನೀನು ಪ್ರತಿದಿನ ಮಾಡುವಂತೆ ಅದರ ಬೆನ್ನನ್ನು ತಟ್ಟು. ಹೆಸರನ್ನೂ ಹೇಳು," ಎಂದ ಇನ್ನೊಬ್ಬ ಸೈನಿಕ.

ಪಕ್ಕದಲ್ಲಿದ್ದವ ಮತ್ತೆ ತನ್ನ ಕಾಲನ್ನೆತ್ತಿ ಹುಡುಗನ ಬೆನ್ನಿನ ಮೇಲಿಟ್ಟು ಅವನನ್ನು ಹುಷಾರಾಗಿ ಮುಂದಕ್ಕೆ ನೂಕಿದ.

ಹುಡುಗ ಮೇಕೆಯ ಹತ್ತಿರ ಹೋಗಿ "ಸೀಸರ್" ಎಂದು ಕರೆದ. ಅದರ ಕೊಂಬುಗಳ ನಡುವೆ ಕೈಯಿಟ್ಟು, ಮತ್ತೆ "ಸೀಸರ್" ಎಂದ.

"ಸಾಮಾನ್ಯವಾಗಿ ಅವನಿಗೆ ಇನ್ನೇನು ಹೇಳುತ್ತಿ?"

ಹುಡುಗ ಮೇಕೆಯ ಕೊರಳಿನ ಬಳಿಗೆ ಬಗ್ಗಿದ. ಅವನ ಕೈಯಲ್ಲಿ ಟೋಪಿಯಿತ್ತು. ದೃಷ್ಟಿ ನೆಲದಲ್ಲೇ ನೆಟ್ಟಿತ್ತು.

"ನನ್ನ ಪುಟ್ಟ ನಾಯಿ !" ಎಂದ.

ಮತ್ತೆ ಮೌನ.

"ಬಾ ಇಲ್ಲಿ."

ಹುಡುಗ ಮೇಕೆಯನ್ನು ಬಿಟ್ಟು ಸೈನಿಕನ ಬಳಿಗೆ ನಡೆದ. ಈ ಬಾರಿ ಅವನು ಕುದುರೆಯ ಮುಂದೆ ನಿಲ್ಲದೆ ಸೈನಿಕನ ಬೂಟಿನ ಪಕ್ಕಕ್ಕೇ ಹೋದ. ಸೈನಿಕ ಹುಡುಗನ ಗದ್ದವನ್ನು ಮೇಲೆತ್ತಿದ. ಹುಡುಗ ಉಗುಳು ನುಂಗಲು ಪ್ರಯತ್ನಿಸಿದ. ಆಗಲಿಲ್ಲ. ಸೈನಿಕನ ಬೂಟು ಅವನ ಗಂಟಲನ್ನು ಒತ್ತುತ್ತಿತ್ತು. ಕಣ್ಣೆತ್ತಿ ನೋಡುವ ಆಸೆಯೇನೋ ಅವನಿಗೆ ಇತ್ತು. ಆದರೆ ಸ್ವಲ್ಪವೂ ಅಲುಗಾಡದೆ ತನ್ನ ಮುಖದ ಕೆಳಗಿದ್ದ ಬೂಟನ್ನೇ ಆತ ದಿಟ್ಟಿಸಿದ.

"ನೀನು ಹೋಗಬಹುದು."

ಹುಡುಗ ಮುದುಕನ ಕಡೆಗೆ ಅರ್ಧದಾರಿ ಹೋಗಿದ್ದನೋ ಇಲ್ಲವೋ, ಸೈನಿಕ ಮತ್ತೆ ಅವನನ್ನು ಕೂಗಿದ. ಹುಡುಗ ತಿರುಗಿ ಸೊಂಟದವರೆಗೂ ಬಗ್ಗಿದ.

"ಈ ಸುತ್ತಮುತ್ತ ಯಾರಾದರೂ ಮನುಷ್ಯರನ್ನು ನೋಡಿದ್ದೀಯಾ ?"

"ಇಲ್ಲೆಲ್ಲೂ ನಾನು ಮನುಷ್ಯರನ್ನು ನೋಡಿಲ್ಲ," ಎಂದ ಹುಡುಗ.

ಅವನು ಇನ್ನೂ ಸ್ವಲ್ಪ ಹೊತ್ತು ಅಲ್ಲೇ ನಿಂತಿದ್ದ. ಸೈನಿಕರು ಸಿಗರೇಟು ಹೊತ್ತಿಸಿಕೊಂಡು, ಒಂದು ದಂ ಎಳೆದರು. ಬಳಿಕ ಕುದುರೆಗಳನ್ನು ಅಕ್ಕಪಕ್ಕದಲ್ಲಿ ನಿಲ್ಲಿಸಿಕೊಂಡರು.

"ನೀನು ಹೋಗಬಹುದು," ಎಂದರು.

ಮುದುಕ ಇಷ್ಟು ಹೊತ್ತೂ ಸೌದೆಯನ್ನು ಸೀಳುತ್ತಲೇ ಇದ್ದ. ಅವನು ತಿರುಗಿಯೂ ನೋಡಿರಲಿಲ್ಲ. ಅಲ್ಲಿ ಯಾರೂ ಬಂದೇ ಇಲ್ಲವೇನೋ ಎಂಬಂತೆ ಆತ ಕೆಲಸ ಮಾಡುತ್ತಲೇ ಇದ್ದ.

ಸೌದೆಯನ್ನು ಗುಡ್ಡೆ ಹಾಕುತ್ತಿದ್ದ ಮಗು ಮತ್ತು ಮುದುಕನ ಹಿಂದೆ ಆ ಇಬ್ಬರು ಸೈನಿಕರು ಮೌನವಾಗಿ ಹೊಗೆ ಎಳೆದು ಬಿಡುತ್ತಾ ಅವರನ್ನೇ ನೋಡುತ್ತ ಇದ್ದರು. ಅನಂತರ ಅವರು ಸೇದಿ ಉಳಿದ ಸಿಗರೇಟ್ ತುಂಡುಗಳನ್ನು ದೂರ ಎಸೆದರು. ಒಬ್ಬ ತನ್ನ ಕುದುರೆಯ ಲಗಾಮು ಸಡಿಲಬಿಟ್ಟ. ಇನ್ನೊಬ್ಬನೂ ಹಾಗೆಯೇ ಮಾಡಿದ. ಜೀನಿನ ಮೇಲೆ ನೆಟ್ಟಗೆ ಕುಳಿತು, ರೈಫಲ್‌ಗಳನ್ನು ಬೆನ್ನ ಹಿಂದೆ ಹಾಕಿಕೊಂಡು ಅವರು ಕಾಲ್ನಡಿಗೆಯ ವೇಗದಲ್ಲಿ ತಮ್ಮ ದಾರಿ ಹಿಡಿದರು.

○ ಐಂಡ್ರೆ ಇಲ್ಲೇಶ್

ಭಯ

1944ರ ಒಂದು ಬೇಸಗೆಯ ಮಧ್ಯರಾತ್ರಿ. ಸಮಯ ಸರಿಯಾಗಿ ಒಂದೂವರೆ ಗಂಟೆ. ಆ ವೇಳೆಯಲ್ಲಿ ಪ್ರಧಾನ ವೈದ್ಯನ ಅಧ್ಯಯನ ಕೋಣೆಯಲ್ಲಿನ ಟೆಲಿಫೋನ್ ಗಟ್ಟಿಯಾಗಿ ಶಬ್ದ ಮಾಡತೊಡಗಿತು. ಇದ್ದಕ್ಕಿದ್ದಂತೆ ಆ ಕೋಣೆ ಒಂದು ಗುರುತ್ವ ಕೇಂದ್ರವನ್ನು ಸಂಪಾದಿಸಿದಂತೆ ತೋರಿತು. ಕಿಟಕಿಯ ಎದುರಿಗಿದ್ದ ಒಂದು ಚಿಕ್ಕ ಮೇಜಿನ ಮೇಲೆ ಟೆಲಿಫೋನಿತ್ತು. ಕೋಣೆಯ ಭಾರವೆಲ್ಲ ಒಮ್ಮೆಲೆ ಆ ಕಡೆಗೆ ಬಿದ್ದಂತಾಯಿತು – ತಕ್ಕಡಿಯ ಒಂದು ತಟ್ಟೆಯ ಮೇಲೆ ತೂಕದ ಕಲ್ಲನ್ನಿಟ್ಟಾಗ ಅದು ಅತ್ತ ಕಡೆಗೇ ಬಾಗುವಂತೆ. ಟೆಲಿಫೋನ್ ಶಬ್ದ ಮಾಡುತ್ತಲೇ ಇತ್ತು – ನಿರ್ವಿಕಾರವಾಗಿ, ನಿಷ್ಠುರವಾಗಿ, ಕೆಣಕುವ ರೀತಿಯಲ್ಲಿ. ಕತ್ತಲೆಯ ಸಾಂದ್ರತೆಯಲ್ಲಿ ಕಾಲುಚಾಚಿ ಕರಗಿ ಈವರೆಗೆ ಅಮೂರ್ತವಾಗಿದ್ದ ಆ ಮೇಜು ಇದ್ದಕ್ಕಿದ್ದಂತೆ ತನ್ನ ಮೊದಲ ಸ್ವರೂಪ ಪಡೆದು ನೆಟ್ಟಗಾಯಿತು. ಪುಸ್ತಕದ ಕಪಾಟುಗಳು ತೀವ್ರಾಸಕ್ತಿಯಿಂದ ಮುಂದಕ್ಕೆ ಬಾಗಿ ಆ ಕಠೋರ ಶಬ್ದವನ್ನು ಆಲಿಸಿದವು. ದೀಪಗುಚ್ಛದ ಬುರುಡೆಗಳು ಬೆಳಗಲಾರಂಭಿಸಿದವು. ಕೋಣೆಯ ಉಸಿರು ನಿಂತಿತು. ರಾತ್ರಿಯ ಅದರ ನೀರವ ಹೃದಯ ಬಡಿತ ಸ್ತಬ್ಧವಾಯಿತು... ಟೆಲಿಫೋನಿನ ಕರ್ಕಶ ನಿನಾದ ಮಾತ್ರ ಅದರ ರಕ್ತದ ಒತ್ತಡ ಏರುತ್ತಿತ್ತೋ ಎಂಬಂತೆ, ಹೆಚ್ಚು ಹೆಚ್ಚು ತೀವ್ರವಾಗುತ್ತ ಎಡೆಬಿಡದೆ ಮುಂದುವರಿಯಿತು.

ಡಾಕ್ಟರ್ ಸುಪ್ಪತ್ತಿಗೆಯ ಮೇಲೆ ನಿದ್ರಿಸುತ್ತಿದ್ದ. ಟೆಲಿಫೋನಿನ ಮೊದಲ ಶಬ್ದದ ಹೊಡೆತ ಅವನಿಗೆ ಕೇಳಿಸಿತ್ತು. ಆದರೆ ಸುಸ್ತಾಗಿದ್ದ ಅವನ ಮೆದುಳು ಆ ಶಬ್ದವನ್ನೇ ಒಂದು ಕನಸಾಗಿ ನೇಯ್ದು, ಅವನು ಏಳದಂತೆ ಮಾಡಿತ್ತು. ಕನಸಿನಲ್ಲಿ ಬೆಳಗಾಗಿತ್ತು. ಕೆಂಗೂದಲಿನ ಆ ಅನಿಷ್ಟ ಪೋಸ್ಟ್‌ಮನ್ ಪಡಸಾಲೆಯ ಎದುರು ನಿಂತಿದ್ದ. ಅವನು ಕೆಲವು ಪತ್ರಗಳನ್ನು ತಂದಿದ್ದ. ಮೈ ಕುಣಿಸಿ ನಗುತ್ತಿದ್ದ ಬುದ್ಧಿಗೇಡಿ ಹೆಣ್ಣಾಳಿಗೆ ವಿನೋದ ಒದಗಿಸಲು ಅವನು ವಿದ್ಯುತ್ ಗಂಟೆಯನ್ನು ಪದೇಪದೇ ಒತ್ತುತ್ತಿದ್ದ. ಆ "ಫಾಸಿಸ್ಟ್ ಘಟಿಂಗನನ್ನು ಆಚೆಗೆ ನೂಕ್ತೇನೆ. ಅವನು ಕೇವಲ ಯುದ್ಧಕಾಲದ ಪೋಸ್ಟ್‌ಮನ್. ಏನೂ ಪ್ರಯೋಜನವಿಲ್ಲ" ಎಂದು ಕನಸಿನಲ್ಲಿ

ಅಂದುಕೊಂಡ ಡಾಕ್ಟರ್ ತನ್ನ ಕೈಯಾಡಿಸಿದ, ಅಷ್ಟೆ. ಏಕೆಂದರೆ ಅವನಿಗೆ ಬಹಳ ಸುಸ್ತಾಗಿತ್ತು. "ಪೋಸ್ಟ್‌ಮನ್ ಜೊತೆ ನಾಳೆ ಮಾತನಾಡ್ತೇನೆ" ಎಂದುಕೊಂಡ. ಅನಂತರ ಅವನು ಜಾರುಬಂಡಿಯ ಮೇಲೆ ಕುಳಿತ. ಶಾಲೆಯ ಹುಡುಗನಾಗಿಬಿಟ್ಟ. ಅವನು ಕ್ರಿಸ್ಮಸ್ ಹಬ್ಬಕ್ಕಾಗಿ ಚಿಕ್ಕಮ್ಮನೊಡನೆ ಹೋಗುತ್ತಿದ್ದ. ಕುದುರೆಗಳ ಕೊರಳುಗಳಲ್ಲಿದ್ದ ಗಂಟೆಗಳು ಟಣ ಟಣ ಶಬ್ದ ಮಾಡುತ್ತಿದ್ದವು. ಆಗ ಚಳಿಗಾಲ. ಆದರೆ ಅವನು ಕಾಲುಗವಸಿನೊಳಗೆ ನುಸುಳಿಕೊಂಡಿದ್ದ. ಅಲ್ಲಿ ಎಲ್ಲವೂ ಮೃದುವಾಗಿತ್ತು. ಬೆಚ್ಚಗಿತ್ತು. ಹಿತವಾಗಿತ್ತು.

ಕಣ್ಣು ಕುಕ್ಕುವ ಲೋಹದ ಹೊಳಪಿನಂತೆ ಟೆಲಿಫೋನ್ ಶಬ್ದ ಮಾಡುತ್ತಲೇ ಇತ್ತು. ಅದು ಈಟಿಯಂತೆ ಅವನ ಎರಡು ಕನಸುಗಳ ನಡುವೆ ಇರಿಯಿತು. ನಸು ಎಚ್ಚತ್ತ ಅವನ ಕಣ್ಣು ಆ ಶಬ್ದದ ತಿವಿತದಿಂದ ಉರಿಯುತ್ತಿತ್ತು. ಆ ಉರಿ ಹೆಚ್ಚಿತು.

ಅಂತೂ ಕೊನೆಗೆ ಮನಸ್ಸಿಲ್ಲದ ಮನಸ್ಸಿಂದ ಆತ ತನ್ನ ಮಂಪರಿನಿಂದ ಹೊರಬಂದ. ಎಚ್ಚತ್ತ. ಕಣ್ಣು ತಿವಿಯುತ್ತಿದ್ದ ಶಬ್ದ ನಿಧಾನವಾಗಿ ಹಿಂದೆ ಸರಿಯಿತು. ತನ್ನನ್ನು ಬೆನ್ನಟ್ಟಿ ಬಂದವರಿಂದ ತಪ್ಪಿಸಿಕೊಳ್ಳಲು ತೆರೆದ ಕಿಟಕಿಯ ಮೂಲಕ ಅದು ಭಯದಿಂದ ಒಳಗೆ ನೆಗೆದಿತ್ತೋ ಎಂಬಂತೆ ಟೆಲಿಫೋನ್ ನಡುಗುತ್ತಿತ್ತು.

"ಥತ್ ! ...ಯಾರು ಈ ಮೂರ್ಖ ?"

ಹೊದಿಕೆಯನ್ನು ತೆಗೆದು ಹಾಸಿಗೆಯಿಂದ ಎದ್ದ ಡಾಕ್ಟರ್, ಇದಕ್ಕೆ ಕಾರಣವೇನಿರಬಹುದು ಎಂದು ಬೇಸರದಿಂದ ಯೋಚಿಸಿದ : ಬಹುಶಃ ರಾಂಗ್ ನಂಬರ್. ಹಾಗಿದ್ದರೂ... ಬೇರೆ ಮಾರ್ಗವೇ ಇರಲಿಲ್ಲ. ಆ ಮೂರ್ಖನನ್ನು ದಬಾಯಿಸುವುದಕ್ಕಾದರೂ ಎದ್ದು ಹೋಗಿ ಟೆಲಿಫೋನ್ ರಿಸೀವರ್ ಎತ್ತಬೇಕಲ್ಲ ?

ಆತ ದೀಪ ಬೆಳಗಿಸಿದ. ಸ್ಲಿಪ್ಪರ್‌ಗಳಲ್ಲಿ ಪಾದ ತೂರಿಸಿದ. ರಿಸೀವರನ್ನ ಕೋಪದಿಂದ ಎತ್ತಿ "ಹಲೋ !" ಎಂದು ಕಿರಿಚಿದ. ಉತ್ತರಕ್ಕೆ ಕಾಯದೆ, "ಹಲೋ... ಡಾಕ್ಟರ್ ಗೆರೆಂಡಾಇ ಮಾತನಾಡ್ತಿರೋದು" ಎಂದು ಇನ್ನಷ್ಟು ಜೋರಾಗಿ ಕೂಗಿದ.

ಆ ಕಡೆ ಮಾತನಾಡುತ್ತಿರುವವರು ರಿಸೀವರನ್ನು ಕೂಡಲೇ ಕೆಳಗಿಡುವರೆಂದು ಡಾಕ್ಟರ್ ಆಶಿಸಿದ.

ಇಲ್ಲ... ಬಲು ಪರಿಚಿತವಾದ ಧ್ವನಿ ಕೇಳಿಸಿತು.

"ನೀನೇಕೆ ಉತ್ತರಿಸೋದಿಲ್ಲ ? ನಾನು ಕರೆದಾಗ ದಯವಿಟ್ಟು ಕೂಡಲೇ ಮಾತನಾಡು. ನಾನು ಹೇಳಿದ್ದು ಗೊತ್ತಾಯಿತೇ ?"

ಮಾತನಾಡಿದ್ದು ಆಸ್ಪತ್ರೆಯ ಮುಖ್ಯಸ್ಥ ದ್ಯುಲಾ ವಾಲ್ಡೇರ್. ಅವನ ಮೇಲಧಿಕಾರಿ.

ಅವನಿಗೆ ಇನ್ನೂ ಟೆಲಿಫೋನ್ ಗಂಟೆಯ ಶಬ್ದವೇ ಕೇಳುತ್ತಿತ್ತು. ಆ ಧ್ವನಿ ತನ್ನ ಎದೆಯನ್ನು ಹೊಕ್ಕಂತೆ ಭಾಸವಾಗಿ ಅವನಿಗೆ ಏನೋ ಒಂದು ವಿಚಿತ್ರ ಒತ್ತಡದ ಅನುಭವವಾಯಿತು.

"ಹಲೋ, ದ್ಯುಲಾ !" ಅವನು ಸ್ನೇಹದ ಧ್ವನಿಯಲ್ಲಿ ಹೇಳಿದ.

"ಎಚ್ಚರವಾಯಿತೇ ಡಾಕ್ಟರ್ ? ಸಂಪೂರ್ಣವಾಗಿ ಎಚ್ಚರವಾಯಿತೇ ?"

ಆ ಧ್ವನಿ ಒರಟಾಗಿತ್ತು. ನಿಂದಿಸುವಂತಿತ್ತು.

ಮೇಲಧಿಕಾರಿಯ ಪ್ರತಿಯೊಂದು ಪದದಲ್ಲಿಯೂ ಧ್ವನಿತವಾಗಿದ್ದ ಒರಟುತನ ಉದ್ದೇಶ ಪೂರ್ವಕವಾಗಿತ್ತು ಎಂಬುದನ್ನು ಡಾಕ್ಟರ್ ಅರಿತುಕೊಂಡ. ಆದರೆ ಯಾಕೆ ?

ಆ ಕಡೆಯಿಂದ ಮತ್ತೆ ಕೇಳಿತು.

“ನನಗೆ ಗೊತ್ತಿದೆ... ಸೋಮಾರಿಗಳು ಇಡೀ ರಾತ್ರಿ ನಿದ್ದೆ ಮಾಡ್ತಾರೆ.”

ನಿದ್ದೆಯ ಮಂಪರಿನಲ್ಲಿಯೇ ಇದ್ದ ಡಾಕ್ಟರ್, ತಬ್ಬಿಬ್ಬಾಗಿ ತೊದಲಿದ.

“ನಾನು ಈಗತಾನೆ ಮಲಗಿಕೊಂಡೆ... ವಿಮಾನ ದಾಳಿಯ ಅಪಾಯ ಕಳೆಯಿತೆಂಬ ಸೂಚನೆ ಇಲ್ಲಿ ಮೊಳಗಿ ಇನ್ನೂ ಹೆಚ್ಚು ಹೊತ್ತಾಗಿಲ್ಲ. ನಾವು ಮೂರು ಗಂಟೆ ಕಾಲ ನೆಲಮಾಳಿಗೆಯಲ್ಲಿದ್ದೆವು.”

ಸ್ವಲ್ಪ ಹೊತ್ತು ಹಿಂದೆ ಮುಂದೆ ನೋಡಿ ಆತ ಮತ್ತೆ ಕೇಳಿದ :

“ನಿಮ್ಮ ಪ್ರದೇಶದಲ್ಲಿಯೂ ಇದೇ ಪರಿಸ್ಥಿತಿಯೇ, ದ್ಯುಲಾ ?”

ಈ ರೀತಿಯ ಸಲುಗೆಯ ಸಂಭಾಷಣೆಗೆ ತನ್ನ ಮೇಲಧಿಕಾರಿ ಹೇಗೆ ಪ್ರತಿಕ್ರಿಯೆ ವ್ಯಕ್ತಮಾಡುವನೋ ಎಂದು ಅವನಿಗೆ ಸಂದೇಹ.

ದ್ಯುಲಾ ವಾಲ್ಡೇರ್ ಅವನಿಗಿಂತ ಹತ್ತು ವರ್ಷ ಕೆಳಗಿನವ. ಸಾಮಾನ್ಯ ಮೈಕಟ್ಟಿನ, ಉಬ್ಬಿದ, ವರ್ಣಹೀನ ಕಣ್ಣುಗಳ ನಿಕೃಷ್ಟ ವ್ಯಕ್ತಿ. ಇತ್ತೀಚಿನವರೆಗೂ ಆತ ಯಾವುದೋ ಗಲ್ಲಿಯಲ್ಲಿ ಯಾರಿಗೂ ಗೊತ್ತಿಲ್ಲದ ಒಬ್ಬ ಖಾಸಗಿ ವೈದ್ಯನಾಗಿದ್ದ. ಅವನಿಗಿನ್ನೂ ಮೂವತ್ತು ವರ್ಷ. ಅವನ ಸೋದರ ಸದಾ ಸಕ್ರಿಯನಾಗಿದ್ದ ಒಬ್ಬ ಧೂರ್ತ ಲಾಯರ್. ಆತ ಇದ್ದಕ್ಕಿದ್ದಂತೆ ಸರಕಾರದ ಉಪಕಾರ್ಯದರ್ಶಿಯಾಗಿ ನೇಮಿತನಾದ. ಯುದ್ಧಕಾಲದಲ್ಲಿ ಬಹುಬೇಗ ಮೇಲೇರಿದವರಲ್ಲಿ ಇವನೊಬ್ಬ. ಈ ವಾಲ್ಡೇರ್ ಸೋದರರನ್ನು ವಿಮಾನದ ಎಂಜಿನ್ನುಗಳು ಚಲಾಯಿಸುತ್ತಿದ್ದಂತೆ ತೋರುತ್ತಿತ್ತು. ಅವರಿಗೆ ಅಧಿಕಾರದ ದಾಹ, ಸ್ವಲ್ಪವೂ ಕರುಣೆಯಿಲ್ಲ. ನ್ಯಾಯ ನೀತಿಗಳಿಲ್ಲ. ಅಧಿಕಾರಕ್ಕಾಗಿ ಅವರು ಹಾತೊರೆಯುತ್ತಿದ್ದರು, ಕೆಲಸ ಮಾಡುತ್ತಿದ್ದರು. ಹೊಸ ಉಪಕಾರ್ಯದರ್ಶಿ ಕೂಡಲೇ ತನ್ನ ಸೋದರನಿಗೆ ಆಸ್ಪತ್ರೆಯ ಮುಖ್ಯ ಡಾಕ್ಟರಾಗಿ ಬಡ್ತಿ ದೊರೆಯುವಂತೆ ತಂತ್ರ ಹೂಡಿದ. ಡಾಕ್ಟರ್ ಗೆರೆಂಡಾಇಗೆ ಇನ್ನೂ ನೆನಪಿತ್ತು... ಈ ಜಗಳಗಂಟ, ನಿಕೃಷ್ಟ ಮನುಷ್ಯ ದ್ಯುಲಾ ವಾಲ್ಡೇರ್ ಆಸ್ಪತ್ರೆಯಲ್ಲಿ ಹಾಜರಾದ ಮೊದಲ ದಿನಗಳಲ್ಲಿ ಅವನು ಎಲ್ಲರೊಂದಿಗೆ, ನಯವಾಗಿ ನಡೆದುಕೊಂಡಿದ್ದ. ಅವರ ಕೈ ಕುಲುಕುತ್ತಾ ಸ್ನೇಹಿತನಂತೆ ವರ್ತಿಸಿದ್ದ. ಬಡಬಡನೆ ಮಾತನಾಡುತ್ತಿದ್ದ. ಅದು ಆರಂಭವಾಗಿದ್ದುದು ಹಾಗೆ – ಸೊಂಡಿಲುಮೀನಿನ ಮೃದುವಾದ ಮೊದಲ ಆಲಿಂಗನದಂತೆ. ಆಸ್ಪತ್ರೆಯ ಬಗ್ಗೆ ಅವನಿಗೇನೂ ಅಂತಹ ಆಸಕ್ತಿ ಇರಲಿಲ್ಲ. ಆದರೂ ಅವನು ಸದಾ ಅತ್ತಿಂದಿತ್ತ ಓಡಾಡುತ್ತಿದ್ದ, ಸಂಘಟಿಸುತ್ತಿದ್ದ, ಕೆಲಸ ಮಾಡುತ್ತಿದ್ದ. ಒಂದು ಉಪನ್ಯಾಸ ಮಾಲೆಯನ್ನು ಆತ ಶುರು ಮಾಡಿದ. ಹೊಸ ವೈದ್ಯಕೀಯ ಸಂಘ ಒಂದನ್ನು ಸ್ಥಾಪಿಸಿದ. ವೈದ್ಯರು, ಸಾಮಾನ್ಯರು ಒಂದೆಡೆ ಸೇರುವಂತೆ ಮಾಡಿದ. “ಆರೋಗ್ಯವಾಗಿರುವವರೂ ವೈದ್ಯರ ಸಲಹೆ ಪಡೆದು ಕಾಯಿಲೆ ಬೀಳದಂತೆ ಎಚ್ಚರಿಕೆ ವಹಿಸಬೇಕೆಂಬುದೇ ನನ್ನ ಉದ್ದೇಶ. ರೋಗ ಬರದಂತೆ ತಡೆಗಟ್ಟುವುದೇ ಮುಖ್ಯವಾದ ಮೊದಲ ಕೆಲಸ” ಎಂದು ಆತ ಯಾವಾಗಲೂ ಪಠಿಸುತ್ತಿದ್ದ. “ನಾವು ಕಾಯಿಲೆ ಬೀಳದಿರೋಣ. ಎಲ್ಲರೂ ಆರೋಗ್ಯವಾಗಿರೋಣ”– ಇದು ಅವನ ಮತ್ತೊಂದು ಘೋಷಣೆ. ವ್ಯಾಧಿ ನಿರೋಧ. ವ್ಯಾಧಿ ನಿರೋಧ – ಎಲ್ಲರೂ ಇದನ್ನು ಕೇಳಿ ಆಗ ನಕ್ಕಿದ್ದರು. ಆದರೆ ಆಗ ಯುದ್ಧ ಎಂಬ ಮಾರಿ ಮನೆ ಬಾಗಿಲಿಗೆ ಬಂದಿತ್ತು. ಕಾಲ ಕೆಟ್ಟದಾಗಿತ್ತು. ಆದುದರಿಂದ ಅವರು ಅನಿಶ್ಚಿತತೆಯಿಂದ ನಕ್ಕಿದ್ದರು – ಹಚ್ಚಿದ ಸಿಗರೇಟನ್ನು ಯಾವ ಕ್ಷಣದಲ್ಲಾದರೂ ನಂದಿಸಲು ಸಿದ್ಧರಾಗಿ ಹೊಗೆ ಸೇದುವ ಶಾಲಾ ಹುಡುಗರಂತೆ.

"ಅವನು ನಿನಗಿಂತಲೂ ಮುಂದೆ ಹೋಗ್ತಿದ್ದಾನೆ ಕಾಲ್ಮುಶ್," ಎಂದು ಪ್ರಧಾನ ಶಸ್ತ್ರ ವೈದ್ಯ ಹಿದಾಶ್‌ನನ್ನು ಅವರೆಲ್ಲ ರೇಗಿಸಿದ್ದರು. ಆಸ್ಪತ್ರೆಯ ಹಿಂದಿನ ಮುಖ್ಯಾಧಿಕಾರಿಯ ಸಹಾಯಕನಾಗಿದ್ದ ಈತನೇ ಇನ್ನು ಮುಂದೆ ಅಗಾಥಾ ಆಸ್ಪತ್ರೆಯ ಮುಖ್ಯಸ್ಥನಾಗುವನೆಂದು ಎಲ್ಲರೂ ನಿರೀಕ್ಷಿಸಿದ್ದರು.

ಆದರೆ ಹಾಗಾಗಿರಲಿಲ್ಲ. ಆ ಸ್ಥಾನಕ್ಕೆ ವಾಲ್ಡೇರ್ ಬಂದಿದ್ದ. ಆತ ಜೇಡನಂತೆ ಕೆಲಸ ಮಾಡುತ್ತಿದ್ದ. ಯಾವಾಗಲೂ ಹೊಸ ಬಲೆಯನ್ನು ನೇಯುತ್ತಿದ್ದ. ಒಂದು ಕ್ಷಣ ಇಲ್ಲಿರುತ್ತಿದ್ದ – ಯುದ್ಧದಿಂದ ತಲೆದೋರಿದ ಆರೋಗ್ಯ ಸಮಸ್ಯೆಯ ಬಗ್ಗೆ ಚರ್ಚಿಸುತ್ತಿದ್ದ. ಮರುಕ್ಷಣ ಇನ್ನೊಂದು ಕಡೆ ಅಗ್ನಿಶಾಮಕ ದಳದವನೊಡನೆ ವ್ಯವಹರಿಸುತ್ತಿದ್ದ. ಸರ್ಕಾರದ ಇಲಾಖೆಗಳ ಮುಖ್ಯರನ್ನು ಆಸ್ಪತ್ರೆಯ ಭೇಟಿಗೆ ಕರೆತರುತ್ತಿದ್ದ. ಖಾಸಗಿ ಕೋಣೆಗಳಲ್ಲಿ ಉನ್ನತಾಧಿಕಾರಿಗಳ ಆರೋಗ್ಯವಂತ ಹೆಂಡಿರು ಮಕ್ಕಳನ್ನು ತುಂಬಿಸುತ್ತಿದ್ದ. ಎಷ್ಟಾದರೂ, ವಿಮಾನ ದಾಳಿಯಾದರೆ ಮನೆಯ ನೆಲಮಾಳಿಗೆಗಿಂತ ಅಗಾಥಾ ಆಸ್ಪತ್ರೆ ಹೆಚ್ಚು ಸುರಕ್ಷಿತವಾದ ಸ್ಥಳವಾಗಿರಲಿಲ್ಲವೆ ?

ಆದರೆ ಅವನು ಮಧ್ಯರಾತ್ರಿ ಒಂದೂವರೆ ಗಂಟೆಯಲ್ಲಿ ಟೆಲಿಫೋನ್ ಮಾಡಿದ್ದುದೇಕೆ ? ಹೆಸರು ಹೇಳುವ ಬದಲು "ಡಾಕ್ಟರ್" ಎಂದು ಕರೆದಿದ್ದನಲ್ಲ ! ವಕ್ರವಾಗಿಯೇ ಆದರೂ ವಾಲ್ಡೇರ್ ಸಾಮಾನ್ಯವಾಗಿ ಗೆರೆಂಡಾಇಯನ್ನು ಗೌರವಿಸುತ್ತಿದ್ದ. ಗೆರೆಂಡಾಇ ಸುಸಂಸ್ಕೃತ ಮನೆತನದಿಂದ ಬಂದವನು. ಐಕಾರಾಂತಕ್ಕೆ ಬದಲಾಗಿ ಅವನ ಹೆಸರು ಇಕಾರಾಂತವಾಗಿತ್ತು. ಹೊಸಬರ ಎದುರು ಗೆರಾಂಡಾಇಯನ್ನು ವಾಲ್ಡೇರ್ ಬೆನ್ನಿನ ಮೇಲೆ ಗುದ್ದಿ, ಅನಂತರ ಅವನ ತೋಳು ಹಿಡಿದು ಆಸ್ಪತ್ರೆಯ ಮೊಗಸಾಲೆಯುದ್ದಕ್ಕೂ ಎಳೆದೊಯ್ಯುತ್ತಿದ್ದ. ಸಂಪೂರ್ಣವಾಗಿ ಅರ್ಥವಾಗದ ತನ್ನ ಹೊಸ ಯೋಜನೆಗಳನ್ನು ಅನೇಕ ನಿಮಿಷಗಳ ಕಾಲ ವಿವರಿಸುತ್ತಿದ್ದ.

ಟೆಲಿಫೋನಿನಿಂದ ಹೊರಟ ಕರ್ಕಶ ಧ್ವನಿ ಗೆರೆಂಡಾಇಯ ಯೋಚನೆಗಳನ್ನು ಚದರಿಸಿತು.

"ನಿನ್ನ ಕಾರ್ಯಕ್ರಮದ ವಿವರ ನಿನ್ನ ಮೇಜಿನ ಮೇಲಿದೆಯಷ್ಟೇ, ಡಾಕ್ಟರ್ ಗೆರೆಂಡಾಇ... ಅದು ಯಾವಾಗಲೂ ಡಾಕ್ಟರನ ಮುಂದಿರಬೇಕು ಅನ್ನೋದನ್ನು ನೀನು ಬಲ್ಲೆ ಅಂದು ಕೊಂಡಿದ್ದೇನೆ."

ಟೆಲಿಫೋನ್ ರಿಸೀವರ್‌ನಿಂದ ಹೊರಬರುತ್ತಿದ್ದ ಈ ಧ್ವನಿಯಲ್ಲಿ ಅಡಕವಾಗಿದ್ದ ಅರ್ಥಹೀನ ರೋಷದಿಂದಾಗಿ ಆ ಉಪಕರಣವೇ ಸಿಡಿಮಿಡಿಗುಟ್ಟುವಂತೆ ತೋರುತ್ತಿತ್ತು. ಆದರೂ ಆ ಧ್ವನಿ ಸ್ಪಷ್ಟವಾಗಿತ್ತು. ಅಪ್ಪಣೆ ಮಾಡುವಂತಿತ್ತು. ಪ್ರತಿಯೊಂದು ಶಬ್ದವನ್ನೂ ಸ್ಪಷ್ಟವಾಗಿ, ಕೈ ಮಾಡಿ ತೋರಿಸುವಂತೆ ದ್ಯುಲಾ ವಾಲ್ಡೇರ್ ಹೇಳಿದ :

"ಡಾಕ್ಟರ್, ದಯವಿಟ್ಟು ಗಮನಿಸು. ನಾಳೆ ಬೆಳಿಗ್ಗೆ ಏಳು ಗಂಟೆಗೆ ಕಣ್ಣು ರೋಗಿಗಳನ್ನು ನೋಡುವ... ನನ್ನ ಮಾತು ಸರಿಯಾಗಿ ಕೇಳ್ತಿದೆ ತಾನೆ ? ಮತ್ತೆ ಹೇಳ್ತೀನೆ. ನನ್ನ ಆಜ್ಞೆಯಂತೆ ನೀನು ಕಣ್ಣುರೋಗಿಗಳನ್ನು ನೋಡುವ ಕೋಣೆಯನ್ನು ಮೊದಲ ಮಹಡಿಯಿಂದ ಕೆಳಗಿನ ಅಂತಸ್ತಿಗೆ ನಾಳೆ ಬೆಳಿಗ್ಗೆ ಏಳು ಗಂಟೆಗೆ ಬದಲಾಯಿಸ್ಬೇಕು."

ಆಶ್ಚರ್ಯ, ಗಾಬರಿಗಳಿಂದ ಡಾಕ್ಟರ್ ದಿಗ್ಭ್ರಾಂತನಾದ. ವಾಲ್ಡೇರ್‌ನ ಮಾತುಗಳು ಅವನಿಗೆ ಅರ್ಥವಾಗಲಿಲ್ಲ. ಇಲ್ಲ, ಒಂದೇ ಒಂದು ಪದವೂ ಅರ್ಥವಾಗಲಿಲ್ಲ. ಅವನ ಬಾಯಿಯಿಂದ ಮಾತೇ ಹೊರಡದಾಯಿತು. ಈ ಬಗೆಯ ಪ್ರತಿಭಟನೆಯಿಂದ ಕೋಪಗೊಂಡ ವಾಲ್ಡೇರ್ ಕಿರಿಚಲಾರಂಭಿಸಿದ :

"ಎಲ್ಲಿಗೆ ಎಂದು ಗೊತ್ತಾಯಿತೇ ? ನೆಲಮಟ್ಟದ ಮೂರನೆಯ ನಂಬರ್ ಕೋಣೆಗೆ.

ಆ ಜಾಗವನ್ನು ಇದಕ್ಕಾಗಿಯೇ ನಿನ್ನೆ ಖಾಲಿ ಮಾಡಿಸಿದೆ. ನೀನು ನಾಳೆ ಬದಲಾಯಿಸಬೇಕಾದ್ದು ಅಲ್ಲಿಗೆ."

ಅದೇನೋ ನಿಜ. ಹಿಂದಿನ ದಿನ ಆ ಕೋಣೆಯಲ್ಲಿದ್ದ ಪ್ರಯೋಗಾಲಯವನ್ನು ನೆಲಮಾಳಿಗೆಗೆ ವರ್ಗಾಯಿಸಲಾಗಿತ್ತು. ಪೂರ್ವಾಹ್ನದಲ್ಲಿ ಗಂಡು ದಾದಿ ಮತ್ತು ಕಿರಿಯ ಡಾಕ್ಟರ್ ಈ ಬಗ್ಗೆ ಪಿಸುಗುಟ್ಟುತ್ತಿದ್ದಾಗ ಅವನು ಅದಕ್ಕೆ ಗಮನ ಕೊಟ್ಟಿರಲಿಲ್ಲ. ಪ್ರಯೋಗಾಲಯದ ಸಹಾಯಕಿ ಮಿಸ್ ರೇಹಾಕ್‌ಳಿಗೆ ಏನಾಯಿತೆಂದು ತಿಳಿದುಕೊಳ್ಳುವ ಇಚ್ಛೆ ಅವನಿಗೆ ಇರಲಿಲ್ಲ. ಜೂಲಿಯಾ ರೇಹಾಕ್ ವಾಲ್ಡೇರ್‌ನ ಪ್ರೇಯಸಿಯೆಂದು ಹೇಳಲಾಗುತ್ತಿತ್ತು. 'ಪ್ರಯೋಗಾಲಯದ ಬದಲಾವಣೆಗೂ ಅವರ ಪ್ರೇಮ ವ್ಯವಹಾರಕ್ಕೂ ಏನೋ ಸಂಬಂಧವಿರಬೇಕು,'ಎಂದು ಅವನು ಈಗ ನಿರ್ಲಿಪ್ತನಾಗಿ ಯೋಚಿಸಿದ್ದ. ಇದು ಅವರ ಪ್ರಣಯಕ್ಕೆ ಸಂಬಂಧಿಸಿದ್ದಾರೆ ಅದರಿಂದ ದೂರವಿರುವುದೇ ಮೇಲು ಎಂದು ಅಂದುಕೊಂಡಿದ್ದ.

ಈಗ ಅವನ ಮೈಯೆಲ್ಲಾ ಜಡವಾದಂತೆ ಕಂಡಿತು. ತಾನೂ ಕೊಠಡಿ ಬದಲಾಯಿಸಬೇಕೆ? ನೆಲಮಟ್ಟದ ಅಂತಸ್ತಿನ ಮೂರನೆಯ ಕೋಣೆಗೆ ಹೋಗಬೇಕೆ? ಅಷ್ಟರಲ್ಲಿ ಯಾರೋ ಗೊಣಗಿದಂತೆ ಅವನಿಗೆ ಕೇಳಿಸಿತು. ಅದು ಅವನದೇ ಧ್ವನಿ. ಆ ಧ್ವನಿ ಪ್ರಶ್ನಿಸುತ್ತಿತ್ತು :

"ಹಾಗಾದರೆ ಆ ವಿಭಾಗ'?"

ಅಗೋಚರನಾಗಿದ್ದ ವಾಲ್ಡೇರ್ ಖಾರವಾಗಿ ಉತ್ತರವಿತ್ತ.

"ಡಾಕ್ಟರ್ ಗೆರೆಂಡಾಇ ನಿನಗೆ ನನ್ನ ಮಾತು ಕೇಳಿಸುತ್ತಿಲ್ಲ ಅಂತ ಕಾಣುತ್ತೆ. ನಾನು ಹೇಳಿದ್ದು ಗೊತ್ತಾಗಲಿಲ್ವೆ? ನಾವು ಆ ವಿಭಾಗದ ಬಗ್ಗೆ ಮಾತನಾಡ್ತಿಲ್ಲ. ಅದು ಈಗೆಲ್ಲಿದೆಯೋ, ಅಲ್ಲಿಯೇ ಇರ್‍ತದೆ. ನಾವು ಮಾತನಾಡ್ತಿರೋದು ನಿನ್ನ ಕೊಠಡಿಯ ವಿಚಾರ."

ರಾತ್ರಿಯಂಗಿ ತೊಟ್ಟು ಸ್ಲಿಪ್ಪರ್ ಮೆಟ್ಟಿಕೊಂಡು ಟೆಲಿಫೋನ್‌ನಲ್ಲಿ ಮಾತನಾಡುತ್ತಿದ್ದ ಗೆರೆಂಡಾಇಗೆ ಈಗ ಪೂರ್ಣವಾಗಿ ಎಚ್ಚರವಾದಂತಾಯಿತು. ಆತ ನಿರಾಶನಾಗಿ ಕೇಳಿದ:

"ನೇತ್ರ ಚಿಕಿತ್ಸಾ ವಿಭಾಗದಿಂದ ಸಲಹಾ ಕೋಣೆಯನ್ನು ಪ್ರತ್ಯೇಕಿಸೋದೆ?"

ಅತ್ತ ಕಡೆಯ ಧ್ವನಿ ಅಪ್ಪಳಿಸಿತು:

"ಪ್ರತ್ಯೇಕಿಸೋದೇ? ಅದನ್ನು ನಾವು ಪ್ರತ್ಯೇಕಿಸಲಿದ್ದೇವೆಯೇ ಅಂತ ತಾನೇ ನೀನು ಕೇಳಿದ್ದು? ಅಯ್ಯೋ ಮಹಾನುಭಾವ, ನಿನಗಿನ್ನೂ ಅರ್ಥವಾಗೋದಿಲ್ವೆ? ಈಗ ಒಂದು ಯುದ್ಧ ನಡೀತಾ ಇದೆ..."

ಸ್ವಲ್ಪವೂ ಅಡೆತಡೆಯಿಲ್ಲದೆ, ನಿಷ್ಠುರವಾಗಿ ಮಾತು ಮುಂದೆ ಸಾಗಿತು.

"ಯುದ್ಧ! ಅರ್ಥವಾಯಿತೇ? ಯುದ್ಧ! ಖಂಡಗಳು, ದೇಶಗಳು ಪರಸ್ಪರ ಬೇರೆಯಾಗ್ತವೆ... ಈ ಒಂದು ಸಣ್ಣ ಕೊಠಡಿಯನ್ನು ಬೇರ್ಪಡಿಸೋದರಿಂದ ನಿನಗೆ ನೋವಾಗ್ತದೆಯೆ ಡಾಕ್ಟರ್ ಗೆರೆಂಡಾಇ? ಏನು ಸುಖದ ಆಸೆ! ಎಷ್ಟು ಸ್ವಾರ್ಥ! ಸುಖಸೌಲಭ್ಯಗಳಿಗೆ ನಾನು ಗಮನ ಕೊಡಲಾರೆ. ನಾನು ಈಗ ಹೇಳಿರೋದು ಒಂದು ಅಪ್ಪಣೆ: ನೀನು ಕೊಠಡಿ ಬದಲಾಯಿಸಲೇ ಬೇಕು. ಸ್ಪಷ್ಟವಾಯಿತೆ? ಗುರುತು ಹಾಕಿಕೊಂಡೆಯಾ? ಇದಕ್ಕೆ ಯಾವ ರೀತಿಯ ವಿರೋಧವನ್ನು ನಾನು ಸಹಿಸೋದಿಲ್ಲ. ನೀನು ಕೊಠಡಿ ಬದಲಾಯಿಸ್ಬೇಕು."

ದಿಗ್ಭ್ರಾಂತನಾಗಿದ್ದ ನೇತ್ರವೈದ್ಯ ಈಗ ತನ್ನನ್ನು ತಾನೇ ಸಂಬಾಳಿಸಿಕೊಂಡ; ಸಂಪೂರ್ಣ ಎಚ್ಚತ್ತ; ಧೈರ್ಯ ತಳೆದು ಹೇಳಿದ:

"ಪ್ರಿಯ ಮಿತ್ರ ದ್ಯುಲಾ, ನಿನ್ನ ಅಪೇಕ್ಷೆ ಏನು? ಮುಚ್ಚುಮರೆಯಿಲ್ಲದ ನನ್ನ ಮಾತಿನಿಂದ

ಸಿಟ್ಟಾಗ್ಬೇಡ... ನೀನು ಈಗ ಅಪ್ಪಣೆ ಮಾಡಿದೆಯಲ್ಲ... ಸಿಟ್ಟಾಗ್ಬೇಡ ಅಂತ ಮತ್ತೆ ಕೇಳಿಕೊಳ್ತೇನೆ. ಆದರೆ ನಿನ್ನ ಅಪೇಕ್ಷೆ ಅಸಂಬದ್ಧವಾದದ್ದು. ಸಲಹಾ ಕೋಣೆಯನ್ನು ವಾರ್ಡ್‌ಗಳಿಂದ ಬೇರ್ಪಡಿಸೋದು ಸಾಧ್ಯವಿಲ್ಲ. ಅದು ಅನಗತ್ಯ, ಯಾಕೇಂತಂದ್ರೆ..."

ಇಷ್ಟಕ್ಕೆ ಅವನ ಮಾತು ನಿಂತುಹೋಯಿತು. ದೊಡ್ಡದಾಗಿ ಬಿಚ್ಚಿಕೊಂಡ ಹದ್ದಿನ ರೆಕ್ಕೆಗಳಂತೆ ಮುಖ್ಯಾಧಿಕಾರಿಯ ಧ್ವನಿ ಅವನ ಮೇಲೆರಗಿತು :

"ಡಾ॥ ಗೆರೆಂಡಾಇ, ಪ್ರತಿಭಟಿಸಬೇಡ. ನಿನಗೆ ಎಚ್ಚರಿಕೆ ಕೊಡ್ತಿದ್ದೇನೆ. ನಾನು ಬಹಳ ತಾಳ್ಮೆಯಿಂದಿದ್ದೇನೆ. ಕೊನೆಯ ಸಲ ಮತ್ತೆ ಹೇಳ್ತೇನೆ: ನಾಳೆ ಬೆಳಿಗ್ಗೆ ನೀನು ನಿನ್ನ ಕೊಠಡಿಯನ್ನು ಮೊದಲನೇ ಮಹಡಿಯಿಂದ ಕೆಳಗಿನ ಕೋಣೆಗೆ ಬದಲಾಯಿಸ್ಬೇಕು. ಇದನ್ನು ಗಮನದಲ್ಲಿಟ್ಟುಕೋ! ... ಈ ಕೆಲಸ ಇಬ್ಬರಿಂದಾಗಬೇಕು. ನೀನು ಮತ್ತು ನಿನ್ನ ಹೆಂಡತಿ. ಇದು ನನ್ನ ಅಪ್ಪಣೆ. ಬದಲಾಗದ ಅಪ್ಪಣೆ. ನಿನ್ನ ಹೆಂಡತಿ ಯಾಕೆ ಈ ಕೆಲಸ ಮಾಡಬೇಕು ಅಂದ್ರೆ, ಆಗ ನನಗೆ ನಿನ್ನ ಹೊಣೆ ನಿರ್ವಹಣೆಯಲ್ಲಿ ನಂಬಿಕೆ ಬರ್ತದೆ. ಈಗ ಯುದ್ಧ ನಡೀತಾ ಇದೆ. ನಿನಗೆ ಇನ್ನೂ ಅರ್ಥವಾಗಿಲ್ಲ ಅಂತ ಕಾಣ್ತದೆ: ನಾವೊಂದು ಯುದ್ಧದ ಮಧ್ಯದಲ್ಲಿದ್ದೇವೆ! ಈಗ ಪ್ರತಿಯೊಬ್ಬನೂ ಜವಾಬ್ದಾರಿಯಿಂದ ನಡೆದುಕೊಳ್ಬೇಕು. ಬರೆದಿಟ್ಟುಕೋ!... ಬೆಳಗ್ಗೆ ಏಳು ಗಂಟೆಗೆ ನೀನು ಸಲಹಾ ಕೋಣೆಗೆ ಬರಬೇಕು – ನೀನು ಮತ್ತು ನಿನ್ನ ಹೆಂಡತಿ. ನೀವಿಬ್ರೂ ಸೇರಿ ಅಲ್ಲಿರೋದನ್ನೆಲ್ಲ ಒಟ್ಟಿಗೆ ಸಾಗಿಸ್ಬೇಕು. ಉಪಕರಣಗಳನ್ನು ಇಬ್ಬರೂ ಒಟ್ಟಿಗೆ ಸಾಗಿಸುವಾಗ ಅವು ಹಾಳಾಗದಂತೆ ಎಚ್ಚರ ವಹಿಸ್ಬೇಕು. ಆಳುಗಳಾಗಲೀ, ನರ್ಸ್‌ಗಳಾಗಲೀ, ಇನ್ನಾರೇ ಆಗಲಿ ಸಹಾಯಕ್ಕೆ ಇರೋದಿಲ್ಲ. ಪ್ರತಿಯೊಬ್ಬನೂ ತನ್ನ ಹುದ್ದೆಯ ಕರ್ತವ್ಯಗಳನ್ನು ತಾನೇ ನಿರ್ವಹಿಸ್ಬೇಕು! ನೀನೂ ಅಷ್ಟೆ. ಒಂದು ಯುದ್ಧ ನಡೀತಿದೆ. ಬೂರ್ಜ್ವಾ ಸೌಕರ್ಯಗಳನ್ನು ಇತರರಿಂದ ಬೇರಾಗಿರೋದನ್ನು ನಾವು ಬಿಟ್ಟುಬಿಡಬೇಕು. ನಾನು ಎಲ್ಲವನ್ನೂ ಚಾಚೂ ತಪ್ಪದಂತೆ ಲೆಕ್ಕ ಹಾಕಿದ್ದೇನೆ. ಎಂಟು ಗಂಟೆಯೊಳಗೆ ನಿಮ್ಮ ಕೆಲಸ ಮುಗೀಬಹುದು. ಬಳಿಕ ನಿನ್ನ ಹೆಂಡತಿ ಹೊರಟುಹೋಗ್ಬಹುದು. ನೀನು ಕೆಳಗಿನ ಕೋಣೆಯಲ್ಲಿ ರೋಗಿಗಳನ್ನು ನೋಡೋದಕ್ಕೆ ಶುರು ಮಾಡ್ಬಹುದು."

ಇದಕ್ಕೆ ಪ್ರತಿಯಾದದ್ದೇನನ್ನೂ ಕೇಳಲು ಅವನು ಸಿದ್ಧನಿರಲಿಲ್ಲ. ಅವನ ಸ್ವರದಲ್ಲಿ ಸಿಡುಕು ಕಾಣಿಸಿಕೊಂಡಿತು :

"ವಾದ ಬೇಡ. ವಿವರಣೆಯ ಅಗತ್ಯವಿಲ್ಲ. ನಾನು ಅಂಗೀಕರಿಸೋದು ವಿಭಾಗದ ಮುಖ್ಯಸ್ಥನಾಗಿರುವ ನಿನ್ನ ಜವಾಬ್ದಾರಿಯನ್ನು ಮಾತ್ರ. ಇದೋ, ಮತ್ತೆ ಹೇಳ್ತಿದ್ದೇನೆ: ಪ್ರತಿಯೊಂದಕ್ಕೂ ನೀನೇ ಜವಾಬ್ದಾರ. ನನಗೆ ಎದುರಾಡೋ ಯೋಚನೆ ಮಾಡ್ಬೇಡ. ಪ್ರತಿರೋಧವನ್ನು ನಾನು ವಿಧ್ವಂಸಕ ಕೃತ್ಯ ಅಂತ ಭಾವಿಸ್ತೇನೆ. ಇಷ್ಟವಿಲ್ಲದಿದ್ದರೂ ಹಾಗಂತ ಹೇಳ್ಬೇಕಾಗಿದೆ. ಹೌದು ವಿಧ್ವಂಸಕ ಕೃತ್ಯ! ಯುದ್ಧಕ್ಕೆ ಅದರದೇ ನಿಯಮಗಳಿವೆ. ಅವನ್ನು ನಾನು ಪಾಲಿಸ್ತೇನೆ. ಉಳಿದವರೂ ಪಾಲಿಸೋ ಹಾಗೆ ನೋಡಿಕೊಳ್ತೇನೆ. ಗುರುತು ಹಾಕಿಕೊಂಡೆಯಾ? ವಿಧ್ವಂಸಕ ಕೃತ್ಯ!"

ಬಹಳ ಹೊತ್ತು ಡಾಕ್ಟರ್ ರಿಸೀವರನ್ನು ಹಾಗೇ ಕೈಯಲ್ಲಿ ಹಿಡಿದುಕೊಂಡಿದ್ದ. "ವಿಧ್ವಂಸಕ ಕೃತ್ಯ"ಎಂಬ ಪದವನ್ನು ಕೊನೆಯ ಬಾರಿ ಹೇಳಿದ ಬಳಿಕ ಆ ಕಡೆಯ ರಿಸೀವರನ್ನು ವಾಲ್ಡೇರ್ ರಭಸದಿಂದ ಕೆಳಗೆ ಇಟ್ಟದ್ದಂತೆ ಅವನಿಗೆ ತೋರಿತು, ನಿಮಿಷಗಳುರುಳಿದವು. ತನ್ನ ರಿಸೀವರನ್ನು ಆತ ನಿಧಾನವಾಗಿ ಕೆಳಗಿಟ್ಟ. ಹಾಗೇ ನಿಶ್ಚಲವಾಗಿ ನಿಂತ. ಬೆಳಿಗ್ಗೆ ಏಳು ಗಂಟೆ...

ತನ್ನ ಹೆಂಡತಿ... ವಿಧ್ವಂಸಕ ಕೃತ್ಯ... ನಿಜಕ್ಕೂ ಇದೊಂದು ಭಯಂಕರ ಕನಸು.

ತೆರೆದ ಕಿಟಕಿಯಿಂದ ಆತ ಹೊರಗೆ ದಿಟ್ಟಿಸಿದ, ಎಲ್ಲೆಲ್ಲೂ ಕತ್ತಲು. ದಟ್ಟವಾದ ಬಿಸಿ ಗಾಳಿ. ಮ್ಯೂಸಿಯಂ ರಸ್ತೆಯಲ್ಲಿ ಎರಡು ಕಾರುಗಳು ಒಂದರ ಹಿಂದೊಂದು, ಬೇರೆಬೇರೆ ಶಬ್ದ ಮಾಡುತ್ತ ಭರದಿಂದ ಸಾಗಿದುವು. "ಕಿಟಕಿ ತೆರೆದೇ ಇದೆ" ಎಂದು ಅವನು ಪರಿತಪಿಸಿದ. ಅವರಿಬ್ಬರು ಮಾತನಾಡಿದಾಗಲೂ ಕಿಟಕಿ ತೆರೆದೇ ಇತ್ತು... ಅವನೀಗ ಎಚ್ಚರಿಕೆಯಿಂದ, ಕಿಟಕಿಯ ಚೌಕಟ್ಟಿಗೆ ಒರಗಿಕೊಂಡು ಹೊರಗೆ ಬಗ್ಗಿ ನೋಡಿದ. ಎದುರುಗಡೆ ಮ್ಯೂಸಿಯಂ ಪಾರ್ಕ್‌ನಲ್ಲಿ ಮರಗಳು ಮೌನವಾಗಿ ನಿಂತಿದ್ದುವು. ಕಟ್ಟಡದ ಬೆಳಕಿಲ್ಲದ ಮೂಲೆ ಕಾಣುತ್ತಿತ್ತು. ಎಲ್ಲೆಲ್ಲೂ ಕತ್ತಲು; ನೀರವತೆ; ಮಬ್ಬು. ಪ್ರತಿಯೊಂದು ಕಟ್ಟಡದಲ್ಲೂ ಹೀಗೇ ತೆರೆದ ಕಿಟಕಿಗಳು. ಅವುಗಳ ಹಿಂದೆ ನಿದ್ರಿಸುತ್ತಿದ್ದ ಜನ. ಈ ಕೆಟ್ಟ ಫೋನ್ ಕರೆ ಬರುವವರೆಗೆ ಅವನೂ ಎಲ್ಲರಂತೆ ನಿದ್ರಿಸುತ್ತಿದ್ದ. ಸದ್ಯಃ ಆಪಾದನೆ ಹೊರಿಸಬಹುದಾದಂಥ ಮಾತನ್ನೇನೂ ಆತನಾಡಿರಲಿಲ್ಲ. ಅವನ ಉತ್ತರಗಳೂ ಯಾರಿಗೂ ಅರ್ಥವಾಗುವಂತಿರಲಿಲ್ಲ!

ಅವನು ಕತ್ತಲೆಯನ್ನೇ ದಿಟ್ಟಿಸಿ ನೋಡಿದ.

ರಸ್ತೆ ಬೆತ್ತಲೆಯಾಗಿ ಮೈಬಿಚ್ಚಿ ಮಲಗಿತ್ತು.

ಕ್ರಿಶ್ಚಿನೆಯ ಜೊತೆ ಈ ಕುರಿತು ಮಾತಾಡುವುದು ಅಗತ್ಯವಾಗಿತ್ತು.

* * *

ಆತ ಸ್ನಾನದ ಕೊಠಡಿಗೆ ಮೊದಲು ಹೋದ. ಕನ್ನಡಿಯಲ್ಲಿ ಮುಖ ನೋಡಿಕೊಂಡ. ಮೇಲಂಗಿಯನ್ನು ಹಾಕಿಕೊಂಡ. ಪ್ರತಿದಿನ ಬೆಳಿಗ್ಗೆ ಮುಖಕ್ಷೌರ ಮಾಡುವಾಗ ಅವನು ಹಾಕಿಕೊಳ್ಳುತ್ತಿದ್ದುದು ಇದನ್ನೇ – ಸ್ವಲ್ಪ ಸುಕ್ಕಾಗಿದ್ದ, ಸುತ್ತಲೂ ನೀಲಿಯ ಅಂಚು ಹೊಲಿದಿದ್ದ ಹಾಲೆಂಡ್ ಕೋಟು. ಅಳ್ಳಕವಾದ ಆ ಅಂಗಿಯ ಮೇಲೆ ಅಲ್ಲಲ್ಲಿ ಒಣಗಿದ್ದ ಸೋಪಿನ ಪುಡಿ ಅಂಟಿಕೊಂಡಿತ್ತು. ತಲೆಗೂದಲನ್ನು ಕೆದರಿಕೊಳ್ಳುತ್ತಾ ಆತ ಒಳ ಕೊಠಡಿಗಳತ್ತ ನಡೆದ. ಅಲ್ಲಿ ನಾಲ್ಕು ಕೊಠಡಿಗಳಿದ್ದುವು. ಕ್ರಿಶ್ಚಿನೆ ನಾಲ್ಕನೆಯ ಕೊಠಡಿಯಲ್ಲಿ ಮಲಗುತ್ತಿದ್ದಳು. ಅವಳು ಇರುತ್ತಿದ್ದುದೂ ಅಲ್ಲೆ. ಹೊರಗೆ ಬರುತ್ತಿದ್ದುದೇ ವಿರಳ. ಗಂಡನ ಬಳಿಗೆ ಬರುತ್ತಿದ್ದ ರೋಗಿಗಳೆಂದರೆ ಅವಳಿಗೆ ಅಸಹ್ಯ. ಅವನ ಅಧ್ಯಯನ ಕೋಣೆಯೆಂದರೂ ಅಷ್ಟೆ. ಅವನು ರೋಗಿಗಳನ್ನು ನೋಡುತ್ತಿದ್ದುದು ಆ ಕೋಣೆಯಲ್ಲೆ. ಡಾಕ್ಟರನ್ನು ಕಾಣಲು ರೋಗಿಗಳು ಕಾದು ಕುಳಿತಿರುತ್ತಿದ್ದ ಕೊಠಡಿಯನ್ನು ಹಾದುಹೋಗುವುದೆಂದರೆ ಅವಳಿಗೆ ಮೈನಡುಕ ಬರುತ್ತಿತ್ತು. ಅವಳು ಅಲ್ಲಿ ಏನನ್ನೂ ಮುಟ್ಟುತ್ತಿರಲಿಲ್ಲ. ಅಲ್ಲಿದ್ದ ಬೆಂಚು, ಕುರ್ಚಿಗಳನ್ನು ಮುಟ್ಟಿದರೆ ರೋಗ ಅಂಟಿಕೊಳ್ಳುವುದೆಂದು ಅವಳ ಭಾವನೆ. "ಇಲ್ಲಿರುವ ಪ್ರತಿಯೊಂದು ವಸ್ತುವೂ ರೋಗಕಾರಕಗಳು" ಎಂದು ಘೋಷಿಸುವಂತೆ ಎಲ್ಲದರ ಮೇಲೂ ಒಂದೊಂದು ಗಂಟೆಯನ್ನು ಕಟ್ಟುವ ಮನಸ್ಸು ಅವಳದು. 'ಥೂ. ಇವನೇಕೆ ನೇತ್ರ ವೈದ್ಯನಾದ?' ಎಂದು ಸಾವಿರ ಸಲ ಅಂದುಕೊಂಡಿದ್ದಳು ಆಕೆ.

ಅವಳು ನಿದ್ರಿಸುತ್ತಿದ್ದಳು.

ನಿದ್ರಿಸುತ್ತಿದ್ದ ಅವಳ ದೇಹದತ್ತ ಬಗ್ಗಿದ ಡಾಕ್ಟರ್, ಆಕೆಯ ಬೆತ್ತಲೆ ಭುಜವನ್ನು ಮೃದುವಾಗಿ ತಟ್ಟಿ ಮೆಲ್ಲಗೆ ಕರೆದ:

"ಕ್ರಿಶ್ಚಿನೆ..."

ಕೂಡಲೇ ಅವಳ ಮೈ ಅಲುಗಿತು. ಕಣ್ಣು ಮುಚ್ಚಿಕೊಂಡೇ ಅವಳು 'ಉಹೂಂ' ಎಂದಳು.

ಡಾಕ್ಟರ್ ಮೌನವಾಗಿ ನಿಂತ. ಅವಳೇಕೆ ಹಾಗಂದಳು? ಬೆಳಗ್ಗೆ ಏಳು ಗಂಟೆಗೆ ಕೊಠಡಿ ಬದಲಿಸಬೇಕಾದ ಸಂಗತಿ ಅವಳಿಗೆ ಗೊತ್ತಿರಲು ಖಂಡಿತ ಸಾಧ್ಯವಿಲ್ಲವಲ್ಲ.

ಅವನು ಹೊತ್ತಿಸಿದ ಭಾವಣೆಯ ದೀಪ ಉರಿಯುತ್ತಿತ್ತು. ಆ ಬೆಳಕಿನಿಂದ ಅವಳಿಗೆ ಎಚ್ಚರವಾಗಿತ್ತು. ಆದರೂ ಕ್ರಿಶ್ಚಿನೆ ಕಣ್ಣು ಮುಚ್ಚಿಕೊಂಡ್ಡೇ ಇದ್ದಳು.

"ಸುಮ್ಮನೆ ಇರಿ; ನನ್ನ ಸಮೀಪ ಬರ್ಬೇಡಿ... ಮೂರು ಗಂಟೆ ಕಾಲ ನೆಲಮಾಳಿಗೆಯಲ್ಲಿ. ಈಗ ನೀವು. ನಿಮಗೆ ಸ್ವಲ್ಪವಾದರೂ ಕರುಣೆ ಇಲ್ಲ!"

ಅವಳ ಮಾತಿನ ಅರ್ಥ ಅವನಿಗೆ ಭಕ್ಕನೆ ಹೊಳೆಯಿತು. ಅಯ್ಯೋ ದೇವರೇ, ಇವಳು ಹಾಗೆ ಅರ್ಥ ಮಾಡಿಕೊಂಡಳೇ? ಅವನಿಗೆ ಸಿಟ್ಟು ಬಂತು. ಅದರೊಂದಿಗೇ ಸಂಕಟವೂ ಆಯಿತು. ಯಾಕಾಗಬಾರದು? ಅವಳನ್ನು ಅವನು ಬಯಸಿದರೆ, ಅದೂ ವಾಲ್ಡೇರ್ ಕುಟಿಲ ಮಾತುಗಳನ್ನು ಕೇಳಿದ ಬಳಿಕ ಅವಳ ಸಾಮೀಪ್ಯವನ್ನು ಅಪೇಕ್ಷಿಸಿದರೆ ತಪ್ಪೇನು? ಸಿಟ್ಟು, ಸಂಕಟ – ಈ ಎರಡು ಭಾವನೆಗಳೂ ಎರಡು ಮೋಡಗಳಂತೆ ರೂಪ ಬದಲಿಸುತ್ತಾ ತೇಲಾಡಿದುವು. ಕೊನೆಗೆ ಕರುಣೆ ಮತ್ತು ಕಾಳಜಿಯ ಆಕಾರ ತಳೆದುವು.

"ಒಳ್ಳೇ ನಾಜೂಕಿನ ಹೆಣ್ಣಾದೆಯಲ್ಲ ನೀನು! ಇದು ಕಣ್ಣು ಬೇನೆಯಲ್ಲ. ಅದಕ್ಕಿಂತ ಘೋರ, ನಿನ್ನ ಪಾಲಿಗೆ ಅದಕ್ಕಿಂತ ಎಷ್ಟೋ ಹೆಚ್ಚು ಘೋರ," ಎಂದು ಮನಸ್ಸಿನಲ್ಲೇ ಅವನು ಹೇಳಿಕೊಂಡ. ಇದ್ದಕ್ಕಿದ್ದಂತೆ ಆತ ಅಳುಕಿದ. ಈ ವಿಷಯವನ್ನು ಅವಳಿಗೆ ಹೇಗೆ ಹೇಳುವುದೆಂದು ಅವನಿಗೆ ತೋಚದಾಯಿತು.

ಕಣ್ಣು ಮುಚ್ಚಿಕೊಂಡು ನಿರಾಸಕ್ತಿಯಿಂದ ಮಲಗಿದ್ದ ಅವಳ ಮಾತುಗಳಿಗೆ ಉತ್ತರಿಸಲು ಅವನು ಅಪೇಕ್ಷಿಸಲಿಲ್ಲ. ಏನೋ ಅರ್ಥಮಾಡಿಕೊಂಡು ಆಡಿದ ಅವಳ ಮಾತುಗಳನ್ನು ಆತ ನಿರ್ಲಕ್ಷಿಸಿದ. ಒಂದೆರಡು ಕ್ಷಣ ಅಳೆದೂ ಸುರಿದೂ, ಬೇರೆ ದಾರಿ ಕಾಣದೆ ಒಂದು ಕುರ್ಚಿಯನ್ನು ಎಳೆದುಕೊಂಡ. ಅವಳ ಹಾಸಿಗೆಗೆ ಎದುರಾಗಿ ಅದರ ಮೇಲೆ ಧೊಪ್ಪನೆ ಕುಳಿತ. ಬಹಳ ಮಾತ ನಾಡಲು ಸಿದ್ಧನಾದವನಂತೆ ಅವಳತ್ತ ಬಾಗಿ ಹೇಳಿದ:

"ವಾಲ್ಡೇರ್‌ಗೆ ಹುಚ್ಚು ಹಿಡಿದಿರೋ ಹಾಗೆ ಕಾಣುತ್ತೆ."

ಅವನ ಧ್ವನಿಯಲ್ಲಿ ಕೋಪ, ಧಿಕ್ಕಾರ, ತುಳುಕುತ್ತಿತ್ತು.

ಕ್ರಿಶ್ಚಿನೆ ಥಟ್ಟನೆ ಎದ್ದು ಗರಡಿಯ ಸಾಧಕನಂತೆ ಹಾಸಿಗೆಯ ಮೇಲೆ ನೆಟ್ಟಗೆ ಕುಳಿತಳು.

"ಯಾರು?"

"ದ್ಯುಲಾ ವಾಲ್ಡೇರ್"

ಅವಳೀಗ ತನ್ನ ಕಣ್ಣುಗಳನ್ನು ಅಗಲವಾಗಿ ತೆರೆದಳು. ಅವಳ ಕಪ್ಪನೆಯ ಪಾಪೆಗಳು ಮೋಹಕ ಸೊಬಗಿನಿಂದ ಥಳಥಳಿಸಿದುವು. ಎರಡು, ಮೂರು ಕ್ಷಣ ತಡೆದು ಅವಳು ಹೇಳಿದಳು:

"ಅದಕ್ಕಾಗಿ ನನ್ನನ್ನು ಎಬ್ಬಿಸಬೇಕಿತ್ತೆ? ನಿಮಗೆ ಹೇಗೆ ಗೊತ್ತು? ನಿಮಗೆ ನಿದ್ರೆ ಬರದಿದ್ದಾಗಲೆಲ್ಲ ವಾಲ್ಡೇರ್ ಬಗ್ಗೆಯೇ ಯೋಚಿಸ್ತಿರುವಿರೇನು? ನನ್ನ ಪಾಡಿಗೆ ನಾನು ನಿದ್ದೆ ಮಾಡಲೂ ಯಾಕೆ ಬಿಡೋದಿಲ್ಲ?"

ಅವನು ಅವಳನ್ನೇ ದಿಟ್ಟಿಸಿದ. ಕೆಲವು ಮಾತುಗಳು, ಘಟನೆಗಳು ಕಿರಣವಿಕಿರಕ ದ್ರವ್ಯಗಳಂತೆ ರಶ್ಮಿಗಳನ್ನು ಹೊರಚೆಲ್ಲುತ್ತವೆ ಎಂದು ಅವನಿಗೆ ತೋರಿತು. ಕ್ರಿಶ್ಚಿನೆ ಯಾಕೆ ರೇಗಿದ್ದಾಳೆ? ಅವಳಿಗೆ ಇನ್ನೂ ವಿಷಯ ಗೊತ್ತಿರಲಿಲ್ಲ. ಆದರೂ ಅವಳಿಗೆ ಈಗಾಗಲೇ ಸಿಟ್ಟು ಬಂದಿತ್ತು. ಅಗೋಚರ ಕಿರಣವೊಂದು ಅವಳನ್ನು ಸ್ಪರ್ಶಿಸಿ ಸುಟ್ಟಿರಬಹುದೇ? ಅಂತೂ

ಅವಳಿಗೆ ಏನೋ ಒಂದು ಪೂರ್ವಸೂಚನೆ ದೊರೆತಂತೆ ಕಾಣುತ್ತಿತ್ತು... ಅವನು ಮಾತಿಗಾರಂಭಿಸಿದ:

"ವಾಲ್ಡೇರ್ ನನಗೆ ಫೋನ್ ಮಾಡಿದ್ದ."

"ಹೌದೇ ?"

"ಹೌದು, ಮಾಡಿದ್ದ – ಈಗೊಂದು ನಿಮಿಷಕ್ಕೆ ಮುಂಚೆ. ನಾವು ಈಗತಾನೇ ಮಾತು ಮುಗಿಸಿದೆವು."

"ಈಗೆಷ್ಟು ಗಂಟೆ ?"

"ಒಂದೂ ಮುಕ್ಕಾಲು."

"ಇಷ್ಟು ಹೊತ್ತಿನಲ್ಲಿ ಫೋನ್ ಮಾಡೋದು ನಿಯಮಕ್ಕೆ ವಿರುದ್ಧವಾದುದು."

ಅವಳು ಹೇಳಿದ್ದು ಸರಿಯಾಗಿತ್ತು. ವಿಮಾನ ದಾಳಿಯ ಅನಂತರ ಒಂದು ಗಂಟೆಯ ತನಕ ಟೆಲಿಫೋನ್ ಮಾಡುವುದನ್ನು ನಿಷೇಧಿಸಲಾಗಿತ್ತು. ಸ್ವಲ್ಪ ಹೊತ್ತಿಗೆ ಮುಂಚೆಯಷ್ಟೆ ಕೆಲವು ವಿಮಾನಗಳು ನಗರದ ಮೇಲೆ ಸುತ್ತಿ ಹೋಗಿದ್ದುವು. ಆದರೆ ಅದೊಂದು ವಿಚಿತ್ರ ದಾಳಿಯಾಗಿತ್ತು. ಅವು ಒಂದೇ ಒಂದು ಬಾಂಬ್ ಕೂಡ ಹಾಕಿರಲಿಲ್ಲ.

"ಸರ್ಕಾರಿ ಕೆಲಸಕ್ಕೆ ಸಂಬಂಧಿಸಿದ ಕರೆಗೆ ನಿರ್ಬಂಧವಿಲ್ಲ."

"ಇಷ್ಟು ಹೊತ್ತಿನಲ್ಲಿ ಅಂಥದೇನು ಕೆಲಸ ?"

"ಅವನಿಗೆಲ್ಲೋ ಹುಚ್ಚು ಹಿಡಿದಿದೆ. ಕಣ್ಣು ರೋಗಿಗಳನ್ನು ನೋಡುವ ನನ್ನ ಕೊಠಡೀನ ನಾಳೆಯೇ ನೆಲಮಟ್ಟದ ಮೂರನೇ ಕೋಣೆಗೆ ಬದಲಾಯಿಸಬೇಕಂತೆ."

"ಸರಿ. ಇದರಲ್ಲಿ ತೊಡಕೇನಿದೆ ?"

"ನಿನಗೆ ಅರ್ಥವೇ ಆಗೋದಿಲ್ವೆ? ಕಣ್ಣು ಚಿಕಿತ್ಸೆ ವಿಭಾಗದಿಂದ ಸಲಹೆಯ ಕೋಣೆಯನ್ನು ನಾನು ಹೇಗೆ ಬೇರ್ಪಡಿಸೋದು ? ಅಪದ್ಧ !"

"ಅದು ಅಪದ್ಧ ಅಂತ ಅವನಿಗೆ ಹೇಳಿ... ನೀವು ಇದ್ದಲ್ಲಿಯೇ ಇರಿ !"

"ಆದರೆ ಅವನ ಸೋದರ. ಆ ಉಪಕಾರ್ಯದರ್ಶಿ ಇದ್ದಾನಲ್ಲ? ಆ ಬಗ್ಗೆ ನಾನು ಯೋಚಿಸಬೇಕಾಗಿದೆ."

"ಅವನ ಸೋದರನ ಬಗ್ಗೆ ನೀವ್ಯಾಕೆ ತಲೆಕೆಡಿಸಿಕೊಳ್ತೀರಿ ?" ಎಂದ ಕ್ರಿಶ್ಚಿನೆ ಕಂಬಳಿಯನ್ನು ಎಳೆದುಕೊಳ್ಳಲು ಮುಂದಕ್ಕೆ ಬಾಗಿದಳು. ಅವಳ ಕೆದರಿದ ತಲೆಗೂದಲಿನಿಂದ ರಾಗೋದ್ರೇಕದ ಕಿಡಿಗಳು ಸಿಡಿಯುತ್ತಿರುವಂತೆ ಭಾಸವಾಯಿತು ಅವನಿಗೆ. "ನಾವು ಇಂಥ ಉಪಕಾರ್ಯದರ್ಶಿ ಗಳನ್ನು ಎಷ್ಟೋ ನೋಡಿಲ್ವೆ? ಈತನೆ ಮೊದಲನೆಯವನಲ್ಲ. ಅವರೂ ಎರಡು ಕಾಲಿನ ಮನುಷ್ಯರೇ. ಅವರ ಸೋದರರೂ ಇತರರಂತೆಯೇ ಅಲ್ವೆ? ನೇತ್ರ ಚಿಕಿತ್ಸಾ ವಿಭಾಗದ ಮುಖ್ಯಸ್ಥನಿಗಿಂತಲೂ ನೆಟ್ಟಗಿರೋ ಬೆನ್ನೆಲುಬೇನಿಲ್ಲ ಅವರಿಗೆ."

ಪೇಚಿನಲ್ಲಿ ಸಿಕ್ಕಿ ಒದ್ದಾಡುತ್ತಿದ್ದ ಅವನಿಗೆ ಅವಳ ಮಾತು ಸಮಾಧಾನವೆನ್ನಿಸಿತು. "ನಾವು ಕಂಡ ಉಪಕಾರ್ಯದರ್ಶಿಗಳಲ್ಲಿ ಇವನೇ ಮೊದಲನೆಯವನಲ್ಲ" – ಅವನ ಹೆಂಡತಿ ಹೇಳಿದ ಈ ಮಾತು ನಿಜವಾಗಿತ್ತು. ಒಂದು ಸಾಹಸಕೃತ್ಯವನ್ನು ಮಾಡಿ ತನ್ನ ಕೌಶಲ್ಯವನ್ನು ಪ್ರದರ್ಶಿಸಿದ ಕಥಾನಾಯಿಕೆಯಂತೆ ಅವಳು ತನ್ನ ತಲೆಯನ್ನು ಮೇಲೆತ್ತಿ ಬಿಂಕದ ಭಂಗಿಯಲ್ಲಿ ಕುಳಿತಿದ್ದಳು. ಕ್ರಿಶ್ಚಿನೆಯ ತಂದೆ ಸರ್ಕಾರಿ ಇಲಾಖೆಯೊಂದರಲ್ಲಿ ಮುಖ್ಯಸ್ಥನಾಗಿದ್ದ. ಅವಳ ಪಿತಾಮಹ ಮೇಲ್ದರ್ಜೆಯ ಒಬ್ಬ ಸರ್ಕಾರಿ ಅಧಿಕಾರಿಯಾಗಿದ್ದ. ಅವಳ ಮಾತಾಮಹ

ರಾಜಮನ್ನಣೆ ಪಡೆದ ಆಸ್ಟ್ರಿಯನ್ ಸೇನಾಧಿಕಾರಿಯಾಗಿದ್ದ. ಅವಳು ತನ್ನ ವಂಶಾವಳಿಯ ನೆನಪು ಮಾಡಿದಾಗಲೆಲ್ಲ ಅವನಿಗೆ ಕಸಿವಿಸಿಯಾಗುತ್ತಿತ್ತು. ಸರಕಾರದಲ್ಲಿ ಸೇವೆ ಸಲ್ಲಿಸಿದವರ ಮನೆತನದಿಂದ ಬಂದ ಅವಳ ಮನೋಭಾವವನ್ನು ಅವನು ಪ್ರತಿಭಟಿಸುತ್ತಿರಲಿಲ್ಲ. ಅವಳ ದೇಹ ಅದೆಷ್ಟು ಸುಂದರ! ಅವಳ ಬೆನ್ನು, ತೊಡೆಗಳು, ತೋಳುಗಳು – ಪ್ರತಿಯೊಂದು ಭಾಗವೂ ಎಷ್ಟು ಸೊಗಸು! ಅವಳ ಕಾಲ್ಬೆರಳುಗಳೂ ಉದ್ದವಾಗಿದ್ದವು. ಹುಲ್ಲಿನ ಗರಿಯಂತೆ ಚಿರಯೌವನದಿಂದ ಬಳಕುವ ಶರೀರವನ್ನು ಕ್ರಿಶ್ಚಿನೆ ಪಡೆದಿರಲಿಲ್ಲ. ಆದರೆ ಅವಳ ಹಮ್ಮಿನಿಂದಾಗಿ ಮೂವತ್ತೈದು ವಯಸ್ಸಿನ ಅವಳು ಈಗಲೂ ಎತ್ತರವಾಗಿ, ವಯಸ್ಸಾಗದವಳಂತೆ ಕಾಣುತ್ತಿದ್ದಳು. ಒಮ್ಮೆಲೇ ಅವನಿಗೆ ಏನೋ ನೋವಿನ ಅನುಭವವಾಯಿತು. ತನ್ನ ಸಲಹೆ ಕೋಣೆಯಿಂದ ಅವಳು ಬೋರ್ಡುಗಳನ್ನೂ ಉಪಕರಣಗಳನ್ನೂ ಸಾಗಿಸಿಯಾಳೇ? ಇಲ್ಲ, ಇಲ್ಲ, ಖಂಡಿತ ಇಲ್ಲ; ವಾಲ್ಡೇರ್ ಮಾಡಬೇಕೆಂದು ಹೇಳಿದ್ದು ಅಪದ್ಧ, ಅವಮಾನ, ಅಧಿಕಪ್ರಸಂಗತನ! ಆದರೆ ಆ ಮೃಗಕ್ಕೆ ಏನಾಗಿತ್ತು? ತನ್ನೊಂದಿಗೆ ಸಹ ಅಷ್ಟು ಉದ್ಧಟತನ ತೋರಿಸಬೇಕಾಗಿದ್ದರೆ...?

ಇದ್ದಕ್ಕಿದ್ದಂತೆ ಅವನಿಗೆ ಅವಳ ಮಾತು ಕೇಳಿಸಿತು :

"ಅವನು ಹೀಗೆ ರಾತ್ರಿ ಹೊತ್ತು ಎಷ್ಟು ದಿನದಿಂದ ನಿಮಗೆ ಅಪ್ಪಣೆ ಮಾಡ್ತಿದ್ದಾನೆ?"

"ಈ ಮೊದಲು ಯಾವತ್ತೂ ಮಾಡಿರ್ಲಿಲ್ಲ" ಎಂದ ಡಾಕ್ಟರ್.

ಅವಳ ಕಣ್ಣುಗಳು ಇನ್ನಷ್ಟು ಕುತೂಹಲದಿಂದ ಹೊಳೆಯತೊಡಗಿದವು.

"ಅವನು ನಿಮಗೆ ನಿಜವಾಗಿ ಅಪ್ಪಣೆ ಮಾಡಿದನೆ? ನೀವು ತಮಾಷೆ ಮಾಡ್ತಿಲ್ಲವಷ್ಟೆ?"

ಡಾಕ್ಟರ್ ನಿಸ್ಸಹಾಯಕನಾಗಿ ಹಲ್ಲು ಕಿರಿದ :

"ಇಲ್ಲ, ನಾನು ಖಂಡಿತ ತಮಾಷೆ ಮಾಡ್ತಿಲ್ಲ, ಕ್ರಿಶ್ಚಿನೆ. ಅವನಿಗೆ ಏನಾಗಿದೆಯೋ ಕಾಣೆ. ಅವನು ಇನ್ನೂ ಒಂದು ಮಾತು ಹೇಳಿದ..."

"ಇನ್ನೇನು ಹೇಳಿದ?"

ಡಾಕ್ಟರ್ ಕೊನೆಗೂ ಉಸುರಿಬಿಟ್ಟ, ಬಹಳ ಮೃದುವಾಗಿ:

"ನೀನು ನನಗೆ ಸಹಾಯ ಮಾಡಬೇಕಂತೆ..."

ಕ್ರಿಶ್ಚಿನೆಗೆ ಅವನು ಹೇಳಿದುದು ಈಗಲೂ ಅರ್ಥವಾಗಲಿಲ್ಲ.

"ನಾನೇ?"

ಡಾಕ್ಟರ್ ತಡವರಿಸಿದ; ಅವನ ಹಣೆಯ ಮೇಲೆ ಬೆವರು ಕಾಣಿಸಿತು.

"ಹೌದು; ನಾವಿಬ್ಬರೂ ಸೇರಿ ಆ ಕೆಲಸ ಮಾಡಬೇಕು ಅಂತ ಅವನ ಅಪೇಕ್ಷೆ. ನಾವಿಬ್ಬರೇ... ಇಬ್ಬರು ಮಾತ್ರ... ಎಲ್ಲವನ್ನೂ ಕೆಳಕ್ಕೆ ಸಾಗಿಸಬೇಕಂತೆ." ಅವನ ಧ್ವನಿ ಜೋರಾಯಿತು. ಮಾತುಗಳು ಪಟಪಟನೆ ಬರಲಾರಂಭಿಸಿದವು. "ಇದು ಮೂರ್ಖತನ... ಶುದ್ಧ ಮೂರ್ಖತನ ವಲ್ಲದೆ ಇನ್ನೇನಲ್ಲ."

"ನಾನು ಚಿಕಿತ್ಸಾಲಯಕ್ಕೆ ಬರಬೇಕೆ?"

"ಹೌದು."

"ಅಲ್ಲಿರುವ ಹರುಕುಮುರುಕು ಸಾಮಾನುಗಳನ್ನೆಲ್ಲ ಸಾಗಿಸಬೇಕೆ? ದಂತವೈದ್ಯನ ಆ ದೆವ್ವದಂಥ ಕುರ್ಚಿಯನ್ನು ಕೂಡ?"

"ದಂತವೈದ್ಯನ ಕುರ್ಚಿಯಲ್ಲ, ನೇತ್ರವೈದ್ಯನ ಕುರ್ಚಿ."

"ಆ ಗಾಜಿನ ಬೀರುಗಳು...ಸಣ್ಣ ಮೇಜುಗಳು?"

ಅವನ ಗಂಟಲು ಕಟ್ಟಿದಂತಾಯಿತು. ಆತ ತೊದಲಿದ:

"ಆ ಹೊಲಸು ಒರಟ. ನನಗೆ ಅರ್ಥವೇ ಆಗ್ತಿಲ್ಲ. ನಾನು ಮೂಕನಾಗಿ ಹೋಗಿದ್ದೇನೆ."

"ನೆಲವನ್ನೂ ತೊಳೆಯಬೇಕಂತೇನು ?"

"ಇಲ್ಲದ್ದೆಲ್ಲಾ ಹೇಳಬೇಡ, ಕ್ರಿಶ್ಚಿನೆ."

"ನೀವೇನು ಹೇಳಿದಿರಿ ಅವನಿಗೆ ?"

"ಈಗ ಕೆಲವು ದಿನಗಳಿಂದ ವಾಲ್ಡೇರ್ ಹೇಗ್ಹೇಗೋ ಆಡ್ತಾನೆ. ಯಾರೂ ಏನೂ ಮಾಡೋಹಾಗಿಲ್ಲ. ನಿನ್ನೆ ಹಿದಾಶ್‌ನನ್ನು ಮನಸ್ಸಿಗೆ ಬಂದಂತೆ ಬೈದ."

ಕೊಠಡಿಯಲ್ಲಿ ಗುಂಡು ಹಾರಿದಂತಾಯಿತು. ಅವಳು ಕಿರಿಚಿದಳು :

"ವಾಲ್ಡೇರ್‌ಗೆ ನೀವೇನು ಹೇಳಿದಿರಿ ? ಅವನಿಗೆ ನೀವೇನು ಹೇಳಿದಿರಿ ? ಬಾಯಿ ಬಿಡಿ."

ಅವನು ಈಗ ಎದ್ದು ನಿಲ್ಲಬೇಕಾಯಿತು.

"ನಾನು ಒಂದು ಮಾತನ್ನು ಕೂಡ ಆಡಲು ಆಗಲೇ ಇಲ್ಲ. ಅವನು ಮಾತನಾಡ್ತಲೇ ಇದ್ದ. ಒಂದು ಕ್ಷಣವೂ ನಿಲ್ಲಿಸಲಿಲ್ಲ. ಮಾತನಾಡಿಕೊಳ್ಳಲಿ ಅಂತ ಸುಮ್ಮನಿದ್ದುಬಿಟ್ಟೆ... ಶುದ್ಧ ಹಂದಿ... ಇದಕ್ಕೂ ಒಂದು ದಿನ ಕೊನೆ ಬಂದೇ ಬರ್ತದೆ. ಅವರೆಲ್ಲಾ ಬೇಗನೆ ಮರೆಯಾಗ್ತಾರೆ. ಆಗ..."

"ಅಂದರೆ ನೀವೇನೂ ಮಾತನಾಡಲಿಲ್ಲವೆನ್ನಿ."

"ಆಡಿದೆ... ಆದರೆ ಘರ್ಷಣೆಗೆ ಅವಕಾಶ ಕೊಡಲಿಲ್ಲ."

ಅವಳು ಕಂಬಳಿಯನ್ನು ಕಿತ್ತೆಸೆದಳು. ಅಂದವಾದ ಅವಳ ಕಾಲುಗಳು ತೊಡೆಯವರೆಗೂ ಬೆತ್ತಲೆಯಾಗಿದ್ದವು. ಅವಳು ಎದ್ದು ನಿಂತಳು. ನೆಟ್ಟಗೆ ನಿಂತ ಅವಳು ಆಗತಾನೆ ಕುಲುಮೆಯಿಂದ ಹೊರ ತೆಗೆದ ಪಿಂಗಾಣಿಯ ಪಾತ್ರೆಯಂತೆ ಕಂಡಳು. ಅವಳ ಉಸಿರು, ದೇಹ, ಇಡೀ ಶರೀರ ಜ್ವಲಿಸಲಾರಂಭಿಸಿತು. ಕೀಲು ಕೀಲುಗಳಿಂದ ಶಾಖ ಹೊರಹೊಮ್ಮುತ್ತಿತ್ತು. ಅವಳ ಇಡೀ ದೇಹ ಉದ್ರೇಕದ ಕಿಚ್ಚಿನಲ್ಲಿ ಕರಗುತ್ತಿತ್ತು. ಅವಳನ್ನು ಮುಟ್ಟುವುದೇ ಅಸಾಧ್ಯವಾಗಿತ್ತು.

ಆದರೂ ಅವನು ಅವಳನ್ನು ಸ್ಪರ್ಶಿಸುತ್ತ "ನನ್ನ ಪುಟ್ಟ ಕಾಡುಬೆಕ್ಕೆ..." ಎಂದ.

ಪ್ರೇಮಾತಿರೇಕದ ಪ್ರವಾಹದಲ್ಲಿ ಅವರು ಮುಳುಗೇಳುತ್ತಿದ್ದ ಸಮಯಗಳಲ್ಲಿ ಈ ಮುದ್ದಿನ ಹೆಸರು ಹುಟ್ಟಿಕೊಂಡಿತ್ತು. ಏಕೆಂದರೆ ಅಂಥ ಕ್ಷಣಗಳಲ್ಲಿ ಚೂಪಾದ ಹಲ್ಲುಗಳೂ ಕೆಲಸ ಮಾಡುತ್ತಿದ್ದವು – ಕೆಲವೊಮ್ಮೆ ನೆತ್ತರು ಬರಿಸುವಷ್ಟು. ಆದರೆ ಈಗ ಅದು ಸಪ್ಪೆಯಾಗಿ, ಒರಟಾಗಿ, ಕರುಣಾಜನಕವಾಗಿ ಧ್ವನಿತವಾದಂತೆ ತೋರಿತು.

ಕ್ರಿಶ್ಚಿನೆ ಆತುರಾತುರವಾಗಿ ತನ್ನ ಉದ್ದನೆಯ ಹಸಿರು ಡ್ರೆಸ್ಸಿಂಗ್ ಗೌನನ್ನು ತೊಟ್ಟುಕೊಂಡಳು. ಸಡಿಲವಾದ ಆ ಗೌನ್ ಗಲ್ಲದಿಂದ ಪಾದಗಳವರೆಗೆ ಅವಳ ನೀಳವಾದ, ತೆಳ್ಳನೆಯ ಮೈ ಮುಚ್ಚಿತು.

"ನೀನೊಬ್ಬ ಹೇಡಿ" ಎಂದು ಅವಳು ಬೇಸರದಿಂದ ಬುಸುಗುಟ್ಟಿದಳು. ಅನಂತರ ದೀರ್ಘವಾಗಿ ಉಸಿರೆಳೆದುಕೊಂಡ ಅವಳು ಇನ್ನಷ್ಟು ಬಿಳಚಿಕೊಂಡಳು. "ನೀನೊಂದು ಹುಳು, ಕ್ರಿಮಿ" ಎಂದಳು.

ಉತ್ಕಟ ಪ್ರೇಮದ ಉನ್ಮಾದಕ್ಕೆ – ಅದರ ಅವಮಾನ, ಧನ್ಯತೆ ಮತ್ತು ಸಂಕಟಗಳಿಗೆ ಅವಳೀಗ ಬಲಿಯಾಗಿದ್ದಳು.

"ನಿಮ್ಮ ಹೆಂಡತಿಗೆ ಬೇರೊಬ್ಬರು ಅಪ್ಪಣೆ ಮಾಡೋದಕ್ಕೆ ಅವಕಾಶ ಕೊಡ್ತೀರಾ ? ನಾನು ನೆಲ ಸಾರಿಸಬೇಕೆ ? ಕುರ್ಚಿ, ಮೇಜುಗಳನ್ನು ಹೊರಬೇಕೆ ?"

"ನೆಲ ಸಾರಿಸಬೇಕಾಗಿಲ್ಲ," ಎಂದು ಅವನು ಮಧ್ಯದಲ್ಲೇ ನುಡಿದ, ಅವನ ಮುಖ ವಿವರ್ಣವಾಗಿತ್ತು.

"ನಿಮ್ಮ ಹೆಂಡತಿ ಒಬ್ಬ ಗುಲಾಮಳೋ ಎಂಬಂತೆ, ಆಕೆ ಹಾಗೆ ಮಾಡಬೇಕು, ಹೀಗೆ ಮಾಡಬೇಕು ಅಂತ ಆತ ಅಪ್ಪಣೆ ಮಾಡಿದಾಗ, ನೀವು ಒಂದು ಮಾತನ್ನೂ ಆಡಲಿಲ್ವಲ್ಲ? ನಿಮ್ಮ ಹೆಂಡತಿಯೇನು ತೊತ್ತೆ? ಅದೂ ನಾನು ಯಾವಾಗ ಸಿದ್ಧಳಾಗಬೇಕು? ರಾತ್ರಿಯಲ್ಲೆ? ನಿಮ್ಮ ಆ ಸರ್ವಶಕ್ತ ಅಧಿಕಾರಿಗೆ ರಾತ್ರಿಯಲ್ಲಿ ನನ್ನ ಸಹವಾಸ ಬೇಕೆ? ಹೇಳಿ. ಇದಕ್ಕಾದರೂ ಉತ್ತರ ಹೇಳಿ."

ಅವಳ ಆಕ್ರಮಣದ ಹೆಬ್ಬಾವು ಅವನ ಮುಂದೆ ಬಿಚ್ಚಿಕೊಳ್ಳತೊಡಗಿತು. ಅದರಿಂದ ಆತ ತಪ್ಪಿಸಿಕೊಳ್ಳಲೆತ್ನಿಸಿದ.

"ಇಲ್ಲ. ರಾತ್ರಿಯಲ್ಲಲ್ಲ... ಬೆಳಿಗ್ಗೆ ಏಳು ಗಂಟೆಗೆ. ನಾವಿಬ್ಬರೇ...ಬೇರೆ ಯಾರೂ ಇಲ್ಲ... ನಾವಿಬ್ಬರು ಮಾತ್ರ... ಅವನೂ ಅಲ್ಲಿರೋದಿಲ್ಲ."

ಅವಳು ಕಿರಿಚಿದಳು :

"ಏಳು ಗಂಟೆಗೆ? ಏಳು ಗಂಟೆಗೆ ಯಾಕೆ? ಈಗಲೇ, ಈ ಕ್ಷಣವೇ ಯಾಕಾಗಬಾರದು?... ನಾವು ಈಗಿರುವಂತೆಯೇ ಯಾಕಾಗಬಾರದು?"

ಅವಳು ಕೋಪದಿಂದ ಡ್ರೆಸ್ಸಿಂಗ್ ಗೌನಿನ ಎರಡು ಭಾಗಗಳನ್ನೂ ಬಿಚ್ಚಿ ತನ್ನ ಬೆತ್ತಲೆ ಹೊಟ್ಟೆ ಮತ್ತು ಮೊಲೆಗಳನ್ನು ತೋರಿಸುತ್ತ ನುಡಿದಳು: "ಹೀಗೆ ಯಾಕೆ ಹೋಗಬಾರದು?"

"ಕ್ರಿಶ್ಚಿನೆ, ಕ್ರಿಶ್ಚಿನೆ" ಎಂದು ತೊದಲುತ್ತ, ತಡವರಿಸುತ್ತ, ತನ್ನನ್ನು ಅಪ್ಪಿಕೊಳ್ಳುವಂತೆ ಅಪ್ಪಣೆ ಮಾಡುವ ಹಾವಿನ ಕಣ್ಣುಗಳಿಂದ ಆಕರ್ಷಿತನಾದವನಂತೆ, ಆತ ಅವಳ ಹತ್ತಿರ ಸರಿದ.

"ನನ್ನನ್ನು ತುಳಿದರೂ, ನೆಲಕ್ಕೆ ಅಪ್ಪಳಿಸಿದರೂ ನಿಮಗೆ ಚಿಂತೆಯಿಲ್ಲ ಅಲ್ವೆ? ನಿಮ್ಮ ಸ್ಥಾನ, ಮಾನ, ವೃತ್ತಿ ಉಳಿಸಿಕೊಳ್ಳಲು ನನ್ನನ್ನು ಸಂತೋಷವಾಗಿ ಬಲಿ ಕೊಡೋದಕ್ಕೆ ನೀವು ಸಿದ್ಧರಲ್ವೆ? ಹೇಳಿ. ಉತ್ತರ ಹೇಳಿ."

ಅವಳು ಅವನನ್ನು ಹಿಡಿದುಕೊಂಡಳು.

"ಅವರು ನನ್ನನ್ನು ಅವಮಾನಗೊಳಿಸಲು ನೀವು ಬಿಡ್ತೀರಲ್ವೇ?"

ಇದ್ದಕ್ಕಿದ್ದ ಹಾಗೆ ಅವಳು ಪ್ರಜ್ಞೆ ತಪ್ಪುವವಳಂತೆ ಮುಗ್ಗರಿಸಿದಳು.

ಡಾಕ್ಟರ್ ಕೂಡಲೇ ಅವಳನ್ನು ತನ್ನ ತೋಳುಗಳಲ್ಲಿ ಬಂಧಿಸಿದ. ಅವಳ ದೇಹ ಕೆಂಡದಂತೆ ಸುಡುತ್ತಿತ್ತು. ಅವಳು ಅಳಲಿಲ್ಲ. ಆದರೆ ಪದೇಪದೇ ನಡುಗುತ್ತಿದ್ದಳು. ಅವನು ಅವಳನ್ನು ಅಪ್ಪಿಕೊಂಡ. ಮೃದುವಾಗಿ ಚುಂಬಿಸಿದ. ಬಳಿಕ ಒಮ್ಮೆಲೆ ಅವಳ ದೇಹದ ಸುತ್ತ ಅವನ ತೋಳುಗಳು ಬಿಗಿದುಕೊಂಡವು. ಅವನು ಅವಳ ಮುಖಕ್ಕೆ ಮುತ್ತಿಟ್ಟ.

"ನನ್ನ ಚಿನ್ನ..."

ಮುಚ್ಚಿದ್ದ ಕಣ್ಣು ರೆಪ್ಪೆಗಳು ಅರ್ಧ ತೆರೆದುಕೊಂಡವು. ಅವಳ ನೋಟದಲ್ಲಿ ವಿಚಿತ್ರ ಹೊಳಪಿತ್ತು. ಆ ಹೊಳಪಿಗೆ ಅವನು ವಶನಾದ. ಸಂತೋಷವಾಗಿ ತನ್ನನ್ನು ಅರ್ಪಿಸಿಕೊಂಡ...

ಅರ್ಧ ಗಂಟೆಯ ನಂತರ ಡಾಕ್ಟರ್ ಮಂಚದ ತುದಿಯಲ್ಲಿ ಕುಳಿತಿದ್ದ. ಕ್ರಿಶ್ಚಿನೆ ಮುಖದವರೆಗೂ ಹೊದ್ದುಕೊಂಡು, ಉರಿಯುತ್ತಿದ್ದ ಹಳದಿ ದೀಪದ ಮೃದು ಬೆಳಕಿನಲ್ಲಿ ಕೋಲಿನಂತೆ ನೆಟ್ಟಗೆ ಕಾಲು ನೀಡಿ ಮಲಗಿದ್ದಳು.

ಅವಳ ಕೈಯನ್ನು ಮೃದುವಾಗಿ ತಟ್ಟುತ್ತ, ಆತ ನಿಧಾನವಾಗಿ ಮೆಲ್ಲಗೆ ಹೇಳಿದ:

"ಅವನ ಉದ್ದೇಶವೇನು ಅಂತ ನನಗೆ ಗೊತ್ತಿದ್ದಿದ್ದರೆ... ಆ ನೀಚ ಖಂಡಿತ ಏನೋ ಮುಚ್ಚಿಡ್ತಿದ್ದಾನೆ... ಏನೋ ಗುಟ್ಟು ಮಾಡ್ತಿದ್ದಾನೆ. ಅನುಮಾನವೇ ಇಲ್ಲ! ಅವನು ನನ್ನನ್ನು ಡಾಕ್ಟರ್ ಗೆರೆಂಡಾಇ ಅಂತ ಕರೆದನಲ್ಲ? ಇದು ನನಗೆ ಅರ್ಥವೇ ಆಗಿಲ್ಲ. ನನ್ನನ್ನು ಡಾಕ್ಟರ್, ಡಾಕ್ಟರ್ ಗೆರೆಂಡಾಇ ಅಂತ ಅವನು ಸಂಬೋಧಿಸಬೇಕಾಗಿದ್ರೆ! ನನ್ನ ಕಿವಿಗಳನ್ನೇ ನಾನು ನಂಬಲಿಲ್ಲ. ನನ್ನ ಎದುರೇನಾದರೂ ಆತ ಹಾಗಂದಿದ್ರೆ! ಅವನ ತಲೇನ ಚೂರು ಚೂರು ಮಾಡಿಬಿಡ್ತಿದ್ದೆ. ಬಲವಾಗಿ ಬಾರಿಸಿಬಿಡ್ತಿದ್ದೆ. ಅವನಿಗೆ ಅದೇ ಸರಿ. ಶುದ್ಧ ಹಂದಿ... ಆದರೆ ಅವನ್ಯಾಕೆ ಹಾಗೆ ಮಾಡಿದ? ನಿನಗೇನಾದರೂ ಹೊಳೀತದೆಯೆ?"

ಅವನ ಹೆಂಡತಿ ಮೌನವಾಗಿಯೇ ಇದ್ದಳು. ಅವಳ ಮುಖದ ಮೇಲೆ ಮುಗ್ಧತೆ, ಸಂತೋಷಗಳ ಮುಸುಕು ಕವಿದಿತ್ತು.

ನೇತ್ರ ವೈದ್ಯ ಇನ್ನೂ ಗೊಣಗುತ್ತಲೇ ಇದ್ದ.

"ಸಲಹೆ ಕೋಣೇನ ಬದಲಾಯಿಸ್ಬೇಕೆ? ರೋಗಿಗಳನ್ನು ಮಹಡಿಯ ಕೆಳಗಿನ ಕೊಠಡಿಯಲ್ಲಿ ನೋಡಿ, ಮೇಲಿನ ಕೊಠಡಿಯಲ್ಲಿ ಚಿಕಿತ್ಸೆ ಕೊಡ್ಬೇಕೆ? ಶುದ್ಧ ಮೂರ್ಖತನ. ಕೊಠಡೀನ ನಾವೇ ಬದಲಾಯಿಸ್ಬೇಕಂತೆ! ಬೇರೆ ಯಾರೂ ಇಲ್ಲ. ನೀನು ಮತ್ತು ನಾನು. ನಾವಿಬ್ಬರೇ! ಆಳುಗಳಿಲ್ಲ, ಸಹಾಯಕರಿಲ್ಲ. ಕೇವಲ ನಾವಿಬ್ಬರು. ನಮ್ಮದೇ ಹೊಣೆಗಾರಿಕೆ. ಪ್ರಮುಖ ಹುದ್ದೆಯಲ್ಲಿರುವ ನನ್ನದೇ ಜವಾಬ್ದಾರಿ... ಇದರ ಅರ್ಥ ಏನಿರ್ಬಹುದು?"

ಆತ ಬರುವಾಗ ತನ್ನ ಸಿಗರೇಟ್ ಪೊಟ್ಟಣವನ್ನು ತಂದಿದ್ದ. ಅವನೀಗ ಒಂದು ಸಿಗರೇಟ್ ಹೊತ್ತಿಸಿ ಅದನ್ನು ಸುಖವಾಗಿ ಸೇದಲಾರಂಭಿಸಿದ.

"ಸ್ವಲ್ಪ ತಡಿ... ಈಗ ಏನೋ ಹೊಳೀತಿದೆ. ಆ ಮೂರ್ಖ ನನ್ನನ್ನು ಅವಮಾನಗೊಳಿಸ ಬೇಕೆಂದಿದ್ದ... ನಾನು ಸಿಟ್ಟಾಗ್ಬಹುದು ಅಂತ ಯೋಚಿಸಿದ್ದ. ನಾನು ಸಿಟ್ಟಿಗೇಳೋದಕ್ಕಾಗಿಯೇ ಆತ ಕಾಯ್ತಾ ಇದ್ದ... ಆದಕ್ಕಾಗಿಯೇ ನನ್ನನ್ನು ಡಾಕ್ಟರ್ ಗೆರೆಂಡಾಇ ಅಂತ ಕರೆದ. ನನ್ನ ಕೊಠಡಿಯನ್ನು ಬದಲಾಯಿಸುವ ಯೋಚನೆಯೂ ಅವನಿಗೆ ಹೊಳೆದದ್ದು ಹೀಗೆಯೇ... ನಿನ್ನನ್ನೂ ಈ ಕೆಲಸಕ್ಕೆ ಸೆಳೀಬೇಕು ಅನ್ನೋ ಒಂದು ಪೈಶಾಚಿಕ ಪ್ರೇರಣೆ... ದೃಷ್ಟಿಮಾಪಕ ಯಂತ್ರ, ಬೀರುಗಳು, ಲೆನ್ಸ್‌ಗಳು, ಸ್ಟೆರಿಲೈಸರ್ ಎಲ್ಲವನ್ನೂ ನೀನು ಸಾಗಿಸಬೇಕು ಅಂದ್ರೆ... ನಾನು ಪ್ರತಿಭಟಿಸ್ತೇನೆ ಅಂತ ಆತ ಯೋಚಿಸಿದ್ದ... ಹೊಲಸು ಕ್ರಿಮಿ! ಯುದ್ಧ ನಡೀತಾ ಇದೆ; ಎದುರಾಡಿದರೆ ವಿಧ್ವಂಸಕ ಕೃತ್ಯವಾಗ್ತದೆ ಅಂತ ಬೇರೆ ಹೆದರಿಸಿದ... ವಿಧ್ವಂಸಕ ಕೃತ್ಯ ಅಂತ ಐದು ಸಾರಿ ಕಿರಿಚಿದ. ಇದರಿಂದ ನಾನು ಮೋಸ ಹೋಗ್ಬಹುದು; 'ನನ್ನ ಹೆಂಡತಿಗೆ ಅಪ್ಪಣೆ ಮಾಡೋ ಅಧಿಕಾರ ನಿನಗಿಲ್ಲ,' ಅಂತ ಅವನಿಗೆ ಪ್ರತಿಯಾಗಿ ನಾನು ಅಬ್ಬರಿಸ ಬಹುದೂಂತ ಆತ ಎಣಿಸಿದ್ದ. ಆದರೆ ಅವನ ಲೆಕ್ಕ ತಪ್ಪಾಯಿತು. ಅದಕ್ಕೇ ಆತ ಯುದ್ಧದ ಮಾತೆತ್ತಿ ನನ್ನನ್ನು ಹೆದರಿಸಿದ."

ಡಾಕ್ಟರ್ ಎದ್ದು ನಿಂತ.

"ಈಗ ನಿನಗೇನು ಬೇಕು ಅಂತ ಗೊತ್ತಾಯಿತು; ನಿನ್ನ ಸಂಚೆಲ್ಲ ಅರ್ಥವಾಯಿತು. ಆದರೆ ಅದನ್ನು ನಡೆಸೋದಕ್ಕೆ ನಾನು ಬಿಡೋದಿಲ್ಲ."

ಈಗ ಪುನಃ ಅವನು ಕ್ರಿಶ್ಚಿನೆಯ ಬಳಿ ಕುಳಿತ. ಸಿಗರೇಟನ್ನು ಭಸ್ಮ ಕುಂಡಕ್ಕೆ ಒತ್ತಿ ಆರಿಸಿದ. ಅವಳ ಮುಖದ ಹತ್ತಿರ ಬಗ್ಗಿ ಪಿಸುಮಾತಿನಲ್ಲಿ ಹೇಳಿದ.

"ನಾನು ಸೈನ್ಯಕ್ಕೆ ಸೇರಬೇಕು ಅನ್ನೋದು ಅವನ ಅಪೇಕ್ಷೆ! ನನ್ನ ವಿನಾಯಿತಿಯ ಅವಧಿ ಮುಗೀತಾ ಬಂದಿದೆ. ಅದನ್ನೀಗ ಮುಂದುವರಿಸ್ಬೇಕು... ಆದರೆ ನನ್ನ ಹೆಸರನ್ನು ವಿನಾಯಿತಿ ಪಡೆದವರ ಪಟ್ಟಿಯಿಂದ ಹೊಡೆದುಹಾಕ್ಬಹುದು ಅಂತ ಅವನು ಭಾವಿಸಿದ್ದಾನೆ! ಅದಕ್ಕೊಂದು ಕಾರಣ ಹುಡುಕ್ತಾ ಇದ್ದಾನೆ... ವಿನಾಯಿತಿಯನ್ನು ರದ್ದು ಮಾಡೋದಕ್ಕೆ ಒಂದು ನೆಪ ಬೇಕಲ್ಲ? ನಾನು ಕೊಠಡಿಯನ್ನು ಬದಲಾಯಿಸೋದಿಲ್ಲ ಅಂತ ಹೇಳಿದ್ದರೆ; ನೀನು ನನ್ನ ಸಹಾಯಕ್ಕೆ ಬರೋದಿಲ್ಲ ಅಂತ ತಿಳಿಸಿದ್ದರೆ... ನೀನು ಅಗಾಥಾ ಆಸ್ಪತ್ರೆಯ ಆಳು ಅಲ್ಲ ಅಂತ ಹೇಳಿದ್ದರೆ... ತನ್ನ ಸಂಚು ಸಫಲವಾಯಿತೂಂತ ಆತ ಸಂತೋಷದಿಂದ ಹಿಗ್ಗಿದ್ದ: 'ಡಾಕ್ಟರ್ ಗೆರೆಂಡಾಇ' ಯುದ್ಧದ ಕಾರಣದಿಂದ ನಾವು ಜಾರಿಗೆ ತಂದಿರೋ ನಿಯಮಗಳನ್ನು ನೀನು ತಿರಸ್ಕರಿಸ್ತಾ ಇದ್ದೀಯೆ. ನಿನ್ನ ಕರ್ತವ್ಯ ಮಾಡಲು ಹಿಂದೆಗಿತಾ ಇದ್ದೀಯೆ. ಇದು ವಿಧ್ವಂಸಕ ಕೆಲಸ. ನಿನ್ನ ಹೆಂಡತಿ ಸಮುದಾಯಕ್ಕಾಗಿ ದುಡಿಯೋದನ್ನು ತಪ್ಪಿಸ್ತಾ ಇದ್ದೀಯೆ. ಇದು ಅವಿಧೇಯತೆ. ನಿನ್ನ ಜಾಗ ಯುದ್ಧ ಭೂಮಿ, ಹೀಗೆಂತಲೇ ಅವನು ಕೂಗ್ತಿದ್ದ. ಅವನ ಎಣಿಕೆ ತಪ್ಪಾಯಿತು... ನಾನು ಪ್ರತಿಭಟಿಸ್ತೇನೆ ಅಂತ ಅವನು ಕಾದದ್ದು ವ್ಯರ್ಥವಾಯಿತು... ನಾನು ಮೌನವಾಗಿಯೇ ಇದ್ದೆ. ಸುಮ್ಮನಿರೋದೇ ಯಾವಾಗಲೂ ಉತ್ತಮ... ಒಂದಲ್ಲ, ಎರಡು ಸಾರಿ ಯೋಚಿಸಿ, ಹೆಜ್ಜೆ ಇಡೋದು ಮೇಲು."

ಈಗ ಡಾಕ್ಟರ್ ಸಮಾಧಾನದಿಂದ ಮೈಚಾಚಿ ಮಲಗಿ ಮಾತು ಮುಂದುವರಿಸಿದ:

"ಅದೇನೇ ಆಗಲಿ, ನಾವು ನಾಳೆ ಬೆಳಿಗ್ಗೆ ಅಲ್ಲಿರ್ತೇವೆ... ಏಳು ಗಂಟೆ ಹೊಡೆಯೋದ ರೊಳಗೇ ಅಲ್ಲಿದ್ದುಬಿಡೋಣ... ಆ ಕುರ್ಚಿಗಳೇನು, ಅಷ್ಟು ಭಾರವಾಗಿಲ್ಲ. ಉಳಿದವೆಲ್ಲ ಸಣ್ಣಪುಟ್ಟ ಉಪಕರಣಗಳು. ಅವನು, ಆ ಕ್ರಿಮಿ, ಅಲ್ಲೇ ನಮಗೆ ಕಾಣದಂತೆ ಸುಳಿದಾಡ್ಬಹುದು. ಏನು ನಡೀತಿದೆ ಅಂತ ನೋಡೋದಕ್ಕೆ ಯಾವ ಕ್ಷಣದಲ್ಲಾದರೂ ಬಂದುಬಿಡ್ಬಹುದು... ಆದರೆ ನಾವು ಕೆಲಸ ಮಾಡೋದರಲ್ಲಿ ಮಗ್ನರಾಗಿರ್ತೇವೆ... ನಮ್ಮ ವಿರುದ್ಧ ಸುಳ್ಳು ಆಪಾದನೆ ಹೊರಿಸೋದಕ್ಕೆ ಅವನಿಗೆ ಸಾಧ್ಯವಾಗೋದೇ ಇಲ್ಲ."

ಅವನು ಅವಳ ಮುಖದ ಮೇಲೆ ಬಾಗಿ ಕೇಳಿದ:

"ನನ್ನ ಪುಟ್ಟ ಕಾಡು ಬೆಕ್ಕೆ, ನೀನು ನನಗೆ ಬೆಂಬಲ ನೀಡ್ತೀಯಲ್ವೆ?" ಅವಳು ಅವನ ಕೈಯನ್ನು ಬಲವಾಗಿ ಹಿಸುಕಿದಳು.

* * *

ಗಂಟೆ ಆರೂವರೆಯಾಗುತ್ತಿದ್ದಂತೆ ಅವರಿಬ್ಬರೂ ಹೊರಟರು. ಎಂಟೂ ಕಾಲು ಗಂಟೆಯ ವೇಳೆಗೆಲ್ಲ ಕೆಲಸ ಮುಗಿದಿತ್ತು. ಕ್ರಿಶ್ಚಿನೆ ಮನೆಗೆ ಹೋದಳು.

ಹನ್ನೊಂದು ಗಂಟೆಗೆ ಡಾಕ್ಟರ್ ತನ್ನ ಹೆಂಡತಿಗೆ ಬಹಳ ಉದ್ವೇಗದಿಂದ ಫೋನ್ ಮಾಡಿದ. "ಗೊತ್ತಾಯಿತೇ? ವಾಲ್ಡೇರ್‌ಗೆ ಹುಚ್ಚು ಹಿಡಿದಿದೆ!" ಎಂದು ರಿಸೀವರ್‌ನಲ್ಲಿ ಕೂಗಿದ.

ಉದ್ವೇಗದ ಭರದಲ್ಲಿ ಅವನು ರಿಸೀವರನ್ನು ಎಳೆದ ರಭಸಕ್ಕೆ ಫೋನ್ ಸಂಪರ್ಕ ಒಮ್ಮೆ ಕಡಿದುಹೋಯಿತು. ತಲೆ ಕೆಟ್ಟವನಂತೆ ಅವನು ಪುನಃ ಒಂದು ಬಾರಿ, ಎರಡು ಬಾರಿ, ಐದು ಬಾರಿ, ಫೋನ್ ಮಾಡಿದ. ಕೊನೆಗೆ ಸಂಪರ್ಕ ದೊರೆಯಿತು. ಈಗ ಕ್ರಿಶ್ಚಿನೆ ರಿಸೀವರ್ ಎತ್ತಿಕೊಂಡಳು.

"ವಾಲ್ಡೇರ್‌ಗೆ ಹುಚ್ಚು ಹಿಡಿದಿದೆ!" ಎಂದು ಡಾಕ್ಟರ್ ಅರಚಿದ. ಅವನು ಒಂದೆಡೆ ನಿಲ್ಲಲಾರದೆ ಅತ್ತಿಂದಿತ್ತ ಓಡಾಡುತ್ತಿದ್ದ. "ನಿಜವಾಗಿಯೂ ಅವನಿಗೆ ಹುಚ್ಚು ಹಿಡಿದಿದೆ. ಆತ

ನಿನ್ನೆ ರಾತ್ರಿ ನನಗೆ ಫೋನ್ ಮಾಡಿದಾಗಲೇ ಅವನ ತಲೆ ಕೆಟ್ಟಿತ್ತು. ಬಾಂಬ್ ದಾಳಿಯಿಂದ ಹೆದರಿ ಆತ ಹುಚ್ಚನಾಗಿದ್ದ. ಹೇಡಿ ! ಕ್ರಿಮಿ !"

ಅವನು ಒಂದೇ ಸಮನೆ ಮಳೆ ಸುರಿದಂತೆ ಮುಂದುವರಿಸಿದ :

"ಆ ಕಪ್ಪೆ! ಆ ಎರೆಹುಳ! ಬಾಂಬ್ ಬಿದ್ದು ತಾನು ಸಾಯಬಹುದು ಅಂತ ಅವನು ಹೆದರಿದ್ದ. ನಮಗೆ ಇದು ಹೇಗೆ ಗೊತ್ತು? ಬಹಳ ಸುಲಭ... ಎಂಟೂಕಾಲು ಗಂಟೆಯ ತನಕ ಅವನು ಇಲ್ಲಿಗೆ ಬಂದಿರ್ಲಿಲ್ಲ ಅಂತ ನಿನಗೆ ಗೊತ್ತೇ ಇದೆ. ಅವನು ಬಂದಾಗ ಸುಮಾರು ಹತ್ತು ಗಂಟೆ... ಕೈಯಲ್ಲಿ ಒಂದು ಸಣ್ಣ ಕೊಡಲಿ ಹಿಡಿದು ಅದನ್ನಾತ ಝಳಪಿಸ್ತಿದ್ದ! ಆ ಬಗ್ಗೆ ಯಾರು ಕೂಡ ಆಶ್ಚರ್ಯವನ್ನೂ ವ್ಯಕ್ತಪಡಿಸ್ಲಿಲ್ಲ. ಬಾಗಿಲುಗಳನ್ನು ಕುಟ್ಟುತ್ತ ಎಲ್ಲ ಇಲಾಖೆಗಳಿಗೂ ಆತ ಹೋಗಿಬಂದ. ಆ ಕೊಡಲಿಗೆ ಸಣ್ಣ ಕಾವಿತ್ತು. ಆಮೇಲೆ ಅವನು ತನ್ನ ಕಾರ್ಯದರ್ಶಿಗೆ ಒಂದು ಪತ್ರ ಬರೆದುಕೊಳ್ಳುವಂತೆ ಹೇಳಿದ. ಒಂದೊಂದು ಪದ ಹೇಳಿದ ಮೇಲೂ ಆತ ಕೊಡಲಿಯಿಂದ ಮೇಜನ್ನು ಕುಟ್ಟುತ್ತಿದ್ದ... ಕೊನೆಗೆ ಆ ಕಾರ್ಯದರ್ಶಿ ಕಿರಿಚುತ್ತಾ ಕೊಠಡಿಯಿಂದ ಹೊರಕ್ಕೆ ಓಡಿದ್ಲು. ಅವನು ಅವಳ ಹಿಂದೆಯೇ ಹೋದ. ಬಾಗಿಲ ಬಳಿ ಒಬ್ಬ ಜವಾನ ನಿಂತಿದ್ದ. ಅವನ ಹೆಸರು ಹರಂಗೋಜೊ. ಅವನನ್ನು ವಾಲ್ಡೇರ್ ಕೊಡಲಿಯಿಂದ ಹೊಡೆಯುವುದರಲ್ಲಿದ್ದ. ಅಷ್ಟರಲ್ಲಿ ಆ ಜವಾನ "ಅಯ್ಯೋ! ಕತ್ತೆ!" ಅಂತ ವಾಲ್ಡೇರ್‌ನ ಮೇಲೆ ಬಿದ್ದ. ವಾಲ್ಡೇರ್ ನೆಲಕ್ಕುರುಳಿದ. ಅವನಿಗೆ ಆಗಾಗ ಸೆಳವು ಬರ್ತಾ ಇತ್ತು. ಹಾಗಾದಾಗಲೆಲ್ಲ ಅವನ ತಲೆ ಮೊಗಸಾಲೆಯ ನೆಲಕ್ಕೆ ಧಡ್ಡೆಂದು ಬಡೀತಿತ್ತು... ಆಂಬ್ಯುಲೆನ್ಸ್ ಬಂದು ಈಗಷ್ಟೇ ಅವನನ್ನು ಒಯ್ದಿತು! ಅವನ ಜಾಗಕ್ಕೆ ಹಿದಾಶ್ ಬರ್ತಾನೆ. ಬಹುಶಃ ನಾನು ಅವನ ಸಹಾಯಕ ಅಧಿಕಾರಿಯಾಗ್ಬಹುದು..."

○ ಲಾಯೋಶ್ ಮೆಶ್ತೆರ್‌ಹಾಜಿ

ಸ್ವಾತಂತ್ರ್ಯ

ಏನೆಲ್ಲ ನಡೆಯಿತೋ ಅದೆಲ್ಲಕ್ಕೂ ಬಹುಶಃ ನಮ್ಮ ಹರ್ಷೋತ್ಸಾಹವೇ ಕಾರಣವಾಗಿದ್ದಿರಬಹುದು.

ನಮಗೋ ಹುಚ್ಚು ಉತ್ಸಾಹ; ಉಕ್ಕುವ ತಾರುಣ್ಯ. ನಮ್ಮ ವಯಸ್ಸಿಗಿಂತ ನಾವು ಚಿಕ್ಕವರಾಗಿದ್ದೆವು. ಕಾಯುತ್ತಲೇ ವರ್ಷಗಳನ್ನು ಸವೆಸಿದ್ದೆವು. ಹಾಗೆ ಕಾಯುವುದರಲ್ಲಿ ಹೋರಾಟ, ಕಷ್ಟ ಎಲ್ಲ ಒಂದೇ ಎನಿಸಿತ್ತು. ಕಾಲದ ಪ್ರವಾಹದಲ್ಲಿ ಮುಂದೋಡುತ್ತಾ, ಅದನ್ನೂ ಬೇಗ ಮುಂದೆ ಹೋಗುವಂತೆ ನಾವು ಪ್ರೋತ್ಸಾಹಿಸುತ್ತಿದ್ದೆವು. ನಮ್ಮದು ತತ್ಕಾಲದ ಬದುಕಾಗಿರಲಿಲ್ಲ. ಯಾವಾಗಲೋ, ಅಂತಃಪ್ರಜ್ಞೆ ಮೂಡುತ್ತಿದ್ದಂತೆಯೇ, ಈ ಬದುಕು ಬದುಕೇ ಅಲ್ಲ; ಇನ್ನೇನೋ ಬರುತ್ತದೆಂದು ನಾವು ಅರಿತು ಕೊಂಡಿದ್ದೆವು. ನಮ್ಮ ತಾರುಣ್ಯಕ್ಕೆ ಅದೇ ಕೊನೆ – ಎಲ್ಲಕ್ಕೂ ಅದೇ ಕೊನೆಯಾಯಿತು. ಕಾಯುವುದೊಂದೇ ಉಳಿದಿತ್ತು. ಓಟಕ್ಕೆ ಸಿದ್ಧವಾಗಿ ಗೆರೆಯ ಮೇಲೆ ಸಾಲಿನಲ್ಲಿ ಕುಳಿತ ಸ್ಪರ್ಧಿಗಳಂತೆ ನಾವೂ ತಹತಹಿಸುತ್ತಿದ್ದೆವು. ಸ್ಪರ್ಧೆಯ ಉದ್ವಿಗ್ನತೆ ಎಷ್ಟು ಹೊತ್ತಿರುವುದೆಂದು ಯಾರೂ ಸ್ಟಾಪ್‌ವಾಚ್ ಇಟ್ಟುಕೊಂಡು ಲೆಕ್ಕಹಾಕಿಲ್ಲ. ಅದು ಲೆಕ್ಕಕ್ಕೆ ಸಿಕ್ಕುವುದಿಲ್ಲ. ಪಿಸ್ತೂಲಿನ ಶಬ್ದವಾಗುವುದೇ ತಡ, ಓಟಗಾರನ ಶರೀರ ಮುನ್ನುಗ್ಗುವಂತೆ ಒಮ್ಮೆಲೆ ಬದುಕು, ಯೌವನ ನಮ್ಮಿಂದ ಆಸ್ಫೋಟಿಸಿತು.

ಏನಾಯಿತೆಂದು ನಾವು ದಾಖಲೆ ಇಟ್ಟಿಲ್ಲ. ನಾವು ದಿನಚರಿ ಬರೆಯುತ್ತಿರಲಿಲ್ಲ. ಒಂದೇ ಒಂದು ದಿನದಲ್ಲಿ ನಾನು ಏನೆಲ್ಲ ಮಾಡಿದೆ ಎಂಬುದನ್ನು ಬರೆದಿಟ್ಟರೆ ಮುಂದೆ ನಾನೇ ಅದನ್ನು ನಂಬಬಹುದೇ ಎಂಬ ಯೋಚನೆ ಒಮ್ಮೆ ನನಗೆ ಹೊಳೆದಿತ್ತು.

ಬೆಳಕು ಹರಿಯುತ್ತಿರುವಂತೆ ರೈಲು ನಿಲ್ದಾಣದಲ್ಲಿ ಬೆಂಕಿ. 'ಬನ್ನಿ. ಬೆಂಕಿ ಆರಿಸಿ.' ಬಹುಶಃ ವಿದ್ರೋಹ ಕೃತ್ಯ – ಪೋಲೀಸ್ ಠಾಣೆಯಲ್ಲಿ ಚರ್ಚೆ. ಪಕ್ಷದ ನಾಯಕತ್ವ – ರಾಷ್ಟ್ರೀಯ ಸಮಿತಿ. ಮುದ್ರಣಕಾರರಿಗಾಗಿ ಡೋರೋಗ್‌ನಿಂದ ಕಲ್ಲಿದ್ದಲು ತರಬೇಕು. ನಲ್ಲಿಯಲ್ಲಿ ಬರುವ ನೀರು ಕೆಟ್ಟಿದೆ. ಆ ಬಗ್ಗೆ 27ನೇ ಬ್ಲಾಕ್‌ನಲ್ಲಿ ಬಾಡಿಗೆದಾರರ ಸಭೆ. ಭಗ್ನಾವಶೇಷಗಳ ನಡುವೆ ಔಷಧ ವ್ಯಾಪಾರಿಯ ದಾಸ್ತಾನೆಲ್ಲ ಸಿಕ್ಕಿದೆ. ಅದನ್ನು ಕಂಡಕಂಡವರೆಲ್ಲ

ಚೆಲ್ಲಾಪಿಲ್ಲಿ ಮಾಡದಂತೆ ಕೂಡಲೇ ಕಾಯಬೇಕು. ವಿದೇಶಾಂಗ ಸಚಿವಾಲಯದಲ್ಲಿ ರಾಜಕೀಯ ತನಿಖೆ ಸಮಿತಿಯ ಸಭೆ. ಕೆಲವು ಪೀಪಾಯಿ ಬೆನ್‌ಜೀನ್‌ಗಾಗಿ ಸೈನ್ಯಾಧಿಕಾರಿಯ ಜತೆ ಸಂಧಾನ: ವರ್ಮೆಜೊನಲ್ಲಿ ನಾಲ್ಕು ಸಾವಿರ ಕುದುರೆಗಳ ಹೆಣಗಳನ್ನು ಒಟ್ಟಲಾಗಿದೆ; ಅವನ್ನು ಸುಡಬೇಕು. ಈ ಎಲ್ಲ ಕೆಲಸಗಳ ನಡುವೆ ನೂರಾರು ಸಣ್ಣ ಪುಟ್ಟ ಖಾಸಗಿ ಸಂಗತಿಗಳು ಮಿಲಿಟರಿ ಸೇತುವೆ ಮೇಲೆ ಹೋಗಲು ರಹದಾರಿ; ಪುಸ್ತಕಗಳನ್ನು ಮಾರಲು ಅನುಮತಿ ಚೀಟಿ; ವಿಮೋಚನೆಗಾಗಿ ಹೋರಾಡುತ್ತಿರುವ ಕೆಂಪು ಸೇನೆಯ ಗೌರವಾರ್ಥ ಯಾರೋ ಸಂಗೀತ ನಾಟಕವೊಂದನ್ನು ಬರೆದಿದ್ದಾರೆ. ಅದನ್ನು ಪ್ರದರ್ಶಿಸಲು ಒಂದು ವಾದ್ಯ ಮೇಳ, ತನಿ ಸಂಗೀತಗಾರರು, ಮುನ್ನೂರು ಮಂದಿಯ ಗಾಯಕ ವೃಂದ ಮತ್ತು ಸಾಧ್ಯವಾದರೆ ಸ್ವಲ್ಪ ಗೋಧಿ ಹಿಟ್ಟು ಮತ್ತು ಆಲೂಗಡ್ಡೆ – ಇಷ್ಟಕ್ಕಾಗಿ ಅವರು ಕಾಯುತ್ತಿದ್ದಾರೆ. ಗಂಡ ಪೆಸ್ಟ್‌ನಲ್ಲಿದ್ದಾನೆ, ಅವನ ಮಕ್ಕಳ ಪೋಷಣೆ ಭತ್ಯವನ್ನು ಕೊಡಿಸಬೇಕು. ಜತೆಗೆ ದೋಷಾರೋಪಣೆಗಳು...

ಇಷ್ಟೆಲ್ಲದರ ನಡುವೆ ಸಮಯ ಸಿಕ್ಕರೆ, ಸಾರ್ವಜನಿಕ ಪಾಕಶಾಲೆಯಲ್ಲಿ ಅಗ್ಗದ ಜಾಮ್ ಸವರಿದ ತುಣುಕು ಬ್ರೆಡ್ ಹಾಗೂ ಸ್ವಲ್ಪ ಮಾಂಸದ ಸಾರನ್ನು ಗಬಗಬನೆ ತಿನ್ನುವುದು. ಕಾಮ್ರೇಡ್ ಸ್ಲಾತಿನಾಇ ಆ ಬ್ರೆಡ್ಡನ್ನು ದೊಡ್ಡ ಚಾಕುವಿನಿಂದ ಒಂದೇ ಅಳತೆಯ ಚೂರುಗಳಾಗಿ ಕತ್ತರಿಸಿದ್ದ. ಅವನ ಜೀವನದಲ್ಲೇ ಕಾಮ್ರೇಡ್ ಸ್ಲಾತಿನಾಇನನ್ನು ಆತನ ವಂಶನಾಮದಿಂದ ಕರೆಯುತ್ತಿದ್ದುದು ಇದೇ ಮೊದಲು. ಅವನಿಗೆ ಈಗ ಅರವತ್ತಕ್ಕಿಂತ ಹೆಚ್ಚು ವಯಸ್ಸು. ಈವರೆಗೆ ಅವನನ್ನು ಜೋ, ಜೋಸೆಪ್, ಜೋಸೆಫ್ ಎಂದು ಅವರವರ ಇಷ್ಟದಂತೆ ಕರೆಯುತ್ತಿದ್ದರು. ಅವನೊಬ್ಬ ಬಟ್ಲರ್ – ಈ ಮನೆಯಲ್ಲೇ, ಅದೂ ಈ ಮಹಡಿಯಲ್ಲೆ. ಅವನಿದ್ದುದೂ ಇಲ್ಲೆ. ಪಕ್ಷಕ್ಕೆ ಸೇರಬೇಕೆಂದು ಆತ ಅರ್ಜಿ ಕೊಟ್ಟಿದ್ದ. ನಮಗೆ ನಗು ಬರುತ್ತದೆ ಎಂದಿದ್ದೆವು ನಾವೆಲ್ಲ. ಅದಕ್ಕೆ ಅವನು "ಇಲ್ಲಿ ನೋಡಿ" ಎಂದು 1912 ರಷ್ಟು ಹಿಂದಿನ, ಮಾಸಿಹೋಗಿದ್ದ ಒಂದು ಟ್ರೇಡ್ ಯೂನಿಯನ್ ಕಾರ್ಡು ಮತ್ತು ಕೆಂಪು ಸೇನೆಯ ಪತ್ರಗಳನ್ನು ನಮಗೆ ತೋರಿಸಿದ್ದ. "ಒಳ್ಳೇ ಬಟ್ಲರ್!" ಎಂದು ಲಾತ್ಸಿ ಪೇಚಿ ಕೂಗಿದ್ದ. ಆ ಕ್ಷಣದಿಂದ ಅವನೊಂದಿಗೆ ಎಲ್ಲರೂ ಚೆನ್ನಾಗಿಯೇ ನಡೆದುಕೊಂಡಿದ್ದರು. ಆದರೆ ಅವನ ಸ್ವಂತ ಹೆಸರಿನಿಂದ ಅವನನ್ನು ನಾವು ಕರೆಯುವುದು ಅವನಿಗಿಷ್ಟವಿರಲಿಲ್ಲ. ಆ ಬಗ್ಗೆ ತಲೆಕೆಡಿಸಿಕೊಳ್ಳುವ ಅಗತ್ಯವೂ ಇರಲಿಲ್ಲ. ಒಟ್ಟಿನಲ್ಲಿ ನಮಗೊಬ್ಬ ಬಟ್ಲರ್ ದೊರೆತಿದ್ದ. ಅದು ನಮಗೆ ಒಳ್ಳೆಯದೇ ಆಗಿತ್ತು. ಅವನಿಲ್ಲದಿದ್ದರೆ ನಾವು ಹಸಿವಿನಿಂದ ಸತ್ತೇಹೋಗುತ್ತಿದ್ದೆವೇನೋ...

ಸಂಜೆಯ ವೇಳೆ, ನಾನು ಆ ದಿನ ಏನೇನು ಮಾಡಿದ್ದೆನೆಂದು ಬರೆಯುತ್ತಿರಲಿಲ್ಲ. ಬಹುಶಃ ನಮಗೆ ಸಂಜೆ ಎಂಬುದೇ ಇರುತ್ತಿರಲಿಲ್ಲ. ಒರಗು ಬೆಂಚುಗಳ ಮೇಲೋ, ಕುರ್ಚಿಗಳ ಮೇಲೋ, ಎಲ್ಲೆಂದರಲ್ಲಿ, ಹೇಗಿದ್ದರೆ ಹಾಗೆ, ಯಾವಾಗಲೋ ಮಲಗಿ ನಿದ್ರಿಸುತ್ತಿದ್ದೆವು. ಬೆಳಗಾದೊಡನೆ ಮುಖಕ್ಷೌರ ಮಾಡಿಕೊಂಡು, ಏನೇ ಆದರೂ, ನೀರು ಎಷ್ಟೇ ತಣ್ಣಗಿದ್ದರೂ, ತಲೆಯಿಂದ ಕಾಲಿನ ತನಕ ಮೈ ತೊಳೆದುಕೊಳ್ಳುತ್ತಿದ್ದೆವು. ಆ ಬಗ್ಗೆ ಮಾತ್ರ ನಾವು ನಾಜೂಕು. ಇದಕ್ಕೆ ಹೇನುಗಳು ಒಂದು ಕಾರಣ. ಒಂದು ದಿನದ ಅವಧಿ ಎಷ್ಟು – ದೇವರಿಗೇ ಗೊತ್ತು. ನನ್ನ ನೆನಪಿನಲ್ಲಿ ನನಗೆ ನಂಬಿಕೆ ಇಲ್ಲ. ಇದೆಲ್ಲ ಕೇವಲ ಐದಾರು ತಿಂಗಳ ಮಾತೇ? ಅದು ಸತ್ಯವಲ್ಲ. ಅದೊಂದು ಇಡೀ ಜೀವಮಾನ! ಮೊಟಕಾದ ನಮ್ಮ ಇಡೀ ಯೌವನದ ಅವಧಿ.

ನಾವು ಉಲ್ಲಾಸದಿಂದಿದ್ದೆವು, ಆಗಲೇ ಹೇಳಿದ ಹಾಗೆ ಹುಚ್ಚು ಉತ್ಸಾಹವಿತ್ತು. ಈ ಹರ್ಷೋತ್ಸಾಹ ಸಾಂಕ್ರಾಮಿಕವಾಗಿತ್ತು. ಆ ಕಾವಿನಲ್ಲಿ ನಾವು ಎಷ್ಟೋ ಒಳ್ಳೆಯದನ್ನು ಮಾಡಿದೆವು. ಅವಿವೇಕದ ಕೆಲಸಗಳನ್ನೂ ಮಾಡಿದೆವು. ನಾವು ಯೋಜನೆಗಳನ್ನು ರೂಪಿಸುತ್ತಿದ್ದೆವು. ಪ್ರತಿಕ್ಷಣದಲ್ಲಿ ಹೊಸ ಯೋಜನೆ – ಕೆಲವು ಒಳ್ಳೆಯವು; ಕೆಲವು ಮೂರ್ಖತನದ್ದು. ಈಗ ಹಳದಿಯಾಗಿ ಹೋಗಿರುವ ಆಗಿನ ಕೆಲವು ಕಾಗದ ಪತ್ರಗಳು ಕೆಲವು ವೇಳೆ ಗಮನಕ್ಕೆ ಬರುತ್ತವೆ. 1945ರಿಂದ ಹೋರಾಟದಲ್ಲಿರುವ ನಾವು ಕೆಲವರು ನಗುತ್ತಾ ಅದನ್ನು ಬೇರೆಯವರಿಗೆ ತೋರಿಸುತ್ತೇವೆ. ಒಂದು ಒಪ್ಪಂದಕ್ಕೆ ಸಿಕ್ಕಿಕೊಂಡು, ಅದೇನೆಂದು ಗೊತ್ತಾಗುವವರೆಗೆ ಒಪ್ಪಂದದಂತೆ ನಡೆಯುವ ಕಮ್ಮಾರನಂತೆ, ಆಗ ನಾವು ಅಜ್ಞಾನದಲ್ಲಿ ಧೈರ್ಯವಾಗಿ ಏನೇನೋ ಮಾಡಿ ಬಿಟ್ಟೆವಲ್ಲ ಎಂದು ನೆನೆಸಿಕೊಂಡರೆ ಈಗ ಮೈ ಜುಮ್ಮೆನ್ನುತ್ತದೆ. ಕೂದಲು ನೆಟ್ಟಗಾಗುತ್ತದೆ. ನನಗೆ ವಿಶ್ವಾಸ ಹುಟ್ಟುವುದಿಲ್ಲ. ಆದರೆ ನನ್ನದೇ ಕೈಬರಹವನ್ನು ಗುರುತಿಸಬಲ್ಲೆ. ಆದುದರಿಂದ ನಂಬದೆ ಉಪಾಯವಿಲ್ಲ.

ಘಟಿಂಗನೊಬ್ಬ ಒಮ್ಮೆ ನಮ್ಮೊಂದಿಗೆ ಸೇರಿಕೊಂಡಿದ್ದ. ಅವನು ವಾಣಿಜ್ಯ ವಿಷಯದಲ್ಲಿ ಪರಿಣತ. ನಮಗೆ ಆರ್ಥಿಕ ವಿಷಯಗಳು ಅರ್ಥವಾಗುತ್ತಿರಲಿಲ್ಲ. ಅದನ್ನೆಲ್ಲ ಅವನೇ ನೋಡಿ ಕೊಳ್ಳುತ್ತಿದ್ದ. ನಮ್ಮ ಅಜ್ಞಾನದ ಬಗ್ಗೆ ಅವನ ಊಹೆ ಸರಿಯಾಗಿತ್ತು. ಅವನು ನಮ್ಮ ವಿಶ್ವಾಸವನ್ನೂ ಗಳಿಸಿದ. ಅನಂತರ ಅವನು ಪಾಕಶಾಲೆಯ ಹಣವನ್ನು ತಿಂದುಹಾಕಿದ. ನಾವೆಲ್ಲ ಸೇರಿ, ಚರ್ಚಿಸಿ, ಅವನಿಗೆ ಮರಣದಂಡನೆ ವಿಧಿಸಿದೆವು.

ನನ್ನ ಕೋಣೆಯಲ್ಲಿ ಕಿಟಕಿಗಳ ಬದಲು ಮರದ ಹಲಗೆಗಳಿದ್ದುವು. ಯಾಕೆಂದರೆ ಕಿಟಕಿಯಲ್ಲಿ ಕೇವಲ ಅಂಗೈ ಅಗಲದ ಎರಡು ಗಾಜಿನ ಹಲಗೆಗಳಿದ್ದುವಷ್ಟೆ. ಅದರೆದುರಿಗಿನ ಒಂದು ಗೋಡೆಯೇ ಕಾಣೆಯಾಗಿತ್ತು. ಆ ಜಾಗದಲ್ಲಿ ಒಂದು ಜಮಖಾನೆ ನೇತಾಡುತ್ತಿತ್ತು. ನಾನು ಆ ಜಮಖಾನೆಯಲ್ಲಿ ಒಂದು ತೂತು ಮಾಡಿ, ನನ್ನ ಪಿಸ್ತೂಲನ್ನು ಒರೆಸಿ, ಗುಂಡು ಹೊಡೆದೆ. ಆ ಸ್ಫೋಟವನ್ನು ಕೇಳಿ ಮುಖ್ಯ ಶಿಕ್ಷಕ ಬಂದ. “ಇಲ್ಲೇನು ಮಾಡ್ತಿದ್ದೀಯಾ ?” ಎಂದ. “ನಾವು ಕ್ಯಾಪಿಯ ತಲೆ ಹಾರಿಸ್ತೇವೆ” ಎಂದೆ. ಅವನು ಚಕಿತನಾದ. ಬಿಟ್ಟ ಬಾಯಿ ಬಿಟ್ಟಂತೇ ಇತ್ತು. ಎಷ್ಟೋ ಹೊತ್ತಿನ ಮೇಲೆ ಆತ ಸಾವರಿಸಿಕೊಂಡು “ನಿನಗೆ ಹುಚ್ಚು ಹಿಡಿದಿದೆಯೆ ?” ಎಂದ. ದೊಡ್ಡ ಸಚಿತ್ರ ಪತ್ರಿಕೆ ‘ಡೇಸ್ ಗ್ರಾಂಜೆಸ್’ನಲ್ಲಿ ಪ್ರಕಟವಾಗಿದ್ದ ರಾಬಸ್ ಪಿಯರ್‌ನ* ಚಿತ್ರದಂತೆ ಮುಖ ಮಾಡಲು ನಾನು ಯತ್ನಿಸಿದೆ. ಆದರೆ ಹಾಗೆ ಶಿರಚ್ಛೇದನ ನಡೆಯಬಾರದೆಂದು ಅರಿತುಕೊಂಡೆ. ಕ್ಯಾಪಿಗಿಂತಲೂ ನನಗೇ ಆ ಬಗ್ಗೆ ಹೆಚ್ಚು ಭಯ. ಆದರೆ ನಾವು ಅನುಸರಿಸಬೇಕಾದ ‘ಮಾರ್ಗ’ವನ್ನು ಕಾಮ್ರೇಡ್‌ಗಳಿಗೆ ವಿವರಿಸುವಾಗ ನಾನು ಪುನಃ ವಿರೋಧವನ್ನೆದುರಿಸಬೇಕಾಯಿತು. “ಸಂಯುಕ್ತ ರಂಗ ಹಾಳಾಗಿ ಹೋಗಲಿ. ಇದು ಕ್ರಾಂತಿ. ಅಂಥವರನ್ನು ಗುಂಡಿಟ್ಟು ಕೊಲ್ಲಲೇಬೇಕು” ಎಂದಳು ಜುಜಾ ದೃಢವಾಗಿ.

ಆದರೆ ಸಾಮಾನ್ಯವಾಗಿ ನಮ್ಮ ‘ಮಾರ್ಗ’ ನಮಗೇನೂ ತೊಂದರೆ ಕೊಡುತ್ತಿರಲಿಲ್ಲ. ಯಾಕೆಂದರೆ ಒಗ್ಗಟ್ಟು ಮತ್ತು ಕ್ರಾಂತಿಕಾರಿ ಶಿಸ್ತು ಕಾರ್ಮಿಕ ವರ್ಗದ ಮುಖ್ಯ

---

* ರಾಬಸ್‌ಪಿಯರ್ : ಮೆಕ್ಸಿಮಿಲಿಯನ್ ಫ್ರಾನ್ಸಿಸ್ ಮೇರಿ ಇಸಿಡೋರ್ ಡಿ ರಾಬಸ್‌ಪಿಯರ್ (1758–1794). 1792ರಲ್ಲಿ ಫ್ರಾನ್ಸ್‌ನಲ್ಲಿ ನಡೆದ ಮಹಾಕ್ರಾಂತಿಯ ಪ್ರಮುಖ ನಾಯಕರಲ್ಲಿ ಒಬ್ಬ. ಜಾಕೊಬಿನ್ ಪಕ್ಷದ ಮುಖಂಡ.

ಆಯುಧಗಳೆಂದು ನಮಗೆ ಗೊತ್ತಿತ್ತು. ನಾವು ಅನುಸರಿಸುತ್ತಿದ್ದ ಮಾರ್ಗವನ್ನು ನಾನು ಸಮರ್ಥಿಸಿದೆ. ನನ್ನ ಸ್ಥಾನದಿಂದಾಗಿ ಅಥವಾ ಅಂಥದೇ ಇತರ ಕಾರಣಗಳಿಂದಾಗಿ ನಾನು ಹಾಗೆ ಮಾಡಲಿಲ್ಲ. ಬದಲು, ಇರುವ ಏಕೈಕ ಉತ್ತಮ ನೀತಿಯನ್ನೇ ನಾವು ಅನುಸರಿಸು ತ್ತಿದ್ದೇವೆಂದು ನಾನು ದೃಢವಾಗಿ ನಂಬಿದ್ದೆ. ಜುಜಾ ಹೇಳಿದಂತೆ ನಾವು ನಡೆದಿದ್ದರೆ ಏನಾಗುತ್ತಿತ್ತು? ನಮ್ಮ ಸುತ್ತ ಶತ್ರುಗಳೇ ತುಂಬಿರುತ್ತಿದ್ದರು! ಜನರನ್ನು – ಅದರಲ್ಲೂ ಅದೃಷ್ಟಹೀನರನ್ನು, ದಲಿತರನ್ನು – ನಂಬಬೇಕು. ಅದೇ ಸರಿಯಾದ ಮಾರ್ಗ. ಆ ವಿಧಾನದಿಂದಲೇ ಜಗತ್ತನ್ನು ನಿರ್ಮಲ ಗೊಳಿಸುವುದು ಸಾಧ್ಯ. ಆದರೆ ಕ್ಯಾಪಿ – ಹಾಗೆ ನೋಡಿದರೆ ಬಹುಶಃ – ಪೆಸ್ಟ್ ವಿಭಾಗದ ಕಥೆಯೇ ಬೇರೆ. ಅಲ್ಲಿ ಈಗ ಪತ್ರಿಕೆಗಳಿದ್ದುವು; ಸಿನೆಮಾ ಕೂಡ ಇತ್ತು. ಪೆಸ್ಟ್‌ನ ಮುಖ್ಯ ಬೀದಿಯಲ್ಲಿ ಗಲಭೆಯೋ ಗಲಭೆ. ಓಡಾಡುವುದೇ ಅಸಾಧ್ಯ.

ಆದರೆ ಇಲ್ಲಿ ಬುಡಾದಲ್ಲಿ ಎತ್ತರದ ಮಂಕು ಗೋಡೆಗಳ ನಡುವೆ ಹೆಣಗಳ ನಾತ. ರೋಗಿಗಳ ಶುಶ್ರೂಷೆ ನಡೆಯುತ್ತಿದ್ದ ಏಕೈಕ ಆಸ್ಪತ್ರೆಯ ಕಿಟಕಿಗಳಲ್ಲಿ ಒಂದೇ ಒಂದು ಗಾಜೂ ಉಳಿದಿಲ್ಲ. ಬಹು ದೂರದ ಈ ಸ್ಥಳದಲ್ಲಿದ್ದುದು ಒಬ್ಬನೇ ಒಬ್ಬ ಡಾಕ್ಟರ್. ನಮ್ಮ ಹಜಾರದಲ್ಲಿಯೇ ಆತ ಶಸ್ತ್ರಚಿಕಿತ್ಸೆ ಮಾಡುತ್ತಿದ್ದ. ಅವನಿಗೆ ನಮ್ಮ ಬಟ್ಲರ್‌ನ ದಕ್ಷ ನೆರವು. ಇದ್ದ ಆ ಒಬ್ಬನೇ ವೈದ್ಯನ ಹೆಸರು ಗಸ್ತಿ. ಆತ ಎಂಥ ಡಾಕ್ಟರ್ ಗೊತ್ತೆ! ಅವನೊಬ್ಬ ಸಂಗೀತಗಾರ. ಯಾವ ವೈದ್ಯಪರೀಕ್ಷೆಯಲ್ಲಿ ತೇರ್ಗಡೆಯಾಗಿದ್ದನೋ ದೇವರೇ ಬಲ್ಲ. ಅವನ ಬಳಿ ರಕ್ತದ ಒತ್ತಡ ನೋಡುವ ಸಲಕರಣೆಯೊಂದಿತ್ತು ಅಷ್ಟೆ. ಔಷಧಿಗಳಿರಲಿಲ್ಲ. ಇನ್ನೇನೂ ಇರಲಿಲ್ಲ. ಆತ ಬಂದ ರೋಗಿಗಳ ರಕ್ತದ ಒತ್ತಡ ನೋಡುತ್ತಿದ್ದ. (ಆಶ್ಚರ್ಯವೆಂದರೆ ಅಷ್ಟರಿಂದಲೇ ಎಷ್ಟೋ ಮಂದಿಗೆ ಸಹಾಯವಾಗುತ್ತಿತ್ತು!) ಎರಡು ಮನೆಗಳು ಹಾಳಾಗದೆ ಉಳಿದಿದ್ದವು. ಆದರೆ ಛಾವಣಿಯಲ್ಲಿ ಒಂದಾದರೂ ಹೆಂಚಿರಲಿಲ್ಲ. ಅದರಲ್ಲಿನ ಇನ್ನೂರು ವಸತಿಗಳಲ್ಲಿ ವಾಸ ಮಾಡಬಹುದಿತ್ತು. ಹಿಮ ಕರಗಲಾರಂಭಿಸಿದ್ದುದರಿಂದ ಈಗ ಯಾರೂ ಕುದುರೆಯ ಮಾಂಸ ತಿನ್ನುವಂತಿರಲಿಲ್ಲ. ಒಂದು ತಟ್ಟೆ ಸಾರು, ಕಾಗದದಷ್ಟು ತೆಳ್ಳನೆಯ ಬ್ರೆಡ್, ಅಗ್ಗದ ಪ್ಲಮ್ ಜಾಮ್, ಕಾಕಂಬಿ. ಉಪ್ಪು ನೀರಿನಲ್ಲಿ ಬೇಯಿಸಿದ, ಕುದುರೆಗಳಿಗೆ ಹಾಕಿ ಉಳಿದ ಮುಸುಕಿನ ಜೋಳ – ಆಗಾಗ ಬಾಯಿಗೆ ಹಾಕಿಕೊಳ್ಳಲು ಎಲ್ಲರೂ ಅದನ್ನು ಜೇಬಿನಲ್ಲಿ ತುಂಬಿ ಕೊಂಡಿರುತ್ತಿದ್ದರು.

ಎಷ್ಟು ದೂರವಾದರೂ ಸೈ, ನಾವು ನಡೆದೇ ಹೋಗುತ್ತಿದ್ದೆವು. ಅದು ಹೇಗೆ ಸಾಧ್ಯವಾಗುತ್ತಿತ್ತೋ ನಾನರಿಯೆ. ನಾವು ಎಲ್ಲೆಂದರಲ್ಲಿ ಯಾವಾಗಲೂ ಹಾಜರು. ಹಾಗೆ ಇಡೀ ದಿನ ನಡೆಯುವುದೂ ಒಂದು ಹರ್ಷದ ಸಂಗತಿಯೇ ಆಗಿತ್ತು. ಅತ್ತಿಲಾ ರಸ್ತೆಯ ಒಂದು ಕಡೆಯಂತೂ ಮುರಿದು ಬಿದ್ದ ಒಂದು ಕಾರಿನ ಪಕ್ಕದಲ್ಲಿ ಜನ ಕಷ್ಟಪಟ್ಟು ಮುಂದಕ್ಕೆ ಹೋಗಬೇಕಾಗಿತ್ತು. ಕೋಟೆಯ ಗುಡ್ಡದ ಸುರಂಗದಲ್ಲಿ ನಾನು ಆ ತುದಿಯಿಂದ ಈ ತುದಿಯವರೆಗೂ ಎರಡೂ ಕೈಗಳಿಂದ ಛಾವಣಿಯನ್ನು ಬಲವಾಗಿ ಹಿಡಿದುಕೊಂಡೇ ಹೇಗೋ ಸಾಗಿ ಬಂದಿದ್ದೆನೆಂದು ಯಾರು ಬಲ್ಲರು? ನಾನಾಗಿ ಹೇಳಿದರಷ್ಟೆ ಗೊತ್ತಾಬೇಕು. ಹಿಂದಣ ಕಾಲದ ಮುತ್ತಿಗೆ ಹಾಕುವವರಂತೆ ನಾವು ಅಂಬೆಗಾಲಿನಲ್ಲೇ ಕೋಟೆಯ ಗುಡ್ಡ ಹತ್ತಿದ್ದೆವು. ನಾವು ಬಲಶಾಲಿಗಳಾಗಿದ್ದೆವು. ಸಂಪನ್ನರಾಗಿದ್ದೆವು. ಎಲ್ಲವೂ ನಮ್ಮದೇ ಆಗಿತ್ತು. ಇಲ್ಲಿ ಅರಮನೆ ಇತ್ತು. ಆದರೆ ದೊರೆ ಮಾತ್ರ ಇರಲಿಲ್ಲ. ಅರಸೊತ್ತಿಗೆಯಿಲ್ಲ, ಜರ್ಮನರಿಲ್ಲ, ಫಾಸಿಸ್ಟರಿಲ್ಲ. ಹಳೆಯ ಕಾಲದಲ್ಲಿದ್ದಂತೆ ಅಧಿಕಾರಶಾಹಿ ಇಲ್ಲ. ಬಾಡಿಗೆದಾರರೆಲ್ಲ ಸೇರಿ ತಮ್ಮ ಪ್ರತಿನಿಧಿಯನ್ನು ಚುನಾಯಿಸಿದ್ದರು. ವಸತಿಗಳ ಒಂದೊಂದು ಗುಂಪಿಗೆ ಒಬ್ಬ ಪ್ರತಿನಿಧಿ.

ಪಕ್ಷಗಳು, ರಾಷ್ಟ್ರೀಯ ಸಮಿತಿ ಎಲ್ಲ ಕೆಲಸ ಮಾಡುತ್ತಿದ್ದವು. ಬಿಗಿದ ಮುಷ್ಟಿಯನ್ನೆತ್ತಿ "ಸ್ವಾತಂತ್ರ್ಯ!" ಎಂದು ಕೂಗುತ್ತಿದ್ದೆವು. ಒಬ್ಬನು ಮತ್ತೊಬ್ಬನನ್ನು ಸೋದರನಂತೆ ಕಾಣುತ್ತಿದ್ದ. ಬೇಕಾದಷ್ಟು ಚಿಂತೆಗಳಿದ್ದರೂ ಹರ್ಷೋತ್ಸಾಹ ಉಕ್ಕುತ್ತಿತ್ತು.

ಸಂಗಾತಿಗಳೇ ಬನ್ನಿ. ಅಲ್ಲಿ ನೋಡಿ. ಆ ನೆಲಮಾಳಿಗೆಯ ಕಿಟಕಿಯ ಕೊಳವೆಯಿಂದ ಹೊಗೆ ಬರುತ್ತಿದೆ. ಅವರು ಇನ್ನೂ ಅಲ್ಲಿ ಅಡಗಿಕೊಂಡಿರಬೇಕು. ಸೈರನ್‌ಗಳನ್ನು ಕೂಗಿಸಬೇಕು. ಆದರೆ ವಿಮಾನ ದಾಳಿಯ ಮುನ್ನೆಚ್ಚರಿಕೆ ಕೊಡುವುದಕ್ಕಲ್ಲ! ಜನ ಹೆದರಿ ಕಂಗಾಲಾಗಿ ಹರಕು ಬಟ್ಟೆಯಲ್ಲೇ ಹೊರಾಂಗಳದಲ್ಲಿ ಗುಂಪು ಸೇರುತ್ತಾರೆ. ಹರಕು ಚಿಂದಿಯ, ನಿಸ್ತೇಜ ಮುಖವಾಡದ ಮರೆಯಲ್ಲಿ ಏನು ಅಡಗಿದೆಯೋ ಯಾರಿಗೆ ಗೊತ್ತು? ಬೇರೇನು ಗತಿಯಿಲ್ಲದವರೂ ಚಿಂದಿಯಲ್ಲಿರುತ್ತಾರೆ. ಉಳ್ಳವರೂ ಅದನ್ನು ತೋರಿಸಿಕೊಳ್ಳಬಾರದೆಂದು ಹರಕು ಬಟ್ಟೆಯಲ್ಲೇ ಬರುತ್ತಾರೆ. "ಪುರುಷರೇ, ಮಹಿಳೆಯರೇ, ನಿಮ್ಮನ್ನು ನೀವೇ ನಾಶಮಾಡಿಕೊಳ್ಳಲು ಹೊರಟಿದ್ದೀರಾ? ನೆಲಮಾಳಿಗೆಯಲ್ಲೆ ಎರಕವಾಗಿಬಿಡುವ ಆಸೆಯೇ? ನಿಮ್ಮ ಮಕ್ಕಳ ಬಗ್ಗೆ ಯೋಚಿಸಿ. ನಿಮಗೆ ಹೃದಯವಿದೆಯೇ? ಅಲ್ಲಿ ನೋಡಿ. ಮನೆ ಇನ್ನೂ ಸಂಪೂರ್ಣವಾಗಿ ಧ್ವಂಸವಾಗಿಲ್ಲ. ಮೆಟ್ಟಲುಗಳನ್ನೇರಿ ಮೊದಲ ಮಹಡಿಗೆ ಹೋಗಬಹುದು. ಹೊರಡಿ. ಮೊದಲು ನೆಲಮಟ್ಟದ ವಸತಿ. ಆಮೇಲೆ ಮೊದಲ ಮಹಡಿ. ಒಂದೊಂದು ಸಂಸಾರಕ್ಕೆ ಒಂದೊಂದು ಕೊಠಡಿ. ಅಲ್ಲಿ ಶೀತವಿಲ್ಲ. ಬೆಳಕಿದೆ. ಅದು ನೆಲಮಾಳಿಗೆಯಲ್ಲ. ನಡೆಯಿರಿ. ಇನ್ನು ಹೊರಡೋಣ. ಫೆರಿ, ಓಡು. ರಸ್ತೆ ಶುಭ್ರಮಾಡುವ ಡಿಪೋದಿಂದ ಗುದ್ದಲಿ ಪಿಕಾಸಿಗಳನ್ನು ತೆಗೆದುಕೊಂಡು ಬಾ, ಹ್ಞೂ ಓಡು." ಈಗ ನೋಡಿ, ಆ ನಿಸ್ತೇಜ ಮುಖಗಳಲ್ಲಿ ನಿಧಾನವಾಗಿ ಕಳೆ ಮೂಡುತ್ತಿದೆ. ಕಣ್ಣುಗಳಲ್ಲಿ ಹೊಳಪು ಕಾಣಿಸುತ್ತಿದೆ! ಕೆಲಸ ಮಾಡುವ ಮನಸ್ಸಿಲ್ಲದವರೂ ಪಕ್ಕದವನನ್ನು ನೋಡಿ ನಾಚಿಕೊಂಡು ಕೆಲಸ ಮಾಡಲಾರಂಭಿಸಿದ್ದಾರೆ. ಅವರು ದುಡಿಯುತ್ತಿದ್ದಾರೆ. ತಾವೂ ದುಡಿಯಬೇಕೆಂಬುದರಲ್ಲಿ ಅವರಿಗೆ ಕ್ರಮೇಣ ನಂಬಿಕೆ ಹುಟ್ಟುತ್ತದೆ. ಈಗಾಗಲೇ ಕುಚೋದ್ಯ ಆರಂಭಿಸಿದ್ದಾರೆ – "ಇಲ್ಲಿ ಲಕ್ಷಣವಾದ ಹೆಂಗಸರಿದ್ದಾರೆ. ನಾನು ಇಲ್ಲೇ ಇದ್ದುಬಿಡುತ್ತೇನೆ" – ಎನ್ನುತ್ತಿದ್ದಾನೆ ಒಬ್ಬ. "ಇನ್ನೂ ಸ್ವತಂತ್ರವಾಗಿ ಬದುಕುವ ಶಕ್ತಿ ಬಂದಿಲ್ಲ. ಆಗಲೇ ನಿನಗೆ ಲಕ್ಷಣವಾದ ಹೆಂಗಸಿನ ಯೋಜನೆಯೇ?" ಎಂದು ಕೆಣಕಿದ ಮತ್ತೊಬ್ಬ.

ನ್ಯಾಪ್ ಗುಡ್ಡದಲ್ಲಿ, ಭಗ್ನಾವಶೇಷಗಳ ನಡುವೆ ಆಧುನಿಕ ಬಂಗಲೆಯೊಂದು ಬೆಳ್ಳಗೆ ಹೊಳೆಯುತ್ತಿತ್ತು. ಅದು ಕಣ್ಣಿಗೆ ಹೊಡೆಯುತ್ತಿತ್ತು. ಅದೂ ಅಲ್ಪ ಸ್ವಲ್ಪ ಹಾಳಾಗಿತ್ತು. ಅಲ್ಲಿ ಯಾರೂ ವಾಸಿಸುತ್ತಿರಲಿಲ್ಲ.

"ನಾನು ಹೇಳಿದ್ದು ಇದೇ"– ಜುಜಾ ಹೆಮ್ಮೆಯಿಂದ ತೋರಿಸಿದಳು. "ನಾನು ಈಗಾಗಲೇ ವಾಸ್ತುಶಿಲ್ಪಿಯ ಜತೆ ಮಾತಾಡಿದ್ದೇನೆ. ಮನೆಯೇನೋ ಭದ್ರವಾಗಿದೆ. ಆದರೆ ಮಧ್ಯೆ ಮಧ್ಯೆ ಗೋಡೆಗಳನ್ನು ಹಾಕಬೇಕು ಎಂದಿದ್ದಾನೆ ಆತ. ನಮ್ಮ ಸಮೂಹಕ್ಕೆ ಇದೇ ಬೀಡು. ಪ್ರತಿಯೊಬ್ಬರಿಗೂ ಒಂದೊಂದು ಕೊಠಡಿ. ಎಲ್ಲರಿಗೂ ಒಂದೇ ಅಡಿಗೆಮನೆ. ಒಂದೇ ಊಟದ ಮನೆ. ಒಂದೇ ಆರಾಮ ಕೋಣೆ. ಮಕ್ಕಳಿಗೆಲ್ಲ ಒಂದೇ ಶಾಲೆ." ಹಾಗನ್ನುತ್ತಿದ್ದಂತೆ ಅವಳಿಗೆ ಗಲಿಬಿಲಿಯಾಯಿತು. "ನಾವು ಯಾರಾದರೂ ಮದುವೆಯಾಗಿ ಮಕ್ಕಳಾದರೆ ಆಗ..." ಎಂದಳು.

ಹಾರ್ಥಿವಾದಿಗಳ ದುಷ್ಕೃತ್ಯಗಳ ನೆನಪು ಒಮ್ಮೆಲೆ ನನ್ನ ಮನಸ್ಸಿನಲ್ಲಿ ಮೂಡಿತು. ಆ ಬಂಗಲೆ ನಮಗೆ ಬೇಕಾದುದಕ್ಕಿಂತ ಎಷ್ಟೋ ಹೆಚ್ಚು ಸುಂದರವಾಗಿತ್ತು. ಜುಜಾಳ ಸೂಚನೆಯನ್ನು ಒಪ್ಪಿದರೆ ಅದು ಹಾರ್ಥಿವಾದಿಗಳ ಅನುಕರಣೆಯಾಗುತ್ತಿತ್ತು. 'ಜನರೆಲ್ಲ

ಹೊಟ್ಟೆಗಿಲ್ಲದೆ ಸಂಕಟ ಪಡುತ್ತಿರಲಿ. ಕಮ್ಯೂನಿಸ್ಟ್ ಮುಖಂಡರು ಇಲ್ಲಿ ಶ್ರೀಮಂತರಂತೆ ಸುಖ ಪಡಲಿ!' ಆ ಬಂಗಲೆ ನಮಗೆ ಬೇಕಾದುದಕ್ಕಿಂತ ಎಷ್ಟೋ ಹೆಚ್ಚು ಸುಂದರವಾಗಿತ್ತು.

"ಅರ್ಥವಾಯಿತೆ ?" ಜುಜಾ ಆವೇಶದಿಂದ ಕೇಳಿದಳು. ಅವಳ ನೀಳ ಕೇಶ ಗಾಳಿಯ ಜತೆ ಆಡುತ್ತಿತ್ತು. "ಹೇಗೆ ಜೀವಿಸಬೇಕೆಂಬುದಕ್ಕೆ ನಾವು ಜನತೆಗೆ ಮಾದರಿಯಾಗೋಣ. ಜನತೆಯ ಹದ್ದಿನ ಕಣ್ಣೆದುರಿನಲ್ಲೇ ನಾವು ಇಲ್ಲಿ ಕಟ್ಟುನಿಟ್ಟಾದ ನೈತಿಕ ಶಿಸ್ತಿನಿಂದ ಬದುಕೋಣ."

ಡಾ॥ ಗಸ್ತಿ ತಲೆಯಾಡಿಸಿದ. "ನಾನಿಲ್ಲಿಗೆ ಬರಲಾರೆ. ಸಂಜೆಯ ವೇಳೆ ನಾನು ಸಂಗೀತಗಾರ. ನನ್ನಿಂದ ನಿಮಗೆ ತೊಂದರೆಯಾದೀತು" – ಎಂದ.

"ಅಷ್ಟೇ ತಾನೇ. ಕೆಳಮನೆಯಲ್ಲಿ ನಿನಗಾಗಿ ಒಂದು ಸಂಗೀತದ ಕೊಠಡಿ ವ್ಯವಸ್ಥೆ ಮಾಡೋಣಂತೆ"– ಕೋಪದಿಂದ ಜುಜಾ ಕಿರಿಚಿದಳು.

"ನಾನು ಕೆಳಮನೆಯಲ್ಲಿ ವಾದ್ಯ ನುಡಿಸಲಾರೆ. ಅಲ್ಲಿ ಮಾರ್ದನಿ ಬಹಳ."

"ಅದು ಅಂಥ ಕೆಳಮನೆಯಲ್ಲ. ಅರ್ಥವಾಯಿತೇ ? ಸಂಜೆಯ ವೇಳೆ ನಾವೆಲ್ಲ ಒಟ್ಟಿಗೆ ಸೇರೋಣ. ಪರಸ್ಪರ ಭೇಟಿಯಾಗೋಣ. ಸಮಸ್ಯೆಗಳನ್ನು ಚರ್ಚಿಸೋಣ. ಒಂದು ಕುಟುಂಬ ದವರಂತೆ ಒಬ್ಬರ ಹಾಸಿಗೆ ತುದಿಯಲ್ಲಿ ಒಬ್ಬರು ಕುಳಿತು ನೀತಿ ನಿಯಮಗಳ ಬಗ್ಗೆ ವಿಚಾರವಿನಿಮಯ ಮಾಡೋಣ."

ಲಾತ್ಸಿಗೆ ಈ ಮಾತು ಸಹ್ಯವಾಗಲಿಲ್ಲ. ಆತ ಭುಜಗಳನ್ನು ಕುತ್ತಿಗೆಯವರೆಗೆ ಎತ್ತಿ ಇಳಿಸಿದ. ಅವನಿಗೆ ಮದುವೆಯಾಗಿ ಕೇವಲ ಒಂದು ವರ್ಷವಾಗಿತ್ತಷ್ಟೆ. ಆ ಒಂದು ವರ್ಷದ ಹೆಚ್ಚಿನ ಭಾಗವೆಲ್ಲ ಜೈಲಿನಲ್ಲಿ, ತಲೆಮರೆಸಿಕೊಳ್ಳುವುದರಲ್ಲಿ ಕಳೆದುಹೋಗಿತ್ತು. ಸಂಜೆಯ ವೇಳೆ ಹಾಸಿಗೆಯ ಅಂಚಿನಲ್ಲಿ ಕುಳಿತು ಜುಜಾಗಳೊಂದಿಗೆ ನೀತಿ ನಿಯಮಗಳ ಕುರಿತು ಚರ್ಚಿಸುವ ಸಂಗತಿ ಅವನಿಗೆ ಹಿಡಿಸಲಿಲ್ಲ.

"ಸಾಧ್ಯವಿಲ್ಲ" – ನಾನು ತೀರ್ಮಾನವಿತ್ತೆ. ಅದು ನಮ್ಮ 'ದಾರಿ'ಗೆ ಸಲ್ಲದ ಜುಜಾ ಯೋಜನಾ ಲಹರಿ ಎಂದು ನನಗೆ ಖಚಿತವಾಗಿತ್ತು. ನಾನೂ ವಾದಕ್ಕೆ ಇಳಿದೆ. "ಎಚ್ಚರವಿರಲಿ: ಅದು ಬೂರ್ಜ್ವಾ ಮಾದರಿಯ ಇಂಗ್ಲಿಷ್ ವಾಡಿಕೆ. ಒಂದು ಭೋಜನ ಗೃಹ, ನೀನು ಮಾತ್ರ ಅದನ್ನು ಸಮುದಾಯ ವಸತಿ ಅಂತ ಕರೆಯುತ್ತೀ. ಅಷ್ಟೆ ವ್ಯತ್ಯಾಸ" ಎಂದೆ. ವಾಸ್ತವವಾಗಿ ಅದರಿಂದ ಏನಾದರೂ ಒಳಿತಾಗಲೂಬಹುದು ಎಂದು ನಾನೂ ಯೋಚಿಸಿದೆ. ಆದರೆ ಆ ಬಂಗಲೆ ತುಂಬಾ ಭವ್ಯವಾಗಿತ್ತು. ನ್ಯಾಪ್ ಗುಡ್ಡದ ನೈಋತ್ಯ ಪಾರ್ಶ್ವದ ನೋಟ ಸೆರೆಹಿಡಿಯುವಂತಿತ್ತು.

ಇನ್ನು ನಾವು ಹೊರಡೋಣ. ನಾವಿನ್ನೂ ಅಲಾದಾರ್ ರಸ್ತೆಗೆ ಹೋಗಿ 'ಟೈಗರ್' ನೋಡಬೇಕು. ಅದರಲ್ಲಿ ಒಳ್ಳೆಯ ಎಂಜಿನ್ ಇದೆ ಎನ್ನುತ್ತಾರೆ. ಭಾರವಾದ ಹಾಳುಮೂಳನ್ನೆಲ್ಲ ಸಾಗಿಸಲು ಅದನ್ನು ಉಪಯೋಗಿಸಬಹುದು.

ಇಬ್ಬರು ಕಲಾವಿದರು ನಮ್ಮೊಂದಿಗೆ ಸೇರಿಕೊಂಡರು. ಅವರಲ್ಲೊಬ್ಬ ಸ್ಟಾಂಪ್ ವಿನ್ಯಾಸಕಾರ. ಮತ್ತೊಬ್ಬ ಚಿತ್ರಕಲಾ ಶಿಕ್ಷಕ. "ನಾವು ಬುಡಾದಲ್ಲಿರುವ ಕಲಾವಿದರನ್ನೆಲ್ಲ ಸಂಘಟಿಸ ಬೇಕೆಂದಿದ್ದೇವೆ. ಒಂದು ಮನೆಯೂ ಸಿಕ್ಕಿದೆ. ನಿಮ್ಮಲ್ಲಿ ಒಬ್ಬರು ಬನ್ನಿ. ಅದನ್ನು ನೋಡಿಕೊಂಡು ಬರೋಣಂತೆ." ನಾವು ಕ್ರಿಸ್ಟಿನಾ ಬೀದಿಯ ಕಡೆ ಹೊರಟೆವು. ಅದೊಂದು ಸಮ್ರಾಟ ಶೈಲಿಯ ಎರಡು ಮಹಡಿಗಳ ಅರಮನೆ. ಹೊರಗಿನಿಂದ ನೋಡಿದಾಗ ಅದಕ್ಕೆ ಸ್ವಲ್ಪವೂ ಧಕ್ಕೆಯಾಗಿದ್ದಂತೆ ಕಾಣಲಿಲ್ಲ. ಒಳಗೆ ಅಲ್ಲಲ್ಲೇ ಹಾಳಾಗಿತ್ತು. ಮೇಲ್ಛಾವಣಿ ಇರಲಿಲ್ಲ.

ಕಿಟಕಿಗಳೂ ಇಲ್ಲ. ಕಿಟಕಿಯ ಚೌಕಟ್ಟುಗಳೂ ಇಲ್ಲ. ಆದರೆ ಅದು ಸ್ವಾಭಾವಿಕ. ಅವಶೇಷಗಳ ರಾಶಿಯಲ್ಲಿ ಕಿಟಕಿ ಚೌಕಟ್ಟುಗಳ ಚೂರುಗಳನ್ನು ನಾವು ಕಂಡಿದ್ದೆವು. "ಹದಿನೆಂಟು ಹತ್ತೊಂಬತ್ತನೆಯ ಶತಮಾನಕ್ಕೆ ಸೇರಿದ ಐತಿಹಾಸಿಕ ಸ್ಮಾರಕ. ಅಲೆಕ್ಸಾಂಡರ್ ಅರಮನೆಯಷ್ಟೆ ಹಳೆಯದು, ಬನ್ನಿ" ಎಂದ ಚಿತ್ರಕಲಾ ಶಿಕ್ಷಕ. ನಮ್ಮ ಮುಂದಿದ್ದ ಮೆಟ್ಟಲುಗಳ ಮೇಲೆ ಧಡಧಡನೆ ಹತ್ತಿದ. ಬಾಗಿಲುಗಳಿಲ್ಲದ ವಿಶಾಲವಾದ ಹಜಾರಗಳನ್ನು ತೋರಿಸುತ್ತ "ಇದು ಪ್ರದರ್ಶನಾಂಗಣ, ಇದು ಕ್ಲಬ್ ರೂಂ, ಇದು ಸ್ಟುಡಿಯೋ ಜಾಗ"ಎಂದು ವಿವರಿಸಿದ.

ಈಗ ಡಾ॥ ಗಸ್ತಿಗೂ ಸ್ಫೂರ್ತಿ ಉಕ್ಕೇರಿತು. "ಇಲ್ಲಿ ಸಂಗೀತ ಕಚೇರಿಗಳನ್ನು ಏರ್ಪಡಿಸ ಬಹುದು. ನಾನು ಹೇಳೋದು ಕೇಳಿಸ್ತಿದೆಯೇ ? ವಾದ್ಯಗೋಷ್ಠಿಯನ್ನು ನಾನು ಕೂಡಿಸ್ಬೇಕು" ಎಂದ. ಹೆಸರುಗಳನ್ನೂ ಹೇಳಿದ: ಒಬ್ಬ ಬುಡಾದಲ್ಲೇ ಇದ್ದಾನೆ, ಇನ್ನೊಬ್ಬನೂ ಅಷ್ಟೆ – ಇಲ್ಲೇ ಇದ್ದಾನೆ. "ನಾವು ಪ್ರತಿವಾರ ಒಂದು ಸಂಗೀತ ಕಚೇರಿ ವ್ಯವಸ್ಥೆ ಮಾಡೋಣ. ಅದರಿಂದ ಬರುವ ಹಣವನ್ನು ಪಾಕಶಾಲೆಗೆ ಕೊಡೋಣ. ನಮ್ಮ ಚಿತ್ರ ಕಲಾವಿದರ ಇತ್ತೀಚಿನ ಚಿತ್ರಗಳನ್ನು ಗೋಡೆಗಳ ಮೇಲೆ ತೂಗುಹಾಕಿ ಅವುಗಳ ಮಾರಾಟದಿಂದ ಬಂದ ಹಣವನ್ನು ದಾನ ಕಾರ್ಯಗಳಿಗಾಗಿ ಉಪಯೋಗಿಸೋಣ. ಚಿತ್ರ ಬರೆಯುವವರಿಗೆ ಬೇಕಾದ್ದೇನು ? ಕ್ಯಾನ್‌ವಾಸ್, ಬಣ್ಣಗಳು, ತಲೆಯ ಮೇಲೊಂದು ಸೂರು, ಹೊಟ್ಟೆಗಷ್ಟು ಆಹಾರ."

ಸಮುದಾಯ ವಸತಿಯ ತನ್ನ ಯೋಜನೆಯನ್ನು ತಳ್ಳಿಹಾಕಿದುದರಿಂದ ಅಸಂತೃಪ್ತಳಾಗಿದ್ದ ಜುಜಾಳಿಗೂ ಈಗ ಸಮಾಧಾನವಾಯಿತು. "ಈ ಪ್ರದೇಶದ ಸಾಂಸ್ಕೃತಿಕ ಕೇಂದ್ರ ಇಲ್ಲಿರ್ತದೆ. ನಿಜವಾಗಿಯೂ ಇಲ್ಲೊಂದು ಸಂಸ್ಕೃತಿ ಕೇಂದ್ರ ಬರ್ತದೆ. ಬಹುಬೇಗನೆ ಎಲ್ಲವೂ ಬದಲಾಗ್ತದೆ."

ತೊಟ್ಟಿಯಲ್ಲಿ ಕುಳಿತು ನಾವು ವಿವರಗಳನ್ನು ಚರ್ಚಿಸಿದೆವು. ವಿನ್ಯಾಸಕಾರ ಅತ್ಯುತ್ಸಾಹದಿಂದ ಕಟ್ಟಡದ ವಿನ್ಯಾಸ ನಕಾಶೆಯನ್ನು ಬಿಚ್ಚಿದ. "ಸ್ಟೋಯ್ಕ ಹೇಳುವ ಪ್ರಕಾರ ಒಂದೇ ತಿಂಗಳಲ್ಲಿ ಈ ಜಾಗವನ್ನು ಶುಚಿಮಾಡಿ ಸರಿಪಡಿಸಬಹುದು" ಎಂದ.

ಮಹಡಿಯ ಮೇಲೆ ಕೊಠಡಿಗಳೆಲ್ಲ ಖಾಲಿ. ಆದರೆ ಇಲ್ಲಿ ತೊಟ್ಟಿಯಲ್ಲಿ, ಉಪ್ಪರಿಗೆಯ ತೂಗು ಮೊಗಸಾಲೆಗಳಲ್ಲಿ ಪೀಠೋಪಕರಣಗಳನ್ನು, ಅವುಗಳ ಭಾಗಗಳನ್ನು ಒಂದರ ಮೇಲೊಂದರಂತೆ ರಾಶಿ ಹಾಕಿದ್ದರು. ಅವುಗಳ ಮೇಲೆಲ್ಲ ಗಾರೆ, ಮಣ್ಣು, ಧೂಳು. ತೊಟ್ಟಿಯ ಕೊನೆಯಲ್ಲಿ ಒಂದು ಬಾಗಿಲು. ಸ್ವಲ್ಪವಾದರೂ ಚೂರಾಗದ ಗಾಜಿದ್ದ ಆ ಬಾಗಿಲು ಭದ್ರವಾಗಿತ್ತು. ಅಲ್ಲಿ ಯಾರೋ ವಾಸಿಸುತ್ತಿದ್ದರು !

ಜುಜಾ ಓಡುತ್ತೋಡುತ್ತ ವಾಪಸು ಬಂದಳು. "ಅಲ್ಲಿ ಎರಡು ಕೊಠಡಿ, ಒಂದು ಅಡುಗೆಮನೆ ಇದೆ. ಇದು ಹಳೆಯ ಸೇವಕನ ನಿವಾಸ. ಭದ್ರವಾಗಿದೆ. ಅಲ್ಲಿ ಒಬ್ಬ ಮುದುಕಿ ಮತ್ತು ಅವಳ ಗಂಡ ಇದ್ದಾರೆ. ಅದರ ಛಾವಣಿವರೆಗೆ ಹರುಕು ಮುರುಕು ಸಾಮಾನುಗಳನ್ನು ತುಂಬಿದ್ದಾರೆ. ಆ ಅಡುಗೆಮನೆಯಲ್ಲಿ ಈ ಗೋಡೆಯ ಮೇಲಿದೆಯಲ್ಲ ಅಷ್ಟು ದೊಡ್ಡ ಕೆತ್ತನೆಯ ಕನ್ನಡಿ ಇದೆ."

ವಿನ್ಯಾಸಕಾರ ಕೈಯಾಡಿಸಿದ. "ಸೇವಕನ ನಿವಾಸದ ಬಗ್ಗೆ ನಮಗೆ ಆಸಕ್ತಿ ಇಲ್ಲ. ಆ ಇಬ್ಬರೂ ಏನೊಂದೂ ತೊಂದರೆ ಇಲ್ಲದೆ ಅಲ್ಲಿಯೇ ಇರಬಹುದು."

"ನಮಗೆ ಯಾರಾದರೊಬ್ಬ ಬೇಕಲ್ಲ – ಮಾಲಿಯೋ, ಇನ್ನಾರೋ ಒಬ್ಬ."

ನಾವು ರಸ್ತೆಯನ್ನು ಸೇರುವ ಹೊತ್ತಿಗೆ, "ಇಲ್ಲಿ ಇಲೋನ ನಾದ್ಯ ಕೋವಾಚಿಯ ನೃತ್ಯವಿದೆಯಂತೆ. ಅಂಗಳದಲ್ಲಿ ಬಯಲು ವೇದಿಕೆಯ ಮೇಲೇ ಅವಳು ನರ್ತಿಸ್ತಾಳಂತೆ"

ಎಂದು ಜನ ಒಂದೇ ಸಮನೆ ಎಲ್ಲ ಕಡೆಯಿಂದ ಕೂಗುತ್ತಿದ್ದರು. ಅವರಿಗೆ ಈ ವಿಷಯ ಹೇಗೆ ತಿಳಿದಿತ್ತೆಂದು ನನಗೆ ಗೊತ್ತಿಲ್ಲ. ವಿದ್ಯುತ್ ಇರಲಿಲ್ಲ. ರೇಡಿಯೋ ಇಲ್ಲ. ಬುಡಾದಲ್ಲೆಲ್ಲ ಇದ್ದುದು ಕೇವಲ ಹತ್ತೇ ಟೆಲಿಫೋನ್‌ಗಳು. ಆದರೂ ವಾರ್ತಾ ಪ್ರಸಾರ ವ್ಯವಸ್ಥೆ ಬಗ್ಗೆ ಆಕ್ಷೇಪಿಸು ವಂತಿರಲಿಲ್ಲ! ಇಗರ್ಜಿಯ ಮುಂದುಗಡೆ ಮಹಿಳೆಯೊಬ್ಬಳು ನಮ್ಮನ್ನು ಸಮೀಪಿಸಿ ತನ್ನ ಪರಿಚಯ ಮಾಡಿಕೊಟ್ಟಳು: "ಸಿನಿಮಾ ಮಂದಿರ ನನ್ನದಾಗಿತ್ತು. ಅಲ್ಲಿ ಎರಡು ಪ್ರೊಜೆಕ್ಟರ್ ಗಳಿವೆ. ಲೆನ್ಸ್‌ಗಳನ್ನು, ಧ್ವನಿವರ್ಧಕಗಳನ್ನು ಜೋಪಾನವಾಗಿಡಲಾಗಿದೆ. ಅಲ್ಲಿ ಎಲ್ಲವೂ ಇವೆ. ನೀವು ಅಲ್ಲಿ ಚಲನಚಿತ್ರಗಳನ್ನು ಪ್ರದರ್ಶಿಸಬಹುದು. ಅವು ನಿಮ್ಮ ಕೈಗಳಲ್ಲಿ ಭದ್ರವಾಗಿ ಇರ್ತವೆ ಅನ್ನೋ ನೆಮ್ಮದಿಯಾದರೂ ಆಗ ನನಗೆ ದೊರೀತದೆ." ಹೋರ್ವಾತ್ ಉದ್ಯಾನದಲ್ಲಿ ಸರ್ಕಾರಿ ನೌಕರರು ಒಂದು ಗುಂಡಿ ಅಗೆಯುತ್ತಿದ್ದರು. ಆ ಪ್ರದೇಶದ ಸಮಿತಿಯ ಗುಮಾಸ್ತರಿಗೆ ಬಿಡುವೇ ಇಲ್ಲ. ದೂರದಿಂದಲೇ ಒಬ್ಬ ತನ್ನ ಹ್ಯಾಟ್ ಬೀಸುತ್ತ "ಸಂಗೀತ ಕಛೇರಿ ಏರ್ಪಾಡಾಗಿದೆಯೆ?" ಎಂದ. ಚಿತ್ರಕಲಾ ಶಿಕ್ಷಕ ಅತ್ಯುತ್ಸಾಹದಿಂದ ಹೇಳಿದ: "ರೇಖಾಚಿತ್ರಗಳ, ವರ್ಣಚಿತ್ರಗಳ, ಪ್ರತಿಮೆಗಳ ಕಾಯಂ ಪ್ರದರ್ಶನ ನಡೀತದೆ, ಒಂದು ಕಲಾ ಶಾಲೆ ಕೂಡ."

ಎಷ್ಟಾದರೂ ಆ ಮನೆಯನ್ನು ಪತ್ತೆ ಮಾಡಿದ್ದು ಅವರೇ – ಕಲಾವಿದರೇ – ಅಲ್ಲವೆ? ಅವರೆಲ್ಲ – ಸರ್ಕಾರಿ ನೌಕರರು, ಸಿನಿಮಾ ಹೆಂಗಸು, ಗಸ್ತಿ, ಲಾತ್ಸಿ, ಜುಜಾ, ಎಲ್ಲರೂ – ಅಪೇಕ್ಷಿಸಬಹುದಾದ ಸಂಗತಿ ಸಂತೋಷದ ನರ್ತನ.

ಪಕ್ಷದ ಕಚೇರಿಯಲ್ಲಿ ವಸತಿಗಳ ಸಮಿತಿಯ ವಿಭಾಗವೊಂದು ಭಾವೀ ಕ್ಲಬ್ ಬಗ್ಗೆ ಕಾರ್ಯಕ್ರಮವೊಂದನ್ನು ಚರ್ಚಿಸುತ್ತಿದ್ದರು.

ಅನೇಕ ಮಂದಿ ನನಗಾಗಿ ಕಾಯುತ್ತಿದ್ದರೆಂದು ಗೊತ್ತಾಯಿತು. ವಸತಿ ಸಮಿತಿಯ ಜವಾಬ್ದಾರಿಯನ್ನು ಲಾತ್ಸಿಗೆ ವಹಿಸಿದೆ. ಗಸ್ತಿ ರಕ್ತದ ಒತ್ತಡ ನೋಡುವ ಸಲಕರಣೆ ತೆಗೆದ. ಶಸ್ತ್ರಕ್ರಿಯೆ ಶುರುವಾಯಿತು.

ನಾನು ನನ್ನ ಕೊಠಡಿಗೆ ಹೋದೆ. ಅಂಗೈ ಅಗಲದ ಎರಡು ಗಾಜಿನ ತುಣುಕುಗಳಿಂದ ನನ್ನ ಇಳಿಜಾರು ಮೇಜಿನ ಮೇಲೆ ಬೆಳಕು ಬೀಳುತ್ತಿತ್ತು. ಎದುರಿಗೆ, ಜಮಖಾನೆಯಲ್ಲಿ ದೇಶ ದ್ರೋಹಿಗೆ ಕೊಡುವ ಶಿಕ್ಷೆಯ ಸಂಕೇತವಾದ ರಂಧ್ರವಿತ್ತು. ಬಾಗಿಲಿನೆದುರು ಯಾರೋ ಕೆಮ್ಮಿ ಗಂಟಲು ಸರಿಪಡಿಸಿಕೊಳ್ಳುವ ಶಬ್ದ ಕೇಳಿಸಿತು. ಆತ "ನಾನು ಕಾರ್ಯದರ್ಶಿಯನ್ನು ಕಾಣಬೇಕಾಗಿದೆ" ಎಂದ. ಸ್ಲಾತಿನಾಇ ಶಾಂತವಾಗಿ, ಮೃದುವಾಗಿ, ಆದರೆ ದೃಢವಾಗಿ ಆ ವ್ಯಕ್ತಿಗೆ ವಿವರಿಸಿದ:

"ಪಕ್ಷದ ಕಾರ್ಯಾದರ್ಶಿಯನ್ನು ನೀವು 'ಕಾಮ್ರೇಡ್' ಎಂದು ಕರೆಯಬೇಕು. 'ಸ್ವಾತಂತ್ರ್ಯ' ಅಂತ ಹೇಳಿ ವಂದಿಸ್ಬೇಕು."

ಒಳಗೆ ಬಂದ ವ್ಯಕ್ತಿ ಸ್ಲಾತಿನಾಇ ಹೇಳಿದ ಮಾತುಗಳಿಗೆ ಗಮನವನ್ನೇ ಕೊಡಲಿಲ್ಲ. ಶಿಷ್ಟಾಚಾರ ಪಾಲಿಸುವವನಂತೆ ತಲೆ ಬಗ್ಗಿಸಿ "ಕಾರ್ಯದರ್ಶಿಯವರಿಗೆ ವಂದನೆ" ಎಂದೇ ಹೇಳಿದ. ತಾನು ಸಚಿವಾಲಯದ ಕಛೇರಿಯೊಂದರ ನಿವೃತ್ತ ಮುಖ್ಯಸ್ಥನೆಂದು ಪರಿಚಯಿಸಿಕೊಂಡ. ನರಪೇತಲ ವ್ಯಕ್ತಿ. ಮಿಲಿಟರಿ ಗತ್ತು. ಕೆಂಪು ನರಗಳಿದ್ದ ತೆಳು ನೀಲಿ ಕಣ್ಣುಗಳು. ತಲೆಯಲ್ಲಿ ಮೋಟಕು ನರೆಕೂದಲು. ನಾನು ಎದ್ದು ನಿಂತು, ಕುಳಿತುಕೊಳ್ಳುವಂತೆ ಆತನಿಗೆ ಹೇಳಿದೆ.

"ನೀವು ಏನೂ ತಿಳಿದುಕೊಳ್ಳೋದಿಲ್ಲ ಅಂದುಕೊಂಡಿದ್ದೇನೆ. ನಾನಾಗಿ ನಿಮ್ಮನ್ನು ಕಾಣಲು ಬಂದೆ... ಆ ಮನೆ ನನ್ನದು."

"ಹಾಗೇನು? ಒಳ್ಳೆಯದೇ ಆಯಿತು. ನಾವು ಈಗಲೇ ಎಲ್ಲವನ್ನೂ ಮಾತಾಡಿಬಿಡಬಹುದಲ್ಲ."

"ದಯವಿಟ್ಟು ನನ್ನ ಮಾತು ಅರ್ಥಮಾಡಿಕೊಳ್ಳಿ. ಅದು ನನ್ನ ಸ್ವಂತ ಮನೆ. ಈಗ ಅಲ್ಲಿ ನಾನು ಮತ್ತು ನನ್ನ ಹೆಂಡತಿ ಸೇವಕನ ನಿವಾಸದಲ್ಲಿ ವಾಸಿಸ್ತಿದ್ದೇವೆ."

"ಹೌದೇನು? ಪರವಾಗಿಲ್ಲ. ನಮಗೆ ಯಾರಾದರೊಬ್ಬರು ಬೇಕು. ಬಹುಶಃ ನೀವು ಕೇಳಿರಬಹುದು. ಆ ಪ್ರದೇಶದ ಸಾಂಸ್ಕೃತಿಕ ಚಟುವಟಿಕೆಯ ಕೇಂದ್ರ..."

ನನ್ನ ಮಾತು ಮುಗಿಯುವ ಮೊದಲೇ ಆತ ನೀರಸವಾಗಿ ಹೇಳಿದ:

"ದಯವಿಟ್ಟು ಅರ್ಥಮಾಡಿಕೊಳ್ಳಿ. ಅದು ನನ್ನ ಸ್ವಂತದ ಖಾಸಗಿ ಮನೆ."

"ನಿಜ. ಆದರೆ ಅದು ಈಗ ನಿಜವಾಗಿಯೂ ಮನೆಯಲ್ಲ. ಒಂದು ಭಗ್ನಾವಶೇಷ."

"ಅವಶೇಷವೆ? ನಾನೇನು ಮಾಡಬಲ್ಲೆ? ಅದು ಹಾಳಾಗಿದೆ, ನಿಜ..."

"ಆದರೆ ಉಪಯೋಗಕ್ಕೆ ಬರದೇ ಇರುವಷ್ಟು ಹಾಳಾಗಿಲ್ಲ. ನಾವು ಅದನ್ನು ಸರಿಪಡಿಸ್ತೇವೆ. ಜಿಲ್ಲಾ ವಾಸ್ತುಶಿಲ್ಪ ಕಛೇರಿಯವರು ಅದನ್ನು ಸುಸ್ಥಿತಿಗೆ ತರ್ತಾರೆ. ಸಂಜೆಯ ವೇಳೆ ಸಂಗೀತ ಕಛೇರಿ, ಗೀತಗೋಷ್ಠಿಗಳನ್ನು ಏರ್ಪಡಿಸ್ತೇವೆ. ಅಲ್ಲೊಂದು ಸಿನಿಮಾ ಪ್ರೊಜೆಕ್ಟರ್ ಸಹ ಇದೆ. ಸ್ವಲ್ಪ ಯೋಚಿಸಿ. ಮನೆಯ ಅಂಗಳದಲ್ಲೇ ಒಂದು ಬಯಲು ರಂಗಮಂದಿರವಾಗ್ತದೆ. ಕಮಾನುಗಳ ಕೆಳಗೆ ಸಾರ್ವಜನಿಕರು ಕುಳಿತುಕೊಳ್ತಾರೆ. ಸ್ವಲ್ಪ ಹಾಗೇ ಇದನ್ನೆಲ್ಲ ಕಲ್ಪಿಸಿಕೊಂಡು ನೋಡಿ."

"ವಂದನೆಗಳು. ಇನ್ನು ನಾನು ಕೇಳಲಾರೆ. ಎಷ್ಟಾದರೂ ಅದು ನನ್ನ ಸ್ವಂತ ಮನೆ. ಅದನ್ನು ಏನು ಮಾಡಬೇಕು ಅನ್ನೋದು ನನ್ನ ಇಚ್ಛೆಗೆ ಒಳಪಟ್ಟದ್ದು."

"ಆದರೆ ನನಗೆ ಒಂದು ಸಂಗತಿ ಅರ್ಥವಾಗ್ತಿಲ್ಲ. ಅಷ್ಟು ದೊಡ್ಡ ಮನೆಯಿಡೀ ನಿಮ್ಮ ವಾಸಕ್ಕೆ ಬೇಕು ಅನ್ನೋ ಆಸೆಯೇನು? ಎಷ್ಟು ಕೋಣೆಗಳಿವೆ ಹೇಳಿ. ಮೂವತ್ತೇ? ನನಗೆ ಸರಿಯಾಗಿ ಗೊತ್ತಿಲ್ಲ."

ಮುದುಕ ಚಕಿತನಾದ. ಅವನಿಗೇಕೆ ಅಷ್ಟೊಂದು ಕೋಪ? ಆತ ಯಾಕೆ ಹಾಗೆ ಕಿರಿಚುತ್ತಿದ್ದಾನೆ?

"ಆ ಮನೆ ನನ್ನದು. ಅಷ್ಟಾದರೂ ಅರ್ಥವಾಗಿದೆಯೆ ನಿಮಗೆ?"

ಅವನ ತಲೆಯಲ್ಲಿ ಏನು ತುಂಬಿತ್ತೊ? ನನಗೂ ಕೋಪವೇರುತ್ತಿತ್ತು.

"ಇನ್ನು ನೂರು ಬಾರಿ ಹೇಳಿದರೂ ನನಗೆ ಅರ್ಥವಾಗೋದಿಲ್ಲ. ನೀವು ಬಂದಿರಲ್ಲ, ಅಷ್ಟೇ ಸಂತೋಷ ನನಗೆ. ಈ ವಿಷಯದ ಬಗ್ಗೆ ಚರ್ಚಿಸಲು ನಾನೇ ನಿಮ್ಮಲ್ಲಿಗೆ ಬರುವವನಿದ್ದೆ."

"ಇದರಲ್ಲಿ ಚರ್ಚಿಸೋದೇನಿದೆ? ಅದು ನನ್ನ ಮನೆ."

ಅವನು ಹೇಳುತ್ತಿದ್ದುದರ ಅರ್ಥವೇನೆಂದು ಈಗಷ್ಟೆ ನನಗೆ ಹೊಳೆಯಿತು. ಆದರೆ ಅದನ್ನು ನಾನು ನಂಬಲಿಲ್ಲ. "ಅಂದರೆ ನಿಮಗೆ ಇಷ್ಟವಿಲ್ಲ. ಅದನ್ನು ನಮಗೆ ವಹಿಸಿಕೊಡೋದಕ್ಕೆ ನಿಮಗೆ ಮನಸ್ಸಿಲ್ಲ ಅಂತಲೇ?"

"ಇಲ್ಲ. ಅದು ನನ್ನ ಸ್ವಂತ, ಖಾಸಗಿ ಮನೆ. ಅಗತ್ಯವಾದರೆ ನಾನು ಮೇಲಿನವರನ್ನು ಕಾಣ್ತೇನೆ."

"ಯಾರನ್ನು ನೋಡ್ತೀರಿ?"

ಮುದುಕ ಮೌನವಾದ. ಯಾರೋ ತಲೆಯ ಮೇಲೆ ಮೆಟ್ಟಿದಂತಾಗಿರಬೇಕು. ಅನುಮಾನಿಸುತ್ತಲೇ ಆತ ಸುತ್ತಲೂ ನೋಡಿದ.

"ಯಾರನ್ನು ಕಾಣ್ತೀರಿ?" ನಾನು ವ್ಯಂಗ್ಯವಾಗಿ ಕೇಳಿದೆ. ತಾನು ಹೋಗಿ ನೋಡಬಹು

ದಾದವರು ಬೇರೆ ಯಾರೂ ಇಲ್ಲವೆಂದು ಈಗಲಾದರೂ ಅವನಿಗೆ ಅರ್ಥವಾಯಿತೋ ಇಲ್ಲವೋ. ಅಯ್ಯೋ ಪಾಪ ಎನಿಸಿತು ನನಗೆ.

ನಾನು ಹೇಳಿದೆ: "ಒಳ್ಳೆಯದಾಗಬೇಕೆಂಬುದೇ ನಮ್ಮ ಇಷ್ಟ. ನಾವು ನಿಮ್ಮ ಮನೆಯನ್ನು ಸರಿಪಡಿಸ್ತೇವೆ. ಬಾಡಿಗೆ ಕೊಡ್ತೇವೆ. ಮನೆಯನ್ನು ಚೆನ್ನಾಗಿ ನೋಡಿಕೊಳ್ತೇವೆ. ಅದು ಆ ಪ್ರದೇಶಕ್ಕೆಲ್ಲಾ ಸಾಂಸ್ಕೃತಿಕ ಕೇಂದ್ರವಾಗ್ತದೆ. ದಯವಿಟ್ಟು ಜನತೆಯನ್ನು ಕೇಳಿ. ಬೀದಿಯಲ್ಲಿರುವ ಸಾಮಾನ್ಯರನ್ನು ಕೇಳಿ."

ಅವನು ಸಂತೋಷದಿಂದ ಕೈ ಚಾಚಲಿಲ್ಲ. ಬದಲು ಬೆನ್ನು ತಿರುಗಿಸಿದ. "ಸಾಕು, ನಿಲ್ಲಿಸಿ" – ಎಂದು ಹೇಳಿ ಬಿರಬಿರನೆ ಹೊರ ನಡೆದ. ಬಾಗಿಲನ್ನು ರಪ್ ಎಂದು ಮುಚ್ಚಿದ.

ಈಗ ನಾನೇನು ಮಾಡಬೇಕು? ರಾಷ್ಟ್ರೀಯ ಸಮಿತಿ...ನಾನು ಬೇಗ ಸಮಾಧಾನ ತಂದುಕೊಂಡು ನನ್ನ ಕೆಲಸದಲ್ಲಿ ಮಗ್ನನಾದೆ. ಸ್ವಲ್ಪ ಹೊತ್ತಾದ ಮೇಲೆ ಅಂಗವಸ್ತ್ರದಲ್ಲಿ ಕೈ ಒರೆಸಿಕೊಳ್ಳುತ್ತ ಗಸ್ತಿ ನನ್ನನ್ನು ಕಾಣಲು ಬಂದ.

"ನಾನು ನಂಬರ್ 57ಕ್ಕೆ ಹೋಗಿದ್ದೆ" ಎಂದ.

ಅವನನ್ನು ನೋಡಿ ನಾನು ನಕ್ಕೆ. "ಅದರಿಂದ ದೂರವಿರಲು ನಿನಗೂ ಸಾಧ್ಯವಾಗೋದಿಲ್ಲ, ಅಲ್ವೆ? ಏನು ವಾದ್ಯಗೋಷ್ಠಿಯೆ? ಡಾಕ್ಟರ್ ಅಂತ ನಟನೆ ಮಾಡೋದನ್ನು ನೀನೇಕೆ ನಿಲ್ಲಿಸ್ಬಾರದು?"

ಅವನು ಗಂಭೀರವಾಗಿಯೇ ಇದ್ದ.

ಈಗ ತಾನೇ ನಾನೊಬ್ಬ ರೋಗಿಯನ್ನು... ಅಲ್ಲ... ಸತ್ತ ಮನುಷ್ಯನನ್ನು ನೋಡಲು ಹೋಗಿದ್ದೆ."

"ಹೌದೇ!"

"ನಿನ್ನನ್ನು ಕಾಣೋದಕ್ಕೆ ಬಂದಿದ್ದನಲ್ಲ. ನೆಟ್ಟನೆಯ ಬೆನ್ನಿನ ವ್ಯಕ್ತಿ ಅವನೇ."

"ಏನಾಯಿತು?"

"ಮಿದುಳಿನಲ್ಲಿ ರಕ್ತಸ್ರಾವ. ನಾನು ಅಲ್ಲಿಗೆ ಹೋದಾಗ ಎಲ್ಲ ಮುಗಿದುಹೋಗಿತ್ತು. ಮನೆಗೆ ಹೋದವನು ಒಂದು ಮಾತೂ ಆಡಲಿಲ್ಲವಂತೆ. ಏನೋ ಆಗ್ತಿದೆ ಅಂದನಂತೆ. ಅವನ ಪತ್ನಿ ಅವನನ್ನು ಮಲಗಿಸಿದಳಂತೆ. ಒದ್ದೆ ಬಟ್ಟೆ ಹಣೆಯ ಮೇಲಿಟ್ಟು ನೋಡಿದಳಂತೆ. ಆಗಾಗ ಅವನಿಗೆ ಹೀಗಾಗ್ತಿತ್ತಂತೆ. ಅವನ ಹೆಂಡತಿಯೇ ಹೇಳಿದಳು."

ನಾನು ಕುಳಿತಲ್ಲಿಂದ ಎದ್ದೆ. ಕಿಟಕಿಯಲ್ಲಿ ಉಳಿದಿದ್ದ ಅಂಗೈ ಅಗಲದ ಎರಡು ಗಾಜುಗಳತ್ತ ನಡೆದೆ. ಕೆಳಗೆ ಹೊರ್ವಾತ್ ಉದ್ಯಾನದಲ್ಲಿ ಸರ್ಕಾರಿ ನೌಕರರು ಗುಂಡಿಗಳನ್ನು ತೋಡುತ್ತಿದ್ದರು. ಒಂದೇ ತರಹದ ಚೌಕಾಕೃತಿಯ ಗುಂಡಿಗಳು. ಪ್ರದೇಶ ಸಮಿತಿಯ ಗುಮಾಸ್ತರ ಕೈಯಲ್ಲಿ ದಪ್ಪ ರಟ್ಟಿನ ಕಾಪಿ ಪುಸ್ತಕಗಳಿದ್ದುವು. ಪೊಲೀಸರು, ನಗರ ನಿರ್ಮಲೀಕರಣ ವಿಭಾಗದ ಅಧಿಕಾರಿಗಳೂ ಅಲ್ಲಿದ್ದರು. ದಾಖಲೆಗೆಂದು ಅವರು ಹೇಳಿ ಬರೆಸುತ್ತಿದ್ದ ಪ್ರತಿಯೊಂದು ಪದವೂ ಕಿಟಕಿ ಗಾಜಿನ ಮೂಲಕ ಕೇಳಿಸುತ್ತಿತ್ತು – ಜರ್ಮನ್ ಸಿಪಾಯಿ. ಗುರುತು, ದರ್ಜೆ ಗೊತ್ತಿಲ್ಲ. ಸುಮಾರು ಇಪ್ಪತ್ತು ವರ್ಷ. ಅತ್ತಿಲಾ ರೇಸೊ, ಗುಮಾಸ್ತ, 56 ವರ್ಷ. ವಿಳಾಸ: ಪೌಲರ್ ರಸ್ತೆ. ಮರತೋನ್ ಕಿಶ್, ಆ್ಯಂಟಿ ಏರ್‌ಕ್ರಾಫ್ಟ್ ಗನ್ನರ್. ಸಾತಯಮಜ್... ಆ ಪ್ರದೇಶದಲ್ಲಿ ಇನ್ನೂ ಎರಡು ಸಾವಿರ ಹೆಣಗಳನ್ನು ಸಮಾಧಿ ಮಾಡಬೇಕಾಗಿತ್ತು.

"ಅವನು ಮೊದಲೇ ನನ್ನ ಬಳಿಗೆ ಬಂದಿದ್ದರೆ ಚೆನ್ನಾಗಿತ್ತು. ಅವನ ರಕ್ತದ ಒತ್ತಡ

ಪರೀಕ್ಷಿಸ್ತಿದ್ದೆ. ಏನಾದರೂ ಔಷಧಿಯನ್ನೂ ಕೊಡಬಹುದಿತ್ತು," ಎಂದು ಗಸ್ತಿ ಗೊಣಗಿದ.

ಈಗ ಜುಜಾ ಕೂಡ ಬಂದಳು. ಅವಳಿಗೆ ಈಗಾಗಲೇ ಸುದ್ದಿ ತಿಳಿದಿತ್ತು. ಅವಳು ಕನಿಕರಪಟ್ಟಳು. "ಅವನ ಬಳಿ ಕಲಾ ಸಂಗ್ರಹವಿತ್ತು. ಅಯ್ಯೋ ಪಾಪ! ಅವುಗಳ ಮೇಲ್ವಿಚಾರಕನಾಗಿ ನಾವು ಅವನನ್ನು ಉಪಯೋಗಿಸಿಕೊಳ್ಳಬಹುದಿತ್ತು," ಎಂದಳು.

ದುಃಖಿಸುತ್ತ ನಿಂತಿರಲು ನಮಗೆ ಸಮಯವಿರಲಿಲ್ಲ. ಸಣ್ಣ ರೋಟರಿ ಪ್ರೆಸ್ ಸಿದ್ಧ ವಾಗಿದೆಯೆಂದು ಮುದ್ರಣಾಲಯದಿಂದ ಸುದ್ದಿ ಬಂತು. ಕೂಡಲೇ ಸಮಾರಂಭ ಆರಂಭ ವಾಗಬೇಕಿತ್ತು.

ಗಸ್ತಿ ಹಿಂದುಳಿದ: "ನಾನು ಗೆರ್ಷ್ವಿನ್ನನ* ಸಂಗೀತವನ್ನು ಹೇಗೆ ನುಡಿಸ್ತೇನೆ ಗೊತ್ತೇ? ಕಾದು ನೋಡಿ" ಎಂದ.

"ಬನ್ನಿ. ಹೊರಡಿ. ಮುದ್ರಣಾಲಯಕ್ಕೆ ಹೋಗೋಣ."

ನಾನು ಆಗಲೇ ಹೇಳಿದಂತೆ, ನಾವು ಆ ದಿನಗಳಲ್ಲಿ ಅತ್ಯುತ್ಸಾಹದಿಂದಿದ್ದೆವು; ಅಷ್ಟೇ ಎಳೆಯರೂ ಆಗಿದ್ದೆವು. ❍

---

* ಗೆರ್ಷ್ವಿನ್ : ಜಾರ್ಜ್ ಗೆರ್ಷ್ವಿನ್ (1898 – 1937) ಪಾಶ್ಚಾತ್ಯ ಜಾಸ್ ಸಂಗೀತಕ್ಕೆ ಒಂದು ಹೊಸ ರೂಪವನ್ನು ಕೊಟ್ಟ ಅಮೆರಿಕದ ಒಬ್ಬ ಸುಪ್ರಸಿದ್ಧ ವಾಗ್ಗೇಯಕಾರ.

○ ಇಶ್ತ್ವಾನ್ ಚುರಕಾ

ಎಲ್ಎಸ್‌ಡಿ

ಸೆಪ್ಟೆಂಬರ್ 1969. ವಾತ್ಸ್‌ನಲ್ಲಿರುವ ರಟ್ಟಿನ ಪೆಟ್ಟಿಗೆ ಕಾರ್ಖಾನೆ ಸಂಘದ ಕಾರ್ಯಕಾರಿ ಸಮಿತಿಯ ಸದಸ್ಯ ಫುಲೋಪ್ ಮೆರೆಸ್‌ನ ವಶಕ್ಕೆ ಅನಿರೀಕ್ಷಿತವಾಗಿ ಸಾಕಷ್ಟು ಪ್ರಮಾಣದ ಎಲ್ಎಸ್‌ಡಿ ಸಿಕ್ಕಿತು. ಇನ್ನೂ ಸರಿಯಾಗಿ ಹೇಳಬೇಕೆಂದರೆ ಈ ಮದ್ದನ್ನು ಭದ್ರವಾಗಿಟ್ಟಿರುವಂತೆ ಅವನಿಗೆ ವಹಿಸಲಾಗಿತ್ತು. ನಡೆದ ಸಂಗತಿ ಇಷ್ಟು – ಆ ವರ್ಷದ ಬೇಸಿಗೆಯಲ್ಲಿ ಕಾರ್ಖಾನೆಯ ಅನೇಕ ಮಂದಿ ಉತ್ಸಾಹೀ ತರುಣರು ಎಕ್ಸ್‌ಪ್ರೆಸ್ ಯೂತ್ ಟ್ರಾವೆಲ್ ಏಜೆನ್ಸಿಯವರು ವ್ಯವಸ್ಥೆ ಮಾಡಿದ್ದ ಸಾಮೂಹಿಕ ಪ್ರವಾಸೀ ಕಾರ್ಯಕ್ರಮದಲ್ಲಿ ಪಶ್ಚಿಮ ದೇಶಗಳಿಗೆ ಹೋಗಿಬಂದಿದ್ದರು. ಉದ್ದ ಕೂದಲಿನ ಈ ಯುವಕರು ತಮ್ಮೊಡನೆ ಪಶ್ಚಿಮದಿಂದ ಎಲ್ಎಸ್‌ಡಿ ತಂದಿದ್ದರು. ತರುವುದೇನೋ ಹೇಗೋ ಕದ್ದು ತಂದುಬಿಟ್ಟಿದ್ದರು. ಆದರೆ ಅದನ್ನು ಉಪಯೋಗಿಸುವ ಧೈರ್ಯ ಬೇಕಲ್ಲ? ಅವರು ಬೆಳೆದು ಬಂದ ಪರಿಸರ ಅಂಥದು. ಹೀಗಾಗಿ ಅವರು ಆ ಬಗ್ಗೆ ಬಹಳ ಮಾತನಾಡುತ್ತಿದ್ದರು ಮಾತ್ರ. ತಮ್ಮ ಬಳಿ ಎಲ್ಎಸ್‌ಡಿ ಇದೆಯೆಂದು ಕ್ಲಬ್‌ನಲ್ಲಿ ಅವರು ಯಾವಾಗಲೂ ಜಂಬ ಕೊಚ್ಚು ತ್ತಿದ್ದುದು, ಇಂದಲ್ಲ ನಾಳೆ, ಕಾರ್ಖಾನೆಯ ಮೇಲಧಿಕಾರಿಗಳ ಕಿವಿಯನ್ನು ತಲಪುವುದರಲ್ಲಿ ಸಂಶಯವೇ ಇರಲಿಲ್ಲ. ಪ್ರವಾಸ ಹೋಗಿದ್ದವರಲ್ಲಿ ಇವರ ಮಕ್ಕಳೂ ಇದ್ದರು. ಸ್ವಲ್ಪ ಸಮಯದಲ್ಲೇ ಈ ಸಂಗತಿ ಇಡೀ ಊರಿನ ಮಾತಾಯಿತು. ಇನ್ನು ಇದನ್ನು ಹೀಗೇ ಬಿಡದೆ ಹೇಗಾದರೂ ಕೊನೆಗಾಣಿಸಬೇಕೆಂದು ಸ್ಥಳೀಯ ಗಣ್ಯರು ಯೋಚಿಸಿದರು. ಆದರೆ ಹೇಗೆ? ಎಲ್ಎಸ್‌ಡಿ ಇದ್ದೇ ಇದೆಯೆಂದು ಖಚಿತಪಡಿಸುವಂಥ ಲಕ್ಷಣಗಳೇನೂ ಕಂಡಿರಲಿಲ್ಲ. ಯುವಕರ ನಡವಳಿಕೆಯಲ್ಲಿ ಏನೂ ಬದಲಾವಣೆಯಾಗಿರಲಿಲ್ಲ. ಅವರು ಹಿಂದಿನಂತೆಯೇ ಶ್ರದ್ಧೆಯಿಂದ, ನಿಷ್ಠೆಯಿಂದ ತಮ್ಮ ಕೆಲಸಗಳಲ್ಲಿ ಮಗ್ನರಾಗಿರುತ್ತಿದ್ದರು. ಅವರ ಜಂಬದ ಮಾತು ಗಳಲ್ಲಿಯೂ ಎಲ್ಎಸ್‌ಡಿ ಇರವಿನ ಬಗ್ಗೆ ಸ್ಪಷ್ಟ ಸಾಕ್ಷ್ಯ ಸಿಗುವಂತಿರಲಿಲ್ಲ. ಆದರೂ ಊರಿನಲ್ಲಿ, ಕಾರ್ಖಾನೆಯಲ್ಲಿ, ಎಲ್ಎಸ್‌ಡಿ ಇದೆಯೆಂಬ ಅರಿವು ತಳಮಳಕ್ಕೆ ಕಾರಣವಾಗಿತ್ತು.

ಈ ತಳಮಳ ಬೆಳೆದು ವಾತ್ಸ್‌ನಲ್ಲಿ ಎಲ್‌ಎಸ್‌ಡಿ ಇದೆಯೆಂಬ ಸುದ್ದಿ ವಿಶೆಗ್ರಾಡ್ ಅಥವಾ ಬುಡಾಪೆಸ್ಟ್‌ನಲ್ಲಿ ಯಾರಿಗಾದರೂ ಗೊತ್ತಾಗಿಬಿಡಬಹುದಾದ ಅಪಾಯ ತಲೆ ದೋರಿದಾಗ ವಾತ್ಸ್ ರಟ್ಟಿನ ಪೆಟ್ಟಿಗೆ ಕಾರ್ಖಾನೆ ಸಂಘದ ಕಾರ್ಯಕಾರಿ ಸಮಿತಿಯ ಅಧ್ಯಕ್ಷ – ಲಾಯೋಶ್ ಯೋ – ಫುಲೋಪ್‌ಮೆರೆಸ್‌ನನ್ನು ಕರೆಸಿ ಕೇಳಿದ :

"ನೋಡು ಫುಲೋಪ್, ಈ ಎಲ್‌ಎಸ್‌ಡಿ ವ್ಯವಹಾರದ ಬುಡವನ್ನು ನಾವು ಶೋಧಿಸಬೇಕಾದ ಕಾಲ ಈಗ ಬಂದಿದೆ ಅಂತ ನಿನಗೆ ಅನಿಸೋದಿಲ್ವೆ?"

"ಖಂಡಿತವಾಗಿ, ಲಾಯೋಶ್" – ಮೆರೆಸ್ ಹೇಳಿದ.

ಎಚ್ಚರಿಕೆಯ ತೋರ್ಬೆರಳನ್ನೆತ್ತಿ ಲಾಯೋಶ್ ಯೋ ನುಡಿದ :

"ಕಾಲ ಮಿಂಚುವ ಮೊದಲೇ ಈ ಕೆಲಸವಾಗ್ಬೇಕು."

"ನಾನೂ ಅದನ್ನೇ ಯೋಚಿಸ್ತಿದ್ದೆ."

"ಫುಲೋಪ್, ಸಂಘದಲ್ಲಿ ಹಾಗೂ ಕಾರ್ಮಿಕ ಚಳವಳಿಗಳಲ್ಲಿ ಅದ್ಭುತ ಕಾರ್ಯ ಸಾಧಿಸಿದ ಕಾಲಾವಧಿಯಲ್ಲಿ ಎಷ್ಟೋ ಸೂಕ್ಷ್ಮ ಸಮಸ್ಯೆಗಳನ್ನು ನೀನು ಬಗೆಹರಿಸಿದ್ದೀ. ಅದೇ ಚಾಣಾಕ್ಷತನವನ್ನು ಈಗಲೂ ಉಪಯೋಗಿಸಬಾರದೇ ?"

ಫುಲೋಪ್ ಮೆರೆಸ್ ಕ್ಷಣಕಾಲ ಯೋಚಿಸಿ, ಹೇಳಿದ :

"ಸಂಘದ ಸಮಿತಿ ಹಾಗೆ ಅಪೇಕ್ಷಿಸೋದಾದರೆ ಆಗಬಹುದು."

"ಸಮಿತಿಯ ಅಪೇಕ್ಷೆ ಅದೇ, ಫುಲೋಪ್."

ಇಷ್ಟಾದ ಮೇಲೆ ಫುಲೋಪ್ ಯೂತ್ ಕ್ಲಬ್‌ಗೆ ಹೋಗಿ, ಅದರ ಮುಖ್ಯರಿಗೆ ಸುಮಾರು ಮೂವತ್ತು ಪೆಗ್ ಬ್ರಾಂಡಿ ಕೊಡಿಸಿ 'ಎಲ್‌ಎಸ್‌ಡಿ ರಹಸ್ಯ' ತಿಳಿದುಕೊಳ್ಳಬೇಕಾಯಿತು. ಅವರಿಂದ ಸತ್ಯಸಂಗತಿ ತಿಳಿದುಕೊಳ್ಳುವುದೇನೂ ಸುಲಭದ ಕೆಲಸವಾಗಿರಲಿಲ್ಲ. ಆದರೆ ಎಲ್‌ಎಸ್‌ಡಿ ನುಂಗಲು ಹಿಂದೇಟು ಹಾಕಿದಂತೆ ಫುಲೋಪ್ ಮೆರೆಸ್ ಕೊಡಿಸಿದ ಬ್ರಾಂದಿಯನ್ನು ಕುಡಿಯಲು ಅವರು ಹಿಂದೆಮುಂದೆ ನೋಡಲಿಲ್ಲ.

ಇಷ್ಟು ತ್ಯಾಗ ಮಾಡಿದ್ದರಿಂದ ಫುಲೋಪ್‌ನಿಗೆ ಎಲ್‌ಎಸ್‌ಡಿ ನಿಜವಾಗಿಯೂ ಇದೆ ಎಂದು ಕಂಡುಹಿಡಿಯುವುದು ಸಾಧ್ಯವಾಯಿತು. ಅಷ್ಟೇ ಅಲ್ಲ, ಅದು ಸ್ವಲ್ಪವೂ ಬಳಕೆಯಾಗದೆ ಹಾಗೇ ಇದೆ; ತನ್ನ ಮಗನ ಬಿಗಿ ಷರಾಯಿಯ ಒಂದು ಜೇಬಿನಲ್ಲಿದೆ; ಮೂರು ತಿಂಗಳಿನಿಂದ ಅಲ್ಲೇ, ಒಂದು ಸಣ್ಣ ನೈಲಾನ್ ಚೀಲದಲ್ಲಿದೆ ಎಂಬ ವಿವರಗಳೂ ಅವನಿಗೆ ತಿಳಿದುವು. ಇದನ್ನು ಕೇಳಿ ಫುಲೋಪ್ ಮೆರೆಸ್ ಚಕಿತನಾದ. ಅವನ ಅಚ್ಚರಿಗೆ ಕಾರಣ, ಅವನ ಮಗ ಪಶ್ಚಿಮ ದೇಶಗಳ ಪ್ರವಾಸದಲ್ಲಿ ಭಾಗವಹಿಸಿರಲೇ ಇಲ್ಲ. ಬದಲು ಅದೇ ಸಮಯದಲ್ಲಿ ಸೋವಿಯೆತ್ ಒಕ್ಕೂಟಕ್ಕೆ ಏರ್ಪಡಿಸಿದ್ದ ಪ್ರವಾಸದಲ್ಲಿ ಭಾಗಿಯಾಗಿದ್ದ. ಆದ್ದರಿಂದ ಅವನ ಮಗ ಎಲ್‌ಎಸ್‌ಡಿಯನ್ನು ತರುವುದು ಖಂಡಿತ ಸಾಧ್ಯವೇ ಇರಲಿಲ್ಲ. ಆ ಯುವಕರು ಈ ಬಗ್ಗೆಯೂ ವಿವರವಿತ್ತರು:

"ಯಾರಿಗೂ ಅನುಮಾನ ಬರದಿರಲಿ ಅಂತ ನಾವೇ ಅವನಿಗೆ ಕೊಟ್ಟೆವು."

"ಅಯ್ಯೋ, ಹಾದರದ ಮಗನೆ," ಮೆರೆಸ್ ತನ್ನಷ್ಟಕ್ಕೆ ತಾನೇ ಗೊಣಗಿಕೊಂಡ.

ಇಷ್ಟಾದ ಮೇಲೆ ಮೆರೆಸ್ ಮನೆಗೆ ಹೋದ. ಅವನ ಹೆಂಡತಿ ಪ್ಲಮ್ ಜಾಮ್‌ನ ಮೇಲ್ಭಾಗದಲ್ಲಿ ಅಂಟಿಕೊಂಡಿದ್ದ ಬೂಷ್ಟವನ್ನು ಕೆರೆದುಹಾಕುವುದರಲ್ಲಿ ಮಗ್ನಳಾಗಿದ್ದಳು. ಮೆರೆಸ್ ಎಂದಿಗಿಂತ ಹೆಚ್ಚು ಗಂಭೀರನಾಗಿ ಕೇಳಿದ :

"ಊರಲ್ಲೆಲ್ಲ ಗುಲ್ಲೆದ್ದಿರುವ ಎಲ್‌ಎಸ್‌ಡಿ ಆ ನಿನ್ನ ಮಗನ ಬಳಿ ಇದೆಯಂತೆ, ಗೊತ್ತೆ?

"ಹೌದು, ಗೊತ್ತಿದೆ."

"ಗೊತ್ತೆ? ನನಗ್ಯಾಕೆ ತಿಳಿಸಲಿಲ್ಲ?"

"ಗಲಾಟೆ ಆಗದಿರಲಿ ಅಂತ."

ಏನೇನೋ ಹೇಳಬೇಕೆಂದು ಅನ್ನಿಸಿದರೂ ಫುಲೋಪ್ ಮೆರೆಸ್ ತುಟಿಪಿಟಿಕ್ ಎನ್ನಲಿಲ್ಲ. ಮುಖ ಸಿಂಡರಿಸಿಕೊಂಡು ಸ್ವಲ್ಪ ಹೊತ್ತು ನಿಂತಿದ್ದ. ಅನಂತರ ಆತ ಕೇಳಿದ:

"ಎಲ್ಲಿದೆ ಅದು?"

"ಆ ಗೂಡಿನಲ್ಲಿ."

ಇದು ಫುಲೋಪ್ ಮೆರೆಸ್‌ಗೆ ಸ್ವಲ್ಪವಾದರೂ ಸಹ್ಯವೆನಿಸಲಿಲ್ಲ. ಇತ್ತೀಚಿನ ವರ್ಷಗಳಲ್ಲಿ ತನ್ನ ಮಗ ಬಿಗಿ ಷರಾಯಿಗಳನ್ನು ಮಾತ್ರ ತೊಟ್ಟುಕೊಳ್ಳುತ್ತಿದ್ದುದನ್ನು ಅವನು ನೋಡಿದ್ದ. ಈಗ ಮಗ ಆ ಉಡುಗೆಯನ್ನು ಮುಟ್ಟುತ್ತಲೇ ಇಲ್ಲವೆಂದು ಊಹಿಸುವುದೂ ಮೆರೆಸ್‌ಗೆ ಸಾಧ್ಯವಾಗಲಿಲ್ಲ.

ಆದರೆ ಅವನ ಹೆಂಡತಿ ಅದಕ್ಕೆ ಉತ್ತರ ಹೇಳಲು ಸಿದ್ಧವಾಗಿದ್ದಳು.

"ಸಂಬಳ ಹೆಚ್ಚಾಯಿತಲ್ಲ, ಆಗಿನಿಂದ ಅವನು ಒಳ್ಳೆಯ ನಾಜೂಕಾದ ಪ್ಯಾಂಟ್‌ಗಳನ್ನು ಹಾಕಿಕೊಳ್ಳುತ್ತಿದ್ದಾನೆ," ಎಂದಳು.

"ಸರಿ, ಸರಿ" ಎಂದ ಮೆರೆಸ್ ಕಪಾಟಿನ ಬಳಿ ಹೋಗಿ, ಬಿಗಿ ಷರಾಯಿ ಕೈಗೆತ್ತಿಕೊಂಡು, ಜೇಬುಗಳಲ್ಲಿ ಕೈತೂರಿಸಿ ತಡಕಾಡಿದ. ಕೊನೆಗೂ ಸಣ್ಣ ಚೀಲ ಸಿಕ್ಕಿತು. ಹೊರತೆಗೆದ. ಹತ್ತಿರ ಹಿಡಿದುಕೊಂಡು ನೋಡಿದ. ಹೆಂಡತಿಗೆ ತೋರಿಸಿದ.

"ಇದೇ ಏನು?"

"ಅಲ್ಲಿನ್ನೇನು ತಾನೇ ಇದ್ದೀತು?" ಎಂದಳು ಆಕೆ.

'ನನಗೇ ಇದು ಅಡರಿಕೊಳ್ಳಬೇಕೆ? ನಾನೇನು ತಾನೇ ಮಾಡಿದೆ' ಎನ್ನುವಂತೆ ಫುಲೋಪ್ ಮೆರೆಸ್ ವ್ಯಥೆಯ ನಿಟ್ಟುಸಿರು ಬಿಟ್ಟ. ಚೀಲವನ್ನು ಕೈಯಲ್ಲಿ ಹಿಡಿದಂತೆಯೇ ಆ ಕಡೆ ಈ ಕಡೆ ತಿರುಗಿಸಿ ಅದನ್ನೇ ನೋಡಿದ. 'ಇದರಲ್ಲೇನೋ ಕುಚೋದ್ಯವಿರಬೇಕು. ಇದು ಖಂಡಿತ ಎಲ್‌ಎಸ್‌ಡಿ ಆಗಿರಲಾರದು' ಎನಿಸಿತು. ಇರಲಿ, ನೋಡೋಣ ಎಂದುಕೊಂಡ.

"ರಾತ್ರಿಯೂಟಕ್ಕೆ ಏನು ಮಾಡಿದ್ದೀ?" ಎಂದು ಅವನು ಹೆಂಡತಿಯನ್ನು ಕೇಳಿದ.

"ಖಾರದ ಆಲೂಗಡ್ಡೆ."

"ಮತ್ತೆ ಅದೇ ಏನು?" ಎನ್ನುತ್ತ, ಖಾರದ ಆಲೂಗಡ್ಡೆ ತಿಂದಮೇಲೆ ಎಲ್‌ಎಸ್‌ಡಿ ತೆಗೆದುಕೊಳ್ಳಬಹುದೇ ಎಂದು ಆತ ಯೋಚಿಸಿದ. ಊಟವಾದ ಬಳಿಕ ಕೊಂಚ ಎಲ್‌ಎಸ್‌ಡಿ ರುಚಿ ನೋಡಿಯೇ ಬಿಡುವುದೆಂದು ಅವನು ಈಗಾಗಲೇ ತೀರ್ಮಾನಿಸಿ ಆಗಿತ್ತು.

ಅದರಂತೆ ಸ್ವಲ್ಪ ತೆಗೆದುಕೊಂಡೇ ಬಿಟ್ಟ. ಸ್ವಲ್ಪವೆಂದರೆ ಬಹಳ ಸ್ವಲ್ಪ. ಬಳಿಕ ಆತ ಹೊರ ನಡೆದ. ದೂರಕ್ಕೆ ಕಣ್ಣು ಹಾಯಿಸಿದ. ನಕ್ಷತ್ರಗಳಿಂದ ತುಂಬಿದ ಆಗಸದತ್ತ ನೋಡಿದ. ಮೊದಲ ಕೆಲವು ನಿಮಿಷಗಳು ಎಂದಿನಂತೆಯೇ ಇದ್ದ. ಯಾವಾಗಲೂ ಮನದಲ್ಲಿ ಉದಿಸುತ್ತಿದ್ದ ವ್ಯಾವಹಾರಿಕ ಪ್ರಶ್ನೆಗಳು, ತಾತ್ವಿಕ ಸಮಸ್ಯೆಗಳು. ಸಾಮಾಜಿಕ ಸಂಗತಿಗಳೇ ಈಗಲೂ ಹಾದು ಹೋದುವು. "ಇದು ಎಲ್‌ಎಸ್‌ಡಿ ಆಗಿರಲಾರದು" ಎಂದುಕೊಳ್ಳುತ್ತ ಆತ ಹಿಂತಿರುಗಿ ಮನೆಯೊಳಕ್ಕೆ ಹೋಗುವಷ್ಟರಲ್ಲಿ, ಫುಲೋಪ್ ಮೆರೆಸ್ ನಿಂತಿದ್ದ ಕಡೆಗೇ ಗಂಭೀರವಾಗಿ,

ನಿಧಾನವಾಗಿ ಪ್ಯಾರಾಚ್ಯೂಟ್ನಿಂದ ಇಳಿಯುತ್ತಿದ್ದ ಸಿಂಹವೊಂದು ಆಕಾಶದಲ್ಲಿ ಗೋಚರಿಸಿತು.

"ನಿಜ. ಅಂತೂ ಅದೇ" ಫುಲೋಪ್ ಮೆರೆಸ್ ವಿಕಟವಾಗಿ ನಗುತ್ತ ಅಂದುಕೊಂಡ – "ಆಗಲಿ, ನಾನು ಸಿದ್ಧ." ಇಷ್ಟು ಹೊತ್ತಿಗೆ ಸಿಂಹ ಕೆಳಗಿಳಿದಿತ್ತು. ತೊಯ್ದಿದ್ದ ಮೈಯನ್ನು ಅದುರಿಸಿ ನೀರನ್ನು ಕೊಡವಿಕೊಳ್ಳುವ ನಾಯಿಯಂತೆ ಸಿಂಹವು ಪ್ಯಾರಾಚ್ಯೂಟನ್ನು ಕೊಡವುತ್ತಿತ್ತು. ಅದು ಬೆಕ್ಕಿನಂತೆ ನಯವಾಗಿ ಮೃದುವಾಗಿ ಹೆಜ್ಜೆಹಾಕುತ್ತ ಬಂದು ಫುಲೋಪ್ ಮೆರೆಸ್‌ನ ಮುಂದೆ ನಿಂತಿತು.

"ನಿನ್ನನ್ನು ಯಾರು ಕಳಿಸಿದರು ?" ಮೆರೆಸ್ ಕೇಳಿದ.

"ರಾಷ್ಟ್ರೀಯ ಕಾರ್ಮಿಕ ಸಂಘದ ಸಮಿತಿ."

"ಕೇಂದ್ರ ಕಚೇರಿಯಿಂದಲೇ ?"

"ಹೌದು."

ವಿಷಯವೆಲ್ಲ ಗೊತ್ತಿರುವವನಂತೆ ಫುಲೋಪ್ ಮೆರೆಸ್ ಅಸಹನೆಯಿಂದ ಕೊಡವಿ ಕೇಳಿದ:

"ಸವಾರಿಗೆ ಜೀನನ್ನು ಕಳಿಸಲಿಲ್ಲವೆ ?"

ಇಲ್ಲವೆನ್ನುವಂತೆ ಸಿಂಹ ತಲೆಯಾಡಿಸಿತು.

"ಗೊತ್ತಿದ್ದದ್ದೇ" ಎಂದ ಫುಲೋಪ್ ಮೆರೆಸ್, ಮನಸ್ಸಿಲ್ಲದವನಂತೆ ಸಿಂಹದ ಬೆನ್ನೇರಿದ.

"ಸಮ್ಮೇಳನ ಎಲ್ಲಿ ನಡೀತಿದೆ ?" ಎಂದು ಮೃಗವನ್ನು ಪ್ರಶ್ನಿಸಿದ.

"ಕಿಶ್‌ಒರೋಸಿಯಲ್ಲಿ," ಎಂದಿತು ಸಿಂಹ.

ಇಬ್ಬರೂ ಹೊರಟರು. ಕೇವಲ ಸ್ವಲ್ಪ ದೂರದ ಪ್ರಯಾಣ. ಆದರೆ ಹಿಂದೆ ಕಿಶ್‌ಒರೋಸಿ ಇದ್ದ ಪ್ರದೇಶವನ್ನೆಲ್ಲ ಈಗ ಒಂದು ಸರ್ಕಸ್ ಆಕ್ರಮಿಸಿಕೊಂಡಿತ್ತು. ಅದರ ಭಾರಿ ಡೇರೆಯ ಗೋಳಾಕಾರದ ತುದಿ ಆಗಸಕ್ಕೆ ತಾಗುತ್ತಿತ್ತು. ಅದರಿಂದ ಹೊರಹೊಮ್ಮುತ್ತಿದ್ದ ಬೆಳಕು ಎಷ್ಟು ಪ್ರಖರವಾಗಿತ್ತೆಂದರೆ ಅದು ಮರ್ಮರ ಶಬ್ದ ಮಾಡುತ್ತಿದೆ ಎನ್ನಿಸಿತು. ಫುಲೋಪ್ ಸಿಂಹವನ್ನು ಕುಕ್ಕುಲೋಟ ಓಡಿಸಿದ, ಮೆಚ್ಚುಗೆಯ ಕೇಕೆ, ಚಪ್ಪಾಳೆಗಳ ಸುರಿಮಳೆಯ ನಡುವೆ ಇಬ್ಬರೂ ಸರ್ಕಸ್‌ನ ಆಟದ ಕಣಕ್ಕೆ ಬಂದರು. ಡೇರೆಯೆಲ್ಲ ಸಾಮ್ರಾಜ್ಯವಾದಿಗಳಿಂದ ತುಂಬಿಹೋಗಿತ್ತು. ಫುಲೋಪ್ ಮೆರೆಸ್‌ಗೆ ಇದು ನೋಟದಿಂದ ಮಾತ್ರ ಗೊತ್ತಾದುದಲ್ಲ; ಸಹಜವಾಗಿಯೇ ಅವನಿಗೆ ಅದರ ಅರಿವಾಗಿತ್ತು. ಆದ್ದರಿಂದ ಅವನು ಅವರ ಹರ್ಷೋದ್ಗಾರದಿಂದ, ಟೋಪಿಗಳ ಹ್ಯಾಟ್‌ಗಳ ಆಡಿಸುವಿಕೆಯಿಂದ ವಿಚಲಿತವಾಗಲಿಲ್ಲ. ಬದಲು ಅವರತ್ತ ನಿಷ್ಠುರ ನೋಟಬೀರಿದ. ಬೆನ್ನ ಮೇಲಿನಿಂದ ಇಳಿಯುವಂತೆ ಸಿಂಹವು ತನ್ನ ಚಲನವಲನಗಳಿಂದ ಸೂಚಿಸಿದರೂ ಅವನು ಕೆಳಗಿಳಿಯಲೇ ಇಲ್ಲ. ಕೇಕೆ, ಚಪ್ಪಾಳೆಗಳೆಲ್ಲ ನಿಂತ ಮೇಲೆ ಕಣ್ಣು ಕೋರೈಸುವ ಬಂಗಾರದ ಉಡುಪು ತೊಟ್ಟ ಲಾಯೋಶ್ ಯೊ, ಎದುರಿಗಿದ್ದ ಪರದೆಯ ಹಿಂದಿನಿಂದ ಕಳವನ್ನು ಪ್ರವೇಶಿಸಿ ನುಡಿದ:

"ಕಾಮ್ರೇಡ್ ಫುಲೋಪ್ ಮೆರೆಸ್ ಭಾಷಣ ಮಾಡಬೇಕೂಂತ ಈಗ ನಾನು ಕೇಳಿಕೊಳ್ತೇನೆ."

ಇದನ್ನು ಕೇಳಿ, ಮೆರೆಸ್ ಸಿಂಹದ ಬೆನ್ನಿನಿಂದ ಕೆಳಗಿಳಿದು ಗಂಟಲು ಸರಿಪಡಿಸಿಕೊಂಡ. ಅವನ ಭಾಷಣ ವಾತ್ಸ್‌ನಿಂದ ಕಿಶ್‌ಒರೋಸಿಗೆ ಬಂದಷ್ಟೇ ಚಿಕ್ಕದಾಗಿತ್ತು. ನಿಜವಾಗಿ ನೋಡಿದರೆ, ಗಂಟಲು ಸರಿಪಡಿಸಿಕೊಂಡದ್ದೇ ಅವನು ಮಾಡಿದ ಭಾಷಣವಾಗಿದ್ದಿರಬಹುದು. ಆದರೆ ಅದರ ಯಶಸ್ಸಿನ ಬಗ್ಗೆ ಸಂಶಯವೇ ಇರಲಿಲ್ಲ. ಯಾಕೆಂದರೆ ಆ ಭಾಷಣದ ಬಳಿಕ

ವಿಶ್ವಕ್ರಾಂತಿಯ ಯಶಸ್ಸು ಶತಸ್ಸಿದ್ಧವಾಯಿತು. ಸೋಲಿನಿಂದ ವಿಷಣ್ಣರಾಗಿ, ಅಲ್ಲಿ ಸೇರಿದ್ದ ಸಾಮ್ರಾಜ್ಯವಾದಿಗಳೆಲ್ಲ ತತ್ತರಿಸಿದರು; ತಲೆ ಬಗ್ಗಿಸಿ, ಡೇರೆಯಿಂದ ನಿಧಾನವಾಗಿ ಹೊರನಡೆದರು. ಹೊರಗೆ ಅವರು ಒಬ್ಬರಾದ ಮೇಲೊಬ್ಬರಂತೆ, ರಾಜಕೀಯ ಆಶ್ರಯಕ್ಕಾಗಿ ಲಾಯೋಶ್ ಯೋನನ್ನು ಮೊರೆಹೊಕ್ಕರು. ಕೆಲವರಿಗೆ ಆಶ್ರಯ ದೊರೆಯಿತು. ಉಳಿದವರಿಗೆ ಸಿಕ್ಕಲಿಲ್ಲ. ಇದಾದ ಬಳಿಕ ವಾತ್ಸ್‌ನ ಬಹುಮಂದಿ ಸ್ನೇಹಿತರ, ಪರಿಚಯಸ್ಥರ ಜೊತೆಯಲ್ಲಿ ಲಾಯೋಶ್ ಯೋ ಸರ್ಕಸ್ ಕಣಕ್ಕೆ ಬಂದ. ರಕ್ತಪಾತವಿಲ್ಲದೆ ಕ್ಷಿಪ್ರವಾಗಿ ವಿಶ್ವಕ್ರಾಂತಿ ಸಾಧಿಸಿದುದಕ್ಕಾಗಿ ಅವರೆಲ್ಲ ಒಬ್ಬರಾದ ಮೇಲೊಬ್ಬರು ಫುಲೋಪ್ ಮೆರೆಸ್‌ನನ್ನು ಅಭಿನಂದಿಸಿದರು.

"ಈ ಕೆಲಸವನ್ನು ಅವನಿಗೆ ಬಹಳ ಹಿಂದೆಯೇ ವಹಿಸಿಕೊಡಬೇಕಾಗಿತ್ತು," ಎಂದು ಯಾರೋ ಹೇಳಿದರು.

ಈ ಮಾತು ಕೇಳಿ ಅವನಿಗೆ ಎಲ್ಲಿಲ್ಲದ ತೃಪ್ತಿಯಾಯಿತು. ಲಾಯೋಶ್ ಯೋನತ್ತ ತಿರುಗಿ, ಆತ ಕೇಳಿದ :

"ಇನ್ನೇನಾದರೂ ಮಾಡಬೇಕಾದ್ದಿದೆಯೇ ಲಾಯೋಶ್ ?"

"ಸದ್ಯದಲ್ಲಿ ಏನಿಲ್ಲ ಫುಲೋಪ್."

"ಹಾಗಾದರೆ ನಾನು ಹೋಗಬಹುದಲ್ವೇ ?"

"ಓಹೋ, ಹೊರಡು ಫುಲೋಪ್. ಉಳಿದದ್ದನ್ನು ನಾನು ನೋಡಿಕೊಳ್ತೇನೆ."

ಫುಲೋಪ್ ಮೆರೆಸ್ ಸಿಂಹದತ್ತ ನೋಡಿದ. ಒಂದು ಕ್ಷಣದಲ್ಲಿ ತನ್ನ ಮನೆ ಸೇರಿದ. ಪ್ರೀತಿಯಿಂದ ಸಿಂಹದ ಬೆನ್ನು ತಟ್ಟಿದ.

"ಬೆನ್ನನ್ನೂ, ಹೊಟ್ಟೆಯನ್ನೂ ಸ್ವಲ್ಪ ಕೆರೆದರೆ ಹಿತವಾಗುತ್ತೆ," ಎಂದಿತು ಸಿಂಹ.

"ನೀನು ಏನು ಹೇಳಿದರೂ ಸರಿ," ಎಂದವನೇ ಆತ ಅದು ಹೇಳಿದಂತೆಯೇ ಮಾಡಿದ. ಹಾಗೆ ಕೆರೆಯುತ್ತಿರುವಾಗ "ನೀನು ಈಗ ಕೇಂದ್ರ ಕಚೇರಿಗೆ ವಾಪಸು ಹೋಗ್ತೀಯಾ ?" ಎಂದು ಪ್ರಶ್ನಿಸಿದ.

"ಹೌದು ಬೇಗ ಹೊರಡ್ಬೇಕು. ಈಗಾಗಲೇ ಈ ತಿಂಗಳಲ್ಲಿ ನಾನು ಹೆಚ್ಚು ಕಡಿಮೆ ಮೂವತ್ತೈದು ಗಂಟೆ ಓವರ್‌ಟೈಂ ಮಾಡಿದ್ದೇನೆ. ಬೆಳಿಗ್ಗೆ ವಿದೇಶೀ ನಿಯೋಗವೊಂದನ್ನು ಸೊಬೊಸ್ಲೋಗೆ ಒಯ್ಯಬೇಕಾಗಿದೆ. ನಾನು ನಿರಂತರ ಪ್ರಯಾಣ ಮಾಡ್ತಲೇ ಇದ್ದೇನೆ. ಜೀರ್ಣಶಕ್ತಿಯಂತೂ ಹಾಳಾಗಿ ಹೋಗಿದೆ."

"ನಿನ್ನ ಮನೋಭಾವವನ್ನು ನಾನು ಸರಿಯಾಗಿ ಅರ್ಥಮಾಡಿಕೊಳ್ಳಬಲ್ಲೆ. ಇಷ್ಟೊಂದು ಶ್ರಮವನ್ನು ದೇಹ ತಡೆದುಕೊಳ್ಳಲಾರದು. ಬದುಕಿನ ಎಲ್ಲ ರಂಗಗಳಲ್ಲೂ ಇದು ಹೀಗೇ."

"ಅದೇನೋ ನಿಜ. ಆದರೆ ಇಷ್ಟು ಶ್ರಮವಿಲ್ಲದ ಒಂದು ಸ್ಥಳವನ್ನು ನಾನು ತಿಳಿಸಬಲ್ಲೆ" ಎಂದ ಸಿಂಹ, ಮೆರೆಸ್‌ಗೆ ಗೊತ್ತಿದ್ದ ವ್ಯಕ್ತಿಯೊಬ್ಬನಂತೆಯೇ ಕಾಣಿಸಲಾರಂಭಿಸಿತು. ಅವನು ಬೇಲಿಯ ಮೇಲೆ ಆ ವ್ಯಕ್ತಿಯತ್ತ ಕೈಚಾಚಿದಾಗ ಅಲ್ಲಿ ಆ ವ್ಯಕ್ತಿಯೇ – ಬಲೋಗ್ – ಇದ್ದ. ಅವನು ಕಿಶ್‌ಒರೋಸಿಯವನೇ. ವಾಹನ ಚಾಲಕ. ಸುರಂಗ ಶಿಲ್ಪ ಸೈನ್ಯದಳದಲ್ಲಿದ್ದಾಗಿನಿಂದಲೂ ತನಗೆ ಪರಿಚಿತನಾದವನು. ಈಗ ಸಿಂಹವಿಲ್ಲ. ಸರ್ಕಸ್ ಇಲ್ಲ. ಆ ವೈಭವವಿಲ್ಲ. ಕತ್ತಲೆಯಲ್ಲಿ ಮರೆಯಾಗುತ್ತಿದ್ದ ಬಲೋಗ್ ಹಿಂತಿರುಗಿ, ಬೇಲಿಯ ಹತ್ತಿರ ಬಂದು, ಬಹಳ ಆತ್ಮೀಯ ದನಿಯಲ್ಲಿ ಹೇಳಿದ:

"ಹಳೆಯ ಸ್ನೇಹಿತ, ನಿನ್ನನ್ನು ಒಂದು ವಿಷಯ ಕೇಳಬಹುದೆ ? ಇಲ್ಲಿ ವಾತ್ಸ್‌ನಲ್ಲಿ ಏನು

ನಡೆಯುತ್ತಿದೆ ಅಂತ ನಿನಗೆ ಗೊತ್ತಲ್ಲ? ಇಲ್ಲಿ ಎಲ್‌ಎಸ್‌ಡಿ ಇದೆ ಅಂತಾರಲ್ಲ, ಆ ಕಥೆಯಲ್ಲಿ ಏನಾದರೂ ಹುರುಳಿದೆಯೇ ?"

ಹಳೆಯ ಗೆಳೆಯನನ್ನೇ ದಿಟ್ಟಿಸಿ ನೋಡುತ್ತ, ಏನೋ ಯೋಚಿಸುವವನಂತೆ ಫುಲೋಪ್ ಮೆರೆಸ್ ಹೇಳಿದ :

"ನಾವಿಲ್ಲಿ ಮಾತನಾಡುತ್ತ ನಿಂತಿರುವಾಗ ನನ್ನಲ್ಲಿ ವಿಲಕ್ಷಣವಾದುದೇನನ್ನಾದರೂ ನೀನು ಗಮನಿಸಿದೆಯಾ ?"

"ಏನಿಲ್ಲವಲ್ಲ !"

"ಹಾಗಾದರೆ ಸರಿ. ಈ ಕ್ಷಣದಲ್ಲಿ ಅದು ನನ್ನ ಹೊಟ್ಟೆಯಲ್ಲೇ ಸ್ವಲ್ಪ ಇದೆ."

"ಹೌದೇನು ? ಆಶ್ಚರ್ಯ ! ನಿನಗೆ ಭ್ರಾಮಕ ದೃಶ್ಯಗಳು ಕಾಣಿಸಲಿಲ್ವೆ? ರೋಮಾಂಚಕರ ಅನುಭವವೇನೂ ಆಗಿಲ್ವೆ? ಹೆಂಗಸರು, ನಗ್ನನರ್ತನ, ಇತ್ಯಾದಿಗಳೇನೂ ಗೋಚರಿಸಿಲ್ವೆ?"

"ಯಾರಿಗೆ ? ನನಗೆ !"

"ಹಾಗಾದರೆ ಅದು ಎಲ್‌ಎಸ್‌ಡಿ ಅಲ್ಲ."

"ಇರಬಹುದು. ಒಂದು ವೇಳೆ ಎಲ್‌ಎಸ್‌ಡಿಯೇ ಆಗಿದ್ದರೂ ಹಳೆಯದಾಗಿರ್ಬೇಕು. ನಾನು ಏನು ಅಂದುಕೊಂಡಿದ್ದೇನೆ ಗೊತ್ತೆ? ಪಶ್ಚಿಮ ದೇಶದಲ್ಲಿ ಆ ಯುವಕರು ಮೋಸಹೋಗಿದ್ದಾರೆ ಅಂತ ನನಗೆ ತೋರ್ತದೆ."

"ಆದರೆ ಅವರು ಅದನ್ನು ಕಳವು ಮಾಡಿ ತಂದಿದ್ದಾರೆ. ಅಥವಾ ಹಾಗೇಂತ ಹೇಳ್ತಾರೆ."

"ಆದರೂ ಎಲ್‌ಎಸ್‌ಡಿ ಅಂತ ಅಂದುಕೊಂಡು ಮೋಸಹೋಗಿದ್ದಾರೆ."

"ಇರಬೇಕು. ಸರಿ. ಬರ್‍ಲಾ ?"

"ಹೋಗಿ ಬಾ. ಒಳ್ಳೇದಾಗಲಿ."

ಬೇಲಿಯ ಮೇಲೆ ಕೈಚಾಚಿಯೇ ಇಬ್ಬರೂ ಕೈಕುಲುಕಿದರು.

ಮರುದಿನ ಸಂಜೆ ಫುಲೋಪ್ ಮೆರೆಸ್ ಇನ್ನೂ ಕೊಂಚ ಎಲ್‌ಎಸ್‌ಡಿ ಸೇವಿಸಿದ. ಇಡೀ ವ್ಯವಹಾರವೇ ಇನ್ನೂ ಅವನ ಮನಸ್ಸಿನಲ್ಲಿ ಗಲಿಬಿಲಿ ಉಂಟುಮಾಡುತ್ತಿತ್ತು. ನಿನ್ನೆ ತನ್ನ ಹಳೆಯ ಗೆಳೆಯನಿಗೆ ಸುಳ್ಳು ಹೇಳಿದ್ದು ಇದಕ್ಕೆ ಮುಖ್ಯ ಕಾರಣವಾಗಿದ್ದರೆ, ವಿಶ್ವಕ್ರಾಂತಿಯ ವಿಚಾರ ಅವನನ್ನು ಬಹುವಾಗಿ ಉದ್ರೇಕಿಸಿದ್ದೂ ಇನ್ನೊಂದು ಕಾರಣ. ತಾನು ಮಾಡಿದ ಇಡೀ ಭಾಷಣವನ್ನು, ಮಂಡಿಸಿದ ವಾದವನ್ನು ಕೇಳಿದ್ದರೆ ಚೆನ್ನಾಗಿತ್ತು ಎಂದು ಅವನಿಗೆನ್ನಿಸಿತು. ನಡೆದುದೆಲ್ಲ ವಾತ್ಸಲ್ಲಿಯೇ ಅಷ್ಟು ಸೌಮ್ಯವಾಗಿ ಮುಗಿಯಬಾರದಿತ್ತೆನ್ನಿಸಿತು. ಈಗ ಅವನು ಇನ್ನೂ ಎರಡು ಚೂರು ಎಲ್‌ಎಸ್‌ಡಿ ತೆಗೆದುಕೊಂಡ. ಹೊರಕ್ಕೆ ಹೋಗಲೇ ಇಲ್ಲ. ತನ್ನ ಅಚ್ಚುಮೆಚ್ಚಿನ ಕುರ್ಚಿಯಲ್ಲಿ ಕುಳಿತು ಸಿಂಹವು ತನ್ನ ಬಳಿಗೆ ಬರುವುದಕ್ಕಾಗಿ ಕಾಯಬೇಕೆಂದು ಯೋಚಿಸಿದ. ಆದರೆ ಸಿಂಹದ ಬದಲು ಬಹು ಎತ್ತರದಿಂದ ಹೂವಿನ ಮಳೆಯಾಯಿತು. ವಿಸ್ತಾರವಾದ ಬಣ್ಣದ ಬಾನ್ದಳ ಕಾಣಿಸಿತು. ಸೊಗಸಾದ ಸಂಗೀತ ಕೇಳಿಸಿತು. ಮಿನುಗುವ ಬಣ್ಣ ಬಣ್ಣದ ನೀರಹನಿಗಳು ತೊಟ್ಟಿಕ್ಕುವ ಗುಹೆಯಲ್ಲಿ ಆತ ಓಡಾಡಿದ. ಅನಂತರ ಹಿಂದಿನ ದಿನ ಆ ವಾಹನ ಚಾಲಕ ಹೇಳಿದಂತೆ, ಅವನ ಕಣ್ಣಮುಂದೆ ಸ್ತ್ರೀರೂಪಗಳು ಸುಳಿದಾಡಿದುವು. ಕೊನೆಗೆ ಆ ಕರುಣಾಮಯಿ ದೇವರೇ ಅವನ ತಾಯಿಯನ್ನು ತೋಳಿನಲ್ಲಿ ಎತ್ತಿಕೊಂಡು ಬಳಿಗೆ ಬಂದ. ಅವನ ತಾಯಿ ಮದುವೆಯ ಭವ್ಯವಾದ ಬಿಳಿಯುಡುಗೆ ತೊಟ್ಟಿದ್ದಳು. ಆ ಉಡುಗೆಯ ಕಿಲೋಮೀಟರ್ ಉದ್ದದ ತೋಕೆ ಅಲೆಅಲೆಯಾಗಿ ಅವಳನ್ನು ಹಿಂಬಾಲಿಸುತ್ತಿತ್ತು.

ಇದಾದ ನಂತರ ಫುಲೋಪ್ ಮೆರೆಸ್ ಎಲ್ಎಸ್‌ಡಿ ಮುಗಿಯುವವರೆಗೂ ಪ್ರತಿ ರಾತ್ರಿ ಅದನ್ನು ಸ್ವಲ್ಪ ಸ್ವಲ್ಪ ಸೇವಿಸುತ್ತ ಬಂದ. ಆದರೆ ವಿಶ್ವಕ್ರಾಂತಿ ಮತ್ತೆ ಕಾಣಿಸಿಕೊಳ್ಳಲು ನಿರಾಕರಿಸಿತು. ತಾನು ವಹಿಸಿಕೊಂಡ ಕೆಲಸದ ಫಲಿತಾಂಶದ ವರದಿಯನ್ನು ಈ ವೇಳೆಗಾಗಲೇ ಅವನು ಸಲ್ಲಿಸಬೇಕಾಗಿತ್ತು. ಲಾಯೋಶ್ ಯೋನಿಂದ ಕರೆ ಬಂತು. ವರದಿ ಒಪ್ಪಿಸಲು ಅವನ ಮುಂದೆ ನಿಂತಾಗ ಫುಲೋಪ್ ಮೆರೆಸ್ ಮೊದಲಿನ ಮೆರೆಸ್ ಆಗಿರದೆ ಕೇವಲ ಅವನ ನೆರಳಾಗಿದ್ದ. ಅವನ ತೂಕ ಕಡಿಮೆಯಾಗಿತ್ತು. ಕೈಗಳು ನಡುಗುತ್ತಿದ್ದವು.

"ಫುಲೋಪ್, ಎಲ್ಎಸ್‌ಡಿ ಬಗ್ಗೆ ನಿಜವಾದ ಸಂಗತಿ ಏನು ?" ಲಾಯೋಶ್ ಕೇಳಿದ.

"ವಾತ್ಸ್‌ನಲ್ಲಿ ಎಲ್ಎಸ್‌ಡಿ ಇಲ್ಲ" ಎಂದ ಮೆರೆಸ್. ಅವನ ಧ್ವನಿ ದೃಢವಾಗಿತ್ತಾದರೂ ಸೊರಗಿತ್ತು.

"ಒಳ್ಳೆಯದು. ನಿನ್ನಿಂದ ನಾನು ಇದನ್ನೇ ನಿರೀಕ್ಷಿಸಿದ್ದು. ಈ ಒಳ್ಳೆಯ ಕೆಲಸಕ್ಕೆ ನೀನು ಏನು ಪ್ರತಿಫಲ ಅಪೇಕ್ಷಿಸ್ತೀ ? ನಿನಗೆ ಬಹಳ ಖರ್ಚಾಯಿತೂಂತ ಕೇಳ್ದೆ. ಏನು ಪ್ರತಿಫಲ ಬೇಕು ?"

ಕೊಂಚ ಗಲಿಬಿಲಿಗೊಂಡ, ಆದರೆ ಯಾವುದಕ್ಕೂ ಜಗ್ಗದ, ವಿಷ ಸೇವಿಸಿದವನ ನೋಟದಿಂದ ಲಾಯೋಶ್ ಯೋನನ್ನು ನೋಡುತ್ತ ಫುಲೋಪ್ ಮೆರೆಸ್ ದಿಟ್ಟನಾಗಿಯೇ ಹೇಳಿದ:

"ಒಂದು ಪಾಸ್‌ಪೋರ್ಟ್."

ರುಮಾನಿಯ

○ ಐ. ಎಲ್. ಕರಗಿಯಾಲೆ

ಈಸ್ಟರ್ ಪಂಜು

ಪೊಡೆನಿಯ ಪ್ರವಾಸಿ ಹೋಟೆಲಿನ ಮುಂದೆ ನೆರಳಿನಲ್ಲಿ ಹಾಕಿದ್ದ ಮೇಜಿನ ಬಳಿ ಲೀಬ ಜಿಬಾಲ್ ಚಿಂತಾಮಗ್ನನಾಗಿ ಕುಳಿತಿದ್ದ. ಕುದುರೆ ಬಂಡಿ ಬರುವುದನ್ನೇ ಆತ ಕಾಯುತ್ತಿದ್ದ. ಈಗಾಗಲೇ ಒಂದು ಗಂಟೆ ತಡವಾಗಿತ್ತು.

ಜಿಬಾಲ್‌ನ ಜೀವನವೊಂದು ದೊಡ್ಡ ಕಥೆ. ಆದರೆ ಅದು ಸಂತೋಷದಾಯಕ ಕಥೆಯಾಗಿರಲಿಲ್ಲ. ಜ್ವರ ಕೆರಳಿದಾಗಲೆಲ್ಲ, ಕಳೆದುಹೋದ ದಿನಗಳಲ್ಲಿ ನಡೆದ ಮುಖ್ಯ ಘಟನೆಗಳನ್ನು ಒಂದಾದ ಮೇಲೊಂದರಂತೆ ಅವನ ಮನಸ್ಸು ಮೆಲುಕು ಹಾಕುತ್ತಿತ್ತು.

ಭಾರಿ ಮದ್ಯದಂಗಡಿಯೊಂದರಲ್ಲಿ ಚಿಲ್ಲರೆ ಸೇವಕನಾಗಿದ್ದ ಅವನು ಆ ಕೆಲಸ ಕಳೆದುಕೊಂಡ ಮೇಲೆ ಜೀವನಕ್ಕಾಗಿ ಮಾಡಿದ್ದು ಬೀದಿಬೀದಿ ತಿರುಗಿ ಚಿಲ್ಲರೆ ವ್ಯಾಪಾರ, ಕಬ್ಬಿಣದ ಸಾಮಾನುಗಳ ಮಾರಾಟ, ಕೂಲಿ ಕೆಲಸ, ಆಗೀಗ ಇನ್ನೂ ಕಷ್ಟದ ದುಡಿಮೆ, ಹಳೇ ಬಟ್ಟೆ ವ್ಯಾಪಾರ, ದರ್ಜಿ ಕೆಲಸ, ಜಾಸಿ ಪಟ್ಟಣದ ಓಣಿಗಳಲ್ಲಿ ಬೂಟ್ ಪಾಲಿಷ್ ಮಾಡುವುದು – ಹೀಗೆ ಒಂದೇ, ಎರಡೇ, ನಾನಾ ಬಗೆಯ ಕೆಲಸ. ಮದ್ಯದಂಗಡಿ ಯಲ್ಲಿದ್ದಾಗ ಒಮ್ಮೆ ಬಾಲಕ ಜಿಬಾಲ್‌ನ ಉಸ್ತುವಾರಿಯಲ್ಲಿ ಹೇರು ಹೊರುವ ಇಬ್ಬರು ಒಂದು ಪೀಪಾಯಿಯನ್ನು ನೆಲಮಾಳಿಗೆಗೆ ಸಾಗಿಸುತ್ತಿದ್ದರು. ಈ ಕೆಲಸಕ್ಕೆ ತಮಗೆ ದೊರೆಯಲಿದ್ದ ಕೂಲಿಯ ಹಂಚಿಕೆ ಬಗ್ಗೆ ಅವರಿಬ್ಬರ ನಡುವೆ ಭಿನ್ನಾಭಿಪ್ರಾಯ, ಜಗಳ ಶುರುವಾಯಿತು. ಒಬ್ಬ ಹತ್ತಿರ ದಲ್ಲೇ ಇದ್ದ ಮರದ ತುಂಡಿನಿಂದ ಜತೆಯವನ ಹಣೆಗೆ ಬಾರಿಸಿದ. ಅವನು ನೆಲಕ್ಕುರುಳಿದ. ಹಣೆಯೆಲ್ಲ ರಕ್ತ. ಹುಡುಗ ಹೆದರಿ ಕಿರಿಚಿಕೊಂಡ. ಆದರೆ ಪೆಟ್ಟು ಹೊಡೆದಿದ್ದ ದುಷ್ಟ ಅಂಗಳದಿಂದ ಓಡಿದ. ಓಡುವಾಗ ಹುಡುಗನಿಗೂ ಒಂದೇಟು ಬಿಗಿದ. ಜಿಬಾಲ್ ಭಯದಿಂದ ನೆಲಕ್ಕೆ ಕುಸಿದ. ಆತ ಎಷ್ಟೋ ತಿಂಗಳು ಹಾಸಿಗೆ ಹಿಡಿದಿದ್ದ. ಗುಣಮುಖನಾಗಿ ಮತ್ತೆ ಕೆಲಸಕ್ಕೆ ಬಂದಾಗ ಅವನ ಜಾಗದಲ್ಲಿ ಬೇರೊಬ್ಬ ಕೆಲಸ ಮಾಡುತ್ತಿದ್ದ. ಅನಂತರ ಜೀವನಕ್ಕಾಗಿ ಹೋರಾಟ ಮೊದಲಾಯಿತು. ಸುರಾಳನ್ನು

ಮದುವೆಯಾದ ಮೇಲಂತೂ ಕಷ್ಟ ಇನ್ನೂ ಹೆಚ್ಚಾಯಿತು. ಇಬ್ಬರೂ ಹೇಗೋ ಕಾಲ ದೂಡಿದರು. ಸುರಾಳ ಸೋದರ, ಪೊಡೆನಿಯ ಪ್ರವಾಸಿ ಹೋಟೆಲಿನ ಮಾಲಿಕ, ಸತ್ತ. ಹೋಟೆಲನ್ನು ಜಿಬಾಲನೇ ನಡೆಸಲಾರಂಭಿಸಿದ.

ಅವನು ಇಲ್ಲಿದ್ದು ಈಗ ಐದು ವರ್ಷವಾಗಿತ್ತು. ಈ ಅವಧಿಯಲ್ಲಿ ಆತ ಸಾಕಷ್ಟು ಹಣ ಉಳಿಸಿದ್ದ. ವೈನ್ ಶೇಖರಿಸಿದ್ದ. ವೈನ್‌ಗೆ ಯಾವಾಗಲೂ ಒಳ್ಳೇ ಹಣ ಸಿಗುತ್ತದೆ. ಜಿಬಾಲ್ ಬಡತನದಿಂದ ಪಾರಾಗಿದ್ದ. ಆದರೆ ಅವನು, ಅವನ ಹೆಂಡತಿ ಸುರಾ ಮತ್ತು ಮಗು – ಈ ಮೂವರಿಗೂ ಖಾಯಿಲೆ. ಮಲೇರಿಯಾ. ಅಲ್ಲದೆ ಪೊಡೆನಿಯ ಗಂಡಸರೋ ಒರಟರು, ಜಗಳಗಂಟರು, ಚಾಡಿಕೋರರು, ಕಿಡಿಗೇಡಿಗಳು. ಆಗದವರ ಮೇಲೆ ಆಸಿಡ್ ಎರಚುವ ಆಪಾದನೆಗೆ ಒಳಗಾದವರು. ಅಲ್ಲದೆ ಆ ಬೆದರಿಕೆಗಳು! ಸ್ವಭಾವತಃ ಮೆತ್ತಗಿರುವವನಿಗೆ ಬೆದರಿಕೆಯೇ ಸಾಕು. ಅಂಥದೊಂದು ಬೆದರಿಕೆಯ ಯೋಚನೆಯೇ ಜಿಬಾಲ್‌ನನ್ನು ಜ್ವರಕ್ಕಿಂತಲೂ ಹೆಚ್ಚಾಗಿ ಬಾಧಿಸುತ್ತಿತ್ತು.

"ಅಯ್ಯೋ, ಅಧಮ ವಿಧರ್ಮೀಯ!" – ಮನಸ್ಸಿನಲ್ಲೇ ಶಪಿಸುತ್ತ ಜಿಬಾಲ್ ನಿಟ್ಟುಸಿರು ಬಿಟ್ಟ.

'ಅಧಮ' ಎಂದರೆ ಫಿಯೋರ್ಫೆ. ಅವನು ಈಗ ಎಲ್ಲಿದ್ದಾನೋ? ಒಮ್ಮೆ ಅವನಿಗೂ ಜಿಬಾಲ್‌ಗೂ ಜಗಳವಾಗಿತ್ತು.

ಆಗ ಶರತ್ಕಾಲ. ಒಂದು ದಿನ ಬೆಳಗ್ಗೆ ಫಿಯೋರ್ಫೆ ಹೋಟೆಲಿಗೆ ಬಂದಿದ್ದ. ಆತ ನಡೆದೂ ನಡೆದೂ ದಣಿದಿದ್ದ. ಆಸ್ಪತ್ರೆಯಿಂದ ಸ್ವಲ್ಪ ಸಮಯದ ಹಿಂದಷ್ಟೆ ಹೊರ ಬಂದಿದ್ದನಂತೆ. ಅವನು ಕೆಲಸ ಹುಡುಕುತ್ತಿದ್ದ. ಜಿಬಾಲ್ ಅವನನ್ನು ನೇಮಿಸಿಕೊಂಡ. ಆದರೆ ಯಾವಾಗಲೂ ಮುಖ ಗಂಟುಹಾಕಿಕೊಂಡೇ ಇರುತ್ತಿದ್ದ ಫಿಯೋರ್ಫೆ ಮಹಾಕ್ರೂರಿಯಂತೆ ವರ್ತಿಸಿದ. ಆತ ತನಗೆ ತಾನೇ ಏನೋ ಗೊಣಗಿಕೊಳ್ಳುತ್ತಿದ್ದ. ಸದಾ ಶಪಿಸುತ್ತಿದ್ದ. ಅವನೊಬ್ಬ ಕೆಟ್ಟ ಆಳು. ಸೋಮಾರಿ, ದುರಹಂಕಾರಿ. ಕದಿಯುವುದು ಬೇರೆ. ಜಿಬಾಲ್‌ನ ಹೆಂಡತಿ ಗರ್ಭಿಣಿಯಾಗಿದ್ದಾಗ ಆತ ಅವಳನ್ನು ಬೈದಿದ್ದ. ಬೆದರಿಸಿದ್ದ. ಹೊಟ್ಟೆಯ ಮೇಲೆ ಹೊಡೆದಿದ್ದ. ಇನ್ನೊಮ್ಮೆ ಎಳೆಯ ಸ್ಟೂಲ್‌ನ ಮೇಲೆ ನಾಯಿ ಛೂ ಬಿಟ್ಟಿದ್ದ.

ಲೀಬ ಜಿಬಾಲ್ ತಕ್ಷಣವೇ ಅವನಿಗೆ ಕೊಡಬೇಕಾಗಿದ್ದ ಹಣ ಕೊಟ್ಟು ಅವನನ್ನು ಕೆಲಸದಿಂದ ವಜಾ ಮಾಡಿದ. ಆದರೆ ಫಿಯೋರ್ಫೆ ತೆಪ್ಪಗೆ ಹೋಗಲಿಲ್ಲ. ತನ್ನನ್ನು ನೇಮಿಸಿಕೊಂಡಿರುವುದು ಒಂದು ವರ್ಷಕ್ಕೆ ಎಂದು ಕಟುವಾಗಿ ವಾದಿಸಿದ. ಅವನನ್ನು ಹೊರಹಾಕಲು ಲೀಬ ಪುರ ಕಚೇರಿಯಿಂದ ಪಹರೆಯವರನ್ನು ಕರೆಸಿದ.

ಅವರನ್ನು ಕಾಣುತ್ತಿದ್ದಂತೆ ಫಿಯೋರ್ಫೆ ಎದೆಯ ಮೇಲೆ ಕೈಯಿಟ್ಟುಕೊಂಡು "ಯೆಹೂದಿ" ಎಂದು ಕಿರಿಚಿದ. ಲೀಬನನ್ನು ಮನಸ್ಸಿಗೆ ಬಂದಂತೆ ದೂಷಿಸತೊಡಗಿದ. ದುರದೃಷ್ಟವಶಾತ್ ಆ ವೇಳೆಗೆ ಸರಿಯಾಗಿ ಗಿರಾಕಿಗಳಿಂದ ತುಂಬಿದ್ದ ಗಾಡಿಯೊಂದು ಬಂತು. ಫಿಯೋರ್ಫೆ ಹಲ್ಲು ಕಿರಿಯುತ್ತ ಹೇಳಿದ: "ಹೆದರಿಕೊಂಡೆಯಾ ಯಜಮಾನ? ಆಗಲಿ. ಈಗ ನಾನು ಹೋಗ್ತೇನೆ," ಎಂದು ರೋಷದಿಂದ ಬಾರ್‌ನ ಹಿಂಬದಿಯಲ್ಲಿದ್ದ ಲೀಬನತ್ತ ಬಗ್ಗಿದ. ಲೀಬ ಎಷ್ಟು ಸಾಧ್ಯವೋ ಅಷ್ಟು ಹಿಂದಕ್ಕೆ ಸರಿದ, ಫಿಯೋರ್ಫೆ ಮಾತು ಮುಂದುವರಿಸಿದ :

"ಈಸ್ಟರ್‌ನ ಹಿಂದಿನ ದಿನ ಬರ್ತೇನೆ. ನಾವಿಬ್ಬರೂ ಒಟ್ಟಿಗೆ ಕೆಂಪು ಮೊಟ್ಟೆಗಳನ್ನು ಒಡೆಯೋಣ, ಯೆಹೂದಿ! ನಿನಗೆ ನಾನೇನು ಮಾಡಿದ್ದೇನೆ ಅನ್ನೋದು ಆಗ ನಿನ್ನ ತಿಳಿವಿಗೆ ಬರ್ತದೆ. ಅದರ ಹೊಣೆ ನನ್ನ ಮೇಲಿರ್ಲಿ."

ಆತ ಹೀಗೆ ಹೇಳುತ್ತಿರುವಂತೆ ಗಿರಾಕಿಗಳು ಹೋಟೆಲನ್ನು ಪ್ರವೇಶಿಸಿದರು.

"ಲೀಬ ಯಜಮಾನ, ಈಸ್ಟರ್ ಸಮಯಕ್ಕೆ ಸಂಧಿಸೋಣ. ಆವರೆಗೆ ಆರೋಗ್ಯ ಚೆನ್ನಾಗಿರಲಿ" ಎಂದು ಹೇಳಿ ಫಿಯೋರ್ಫೆ ಹೊರಟುಹೋದ.

ಫಿಯೋರ್ಫೆ ವಿರುದ್ಧ ದೂರು ಕೊಡಲು ಜಿಬಾಲ್ ಪುರ ಕಛೇರಿಗೆ, ಅನಂತರ ಪೊಲೀಸ್ ಠಾಣೆಗೆ ಹೋದ. ಅವನ ಮೇಲೆ ಕಣ್ಣಿಟ್ಟಿರುವಂತೆ ಬೇಡಿಕೊಂಡ. ಪೊಲೀಸ್ ಅಧಿಕಾರಿ ಉತ್ಸಾಹಿ ತರುಣ. ಅವನು ಮೊದಲು ಜಿಬಾಲ್ ಕೊಟ್ಟ ನಮ್ರ ಕಾಣಿಕೆಯನ್ನು ಸ್ವೀಕರಿಸಿದ. ಬಳಿಕ ಆ ಅಂಜು ಯೆಹೂದಿಯನ್ನು ಗೇಲಿ ಮಾಡಿ ನಕ್ಕ. ತನ್ನ ಪರಿಸ್ಥಿತಿಯ ತೀವ್ರತೆಯನ್ನು ಆ ಅಧಿಕಾರಿಗೆ ಮನದಟ್ಟು ಮಾಡಿಕೊಡಲು ಜಿಬಾಲ್ ಪ್ರಯತ್ನಿಸಿದ. ತನ್ನ ಮನೆ ಹಳ್ಳಿಯಿಂದ, ಹೆದ್ದಾರಿಯಿಂದ ದೂರವಾಗಿದ್ದು ಹತ್ತಿರದಲ್ಲಿ ಯಾರೂ ಇಲ್ಲದಿರುವುದನ್ನು ತಿಳಿಸಿದ. ಇಂಥ ವಿಷಯದಲ್ಲಿ ಸ್ವಲ್ಪ ವಿವೇಕದಿಂದ ನಡೆದುಕೊಳ್ಳುವುದು ಒಳಿತೆಂದು ಆ ಅಧಿಕಾರಿ ಗಂಭೀರವಾಗಿಯೇ ಅವನಿಗೆ ಬುದ್ಧಿ ಹೇಳಿದ. ಹೀಗೆಲ್ಲ ದೂರಿತ್ತರೆ ಗಲಾಟೆಗೆ ಹಾತೊರೆಯುವ ಒರಟರು, ಬಡವರು ಇರುವ ಹಳ್ಳಿಯಲ್ಲಿ ಅವರನ್ನು ಕೆರಳಿಸಿದಂತಾಗುತ್ತದೆ ಎಂದು ಹೇಳಿ ಕಳಿಸಿದ.

ಕೆಲವು ದಿನ ಕಳೆಯಿತು. ಇಬ್ಬರು ಸವಾರರೊಡನೆ ಒಬ್ಬ ಅಧಿಕಾರಿ ಫಿಯೋರ್ಫೆಯನ್ನು ಹುಡುಕಿಕೊಂಡು ಬಂದ. ಯಾವುದೋ ಅಪರಾಧಕ್ಕೆ ಸಂಬಂಧಿಸಿದಂತೆ ಅವರಿಗೆ ಆ ವ್ಯಕ್ತಿ ಬೇಕಾಗಿದ್ದ.

ಈ ಜನ ಬರುವವರೆಗೆ ಫಿಯೋರ್ಫೆಯನ್ನು ಜಿಬಾಲ್ ಹೇಗಾದರೂ ಸಹಿಸಿಕೊಂಡಿದ್ದಿದ್ದರೆ! ಈಗ ಫಿಯೋರ್ಫೆ ಎಲ್ಲಿರುವನೆಂದು ಯಾರಿಗೂ ತಿಳಿಯದು. ಇದೆಲ್ಲ ನಡೆದು ಎಷ್ಟೋ ಸಮಯ ಕಳೆದಿದೆ. ಆದರೂ ಏನನ್ನೋ ಹೊರತೆಗೆಯುವವನಂತೆ ಫಿಯೋರ್ಫೆ ಎದೆಯ ಮೇಲೆ ಕೈ ಇಟ್ಟುಕೊಂಡದ್ದು, ಅವನ ಬೆದರಿಕೆಯ ಮಾತುಗಳು ಪುಕ್ಕಲು ಜಿಬಾಲ್‌ನ ಮನಸ್ಸಿನಲ್ಲಿ ಅಚ್ಚಳಿಯದಂತೆ ನೆಟ್ಟುಹೋಗಿದ್ದುವು. ಈ ಘಟನೆ ಮರೆಯಲಾಗದಂತೆ ನೆನಪಿನಲ್ಲಿ ಹೇಗೆ ಉಳಿದಿತ್ತು!

ಇದೀಗ ಈಸ್ಟರ್‌ನ ಮುನ್ನಾ ದಿನ.

ಗುಡ್ಡದ ಮೇಲಿನಿಂದ, ಎರಡು ಮೈಲಿಗಳ ದೂರದಲ್ಲಿ ಸರೋವರಗಳ ಬಳಿಯಿರುವ ಹಳ್ಳಿಯಿಂದ ಇಗರ್ಜಿಯ ಗಂಟೆಯ ಧ್ವನಿ ಕೇಳಿಸಿತು. ಆತಂಕಗೊಂಡಿರುವ ವ್ಯಕ್ತಿಗೆ ಆ ಧ್ವನಿ ವಿಚಿತ್ರವಾಗಿ ಕೇಳಿಸುತ್ತದೆ – ಒಮ್ಮೆ ಕರ್ಕಶವಾಗಿ, ಒಮ್ಮೆ ಎಲ್ಲೋ ದೂರದಿಂದ ಬಂದಂತೆ. ಈ ರಾತ್ರಿಯೇ ಈಸ್ಟರ್ ಹಿಂದಿನ ರಾತ್ರಿ – ಫಿಯೋರ್ಫೆಯ ಪ್ರತಿಜ್ಞೆ ಈಡೇರುವ ರಾತ್ರಿ.

"ಬಹುಶಃ ಈ ವೇಳೆಗೆ ಅವನನ್ನು ಹಿಡಿದುಕೊಂಡು ಹೋಗಿರಬಹುದು."

ಅಲ್ಲದೆ ಜಿಬಾಲ್ ಪೊಡೆನಿಯಲ್ಲಿರಬೇಕೆಂದಿದ್ದುದು ಇನ್ನು ಸ್ವಲ್ಪ ಕಾಲ ಮಾತ್ರ. ಇರುವ ಬಂಡವಾಳದಲ್ಲಿ ತಾನು ಜಾಸಿಯಲ್ಲಿ ಒಳ್ಳೆಯ ವ್ಯಾಪಾರ ಆರಂಭಿಸಬಹುದು ಎಂದಾತ ಯೋಚಿಸುತ್ತಿದ್ದ : ಪಟ್ಟಣವಾದರೆ, ಅಲ್ಲಿ ಅವನ ಆರೋಗ್ಯವೂ ಸುಧಾರಿಸುತ್ತದೆ. ಪೊಲೀಸ್ ರಕ್ಷಣೆ ಇರುತ್ತದೆ. ಪೊಲೀಸರಿಗೆ, ಪೇದೆಗಳಿಗೆ ಅಧಿಕಾರಿಗಳಿಗೆ ಕೈ ಬೆಚ್ಚಗೆ ಮಾಡಬಹುದು. ಹೆಚ್ಚು ಹಣ ತೆತ್ತಷ್ಟೂ ರಕ್ಷಣೆ ಹೆಚ್ಚು.

ರಾತ್ರಿಯಾಯಿತೆಂದರೆ ಪೊಡೆನಿ ಕಣಿವೆಯಂಥ ಜನದಟ್ಟಣೆಯಿಲ್ಲದ ಕಡೆ ಕತ್ತಲು, ನೀರವತೆ. ದೊಡ್ಡ ಹಳ್ಳಿಗಳಲ್ಲಿ ಹೀಗಲ್ಲ – ಗಲಾಟೆ, ಬೆಳಕು ಇರುತ್ತದೆ. ಜಾಸಿಯಲ್ಲಿ ಒಂದು

ಹೋಟೆಲಿದೆ – ಆ ಮೂಲೆಯಲ್ಲಿದೆಯಲ್ಲ, ಅದು ವ್ಯಾಪಾರಕ್ಕೆ ಹೇಳಿ ಮಾಡಿಸಿದಂಥ ಸ್ಥಳ. ಕ್ಯಾಫೆ ಛಾಂಟಾಂಟ್. ಅಲ್ಲಿ ರಾತ್ರಿಯೆಲ್ಲ ಹುಡುಗಿಯರು ಹಾಡುತ್ತಾರೆ. ಗೆಲುವು, ಉತ್ಸಾಹ ಚಿಮ್ಮುವ ಜೀವನ! ಅಲ್ಲಿ ಹಗಲೂ ರಾತ್ರಿ ಅಧಿಕಾರಿಗಳಿಗೆ, ಅವರ ಪ್ರೇಯಸಿಯರಿಗೆ ಮತ್ತು ಉಳಿದ ಕ್ರೈಸ್ತರಿಗೆ ಮನರಂಜನೆ ಬೇಕು.

ಎಲ್ಲೋ ದೂರದಲ್ಲಿ ಬಂದು ಹೋಗುವ ರೈಲಿನ ಓಡಾಟ ಆರಂಭವಾದ ಮೇಲಂತೂ ವ್ಯಾಪಾರ ಕಡಿಮೆಯಾಗುತ್ತಿರುವ ಇಲ್ಲಿ ಸುಮ್ಮನೆ ತಲೆಕೆಡಿಸಿಕೊಳ್ಳುವುದರಿಂದೇನು ಪ್ರಯೋಜನ?

"ಲೀಬ"– ಒಳಗಿನಿಂದ ಸುರಾ ಕೂಗಿದಳು. "ಕುದುರೆಬಂಡಿ ಬರ್‍ತಿದೆ. ಗಂಟೆ ಶಬ್ದ ಕೇಳಿಸ್ತಿದೆ," ಎಂದಳು.

ಪೊಡೆನಿ ಕಣಿವೆ ಎಲ್ಲ ಕಡೆ ಮರಗಳಿಂದ ತುಂಬಿದ ಗುಡ್ಡಗಳಿಂದ ಸುತ್ತುವರಿದ ಕಮರಿ. ಗುಡ್ಡಗಳಲ್ಲಿ ಊಟೆಗಳಿವೆ. ನೀರು ಹರಿದು ದಕ್ಷಿಣದ ಇಳಿಜಾರಿನಲ್ಲಿ ಅನೇಕ ಕೊಳಗಳಾಗಿವೆ. ಆಳವಾದ ಈ ಕೊಳಗಳ ಮೇಲ್ಭಾಗದಲ್ಲಿ ಅಲ್ಲಲ್ಲೇ ಪೊದೆಗಳಿಂದ ತುಂಬಿದ ಅಷ್ಟಿಷ್ಟು ಭೂಮಿ. ಜಿಬಾಲ್‌ನ ಹೋಟೆಲು ಕಣಿವೆಯ ಮಧ್ಯದಲ್ಲಿದೆ. ಅತ್ತ ಕೊಳಗಳು. ಉತ್ತರಕ್ಕೆ ಎತ್ತರವಾದ ಭೂಮಿ. ನಡುವೆ ಹೋಟೆಲು. ಹಳೆಯ ಕಲ್ಲುಕಟ್ಟಡ. ಆದರೂ ಸಣ್ಣ ಕೋಟೆಯಂತೆ ಭದ್ರ. ಜೌಗು ನೆಲವಾದರೂ ಗೋಡೆಗಳಲ್ಲಿ, ನೆಲಮಾಳಿಗೆಯಲ್ಲಿ ಸ್ವಲ್ಪವೂ ತೇವವಿಲ್ಲ.

ಸುರಾಳ ಧ್ವನಿ ಕೇಳಿ ಜಿಬಾಲ್ ಮನಸ್ಸಿಲ್ಲದ ಮನಸ್ಸಿನಿಂದ ಕುರ್ಚಿಯಿಂದ ಮೇಲೆದ್ದ. ಪೂರ್ವ ದಿಕ್ಕಿನಲ್ಲಿ ಬಹು ದೂರದ ತನಕ ದೃಷ್ಟಿ ಹಾಯಿಸಿದ. ಆ ನೋಟದಲ್ಲಿ ಸ್ವಲ್ಪವಾದರೂ ಉತ್ಸಾಹವಿರಲಿಲ್ಲ.

"ಬಂಡಿಯೂ ಇಲ್ಲ, ಏನೂ ಇಲ್ಲ. ಎಲ್ಲ ನಿನ್ನ ಊಹೆ, ಅಷ್ಟೆ" ಎಂದು ಹೇಳಿ ಜಿಬಾಲ್ ಮತ್ತೆ ಕುರ್ಚಿಯ ಮೇಲೆ ಕುಕ್ಕರಿಸಿದ.

ಅವನಿಗೆ ಸುಸ್ತಾಗಿತ್ತು. ಮೇಜಿನ ಮೇಲೆ ಕತ್ತರಿಯ ಹಾಗೆ ಕೈಗಳನ್ನು ಚಾಚಿದ. ಅವನ ತಲೆ ಸಿಡಿದುಹೋಗುತ್ತಿತ್ತು. ಕೈಗಳ ಮೇಲೆ ತಲೆ ಇಟ್ಟುಕೊಂಡ. ವಸಂತದ ಬಿಸಿಲು ಜೌಗು ನೆಲದ ಮೇಲೆ ಬೆಳಗತೊಡಗಿತು. ಹಿತವಾದ ಅಲಸಿಕೆ ಅವನ ಮೈಯನ್ನಾವರಿಸಿತು. ಕಾಯಿಲೆ ಮನುಷ್ಯನಂತೆ ಅವನು ಏನೇನೋ ಯೋಚಿಸತೊಡಗಿದ. ಕ್ರಮೇಣ ಆ ಯೋಚನೆಗಳು ಏನೇನೋ ರೂಪ ತಳೆದುವು :

ಫಿಯೋರ್ಫೆ – ಈಸ್ಟರ್ ಮುನ್ನಾ ದಿನ – ಕಳ್ಳರು – ಜಾಸಿ – ಪಟ್ಟಣದ ಮಧ್ಯೆ ಹೋಟೆಲು – ಒಳ್ಳೆಯ ವ್ಯಾಪಾರ – ಆನಂದ, ಆಹ್ಲಾದ – ಆರೋಗ್ಯ ಸುಧಾರಣೆ...

ಹಾಗೇ ನಿದ್ದೆಯ ಮಂಪರು.

ಸುರಾ ಮತ್ತು ಮಗುವಿಗೆ ಬೇಕಾದ ಅನೇಕ ಸೌಕರ್ಯಗಳು ಇಲ್ಲಿರಲಿಲ್ಲ.

ಜಿಬಾಲ್ ಹೋಟೆಲಿನ ಬಾಗಿಲ ಬಳಿ ಬಂದು ರಸ್ತೆಯುದ್ದಕ್ಕೂ ದೃಷ್ಟಿ ಹಾಯಿಸಿದ.

ದೊಡ್ಡ ರಸ್ತೆಯಲ್ಲಿ ಎಡೆಬಿಡದಷ್ಟು ವಾಹನ ಸಂಚಾರ. ಚಕ್ರಗಳುರುಳುವ ಸದ್ದು. ಜತೆಗೆ ನಯವಾದ ಆಸ್ಫಾಲ್ಟ್ ರಸ್ತೆಯ ಮೇಲೆ ಸಾಗುವ ಕುದುರೆಗಳ ಲಯಬದ್ಧ ಖುರಪುಟ ಧ್ವನಿ.

ಇದ್ದಕ್ಕಿದ್ದಂತೆ ವಾಹನ ಸಂಚಾರ ಸ್ತಬ್ಧವಾಯಿತು. ಕೈಗಳನ್ನಾಡಿಸುತ್ತ, ಉದ್ರೇಕದಿಂದ ಕೂಗುತ್ತ ಕೋಪೂನಿಂದ ಬರುತ್ತಿದ್ದ ಜನರ ಗುಂಪೊಂದು ಕಾಣಿಸಿತು. ಸಿಪಾಯಿಗಳು, ಒಬ್ಬ ಪಹರೆಯವ, ಸಾರ್ವಜನಿಕರು ಇದ್ದ ಆ ಗುಂಪು ಯಾರನ್ನೋ ಹಿಂಬಾಲಿಸಿ ಬರುತ್ತಿರುವಂತೆ ಕಂಡಿತು. ಅವರನ್ನು ನೋಡಲು ಹೋಟೆಲಿನ ಎಲ್ಲ ಬಾಗಿಲುಗಳಲ್ಲೂ ಕುತೂಹಲಿ ಪ್ರೇಕ್ಷಕರು.

"ಹಾ, ಒಬ್ಬ ಕಳ್ಳನನ್ನು ಹಿಡಿದಿದ್ದಾರೆ" ಎಂದುಕೊಂಡ ಜಿಬಾಲ್. ಮೆರವಣಿಗೆ ಹತ್ತಿರ ಬಂತು. ಇತರರೊಂದಿಗಿದ್ದ ಸುರಾ, ಹೋಟೆಲಿನ ಮೆಟ್ಟಿಲ ಮೇಲಿದ್ದ ಗಂಡನ ಬಳಿ ಬಂದುನಿಂತಳು.

"ಏನು ಅದು ?" ಜಿಬಾಲ್ ಕೇಳಿದ.

"ಗೋಲಿಯಾದಿಂದ ತಪ್ಪಿಸಿಕೊಂಡಿರುವ ಒಬ್ಬ ಹುಚ್ಚ."

"ಅವನು ನಮ್ಮ ಹತ್ತಿರ ಬರದಂತೆ ಹೋಟೆಲನ್ನು ಮುಚ್ಚಿಬಿಡೋಣ."

"ಈಗ ಅವನನ್ನು ಕಟ್ಟಿದ್ದಾರೆ. ಸ್ವಲ್ಪ ಹೊತ್ತಿಗೆ ಮುಂಚೆ ತಪ್ಪಿಸಿಕೊಂಡು ಸಿಪಾಯಿಗಳೊಡನೆ ಕಾದಾಡಿದ. ಗುಂಪಿನಲ್ಲಿದ್ದ ಒಬ್ಬ ಒರಟ ಕ್ರೈಸ್ತ ಅವನ ಮೇಲೆ ಯೆಹೂದಿಯೊಬ್ಬನನ್ನು ನೂಕಿದ. ಆ ಹುಚ್ಚ ಅವನ ಕೆನ್ನೆಯನ್ನು ಬಲವಾಗಿ ಕಚ್ಚಿಬಿಟ್ಟ."

ಮೆಟ್ಟಿಲ ಮೇಲೆ ನಿಂತಿದ್ದ ಜಿಬಾಲ್‌ಗೆ ಎಲ್ಲ ಚೆನ್ನಾಗಿ ಕಾಣುತ್ತಿತ್ತು. ಕೆಳಗಿನ ಮೆಟ್ಟಿಲಲ್ಲಿ ನಿಂತು ಸುರಾ ನೋಡುತ್ತಿದ್ದಳು. ಅವಳ ತೋಳುಗಳಲ್ಲಿ ಮಗು.

ನಿಜವಾಗಿಯೂ ಅವನೊಬ್ಬ ಹುಚ್ಚನೇ. ಬಲವಾಗಿದ್ದ ಅವನ ಎರಡು ಕೈಗಳನ್ನೂ ದಪ್ಪ ಹಗ್ಗದಿಂದ ಕಟ್ಟಿದ್ದರು. ಇಬ್ಬರು ಹಿಡಿದುಕೊಂಡಿದ್ದರು. ಭಾರಿ ಆಳು. ಹೋರಿಯಂಥ ತಲೆ. ತಲೆತುಂಬಾ ಒರಟು ಕಪ್ಪು ಕೂದಲು. ಕೆದರಿದ ಗಡ್ಡ, ಕೆನ್ನೆಯಲ್ಲೂ ಕೂದಲು. ಗುದ್ದಾಟದಲ್ಲಿ ಅವನ ಷರಟು ಹರಿದುಹೋಗಿ ತಲೆಯಂತೆಯೇ ಕೂದಲಿನಿಂದ ತುಂಬಿದ್ದ ಅವನ ಅಗಲವಾದ ಎದೆ ಕಾಣುತ್ತಿತ್ತು. ಬರಿಗಾಲು. ಬಾಯಲ್ಲಿ ರಕ್ತ. ಮೇಲೆ ಬಿದ್ದ ಯೆಹೂದಿಯನ್ನು ಕಚ್ಚಿದ್ದರಿಂದ ಬಾಯಿಗೆ ಬಂದ ಅವನ ಗಡ್ಡದ ಕೂದಲುಗಳನ್ನು ಆತ ಹೊರಕ್ಕೆ ಉಗಿಯುತ್ತಿದ್ದ.

ಎಲ್ಲರೂ ಸ್ತಬ್ಧರಾಗಿ ನಿಂತಿದ್ದರು. ಪಹರೆಯವರು ಅವನ ಕೈಗಳನ್ನು ಬಿಚ್ಚಿದರು. ಗುಂಪು ಅವನಿಗೆ ದಾರಿ ಬಿಟ್ಟು ಒಂದು ಪಕ್ಕಕ್ಕೆ ಸರಿಯಿತು. ಹುಚ್ಚ ತನ್ನನ್ನು ನೋಡಿಕೊಂಡ, ಬಳಿಕ ಅವನ ಕ್ರೂರ ದೃಷ್ಟಿ ಜಿಬಾಲನ ಹೋಟೆಲು ಬಾಗಿಲಿನ ಮೇಲೆ ನೆಟ್ಟಿತು. ಆತ ಕಟಕಟನೆ ಹಲ್ಲು ಕಡಿದ. ಮೂರು ಹೆಜ್ಜೆ ಮುಂದಕ್ಕೆ ನುಗ್ಗಿ, ರೆಪ್ಪೆ ಮುಚ್ಚುವಷ್ಟರಲ್ಲಿ ಬಲಗೈಯಲ್ಲಿ ಮಗುವಿನ ತಲೆಯನ್ನೂ ಎಡಗೈಯಲ್ಲಿ ಸುರಾಳ ತಲೆಯನ್ನೂ ಬಲವಾಗಿ ಹಿಡಿದುಕೊಂಡು ಒಂದಕ್ಕೊಂದನ್ನು ಘಟ್ಟಿಸಿದ. ಹೊಸ ಮೊಟ್ಟೆಗಳಂತೆ ಎರಡು ತಲೆಗಳೂ ಚೂರುಚೂರಾದುವು. ಎರಡು ಬುರುಡೆಗಳೂ ಪುಡಿಪುಡಿಯಾದ ಶಬ್ದವಾಯಿತು. ಅದನ್ನು ವಿವರಿಸುವುದು ಸಾಧ್ಯವೇ ಇಲ್ಲ.

ಜಿಬಾಲ್‌ನ ಹೃದಯ ಒಡೆದುಹೋಯಿತು. ಬಹಳ ಎತ್ತರದಿಂದ ಬೀಳುವವನಂತೆ "ನನ್ನನ್ನು ಕೇಳುವವರೇ ಇಲ್ಲವೆ ? ಆ ಹುಚ್ಚನ ಕೈಗೆ ಕೊಟ್ಟುಬಿಟ್ಟಿರಾ !" ಎಂದು ಆತ ಕೂಗಲು ಯತ್ನಿಸಿದ. ಆದರೆ ಅವನ ಬಾಯಿಯಿಂದ ಶಬ್ದಗಳೇ ಹೊರಡಲಿಲ್ಲ.

"ಏ ಯೆಹೂದಿ, ಏಳು." ಕೋಲಿನಿಂದ ಮೇಜಿಗೆ ಗಟ್ಟಿಯಾಗಿ ಹೊಡೆಯುತ್ತ ಯಾರೋ ಕೂಗಿದರು.

"ನಿದ್ದೆ ಮಾಡುತ್ತಿರುವವರನ್ನು ಹಾಗೆ ಹೆದರಿಸಿ ಎಚ್ಚರ ಮಾಡುವುದು ಸರಿಯಲ್ಲ. ನೀನೊಬ್ಬ ಮೂರ್ಖ ರೈತ," ಎಂದಳು ಹೋಟೆಲಿನ ಬಾಗಿಲಲ್ಲಿ ನಿಂತಿದ್ದ ಸುರಾ.

"ಯಾಕೆ ಹೆದರಿಕೊಂಡಿದ್ದೀಯಾ ? ಮಧ್ಯಾಹ್ನದಲ್ಲಿ ನಿದ್ರಿಸ್ತೀಯಾ ? ಏಳು, ಏಳು. ಗಿರಾಕಿಗಳು ಬರ್ತಿದ್ದಾರೆ. ಟಪಾಲು ಗಾಡಿ ಬರ್ತಿದೆ," ಎಂದ ಆ ವ್ಯಕ್ತಿ ನಗುತ್ತಾ.

ಅವನಿಗೊಂದು ದುರಭ್ಯಾಸ. ಆತ ಜಿಬಾಲ್‌ಗೆ ಕಚಗುಳಿ ಇಟ್ಟ. ಜಿಬಾಲ್‌ಗೆ ಸಿಟ್ಟು ಬಂತು.

"ಸುಮ್ಮನಿರು" ಎಂದು ಅವನು ಆ ವ್ಯಕ್ತಿಯನ್ನು ಬಲವಾಗಿ ನೂಕಿದ. "ನನಗೆ ಹುಷಾರಿಲ್ಲ. ಅಷ್ಟು ಗೊತ್ತಾಗೋಲ್ವೆ ನಿನಗೆ? ನನಗೆ ತೊಂದರೆ ಕೊಡಬೇಡ," ಎಂದ.

ಕೊನೆಗೂ ಕುದುರೆ ಬಂಡಿ ಮೂರು ಗಂಟೆ ತಡವಾಗಿ ಬಂತು. ಗಾಡಿ ಹೊಡೆಯುವವನ ಜತೆಯಲ್ಲೆ ಇಬ್ಬರು ಪ್ರಯಾಣಿಕರು ಕುಳಿತಿದ್ದರು. ತಮ್ಮೊಂದಿಗೆ ಹೋಟೆಲಿಗೆ ಬರುವಂತೆ ಅವನನ್ನು ಅವರು ಆಹ್ವಾನಿಸಿದ್ದರು.

ಆ ಪ್ರಯಾಣಿಕರು ಆಡಿದ ಮಾತುಗಳಿಂದ ಇತ್ತೀಚೆಗೆ ನಡೆದ ಘಟನೆಗಳು ಬೆಳಕಿಗೆ ಬಂದುವು. ಮುಖ್ಯ ಕುದುರೆ ಬಂಡಿ ನಿಲ್ದಾಣದಲ್ಲಿದ್ದ ಯೆಹೂದಿಯ ಹೋಟೆಲಿನಲ್ಲಿ ಹಿಂದಿನ ರಾತ್ರಿ ದರೋಡೆ, ಕೊಲೆ ನಡೆದಿತ್ತು. ಕೊಲೆಯಾದ ಹೋಟೆಲು ಮಾಲಿಕ ಬಂಡಿಗೆ ಬದಲಿ ಕುದುರೆಗಳನ್ನು ಕೊಡಬೇಕಾಗಿತ್ತು. ಆದರೆ ಕಳ್ಳರು ಅವುಗಳನ್ನು ಒಯ್ದಿದ್ದರು. ಹಳ್ಳಿಯಲ್ಲಿ ಬೇರೆ ಕುದುರೆಗಳಿಗಾಗಿ ಗಾಡಿಯವನು ಪ್ರಯತ್ನ ನಡೆಸಿದ್ದಾಗ ಆ ಕುತೂಹಲಿ ಪ್ರಯಾಣಿಕರು ಕೊಲೆ ನಡೆದ ಸ್ಥಳವನ್ನು ನಿಧಾನವಾಗಿ ಪರೀಕ್ಷಿಸಿದ್ದರು. ಐವರ ಕೊಲೆ! ಇದು ಆದದ್ದಾದರೂ ಹೇಗೆ? ಆ ಮನೆಯಲ್ಲಿ ನಡೆದಿದ್ದ ಹಾವಳಿಯನ್ನು ನೋಡಿದರೆ ಅದೊಂದು ಕ್ರೂರ ಪ್ರತೀಕಾರ ಅಥವಾ ಯಾರೋ ಒಬ್ಬ ಮತಾಂಧನ ಕೃತ್ಯ ಎಂದು ಹೇಳಬಹುದಾಗಿತ್ತು.

ಜಿಬಾಲ್‌ನ ಮೈ ನಡುಗಿತು. ಭಯದಿಂದ ಮುಖ ಬಿಳಿಚಿಕೊಂಡಿತು. ಮುಂದೆ ನಡೆದ ಮಾತುಗಳಿಂದ ಪ್ರಯಾಣಿಕರ ಬಗ್ಗೆ ಗಾಡಿಯವನಿಗೆ ನಿಜವಾಗಿಯೂ ಗೌರವ ಮೂಡಿರಲೇಬೇಕು. ಆ ಪ್ರಯಾಣಿಕರಿಬ್ಬರೂ ವಿದ್ಯಾರ್ಥಿಗಳು. ಒಬ್ಬ ತತ್ತ್ವಶಾಸ್ತ್ರದ ವಿದ್ಯಾರ್ಥಿ. ಮತ್ತೊಬ್ಬ ವೈದ್ಯಶಾಸ್ತ್ರ ಓದುತ್ತಿದ್ದ. ಹುಟ್ಟಿದೂರಿನಲ್ಲಿ ಸ್ವಲ್ಪ ದಿನ ಆರಾಮವಾಗಿ ಕಾಲ ಕಳೆಯಲು ಅವರು ಹೊರಟಿದ್ದರು. ಪಾತಕವೃತ್ತಿ ಹಾಗೂ ಅದರ ಕಾರಣವನ್ನು ಕುರಿತು ಇಬ್ಬರೂ ಬಿರುಸಾಗಿಯೇ ಚರ್ಚಿಸಿದರು. ತತ್ತ್ವಶಾಸ್ತ್ರದ ವಿದ್ಯಾರ್ಥಿಗಿಂತ ವೈದ್ಯಕೀಯ ವಿದ್ಯಾರ್ಥಿ ವಿಷಯವನ್ನು ಹೆಚ್ಚು ಚೆನ್ನಾಗಿ ತಿಳಿದುಕೊಂಡಿದ್ದ.

ಮಕ್ಕಳು ತಂದೆ ತಾಯಿಗಳನ್ನು ಹೋಲದೆ ಅವರಿಗಿಂತ ಹಿಂದಿನ ಪಿತೃಗಳನ್ನು ಹೋಲುವುದು, ಮದ್ಯಪಾನದ ಚಟ, ಅದರಿಂದ ದೇಹದ ಮೇಲಾಗುವ ಪರಿಣಾಮ, ಜನನ ದೋಷಗಳು, ಅಂಗವೈಕಲ್ಯ, ಮಲೇರಿಯ, ನರಗಳ ವಿಕಾರಗಳು; ಆಧುನಿಕ ವಿಜ್ಞಾನದ ಯಶಸ್ಸು, ಆದರೂ ಮೂಲ ಸಂತತಿಯ ಮಾದರಿಗೇ ಮರಳುವ ಸಂದರ್ಭಗಳು; ಡಾರ್ವಿನ್*, ಹ್ಯಾಕೆಲ್**, ಲೊಂಬ್ರೋಸೋ*** – ಹೀಗೇ ಚರ್ಚೆ ಮುಂದುವರಿದಿತ್ತು. ಮೂಲ ಸಂತತಿಯ ಮಾದರಿಗೇ

---

* ಡಾರ್ವಿನ್ : ಚಾರ್ಲ್ಸ್ ರಾಬರ್ಟ್ ಡಾರ್ವಿನ್ (1809–1882) 19ನೇ ಶತಮಾನದ ಜಗದ್ವಿಖ್ಯಾತ ಬ್ರಿಟಿಷ್ ವಿಜ್ಞಾನಿ. ವಿಕಾಸ ಸಿದ್ಧಾಂತದ ಜನಕ. 'ಜೀವಜಾತಿಗಳ ಉಗಮ' ಮತ್ತು 'ಮಾನವನ ಹುಟ್ಟು' ಎಂಬ ಇವನ ಕೃತಿಗಳು ಜೀವ ವಿಜ್ಞಾನದಲ್ಲಿ ಒಂದು ಕ್ರಾಂತಿಯನ್ನೇ ಉಂಟು ಮಾಡಿದವು. ಅವನ ಸಿದ್ಧಾಂತ ಮೊದಮೊದಲು ಧರ್ಮಾಭಿಮಾನಿಗಳ ಮತ್ತು ಕ್ರೈಸ್ತ ಗುರುಗಳ ಕಟುಟೀಕೆಗೆ ಗುರಿಯಾಗಿತ್ತು.

** ಹ್ಯಾಕೆಲ್ : ಎರ್ನೆಸ್ಟ್ ಹೆನ್ರಿಕ್ ಹ್ಯಾಕೆಲ್ (1834–1919) ಡಾರ್ವಿನ್ನನ ಸಿದ್ಧಾಂತಗಳ ಪ್ರಮುಖ ಜರ್ಮನ್ ಪ್ರತಿಪಾದಕ.

*** ಲೊಂಬ್ರೋಸೋ : ಸಿಸರೆ ಲೊಂಬ್ರೋಸೋ (1835–1909) ಇಟಲಿಯ ಒಬ್ಬ ಪ್ರಸಿದ್ಧ ವೈದ್ಯ ಹಾಗೂ ಪಾತಕವೃತ್ತಿ ತಜ್ಞ. ಪಾತಕಿಗಳು ಒಂದು ನಿರ್ದಿಷ್ಟ ಮಾದರಿಯ ಜನರು ಮತ್ತು ಈ ಮಾದರಿಯನ್ನು ಅವರ ದೈಹಿಕ ಲಕ್ಷಣಗಳಿಂದ ಗುರುತಿಸಬಹುದೆಂಬುದು ಇವನ ಸಿದ್ಧಾಂತವಾಗಿತ್ತು.

ಮರಳುವ ಮಾತು ಬಂದಾಗ ಆಧುನಿಕ ವಿಜ್ಞಾನದ ವಿಜಯದ ಬಗ್ಗೆ ಗಾಡಿಯವನ ಕಣ್ಣುಗಳಲ್ಲಿ ಮೆಚ್ಚುಗೆ ಕಂಡಿತು.

"ಪಾತಕಿಗಳನ್ನು ಒಂದು ಪ್ರತ್ಯೇಕ ಮಾದರಿ ಎಂದಿಟ್ಟುಕೊಂಡರೆ, ಅಂಥ ವ್ಯಕ್ತಿಗೆ ಉಳಿದೆಲ್ಲರಿಗಿಂತ ಉದ್ದವಾದ ತೋಳುಗಳಿರುತ್ತವೆ. ಪಾದಗಳು ಚಿಕ್ಕವು. ಕಿರಿದಾದ ಚಪ್ಪಟೆ ಹಣೆ, ದಪ್ಪ ಹೆಡತಲೆ. ಅವನದು ಮೃಗದಂಥ ಒರಟು ಮುಖವೆಂದು ಅನುಭವೀ ಕಣ್ಣಿಗೆ ತಕ್ಷಣ ಗೊತ್ತಾಗಿಬಿಡುತ್ತದೆ. ಅವನೊಬ್ಬ ಆದಿಮಾನವ. ನಾನು ಹೇಳಿದಂತೆ ಅವನು ಇತ್ತೀಚೆಗಷ್ಟೇ ಹಿಂಗಾಲುಗಳ ಮೇಲೆ ನಿಲ್ಲುವುದನ್ನು, 'ಆಕಾಶದತ್ತ ಬೆಳಕಿನತ್ತ' ತಲೆಯೆತ್ತುವುದನ್ನು ಕಲಿತ ಮೃಗ" ಎಂದ ವೈದ್ಯಕೀಯ ವಿದ್ಯಾರ್ಥಿ.

ಜಿಬಾಲ್‌ನ ಸಂಗ್ರಹದಲ್ಲಿದ್ದುದು ಸೊಗಸಾಗಿ ತಯಾರಿಸಲ್ಪಟ್ಟು ಪಕ್ವವಾಗಿದ್ದ ವೈನ್. ಅಷ್ಟೊಂದು ಕೋಲಾಹಲದ ತರುವಾಯ ಅಂಥ ವೈನನ್ನು ಸೇವಿಸುತ್ತ ಚೆನ್ನಾಗಿ ಊಟ ಮಾಡಿದ ಪರಿಣಾಮವಾಗಿ ಇಪ್ಪತ್ತರ ಹರೆಯದ ಆ ವೈದ್ಯಕೀಯ ವಿದ್ಯಾರ್ಥಿಯ ಬಾಯಲ್ಲಿಯೂ ಕಾವ್ಯಮಯ ಮಾತುಗಳು ಹೊರಬಂದಿದ್ದವು.

ಡಾರ್ವಿನ್ ಮತ್ತು ಲೊಂಬ್ರೋಸೋ ಅವರ ಗ್ರಂಥಗಳನ್ನು ಅಭ್ಯಾಸ ಮಾಡುವುದರ ಮಧ್ಯೆ ಷೋಪೆನ್‌ಹಾಯರ್‌ನ* ಕೃತಿಗಳನ್ನೂ ಆ ಉತ್ಸಾಹೀ ತರುಣ ಕೊಂಚ ಓದಿದ್ದ. 'ಆಕಾಶದತ್ತ, ಬೆಳಕಿನತ್ತ' ಅದರ ಫಲವಾಗಿತ್ತು.

ಈ 'ಬೆಳಕು ಚೆಲ್ಲುವ' ವಿಚಾರಗಳನ್ನು ಅರ್ಥಮಾಡಿಕೊಳ್ಳುವುದು ಜಿಬಾಲ್‌ನಿಗೆ ಸಾಧ್ಯವೇ ಇರಲಿಲ್ಲ. ಪೊಡೆನಿಯಾದ ಆ ಉತ್ಸಾಹಹೀನ ವಾತಾವರಣದಲ್ಲಿ ಇಂಥ ಸೊಗಸಾದ ಪದಗಳು, ಸೂಕ್ಷ್ಮ ವಿಚಾರಧಾರೆ ಅಭಿವ್ಯಕ್ತವಾದುದು ಬಹುಶಃ ಇದೇ ಮೊದಲು. ಆದರೆ ಆ ವೈದ್ಯಕೀಯ ವಿದ್ಯಾರ್ಥಿ ಹೇಳಿದ, ಮೂಲ ಸಂತತಿಯ ಮಾದರಿಗೇ ಮರಳುವ ವಿಚಾರ ಮಾತ್ರ ಅವನಿಗೆ ಚೆನ್ನಾಗಿ, ಆ ವಿದ್ಯಾರ್ಥಿಗಿಂತಲೂ ಚೆನ್ನಾಗಿ, ಮನದಟ್ಟಾಯಿತು. ಆ ವಿದ್ಯಾರ್ಥಿ ವಿವರಿಸಿದ ಉದಾಹರಣೆ ಫಿಯೋರ್ಫೆಯದೇ ಚಿತ್ರ. ಅವನು ಸ್ಥೂಲವಾಗಿ ವಿವರಿಸಿದ್ದ. ಆದರೆ ಅದು ಎಲ್ಲ ರೀತಿಯಲ್ಲೂ ಫಿಯೋರ್ಫೆಯನ್ನೇ ಸಂಪೂರ್ಣವಾಗಿ ಹೋಲುತ್ತಿತ್ತು.

ಕುದುರೆ ಬಂಡಿ ಹೊರಟು ಹೋಯಿತು. ಅದು ಎಡಕ್ಕೆ ತಿರುಗಿ ಗುಡ್ಡದ ಅಂಚಿನಲ್ಲಿ ಮರೆಯಾಗುವವರೆಗೂ ಜಿಬಾಲ್ ಅದನ್ನೇ ನೋಡುತ್ತಿದ್ದ. ಪಶ್ಚಿಮ ದಿಗಂತದಲ್ಲಿ ಸೂರ್ಯ ಮುಳುಗುತ್ತಿದ್ದ. ಸಂಜೆ ಬೆಳಕು ಪೊಡೆನಿ ಕಣಿವೆಯಲ್ಲಿ ನವಿರಾದ ಆಕೃತಿಗಳನ್ನು ನೇಯುತ್ತಿತ್ತು.

ಜೋಲುಮೋರೆಯ ಜಿಬಾಲ್ ಸ್ವಲ್ಪ ಹೊತ್ತಿಗೆ ಮುಂಚೆ ಕೇಳಿದ ಸಮಾಚಾರವನ್ನೆಲ್ಲ ಮೆಲಕುಹಾಕಲಾರಂಭಿಸಿದ. ಮಧ್ಯರಾತ್ರಿ, ಕಗ್ಗತ್ತಲು. ಭೀತಿಯ ಸುಳಿವೂ ಇಲ್ಲದೆ ಸುಖವಾಗಿ ನಿದ್ರಿಸುತ್ತಿದ್ದ ಒಬ್ಬ ಗಂಡಸು, ಇಬ್ಬರು ಹೆಂಗಸರು ಮತ್ತು ಎರಡು ಮಕ್ಕಳು, ಒಬ್ಬರಾದ ಬಳಿಕ ಇನ್ನೊಬ್ಬರಂತೆ ಮಾನವ ಮುಖದ ಮೃಗಗಳಿಗೆ ಬಲಿ. ಚಾಕುವಿನಿಂದ ಇರಿದು ದೇಹವನ್ನು

---

* ಷೋಪೆನ್‌ಹಾಯರ್: ಆರ್ಥರ್ ಷೋಪೆನ್‌ಹಾಯರ್ (1788–1860) ಸುಪ್ರಸಿದ್ಧ ಭಾವನಾವಾದಿ ಜರ್ಮನ್ ದಾರ್ಶನಿಕ. ಮಾನವನ ಇಚ್ಛಾಶಕ್ತಿಯೇ ಏಕಮಾತ್ರ ಸತ್ಯ ಮತ್ತು ಅದರ ನಿರಾಕರಣೆಯಿಂದ ಮಾತ್ರವೇ ದುಃಖ, ಸಂಕಟಗಳಿಂದ ವಿಮೋಚನೆ ಸಾಧ್ಯ ಎಂಬುದು ಇವನ ಸಿದ್ಧಾಂತದ ಸಾರಾಂಶ.

ಕತ್ತರಿಸಿದಾಗ ಮಕ್ಕಳ ನೋವಿನ ಕೂಗು, ಗಾಯದಿಂದ ರಕ್ತ ಹೊರ ನುಗ್ಗಿದಾಗ ಗಂಟಲಿನಿಂದ ಹೊರಟ ಗೊರಗೊರ ಶಬ್ದ. ತನ್ನ ಕಣ್ಣೆದುರೇ ನಡೆದ ಇದೆಲ್ಲವನ್ನೂ ನೋಡಿ ಕಂಗಾಲಾಗಿದ್ದ ಕೊನೆಯ ಬಲಿಪಶುವಿನ ಸ್ಥಿತಿ ಏನಾಗಿರಬೇಡ! ಈ ದುರಾತ್ಮರ ಕೈಯಿಂದ ಪಾರಾಗುವ ಮಾರ್ಗವೇ ಇಲ್ಲದ ಯೆಹೂದಿಯರ ಪಾಡು ಗಲ್ಲಿನ ಕಂಬ ಏರುವುದಕ್ಕಿಂತಲೂ ಹೀನ. ಮಧ್ಯಾಹ್ನವಷ್ಟೇ ಕನಸಿನಲ್ಲಿ ತಾನು ನೋಡಿದ್ದಂಥ ಹುಚ್ಚನ ಕ್ರೂರ ಕೈಗಳಿಗೆ ತಲೆ ಬುರುಡೆಗಳು ಯಾವ ಲೆಕ್ಕ?

ಜ್ವರದಿಂದ ಕಪ್ಪಾಗಿದ್ದ ಜಿಬಾಲ್‌ನ ತುಟಿಗಳು ಅವನ ಯೋಚನಾಲಹರಿ ಸಾಗಿದ್ದಂತೆ ನಡುಗುತ್ತಿದ್ದುವು. ಮೈಯಲ್ಲಿ ಭಯಂಕರ ನಡುಕ ಹುಟ್ಟಿತು. ನಡುಗುವ ಹೆಜ್ಜೆಗಳನ್ನಿಡುತ್ತಲೇ ಅವನು ಹೋಟೆಲಿನ ಮುಂಬಾಗಿಲಿಗೆ ಬಂದ.

'ಲೀಬನಿಗೆ ಸ್ವಲ್ಪವೂ ಹುಷಾರಿಲ್ಲ. ಅವನ ಆರೋಗ್ಯ ಕೆಟ್ಟಿದೆ. ಅವನ ತಲೆಯಲ್ಲಿ 'ಯೋಚನೆಗಳ' ಹುಳ ಹೊಕ್ಕಿದೆ. ಕಳೆದ ಕೆಲವು ದಿನಗಳಲ್ಲಿನ ಅವನ ವರ್ತನೆಯನ್ನು, ಅದರಲ್ಲೂ ಈ ದಿನ ಅವನು ನಡೆದುಕೊಂಡ ರೀತಿಯನ್ನು ನೋಡಿದರೆ, ಇದು ಸುಲಭವಾಗಿ ತಿಳೀತದೆ' ಎಂದುಕೊಂಡಳು ಸುರಾ.

ದೀಪ ಹೊತ್ತಿಸುವ ಮೊದಲೇ ಜಿಬಾಲ್ ಹೋಟೆಲನ್ನು ಮುಚ್ಚಿಸಿದ್ದ. ಸಬ್ಬಾತು* ಮುಗಿಯುವ ತನಕ ಅದನ್ನು ತೆಗೆಯಬಾರದೆಂದು ಆತ ಆಜ್ಞಾಪಿಸಿದ್ದ. ಗಿರಾಕಿಗಳು ಮೂರು ಬಾರಿ ಬಾಗಿಲು ತಟ್ಟಿ, ಅವನ ಹೆಸರು ಹಿಡಿದು ಕೂಗಿ, ಕದ ತೆಗೆಯುವಂತೆ ಕೇಳಿದ್ದರು. ಪರಿಚಿತ ಧ್ವನಿಗಳೇ. ಪ್ರತಿ ಬಾರಿ ಬಾಗಿಲು ತಟ್ಟಿದ ಶಬ್ದವಾದಾಗಲೂ ಅವನು ನಡುಗಿ ಸ್ತಬ್ಧನಾಗಿ ನಿಂತಿದ್ದ. ಕಣ್ಣುಗಳಲ್ಲಿ ಭಯ. "ಹೆಜ್ಜೆ ಇಡಬೇಡ. ಆ ವಿಧರ್ಮೀಯರು ಯಾರೂ ಇಲ್ಲಿ ಬೇಡ" ಎಂದು ತನ್ನಷ್ಟಕ್ಕೆ ತಾನೇ ಮೆಲ್ಲಗೆ ಪಿಸುಗುಟ್ಟಿದ್ದ.

ಬಳಿಕ ಮಾಳಿಗೆಯ ಕೆಳಗಿನ ಮೊಗಸಾಲೆಯಲ್ಲಿ ಹಾದು ಕಲ್ಲಿನ ಮೆಟ್ಟಿಲು ಸಾಲಿನ ತುದಿಯಲ್ಲಿದ್ದ ಮುಂಬಾಗಿಲಿಗೆ ಆತ ಬಂದಿದ್ದ. ಅಗಣಿ ಹಾಕಿ ಭದ್ರಪಡಿಸಿದ್ದ ಆ ಬಾಗಿಲ ಬಳಿ ನಿಂತು ಕಿವಿಗೊಟ್ಟು ಆಲಿಸಿದ್ದ. ಅವನ ಮೈ ಕಂಪಿಸುತ್ತಿತ್ತು. ನಿಂತುಕೊಳ್ಳುವುದಕ್ಕೇ ಆಗುತ್ತಿರಲಿಲ್ಲ. ಆದರೂ ಅವನು ಸುಮ್ಮನಿದ್ದಿರಲಿಲ್ಲ. ಒಂದೇ ಸಮನೆ ಪ್ರಶ್ನೆ ಕೇಳುತ್ತಿದ್ದ ಸುರಾಳಿಗೆ ಸಿಡುಕಿನಿಂದಲೇ ಉತ್ತರ ಕೊಟ್ಟಿದ್ದ. ಕೂಡಲೇ ದೀಪ ಆರಿಸಿ ಮಲಗಿಕೊಳ್ಳುವಂತೆ ಆಜ್ಞಾಪಿಸಿದ್ದ. ಅವಳು ಪ್ರತಿಭಟಿಸಿದ್ದಳು. ಆದರೆ ಅವನು ಮತ್ತೆ ಹಿಂದಿನಂತೆಯೇ ಅಪ್ಪಣೆ ಮಾಡಿದ್ದ. ಮನಸ್ಸಿಲ್ಲದ ಮನಸ್ಸಿನಿಂದ ಅವಳು ಸುಮ್ಮನಾಗಿದ್ದಳು. ಅವನೇಕೆ ಹಾಗೆ ನಡೆದು ಕೊಳ್ಳುತ್ತಿರುವನೆಂದು ಮುಂದೆ ಎಂದಾದರೂ ಕೇಳಿದರಾಯಿತು ಎಂದುಕೊಂಡಿದ್ದಳು.

ಸುರಾ ದೀಪ ಆರಿಸಿ, ಮಗು ಸ್ಟ್ರೂಲ್‌ನ ಪಕ್ಕದಲ್ಲಿ ಮಲಗಿ ನಿದ್ರಿಸಿದಳು.

ಅವಳು ಅಂದುಕೊಂಡದ್ದು ಸರಿ. ಜಿಬಾಲ್‌ನ ದೇಹಸ್ಥಿತಿ ನಿಜವಾಗಿಯೂ ಚೆನ್ನಾಗಿರಲಿಲ್ಲ.

ರಾತ್ರಿಯಾಯಿತು. ಜಿಬಾಲ್ ಓಣಿಗೆ ಹೋಗುವ ಬಾಗಿಲ ಬಳಿಯೇ ಬಹಳ ಹೊತ್ತು ಕುಳಿತು ಆಲಿಸುತ್ತಿದ್ದ.

ಏನೋ ಶಬ್ದವಾಯಿತಲ್ಲ, ಏನದು?

ಎಲ್ಲೋ ದೂರದಲ್ಲಿ ಏನೋ ಅಸ್ಪಷ್ಟ ಶಬ್ದ – ಕುದುರೆಗಳ ಗೊರಸಿನ ಧ್ವನಿ, ಭಾರಿ ಏಟು

---

* ಯೆಹೂದಿಯವರ ಧಾರ್ಮಿಕ ವಿಶ್ರಾಂತಿಯ ದಿನ.

ಬೀಳುವ ಶಬ್ದ. ಅರ್ಥವಾಗದ ಕೂಗಾಟ. ಉದ್ರೇಕದ ಮಾತುಗಳು. ರಾತ್ರಿಯ ನೀರವತೆಯಲ್ಲಿ ಕುತೂಹಲಿ ಕಿವಿಗಳ ಪ್ರಜ್ಞೆ ಚುರುಕಾಗುತ್ತದೆ. ಕಣ್ಣಿನ ಶಕ್ತಿ ಕುಂದಿದಾಗ ಕಿವಿ ತಾನು ಹೆಚ್ಚೆಂದು ತೋರಿಸಿಕೊಳ್ಳಲು ಯತ್ನಿಸುತ್ತದೆ.

ಅವನು ಕೇಳಿದ ಶಬ್ದ ಕೇವಲ ಅವನ ಕಲ್ಪನೆಯಾಗಿರಲಿಲ್ಲ. ಮುಖ್ಯ ರಸ್ತೆಯಿಂದ ಇಲ್ಲಿಗೆ ತಿರುಗುವ ಹಾದಿಯಲ್ಲಿ ಕುದುರೆಗಳು ಹತ್ತಿರ ಬರುತ್ತಿರುವ ಶಬ್ದವಾಗುತ್ತಿತ್ತು. ಜಿಬಾಲ್ ಎದ್ದು ನಿಂತ. ಓಣಿಯಲ್ಲಿದ್ದ ದೊಡ್ಡ ಬಾಗಿಲಿನ ಸಮೀಪಕ್ಕೆ ಹೋಗಲು ಯತ್ನಿಸಿದ. ಬಾಗಿಲನ್ನು ಮುಚ್ಚಿ ಭದ್ರವಾಗಿ ಅಗಣಿ ಹಾಕಿತ್ತು. ಮರದ ದಪ್ಪ ಅಗಣಿಯನ್ನು ಗೋಡೆಯ ಅತ್ತಕಡೆಯ ಕಿಂಡಿಯಿಂದ ಬಾಗಿಲಿಗೆ ಅಡ್ಡವಾಗಿ ಎಳೆದು ಇತ್ತಕಡೆಯ ಕಿಂಡಿಯಲ್ಲಿ ತೂರಿಸಲಾಗಿತ್ತು. ಅವನು ಹೆಜ್ಜೆ ಇಟ್ಟೊಡನೆಯೇ ಚಪ್ಪಲಿ ತುಳಿತಕ್ಕೆ ಕೆಳಗಿನ ಮರಳು ಕರಕರ ಶಬ್ದ ಮಾಡಿತು. ಚಪ್ಪಲಿಯಿಂದ ಪಾದಗಳನ್ನು ಮೆಲ್ಲಗೆ ಕಳಚಿ ಆತ ಮೂಲೆಯಲ್ಲಿ ಕಾಯುತ್ತ ನಿಂತ. ಬಳಿಕ ಸದ್ದಾಗದಂತೆ ಜಾಗರೂಕತೆಯಿಂದ ಮೊಗಸಾಲೆಯ ಬಾಗಿಲಿನ ಬಳಿಗೆ ಬಂದ. ಕುದುರೆ ಸವಾರರು ಕಾಲ್ನಡಿಗೆಯ ವೇಗದಲ್ಲಿ ಹೋಟೆಲಿನ ಮುಂದೆ ಹಾದುಹೋದರು. ಅವರು ಒಬ್ಬರಿಗೊಬ್ಬರು ಮೆಲ್ಲನೆ ಮಾತನಾಡಿಕೊಳ್ಳುತ್ತಿದ್ದರು. ತೀರಾ ತಗ್ಗುದನಿಯೇನಲ್ಲ. ಅವರ ಮಾತುಗಳನ್ನು ಜಿಬಾಲ್ ಸ್ಪಷ್ಟವಾಗಿ ಕೇಳಿಸಿಕೊಂಡ.

"ಅವನು ದಿನಕ್ಕಿಂತ ಸ್ವಲ್ಪ ಮುಂಚೆಯೇ ಮಲಗಿಬಿಟ್ಟಿದ್ದಾನೆಂದು ಕಾಣುತ್ತೆ."

"ಒಂದು ವೇಳೆ ಜಾಗವನ್ನೇ ಬಿಟ್ಟು ಹೋಗಿದ್ದರೆ ?"

"ಅವನ ಸರದಿ ಬಂದೇ ಬರ್ತದೆ ; ಆದರೆ ನಾನು..."

ಮುಂದಿನ ಮಾತು ಕೇಳಿಸಲಿಲ್ಲ. ಸವಾರರು ಈಗಾಗಲೇ ಸ್ವಲ್ಪ ದೂರ ಸಾಗಿದ್ದರು.

ಅವರು ಯಾರನ್ನು ಕುರಿತು ಆ ಮಾತುಗಳನ್ನಾಡಿದರು ? ದಿನಕ್ಕಿಂತ ಮುಂಚೆಯೇ ಮಲಗಿದವನು ಯಾರು ? ಜಾಗ ಬಿಟ್ಟದು ಯಾರು ? ಸರದಿ ಬಂದೇ ಬರುತ್ತೆ ಅಂದನಲ್ಲ, ಯಾರ ಸರದಿ ? ನಾನು ಎಂದನಲ್ಲ, ಅವನು ಏನು ಮಾಡಬೇಕೆಂದಿದ್ದ ? ಈ ಅಡ್ಡರಸ್ತೆಯಲ್ಲಿ – ಹೋಟೆಲಿಗೆ ಬರುವವರು ಮಾತ್ರ ಬಳಸುವ ಈ ರಸ್ತೆಯಲ್ಲಿ ಅವರಿಗೇನು ಬೇಕಿತ್ತು ?

ಜಿಬಾಲ್‌ನಿಗೆ ಬಹಳ ಸುಸ್ತಾದಂತೆ ಅನ್ನಿಸಿತು.

ಅವನು ಫಿಯೋರ್ಫೆಯೇ ಇರಬಹುದೆ ?

ತನ್ನ ಶಕ್ತಿ ಉಡುಗಿಹೋಗುತ್ತಿರುವಂತೆ ಜಿಬಾಲ್‌ಗೆ ತೋರಿತು. ಆತ ಬಾಗಿಲ ಬಳಿಯೇ ಕುಳಿತ. ಅವನ ತಲೆಯಲ್ಲಿ ಒಂದಾದ ಮೇಲೊಂದರಂತೆ ಯೋಚನೆಗಳು ಬೇಟೆಯಾಡಿದುವು. ಆ ಗಲಿಬಿಲಿಯಲ್ಲಿ ಅವನು ಯಾವ ನಿರ್ಧಾರಕ್ಕೂ ಬರಲಾಗಲಿಲ್ಲ.

ಹೆದರಿ ಹಣ್ಣಾದ ಜಿಬಾಲ್ ಹೋಟೆಲಿನೊಳಕ್ಕೆ ಬಂದ. ಕಡ್ಡಿ ಗೀರಿ ಸಣ್ಣ ಎಣ್ಣೆ ದೀಪ ಹೊತ್ತಿಸಿದ.

ಅದು ಹೆಸರಿಗೆ ಮಾತ್ರ ದೀಪ, ಅಷ್ಟೆ. ಬತ್ತಿಯನ್ನು ಕೆಳಕ್ಕೆಳೆದು ಹಿತ್ತಾಳೆಯ ಹಿಡಿಕೆಯಲ್ಲಿ ದೀಪದ ಬತ್ತಿ ಮರೆಯಾಗುವಂತೆ ಆತ ಮಾಡಿದ್ದ. ಹಿಡಿಕೆಯಲ್ಲಿದ್ದ ಸಣ್ಣ ರಂಧ್ರದ ಮೂಲಕ ನೆಟ್ಟಗೆ ಮೇಲಕ್ಕೆಷ್ಟು ಬರುತ್ತಿತ್ತೋ ಅಷ್ಟೇ ಬೆಳಕು. ಆದರೆ ಮೃತ್ಯುವಿನಂಥ ಆ ಕತ್ತಲೆಯಲ್ಲೂ ಅವನಿಗೆ ಅದು ಸಾಕಾಗಿತ್ತು. ಹೋಟೆಲಿನ ಚಿರಪರಿಚಿತ ಮೂಲೆಗಳೆಲ್ಲ ಅವನಿಗೆ ಆ ಬೆಳಕಿನಲ್ಲಿ ಕಾಣಿಸುತ್ತಿದ್ದವು. ಸೂರ್ಯನ ಮುಂದೆ ಈ ಕಿರುದೀಪದ ಬೆಳಕು ಬೆಳಕೇ ಅಲ್ಲ. ಆದರೆ ಕುರುಡುತನದ ಅಂಧಕಾರದೊಂದಿಗೆ ಹೋಲಿಸಿದರೆ ಬೆಳಕಿನ ಒಂದು ಅತಿ ಚಿಕ್ಕ ಬಿಂದು

ಕೂಡ ಸೂರ್ಯನಿಗಿಂತಲೂ ಹೆಚ್ಚು ಜಾಜ್ವಲ್ಯಮಾನವಾದದ್ದಲ್ಲವೆ?

ಗೋಡೆಯ ಗಡಿಯಾರ ಶಬ್ದಮಾಡುತ್ತಿತ್ತು. ಆ ಏಕತಾನದಿಂದ ಜಿಬಾಲ್‌ಗೆ ಕಿರಿಕಿರಿಯಾಯಿತು. ಆತ ಲೋಲಕಕ್ಕೆ ಕೈಹಾಕಿ ಅದರ ತೊನೆದಾಟವನ್ನು ನಿಲ್ಲಿಸಿದ.

ಅವನ ಗಂಟಲು ಒಣಗಿ ಹೋಗಿತ್ತು. ಬಾಯಾರಿಕೆ. ಮದ್ಯ ಸರಬರಾಜು ಮೇಜಿನ ಬಳಿ ಇದ್ದ ಮುಗ್ಗಾಲಿ ಟಬ್‌ನಲ್ಲಿ ಸಣ್ಣ ಗಾಜಿನ ಲೋಟ ತೊಳೆದ. ಸೀಸೆಯಿಂದ ಒಳ್ಳೆಯ ಬ್ರಾಂದಿಯನ್ನು ಸ್ವಲ್ಪ ಲೋಟಕ್ಕೆ ಸುರಿಯಲೆತ್ನಿಸಿದ. ಸೀಸೆಯ ಬಾಯಿ ಲೋಟದ ತುದಿಗೆ ತಗಲಿ ಶಬ್ದಮಾಡಿತು. ಈ ಶಬ್ದದಿಂದ ಅವನಿಗೆ ಇನ್ನೂ ಕಿರಿಕಿರಿಯಾಯಿತು. ಆತ ಧೈರ್ಯದಿಂದ ಮತ್ತೊಮ್ಮೆ ಯತ್ನಿಸಿದ. ಈ ಬಾರಿಯೂ ಮತ್ತೆ ಹಾಗೇ ಶಬ್ದ.

ಲೋಟಕ್ಕೆ ಬಗ್ಗಿಸಿಕೊಳ್ಳುವುದೇ ಬೇಡವೆಂದು ಅದನ್ನು ನೀರಿನೊಳಗೇ ಆತ ಬಿಟ್ಟುಬಿಟ್ಟ. ಸೀಸೆಯಿಂದಲೇ ನೇರವಾಗಿ ಸ್ವಲ್ಪ ಸ್ವಲ್ಪ ಕುಡಿದ. ಸೀಸೆಯನ್ನು ಮೊದಲಿದ್ದ ಸ್ಥಳಕ್ಕೇ ಸೇರಿಸಿದ. ಅದು ಗೂಡಿನಮರದ ಹಲಗೆಗೆ ತಗಲುತ್ತಿದ್ದಂತೆ ಢಡ್ ಎಂದಿತು. ಎಂಥ ವಿಪತ್ತು! ಅವನ ಗುಂಡಿಗೆ ಹಾರಿತು. ಒಂದು ಕ್ಷಣ ಆತ ಹಾಗೇ ನಿಂತ. ಈಗ ದೀಪವನ್ನು ಕೈಗೆತ್ತಿಕೊಂಡು ಕಿಟಕಿಯ ಮಾಡದಲ್ಲಿಟ್ಟ. ಓಣಿಯೆಲ್ಲ ಬೆಳಕಾಯಿತು: ಬಾಗಿಲು, ನೆಲಗಟ್ಟು, ಓಣಿಗೆ ಸಮಕೋಣದಲ್ಲಿದ್ದ ಗೋಡೆ ಎಲ್ಲದರ ಮೇಲೂ ಕಂಡೂ ಕಾಣದಂಥ ಬೆಳಕು.

ಜಿಬಾಲ್ ಬಾಗಿಲ ಹತ್ತಿರವೇ ಕುಳಿತು, ಕಿವಿಗೊಟ್ಟು ಆಲಿಸಿದ.

ಯೇಸುಕ್ರಿಸ್ತ ಪುನರುತ್ಥಾನ ಹೊಂದಿದ ದಿನ ಬಂತು ಎಂಬುದನ್ನು ಸೂಚಿಸುವ ಘಂಟಾನಾದ ಗುಡ್ಡದಿಂದ ಕೇಳಿಸಿತು. ಅದು ಮಧ್ಯರಾತ್ರಿ ಕಳೆದು ಬೆಳಗಾಗುತ್ತಿರುವುದರ ಸೂಚನೆ. ಛೆ! ಈ ದೀರ್ಘ ರಾತ್ರಿಯ ಮೊದಲರ್ಧದಂತೆಯೇ ಉಳಿದರ್ಧವೂ ಕಳೆದರೆ!

ಮರಳ ಮೇಲೆ ಯಾರೋ ನಡೆದ ಶಬ್ದ. ಆದರೆ ಇವನು ಕುಳಿತೇ ಇದ್ದ. ಸ್ವಲ್ಪವೂ ಮಿಸುಕಾಡಿರಲಿಲ್ಲ. ಮತ್ತೆ ಮತ್ತೆ ಅದೇ ಶಬ್ದ. ಹೊರಗೆ, ಇಲ್ಲೇ ಹತ್ತಿರದಲ್ಲೇ, ಯಾರೋ ಇದ್ದಾರೆ. ಅನುಮಾನವೇ ಇಲ್ಲ. ಜಿಬಾಲ್ ಮೇಲೆದ್ದ. ಎದೆಯ ಮೇಲೆ ಕೈಯಿಟ್ಟುಕೊಂಡು, ಗಂಟಲಲ್ಲಿ ಸಿಕ್ಕಿಕೊಂಡ ಸಂಶಯದ ಉಗುಳು ನುಂಗಲೆತ್ನಿಸಿದ.

ಹೊರಗೆ ಅನೇಕ ಜನರಿದ್ದರು. ಅವರ ಜತೆ ಫಿಯೋರ್ಫೆ! ಹೌದು, ಅವನೇ. ಗುಡ್ಡದ ಮೇಲಿನ ಗಂಟೆಗಳು ಪುನರುತ್ಥಾನದ ಧ್ವನಿ ಮಾಡಿದ್ದವು, ಹೌದು.

ಹೊರಗಿದ್ದವರು ಮೆಲ್ಲನೆ ಮಾತನಾಡುತ್ತಿದ್ದರು –

"ಅವನು ನಿದ್ದೆ ಮಾಡ್ತಿದ್ದಾನೆ. ನನಗೆ ಗೊತ್ತು. ದೀಪ ಆರಿದ್ದನ್ನು ನಾನು ನೋಡಿದೆ."

"ಒಳ್ಳೆಯದೇ ಆಯ್ತು. ಇಡೀ 'ಗೂಡ'ನ್ನೇ ಧ್ವಂಸ ಮಾಡಿಬಿಡೋಣ."

"ನಾನು ಬಾಗಿಲನ್ನು ಕಳಚಿಬಿಡ್ತೇನೆ. ಹೇಗೆ ಅಂತ ನನಗೆ ಗೊತ್ತು. ಬಾಗಿಲನ್ನು ಸ್ವಲ್ಪ ಕುಯ್ದು ಜಾಗ ಮಾಡಿಕೊಳ್ಬೇಕು. ಅಗಣಿಯನ್ನು ಅಡ್ಡವಾಗಿ ಎಳೆದಿರೋದು ಈ ಜಾಗದಲ್ಲೇ."

ಅವರು ಮರದ ಅಳತೆ ಮಾಡುತ್ತಿದ್ದಂತೆ, ಜಿಬಾಲ್‌ನಿಗೆ ಹೊರಗಿನ ಜನ ತನ್ನನ್ನೇ ಸ್ಪರ್ಶಿಸಿದಂತೆ ಅನುಭವವಾಯಿತು. ಹಳೆಯ ಓಕ್ ಮರದ ಹಲಗೆಯನ್ನು ಭಾರಿ ಬೈರಿಗೆಯೊಂದು ಕೊರೆಯುತ್ತಿರುವುದು ಕೇಳಿಸುತ್ತಿತ್ತು. ಜಿಬಾಲ್‌ನಿಗೆ ನಿಲ್ಲಲಾಗಲಿಲ್ಲ. ಕುಸಿಯದಂತೆ ತಡೆಯಲು ಏನಾದರೂ ಬೇಕೆನ್ನಿಸಿತು. ಆತ ಎಡಗೈಯಿಂದ ಬಾಗಿಲನ್ನು ಬಲವಾಗಿ ಅದುಮಿ ಹಿಡಿದುಕೊಂಡ. ಬಲಗೈಯಿಂದ ಕಣ್ಣುಗಳನ್ನು ಮುಚ್ಚಿಕೊಂಡ.

ಹೇಗೋ ಏನೋ ಅಂತೂ ಅವನಿಗೆ ಸ್ಪಷ್ಟವಾಗಿ, ಗಟ್ಟಿಯಾಗಿ ಅಂತರ್ವಾಣಿ ಕೇಳಿಸಿತು.

"ಲೀಬ, ಅದೋ ಕುದುರೆ ಬಂಡಿ ಬಂತು!"

ಅದು ಸುರಾಳದೇ ಧ್ವನಿ. ಅನುಮಾನವೇ ಇಲ್ಲ. ಧೈರ್ಯ ತುಂಬುವ ಆಶಾಕಿರಣ! ಒಂದು ಆನಂದದ ಕ್ಷಣ! ಅದೊಂದು ಕೇವಲ ಕನಸು! ಜಿಬಾಲ್ ಥಟ್ಟನೆ ಎಡಗೈಯನ್ನು ಹಿಂದಕ್ಕೆಳೆದು ಕೊಂಡ. ಮರವನ್ನು ಕೊರೆದುಕೊಂಡು ಬಂದ ಬೈರಿಗೆಯ ತುದಿ ಅವನ ಅಂಗೈಯನ್ನು ಚುಚ್ಚಿತ್ತು.

ಪಾರಾಗುವ ಅವಕಾಶವೇನಾದರೂ ಉಂಟೆ? ಮೂರ್ಖ ಯೋಚನೆ! ಸಿಡಿದುಹೋಗುತ್ತಿದ್ದ ಅವನ ಮೆದುಳಿನಲ್ಲಿ ಬೈರಿಗೆ ಬೃಹದಾಕಾರ ತಳೆಯಿತು. ಕೊರೆಯುತ್ತಲ್ಲೇ ಇದ್ದ ಬೈರಿಗೆ ಬೆಳೆಯುತ್ತಲೇ ಹೋಯಿತು. ರಂಧ್ರವು, ಅಗಲವಾಗುತ್ತ ಬಂತು. ಅದು ಎಷ್ಟು ಅಗಲವಾಯಿತೆಂದರೆ ಆ ರಾಕ್ಷಸ ಸ್ವಲ್ಪವೂ ಬಗ್ಗದೇ ಒಳಕ್ಕೆ ಪ್ರವೇಶಿಸಬಹುದು. ಮೆದುಳು ಹೀಗೆ ಕ್ಷೋಭೆಗೊಂಡಾಗ ಮಾನವನ ಯೋಚನಾಶಕ್ತಿಯೇ ಸ್ಥಗಿತವಾಗುತ್ತದೆ. ನೋಡಿದುದು, ಕೇಳಿದುದು, ಅನುಭವಿಸಿದುದು ಎಲ್ಲವೂ ಬೃಹತ್ತಾಗಿ ಕಾಣಿಸುತ್ತದೆ. ಪ್ರಮಾಣ ಪ್ರಜ್ಞೆಯೇ ಅಸ್ತವ್ಯಸ್ತವಾಗುತ್ತದೆ.

ಬೈರಿಗೆ ಕೆಲಸ ಮಾಡುತ್ತಲೇ ಇತ್ತು. ಒಂದಾದ ಮೇಲೊಂದರಂತೆ ನಾಲ್ಕು ಸಲ ಬೈರಿಗೆಯ ತುದಿ ಜಿಬಾಲ್‌ನನ್ನು ಚುಚ್ಚಿ ಅವನು ಹಿಂದಕ್ಕೆ ಸರಿದುಕೊಂಡಿದ್ದ.

"ಈಗ ಗರಗಸ ಕೊಡು" ಎಂದ ಫಿಯೋರ್ಫೆ.

ಮೊದಲನೆಯ ರಂಧ್ರದಲ್ಲಿ ಗರಗಸದ ಕಿರಿದಾದ ತುದಿ ಕಾಣಿಸಿತು. ಅದು ಭಕಭಕನೆ ಚಲಿಸಲಾರಂಭಿಸಿತು. ಅವರ ಉಪಾಯವನ್ನು ಅರ್ಥ ಮಾಡಿಕೊಳ್ಳಲು ಕಷ್ಟವಿರಲಿಲ್ಲ. ಅಗಣಿಯ ಮೇಲೆ ಕೆಳಗೆ ನಾಲ್ಕು ಮೂಲೆಗಳಲ್ಲಿ ನಾಲ್ಕು ರಂಧ್ರ ಕೊರೆದು ಅವುಗಳ ನಡುವಿನ ಮರವನ್ನು ಗರಗಸದಿಂದ ಕುಯ್ದಾಗ ಆ ಭಾಗ ಬೇರೆಯಾಗುತ್ತದೆ. ಅದನ್ನು ಹೊರಕ್ಕೆಳೆದು ಹಾಕುವುದು. ಹೀಗೆ ಕೊಯ್ದು ತೆಗೆದ ಜಾಗದಲ್ಲಿ ಬಲವಾದ ಕೈಯನ್ನು ತೂರಿಸಿ ಅಗಣಿಯ ಒಂದು ಪಕ್ಕಕ್ಕೆ ಸರಿಸಿದರಾಯಿತು – ಆ ದುರಾತ್ಮರೆಲ್ಲ ಜಿಬಾಲ್‌ನ ಮನೆಯೊಳಗೇ ಇರುತ್ತಾರೆ.

ಇನ್ನು ಕೆಲವೇ ಕ್ಷಣಗಳಲ್ಲಿ ಇದೇ ಬೈರಿಗೆ ತನ್ನನ್ನು ಮತ್ತು ತನ್ನ ಇಡೀ ಸಂಸಾರವನ್ನು ನಾಶ ಮಾಡುತ್ತದೆ ಎಂದು ಜಿಬಾಲ್ ಯೋಚಿಸಿದ. ಇಬ್ಬರು ಕಟುಕರು ತನ್ನನ್ನು ನೆಲಕ್ಕೆ ಕೆಡವಿ ಮುಖ ಕೆಳಗೆ ಮಾಡಿ ಅದುಮಿ ಹಿಡಿದುಕೊಳ್ಳುತ್ತಾರೆ. ಫಿಯೋರ್ಫೆ ದೇಹದ ಮೇಲೆ ಕಾಲಿಟ್ಟುಕೊಂಡು, ನಿರ್ಜೀವ ಮರವನ್ನು ಕೊರೆದಂತೆ, ತನ್ನ ಜೀವಂತ ಎದೆಯ ಮೂಳೆಯನ್ನು ಬೈರಿಗೆಯಿಂದ ನಿಧಾನವಾಗಿ ಹೃದಯದವರೆಗೂ ಕೊರೆದು, ಅದರ ಬಡಿತವನ್ನು ನಿಲ್ಲಿಸಿ, ಆ ಜಾಗದಿಂದ ಅಲ್ಲಾಡದಂತೆ ಅದನ್ನು ನೆಲಕ್ಕೆ ಚುಚ್ಚಿ ಹೋಗುತ್ತಾನೆ.

ಜಿಬಾಲ್‌ನ ಮೈಯಲ್ಲಿ ಬೆವರು ಧಾರಾಕಾರವಾಗಿ ಹರಿಯಿತು. ಸ್ವಂತದ ಕಲ್ಪನಾಶಕ್ತಿಗೇ ಆತ ಬಲಿಯಾಗಿದ್ದ. ತಾನು ಕಲ್ಪಿಸಿಕೊಂಡಿದ್ದ ಕೊನೆಯ ಭೀಕರ ಚಿತ್ರದ ಭಾರಕ್ಕೆ ತನ್ನ ಜೀವ ತನ್ನಿಂದ ನಿಧಾನವಾಗಿ ತೊಲಗಿ ಹೋಗುತ್ತಿದೆಯೋ ಎಂಬಂತೆ ಆತ ನೆಲದ ಮೇಲೆ ಕುಸಿದ. ತನ್ನನ್ನು ರಕ್ಷಿಸಿಕೊಳ್ಳಲು ಇನ್ನು ಸಾಧ್ಯವೇ ಇಲ್ಲ ಎಂಬ ಯೋಚನೆಯಿಂದ ಕಂಗಾಲಾದ ಆತ ಹತಾಶೆಯಿಂದ ಹೇಳಿಕೊಂಡ :

"ಹೌದು. ಅಲ್ಲಿಂದ ಕದಲದಂತೆ ಮಾಡಿ ಹೋಗ್ತಾನೆ; ಹೌದು, ನನ್ನನ್ನು ಅಲ್ಲಿಗೇ ಚುಚ್ಚಿ ಹೋಗ್ತಾನೆ."

ಅನಂತರ ಕಿಟಕಿಯಿಂದ ಬರುತ್ತಿದ್ದ ಬೆಳಕನ್ನೇ ದಿಟ್ಟಿಸುತ್ತ , ಒಂದು ಕ್ಷಣ ಆತ ಹಾಗೆಯೇ ಇದ್ದ. ಯಾವುದೋ ಬೇರೊಂದು ಲೋಕದಲ್ಲಿರುವಂತೆ ಆತ ಭಯಭ್ರಾಂತನಾಗಿದ್ದ. ಬಳಿಕ

ಕಣ್ಣು ರೆಪ್ಪೆ ಬಡಿಯುತ್ತ "ಹೌದು; ಅಲ್ಲಿಂದ ಮೇಲೇಳದಂತೆ ಮಾಡ್ತಾನೆ," ಎಂದು ಅವನು ಮತ್ತೆ ನುಡಿದ.

ಇದ್ದಕ್ಕಿದ್ದಂತೆ ಅವನ ಭಾವನೆಗಳೆಲ್ಲ ಸಂಪೂರ್ಣವಾಗಿ ಬದಲಾದುವು. ಮೈನಡುಕ ನಿಂತಿತು. ಹತಾಶ ಭಾವನೆ ಮರೆಯಾಯಿತು. ದೀರ್ಘಕಾಲದ ತೊಳಲಾಟದಿಂದ ದಿಗಿಲು ಗೊಂಡಿದ್ದ ಮುಖದಲ್ಲಿ ಒಂದು ಬಗೆಯ ಪ್ರಶಾಂತತೆ ಮೂಡಿತು. ಸುಲಭವಾಗಿ ಗುರಿ ತಲಪುವ ನಿರ್ಧಾರದ ಆರೋಗ್ಯವಂತ ಬಲಶಾಲಿಯಂತೆ ಆತ ದೃಢವಾಗಿ ನಿಂತ.

ಬಾಗಿಲ ಹಲಗೆಯಲ್ಲಿ ಕೊರೆದಿದ್ದ ಮೇಲಿನ ಎರಡು ರಂಧ್ರಗಳ ನಡುವೆ ಗರಗಸದಿಂದ ಕುಯ್ಯುವುದು ಮುಗಿದಿತ್ತು. ಬೈರಿಗೆ ಹೇಗೆ ಕೆಲಸ ಮಾಡುತ್ತಿದೆಯೆಂದು ನೋಡುವ ಕುತೂಹಲದಿಂದ ಜಿಬಾಲ್ ಮೇಲೆ ಹೋದ. ಅವನ ಆತ್ಮವಿಶ್ವಾಸ ಬಲವಾಯಿತು. "ನನಗೆ ಇನ್ನೂ ಸಮಯಾವಕಾಶವಿದೆ," ಎನ್ನುವಂತೆ ಆತ ತಲೆಯಾಡಿಸಿದ.

ಗರಗಸವು ಈಗಿದ್ದ ರಂಧ್ರದ ಬಳಿಯ ಕೊನೆಯ ಎಳೆಯನ್ನು ಕತ್ತರಿಸಿತು. ತರುವಾಯ ಕೆಳಗಿನ ರಂಧ್ರಗಳ ನಡುವೆ ಕುಯ್ಯಲಾರಂಭಿಸಿತು.

"ಇನ್ನೂ ಮೂರು ರಂಧ್ರಗಳಿವೆ" ಎಂದುಕೊಂಡ ಜಿಬಾಲ್, ಪಕ್ಕಾ ಕಳ್ಳನಂತೆ ಸ್ವಲ್ಪವೂ ಶಬ್ದ ಮಾಡದೆ ಹೋಟೆಲಿನೊಳಕ್ಕೆ ಹೋದ. ಮದ್ಯ ಸರಬರಾಜು ಮಾಡುವ ಮೇಜಿನ ಕೆಳಗೆ ತಡಕಾಡಿದ. ಏನನ್ನೋ ಎತ್ತಿಕೊಂಡ. ಗೋಡೆಗಳೇ ತನಗೆ ಮೋಸ ಮಾಡಬಹುದೇನೋ ಎನ್ನುವಂತೆ ಕೈಗೆತ್ತಿಕೊಂಡುದನ್ನು ಮುಚ್ಚಿಟ್ಟುಕೊಂಡು, ಒಳಕ್ಕೆ ಹೋದ ಹಾಗೆಯೇ ಹೊರನಡೆದು, ತುದಿಗಾಲಿನಲ್ಲಿ ಬಾಗಿಲ ಬಳಿಗೆ ಬಂದ.

ಅವನು ತತ್ತರಿಸಿದ. ಹೊರಗೆ ಕೆಲಸ ನಿಂತುಹೋಗಿತ್ತು. ಸ್ವಲ್ಪವೂ ಶಬ್ದ ಕೇಳಿಸುತ್ತಿರಲಿಲ್ಲ.

"ಇದೇನಿದು! ಅವನು ಹೊರಟು ಹೋದನೆ? ಏನಾಯಿತು?" ಒಳಗಿದ್ದ ವ್ಯಕ್ತಿಯ ಮನಸ್ಸಿನಲ್ಲಿ ಹೊಯ್ದಾಟ. ಬಹಳ ನಿರಾಶೆಯಿಂದ ಆತ ಕೆಳ ತುಟಿಯನ್ನು ಕಚ್ಚಿಕೊಂಡ.

"ಹಾ, ಹಾ." ಶುದ್ಧ ಮೋಸ. ಮತ್ತೆ ಕೆಲಸ ಶುರುವಾಯಿತು. ಅದನ್ನೇ ಅವನು ಅತ್ಯಂತ ಕುತೂಹಲದಿಂದ ನೋಡುತ್ತಿದ್ದ. ಅವನ ಹೃದಯದ ಬಡಿತ ಹೆಚ್ಚಿತು. ಜಿಬಾಲ್ ನಿರ್ಧರಿಸಿಯೇ ಬಿಟ್ಟ. ನಿಶ್ಚಯಿಸಿದಂತೆ ಕೆಲಸ ಮುಗಿಸಿಯೇ ಬಿಡಬೇಕೆಂಬ ವಿಲಕ್ಷಣ ಬಯಕೆ ಅವನನ್ನು ಪೀಡಿಸತೊಡಗಿತು.

"ಬೇಗ!" ಎಂದುಕೊಂಡ. ಮನಸ್ಸಿನಲ್ಲಿ ತವಕ, ಆತುರ. "ಬೇಗ!" ಗುಡ್ಡದ ಮೇಲಿನಿಂದ ಮತ್ತೆ ಗಂಟೆಗಳ ಶಬ್ದ.

"ಬೇಗ ಆಗಲಿ. ಬೆಳಕು ಹರಿಯಿತೆಂದರೆ ಸಿಕ್ಕಿಕೊಳ್ತೇವೆ" – ಒಳಗಿರುವ ವ್ಯಕ್ತಿಯ ದೃಢ ನಿರ್ಧಾರದಿಂದ ಪ್ರಚೋದಿತನಾದಂತೆ ಹೊರಗಿನಿಂದ ಒಬ್ಬ ನುಡಿದ.

ಕೆಲಸ ಚುರುಕಾಯಿತು. ಇನ್ನು ಕೆಲವೇ ಕ್ಷಣಗಳು, ಅಷ್ಟೆ. ಬಳಿಕ ಬಾಗಿಲ ಹಲಗೆಯಲ್ಲಿನ ರಂಧ್ರಗಳೆಲ್ಲ ಒಂದಾಗುತ್ತವೆ.

ಅಬ್ಬಾ, ಆ ಕ್ಷಣವೂ ಬಂತು!

ಕೊಯ್ದು ಭಾಗವನ್ನು ಕನ್ನಗಳ್ಳರು ಬಾಗಿಲಿನಿಂದ ತೆಗೆದರು. ನಯವಾದ ದೊಡ್ಡ ಕೈಯೊಂದು ಒಳಕ್ಕೆ ತೂರಿತು. ಆ ಕೈಗೆ ಅಗಣಿ ಸಿಕ್ಕುವ ಮೊದಲೇ ನೋವಿನ ಚೀತ್ಕಾರ ಕೇಳಿಸಿತು. ನೆಲಮಾಳಿಗೆಯ ಬಾಗಿಲಿಗೆ ಸೇರಿಸಿದ್ದ ಮರದ ದಿಮ್ಮಿಗೆ ಬಿಗಿದಿದ್ದ ಹಗ್ಗದ ಇನ್ನೊಂದು ತುದಿಯ ಕುಣಿಕೆಯಿಂದ ಜಿಬಾಲ್ ಆ ಕೈಯನ್ನು ಬಲವಾಗಿ ಬಿಗಿದ.

ತುಂಬ ಬುದ್ಧಿವಂತಿಕೆಯಿಂದ ಜಿಬಾಲ್ ಈ ಹಂಚಿಕೆ ಮಾಡಿದ್ದ. ಉದ್ದನೆಯ ಒಂದು ಹಗ್ಗವನ್ನು ಮರದ ದಿಮ್ಮಿಗೆ ಸುತ್ತಲಾಗಿತ್ತು. ಗರಗಸದಿಂದ ಬಾಗಿಲನ್ನು ಕೊಯ್ದು ತೆರವಾದ ಸ್ಥಳದಲ್ಲಿ ಜಿಬಾಲ್ ಕುಣಿಕೆಯನ್ನು ಎಡಗೈಯಲ್ಲಿ ಹಿಡಿದುಕೊಂಡಿದ್ದ. ಬಲಗೈಯಲ್ಲಿ ಹಗ್ಗದ ಇನ್ನೊಂದು ಕೊನೆಯನ್ನು ಬಿಗಿಯಾಗಿ ಹಿಡಿದಿದ್ದ. ಒಳಗೆ ತೂರಿದ ಕೈಗೆ ಕುಣಿಕೆ ಬಿದ್ದ ತತ್‌ಕ್ಷಣವೇ ಹಗ್ಗದ ಇನ್ನೊಂದು ಕೊನೆಯನ್ನು ಎರಡೂ ಕೈಗಳಿಂದ ಬಲವಾಗಿ ಜಗ್ಗಿ ಹೊರಗಿದ್ದವನ ಇಡೀ ತೋಳನ್ನು ಆತ ಒಳಕ್ಕೆಳೆದ.

ಇಷ್ಟೆಲ್ಲ ಒಂದು ಕ್ಷಣದಲ್ಲಿ ನಡೆದುಹೋಯಿತು. ಕೂಡಲೇ ಎರಡು ಚೀತ್ಕಾರಗಳು ಕೇಳಿದುವು. ಒಂದು ನೋವಿನ ಕೂಗು ; ಇನ್ನೊಂದು ಗೆಲುವಿನ ಉದ್ಗಾರ. ಒಳ ತೂರಿದ ಕೈ ಅಲ್ಲಿಂದ ಅತ್ತಿತ್ತ ಕದಲದಂತೆ ಆಗಿತ್ತು. ಮರುಕ್ಷಣದಲ್ಲಿ ಬೇಗಬೇಗ ಹಿಂದಕ್ಕೆ ಸರಿಯುತ್ತಿದ್ದ ಹೆಜ್ಜೆಗಳ ಸಪ್ಪಳ ಕೇಳಿಸಿತು. ಫಿಯೋರ್ಫೆಯ ಸಂಗಡಿಗರು ಜಿಬಾಲ್‌ನ ಬುದ್ಧಿವಂತಿಕೆಯಿಂದ ಸಿಕ್ಕಿ ಬಿದ್ದವನನ್ನು ಅಲ್ಲಿಯೇ ಬಿಟ್ಟು ತೆರಳುತ್ತಿದ್ದರು.

ಆತುರಾತುರವಾಗಿ ಜಿಬಾಲ್ ಹೋಟೆಲಿನ ಒಳಗೆ ಹೊಕ್ಕ. ದೀಪವನ್ನು ಕೈಗೆತ್ತಿಕೊಂಡ. ಧೈರ್ಯದಿಂದ ಬತ್ತಿಯನ್ನು ಎಷ್ಟು ಸಾಧ್ಯವೋ ಅಷ್ಟು ಮೇಲಕ್ಕೆ ಮಾಡಿದ. ಲೋಹದ ಹಿಡಿಕೆಯಿಂದ ಮರೆಯಾಗಿದ್ದ ದೀಪದ ಕುಡಿ ಗೆಲವಿನಿಂದ, ಆನಂದದಿಂದ ಬೆಳಗಿತು. ಮಬ್ಬಿನಲ್ಲಿ ಅಸ್ಪಷ್ಟವಾಗಿದ್ದ ವಸ್ತುಗಳೆಲ್ಲ ಈಗ ಮೊದಲಿನ ಆಕಾರ ತಳೆದುವು.

ದೀಪ ಹಿಡಿದುಕೊಂಡೇ ಜಿಬಾಲ್ ಓಣಿಗೆ ಬಂದ. ಕನ್ನಗಳ್ಳ ಜೋರಾಗಿ ನರಳುತ್ತಿದ್ದ. ಅವನ ತೋಳು ಸೆಟೆದುಕೊಂಡಿತ್ತು. ಬಿಡಿಸಿಕೊಳ್ಳುವುದು ಸಾಧ್ಯವೇ ಇಲ್ಲವೆಂದು ಅವನಿಗೆ ಗೊತ್ತಾಗಿತ್ತು. ಅದಕ್ಕಾಗಿ ಆತ ಒದ್ದಾಡುತ್ತಲೂ ಇರಲಿಲ್ಲ. ಕೈ ಊದಿಕೊಂಡಿತ್ತು. ಏನನ್ನೋ ಹಿಡಿದುಕೊಳ್ಳಲು ಹೊರಟಂತೆ ಬೆರಳುಗಳು ಬಾಗಿದ್ದುವು. ಅದರ ಹತ್ತಿರವೇ ಜಿಬಾಲ್ ದೀಪವನ್ನಿಟ್ಟ. ಅವನ ಮೈ ನಡುಗಿತು. ಜ್ವರ ಮರುಕಳಿಸಿದಂತಾಯಿತು. ಆತ ದೀಪವನ್ನು ಇನ್ನೂ ಹತ್ತಿರಕ್ಕೆ ಸರಿಸಿದ. ಅವನ ಕೈ ನಡುಗುತ್ತಲೇ ಇತ್ತು. ಹಾಗೇ, ಉರಿಯುತ್ತಿದ್ದ ದೀಪವನ್ನು ಕಳ್ಳನ ಕೈಗೆ ತಗಲಿಸಿದ. ಬೆರಳುಗಳೆಲ್ಲ ಹಿಂಸೆಯಿಂದ ಒದ್ದಾಡಿದುವು. ನೋವಿನ ನರಳಾಟ ಕೇಳಿತು. ಆ ದೃಶ್ಯದಿಂದ ಜಿಬಾಲ್ ಗಾಬರಿಗೊಂಡು, ತತ್ತರಿಸಿದ. ಅವನ ಕಣ್ಣುಗಳಲ್ಲಿ ಏನೋ ವಿಚಿತ್ರ ಹೊಳಪು. ಇದ್ದಕ್ಕಿದ್ದಂತೆ ಆತ ಗಟ್ಟಿಯಾಗಿ ನಕ್ಕ. ಆ ನಗು ಬರಿದಾದ ಮೊಗಸಾಲೆಯನ್ನು ನಡುಗಿಸಿ ಹೋಟೆಲಿನಲ್ಲಿ ಮಾರ್ದನಿಸಿತು.

ಬೆಳಕು ಹರಿಯುತ್ತಿತ್ತು.

ಸುರಾಳಿಗೆ ಥಟ್ಟನೆ ಎಚ್ಚರವಾಯಿತು – ನಿದ್ದೆಯಲ್ಲಿ ಅವಳಿಗೆ ಭಯಂಕರ ನರಳಾಟ ಕೇಳಿದಂತೆ ಭಾಸವಾಗಿತ್ತು. ಜಿಬಾಲ್ ಕೊಠಡಿಯಲ್ಲಿರಲಿಲ್ಲ. ತಾನು ಮಲಗುವ ಮುನ್ನ ನಡೆದುದೆಲ್ಲ ಅವಳಿಗೆ ನೆನಪಾಯಿತು. ಏನೋ ಆಗಬಾರದ್ದು ಆಗಿಹೋಗಿದೆ ಎನ್ನಿಸಿತು. ಆಕೆ ಛಕ್ಕನೆ ಹಾಸಿಗೆ ಬಿಟ್ಟೆದ್ದು ಮೋಂಬತ್ತಿ ಹೊತ್ತಿಸಿದಳು. ಜಿಬಾಲ್‌ನ ಹಾಸಿಗೆ ಸ್ವಲ್ಪವಾದರೂ ಮುದುಡಿರಲಿಲ್ಲ. ಅವನು ಹಾಸಿಗೆಯಲ್ಲಿ ಮಲಗಿಯೇ ಇರಲಿಲ್ಲ.

ಅವನೆಲ್ಲಿ ? ಅವಳು ಕಿಟಕಿಯಿಂದಾಚೆ ಕಣ್ಣು ಹಾಯಿಸಿದಳು. ಎದುರಿಗೆ ಬೆಟ್ಟದ ಮೇಲೆ ಹೊಳೆಯುವ ಸಣ್ಣ ದೀಪಗಳ ಗುಂಪು ಕಾಣಿಸಿತು. ಅವು ಜೋರಾಗಿ ಉರಿದು, ಮೇಲಕ್ಕೆ ನೆಗೆದು, ಮರೆಯಾಗುತ್ತಿದ್ದವು. ಈಗ ಮತ್ತೆ ಮೇಲೆ ಬಂದುವು. ಅವು ಯೇಸುವಿನ ಪುನರುತ್ಥಾನವನ್ನು ಬಿತ್ತರಿಸುತ್ತಿದ್ದವು. ಸುರಾ ಕಿಟಕಿಯ ಬಾಗಿಲುಗಳನ್ನು ತೆರೆದಳು. ಕೆಳಗೆ ಹೆಬ್ಬಾಗಿಲಿನ ಬಳಿಯಿಂದ

ನರಳಾಟ ಕೇಳಿಸಿತು. ಅವಳಿಗೆ ದಿಗಿಲಾಯಿತು. ಆಕೆ ಧಾವಿಸಿ ಮೆಟ್ಟಲಿಳಿದು ಬಂದಳು. ಮೊಗಸಾಲೆಯಲ್ಲಿ ಬೆಳಕಿತ್ತು. ಬಾಗಿಲಿನತ್ತ ಹೋಗುತ್ತಿರುವಂತೆ ಅಲ್ಲಿನ ದೃಶ್ಯ ಕಂಡು ಆಕೆ ಚಕಿತಳಾದಳು.

ಮಂಡಿಯ ಮೇಲೆ ಮೊಣಕೈಗಳನ್ನಿಟ್ಟುಕೊಂಡು ಜಿಬಾಲ್ ಮರದ ಕುರ್ಚಿಯಲ್ಲಿ ಕುಳಿತಿದ್ದ. ಕೈ ಮೇಲೆ ಗಡ್ಡದ ಮುಖ. ಏನೇನೋ ಮೂಲಧಾತುಗಳನ್ನು ಬೆರೆಸಿ ನಿಸರ್ಗದ ರಹಸ್ಯವನ್ನು ಬಯಲು ಮಾಡಹೊರಟು, ಅನೇಕ ಸಲ ವಿಫಲನಾಗಿ, ಮತ್ತೆ ಪ್ರಯೋಗ ಮಾಡಿ ಫಲಿತಾಂಶವನ್ನು ಆಸೆಯಿಂದ ಎದುರು ನೋಡುತ್ತಿರುವ ವಿಜ್ಞಾನಿಯಂತೆ ಜಿಬಾಲ್, ತೂಗಾಡುತ್ತಿದ್ದ ಆಕಾರವಿಲ್ಲದ ಯಾವುದೋ ಒಂದು ಕರ್ರಗಿನ ವಸ್ತುವನ್ನೇ ದಿಟ್ಟಿಸುತ್ತಿದ್ದ. ಅದರ ಕೆಳಗೆ ಮತ್ತೊಂದು ಕುರ್ಚಿಯ ಮೇಲೆ ದೊಡ್ಡ ಪಂಜು ಉರಿಯುತ್ತಿತ್ತು. ತನ್ನನ್ನು ಖಂಡಿತವಾಗಿಯೂ ಕೊಂದುಬಿಡುತ್ತಿದ್ದ ಕೈ ಕೊಳೆತು ಬೀಳುವುದನ್ನೇ ಒಂದು ಕೂದಲೂ ಅಲುಗಾಡದಷ್ಟು ನಿಶ್ಚಲನಾಗಿ ಅವನು ನೋಡುತ್ತಿದ್ದ. ಹೊರಗಿದ್ದ ವ್ಯಕ್ತಿಯ ನೋವಿನ ನರಳುವಿಕೆ ಅವನಿಗೆ ಕೇಳಿಸುತ್ತಿರಲಿಲ್ಲ. ಕೇಳುವುದಕ್ಕಿಂತ ನೋಡುವುದರಲ್ಲೇ ಈಗ ಅವನಿಗೆ ಹೆಚ್ಚು ಆಸಕ್ತಿ.

ಒಂದೊಂದು ಬೆರಳೂ ವಿಚಿತ್ರವಾಗಿ ತಿರುಚಿಕೊಂಡು ಕೊನೆಗೆ ಶಕ್ತಿಗುಂದುವುದನ್ನು ಅವನು ಅತ್ಯಂತ ಕುತೂಹಲದಿಂದ ಗಮನಿಸುತ್ತಿದ್ದ. ಸ್ವಲ್ಪವೂ ದಯೆಯಿಲ್ಲದೆ ಮಗುವಿನ ಕೈಗೆ ಸಿಕ್ಕಾಗ ಮೊದಮೊದಲು ಒದ್ದಾಡಿ, ಬಿಡಿಸಿಕೊಳ್ಳಲು ಹೋರಾಡಿ, ಕೊನೆಗೆ ನಿಧಾನವಾಗಿ ನಿಶ್ಚೇಷ್ಟಿತವಾಗುವ ಜೀರುಂಡೆಯ ಕಾಲುಗಳಂತೆಯೇ ಆ ಕೈ ಬೆರಳುಗಳ ಗತಿಯಾಯಿತು.

ಮುಗಿಯಿತು. ಬೆಂದು ಹೋದ ಕೈ ನಿಧಾನವಾಗಿ ಊದಿಕೊಂಡು ಅಲ್ಲಾಡದೆ ತಟಸ್ಥವಾಯಿತು. ಸುರಾ ಕಿರಿಚಿಕೊಂಡಳು –

"ಲೀಬ !"

ಗಲಾಟೆ ಮಾಡಬೇಡವೆಂದು ಜಿಬಾಲ್ ಅವಳಿಗೆ ಸನ್ನೆ ಮಾಡಿದ. ಸುಟ್ಟಮಾಂಸದ ಗಬ್ಬು ವಾಸನೆ ಓಣಿಯನ್ನೆಲ್ಲ ತುಂಬಿಕೊಂಡಿತು. ಏನೋ ಬಿದ್ದು ಒಡೆದ, ಆಸ್ಫೋಟಿಸಿದ ಶಬ್ದವಾಯಿತು.

"ಲೀಬ, ಏನದು ?" ಸುರಾ ಕೇಳಿದಳು.

ಈ ವೇಳೆಗೆ ಬೆಳ್ಳಂಬೆಳಕಾಗಿತ್ತು. ಸುರಾ ಮೈಮುರಿದು ಮದ್ಯ ಸರಬರಾಜು ಮಾಡುವ ಮೇಜಿನ ಬಳಿ ಹೋದಳು. ಬಾಗಿಲು ಹೊರಕ್ಕೆ ತೆರೆದುಕೊಂಡಿತು. ಬಲತೋಳು ಬಾಗಿಲಲ್ಲಿ ಸಿಕ್ಕಿಕೊಂಡು ಫಿಯೋರ್ಫೆಯ ದೇಹ ನೇತಾಡುತ್ತಿತ್ತು. ಹೊತ್ತಿಕೊಂಡು ಉರಿಯುತ್ತಿದ್ದ ಪಂಜುಗಳನ್ನು ಹಿಡಿದ ಗ್ರಾಮಸ್ಥರ ಗುಂಪು ಹೋಟೆಲಿಗೆ ನುಗ್ಗಿತು.

"ಏನದು ? ಏನದು ?"

ಏನು ನಡೆದಿತ್ತೆಂದು ಎಲ್ಲರಿಗೂ ಅರ್ಥವಾಯಿತು. ಈವರೆಗೂ ನಿಶ್ಚಲನಾಗಿದ್ದ ಜಿಬಾಲ್ ಗಂಭೀರವಾಗಿ ಎದ್ದು ನಿಂತ. ಗುಂಪನ್ನು ಒಂದು ಪಕ್ಕಕ್ಕೆ ತಳ್ಳಿ ದಾರಿ ಬಿಡಿಸಿಕೊಂಡ.

"ಇದೆಲ್ಲ ಹೇಗಾಯಿತು, ಯೆಹೂದಿ ?" ಯಾರೋ ಪ್ರಶ್ನಿಸಿದರು.

ಜಿಬಾಲ್ ಅಹಂಭಾವದಿಂದ ಬೀಗುತ್ತ ಉಚ್ಚ ಸ್ವರದಲ್ಲಿ ಹೇಳಿದ :

"ಲೀಬ ಜಿಬಾಲ್ ಇನ್ನು ಮೇಲೆ ಯೆಹೂದಿ ಅಲ್ಲ ಅಂತ ಯೆಹೂದಿಯ ಧರ್ಮಗುರುವಿಗೆ ತಿಳಿಸಲು ಲೀಬ ಜಿಬಾಲ್ ಜಾಸಿ ಪಟ್ಟಣಕ್ಕೆ ಹೋಗ್ತಾನೆ. ಲೀಬ ಜಿಬಾಲ್ ಈಗ ಕ್ರೈಸ್ತ. ಏಕೆಂದರೆ ಲೀಬ ಜಿಬಾಲ್ ಕ್ರಿಸ್ತನಿಗಾಗಿ ಪಂಜು ಹೊತ್ತಿಸಿದ್ದಾನೆ."

ಆತುರಪಟ್ಟರೆ ದೀರ್ಘ ಪಯಣ ಅಸಾಧ್ಯವೆಂದು ಬಲ್ಲ ವಿವೇಕವಂತ ಯಾತ್ರಿಕನಂತೆ ಜಿಬಾಲ್, ನಿಧಾನವಾಗಿ ಗುಡ್ಡದ ಮೇಲೇರಿ ಸೂರ್ಯೋದಯದತ್ತ ಹೆಜ್ಜೆ ಹಾಕಿದ.

○ ಆರೆಲ್ ಮಿಹೇಲ್

ಕೊನೆಯ ದಾಳಿ

ಮಧ್ಯರಾತ್ರಿ ಸಮೀಪಿಸಿತ್ತು. ಸೈನಿಕ ಶಿಸ್ತಿನಿಂದ ಸಾಲಾಗಿ ಮುನ್ನಡೆಯುತ್ತಿದ್ದ ನಾವು ಹೆದ್ದಾರಿಯನ್ನು ಬಿಟ್ಟು ಹಳ್ಳಿಯ ಕೊನೆಯಲ್ಲಿದ್ದ ತೋಟವನ್ನು ಸೇರಿದೆವು. ರಣರಂಗದ ಈ ಮುಂಚೂಣಿ ಪ್ರದೇಶದಲ್ಲಿ ಹೋರಾಡುತ್ತಿದ್ದ ತುಕಡಿಯ ಜಾಗದಲ್ಲಿ ನಮ್ಮ ಸರದಿ ವಹಿಸಿಕೊಳ್ಳುವುದಕ್ಕೆ ಮುಂಚೆ, ಇಲ್ಲಿ ಕೆಲವು ಗಂಟೆಗಳ ಕಾಲ ನಾವು ವಿಶ್ರಮಿಸುವ ಹಂಚಿಕೆ. ಆದರೆ ತಮ್ಮ ಬೆನ್ನು ಚೀಲದ ಮೇಲೋ ಅಥವಾ ರೈಫಲ್‌ನ ಹಿಂತುದಿಯ ಮೇಲೋ ತಲೆಯೊರಗಿಸಿ ಆ ತಣ್ಣನೆಯ ನೆಲದ ಮೇಲೆ ಮಲಗಲು ನಮ್ಮಲ್ಲಿ ತೀರಾ ಕೆಲವರು ಮಾತ್ರ ಸಿದ್ಧರಾಗಿದ್ದರು. ನಾವು ಬಹುಮಂದಿ ಮರಗಳ ಕೆಳಗೆ ಗುಂಪು ಗುಂಪಾಗಿ ಸೇರಿದೆವು. ಹೆಗಲ ಮೇಲೆ ಎಸೆದುಕೊಂಡಿದ್ದ ಕೋಟುಗಳೊಳಗೆ ಮುದುರಿಕೊಂಡು, ಕೈಗಳೊಳಗೆ ಮರೆಮಾಡಿಕೊಂಡಿದ್ದ ಸಿಗರೇಟುಗಳನ್ನು ನಾವು ಸೇದುತ್ತಿದ್ದೆವು. ಇದ್ದಕ್ಕಿದ್ದಂತೆ ತೋಟವನ್ನು ದುಂಬಿಗಳ ಝೇಂಕಾರದಂತೆ ಅಸ್ಪಷ್ಟವಾದ, ಆದರೆ ಚುರುಕಾದ ಮರ್ಮರ ಧ್ವನಿ ತುಂಬಿಕೊಂಡಿತು. ಈ ಮರ್ಮರ ಶಬ್ದದ ನಡುವೆ ಆಗಾಗ ಅದುಮಿಟ್ಟ ನಗೆಯೋ, ಹಲ್ಲು ಕಚ್ಚಿ ಕೂಗಿದ ಕರೆಯೋ ಕೇಳಿಸುತ್ತಿತ್ತು. ಒಮ್ಮೆ ಕತ್ತಲೆಯ ಆಳದಿಂದ ಇಂಪಾದ ವಿಲಂಬಿತ ಹಾಡೊಂದು ಮೃದುವಾಗಿ ಹೊರಹೊಮ್ಮಿತು. ತನಗಾಗಿ ಕಾದಿರುವ ಭೂಮಿಯ ಒಳ ಹೊಕ್ಕು ಕುಳಕ್ಕೆ ಹಿಡಿದಿರುವ ತುಕ್ಕನ್ನು ಹೋಗಲಾಡಿಸಿಕೊಳ್ಳಲು ಕಾತರವಾಗಿರುವ ನೇಗಿಲನ್ನು ನೆನಪು ಮಾಡಿಕೊಂಡ ಹಾಡು, ಅದು. ಕಿವಿಗೊಟ್ಟು ಆಲಿಸಿದ್ದರೆ ದೇಶ, ಹೊಲಮನೆ, ಜಾನುವಾರು, ಮಕ್ಕಳು–ಇವುಗಳ ಸುತ್ತ ಮಾತುಕತೆ ನಡೆಯುತ್ತಿತ್ತೆಂದು ಯಾರಿಗಾದರೂ ಅರಿವಾಗುತ್ತಿತ್ತು. ಅದರಲ್ಲಿ ಆತಂಕ, ತವಕ ಹಾಗೂ ಮಿನುಗುವ ಆನಂದದ ಲಕ್ಷಣಗಳನ್ನು, ಅಂದರೆ, ಬದುಕುವ ಆಸೆಯನ್ನು, ಹೆಚ್ಚು ಉತ್ತಮ ಭವಿಷ್ಯದ ಕನಸನ್ನು ಗುರುತಿಸಬಹುದಾಗಿತ್ತು.

ಆಗಿದ್ದುದಾದರೂ ಏನು ? ಸಾಯಂಕಾಲ ನಾವು ಒಂದು ಹಳ್ಳಿಯನ್ನು ಹಾದು ಬರುತ್ತಿದ್ದಾಗ ಶಾಂತಿಯ ಒಪ್ಪಂದ

ವಾಗುತ್ತದೆಂಬ ವದಂತಿ ಕಾಡುಕಿಚ್ಚಿನಂತೆ ನಮ್ಮ ತುಕಡಿಯಲ್ಲೆಲ್ಲಾ ಹರಡಿತ್ತು! ಜರ್ಮನಿಯ ಹೃದಯವಾದ ಬರ್ಲಿನ್‌ನಲ್ಲಿಯೇ ಜರ್ಮನರು ಶರಣಾಗುವಂತೆ ಮಾಡಿರುವುದಾಗಿಯೂ ಸ್ಟಾಲಿನ್‌ಗ್ರಾಡ್‌ನಿಂದ ಎಲ್ಬೆಗೆ ಒಯ್ಯಲಾಗಿದ್ದ ಕೆಂಪು ಸೇನೆಯ ಕೆಂಬಾವುಟಗಳು ಜರ್ಮನಿಯ ಶಾಸನಸಭಾ ಭವನದ ಮೇಲೆ ವಿಜೃಂಭಿಸುತ್ತಿವೆಯೆಂದೂ ಹೇಳಲಾಗುತ್ತಿತ್ತು. ಈ ಸುದ್ದಿಯಿಂದ ತುಕಡಿಯ ಎಲ್ಲರೂ ಉಬ್ಬಿಹೋಗಿದ್ದರು. ಆದರೆ ಯುದ್ಧರಂಗದ ಹತ್ತಿರವೇ ಇದ್ದುದರಿಂದ ಸಂತೋಷದಿಂದ ಹಾಡಿ, ಕುಣಿದು, ಜಯಕಾರ ಮಾಡಲು ಆಗಿರಲಿಲ್ಲ. ಆದರೂ ಸೈನಿಕರು ತಮ್ಮ ಪಂಕ್ತಿಯನ್ನು ಬಿಟ್ಟು ಕದಲದಂತೆ ಪದೇಪದೇ ಆಜ್ಞಾಪಿಸುವುದು ಅನಿವಾರ್ಯವಾಗಿತ್ತು. ಅವರ ಬೆಲ್ಟ್‌ಗಳಿಗೆ ಕಟ್ಟಿಕೊಂಡಿದ್ದ ಸಲಿಕೆಗಳ, ಊಟದ ತಟ್ಟೆ ಬಟ್ಟಲುಗಳ ಟ್ಯಾಪ್ ಟ್ಯಾಪ್ ಶಬ್ದ ನಿಯತವಾಗಿ ಮತ್ತೆ ಕೇಳಿಬರಲು ಸ್ವಲ್ಪ ಸಮಯವೇ ಹಿಡಿಯಿತು. ಸೈನಿಕರು ಶಾಂತಿಯ ಬಗ್ಗೆ ಮಾತನಾಡಲು ಅವಕಾಶ ದೊರೆತುದು ದಾಳಿಯಿಡುವುದಕ್ಕೆ ಮುಂಚೆ ಸಿಕ್ಕ ಈ ವಿಶ್ರಾಂತಿಯ ಅವಧಿಯಲ್ಲಿ.

ನಾನು ಒಂದು ಮರದಡಿಯಲ್ಲಿ ಅದರ ಬುಡಕ್ಕೆ ಒರಗಿಕೊಂಡು ಕುಳಿತಿದ್ದೆ. ರಣರಂಗದ ಮುಂಚೂಣಿಯಲ್ಲಿ ರಾಕೆಟ್‌ಗಳು, ಸಿಡಿಗುಂಡುಗಳು ಆ ಕತ್ತಲೆಯಲ್ಲಿ ಸಿಡಿಯುವುದನ್ನು ಗಮನಿಸುತ್ತಿದ್ದೆ. ಆಗೊಮ್ಮೆ ಈಗೊಮ್ಮೆ ಫಿರಂಗಿಯಿಂದ ಹಾರಿಸಿದ ಸಿಡಿಗುಂಡು ಎತ್ತರದಲ್ಲಿ ನಮ್ಮ ತಲೆಯ ಮೇಲಿಂದ ಹಾದು, ದೂರದಲ್ಲೆಲ್ಲೋ ಸಿಡಿದು, ಹಳ್ಳಿಯ ಶಾಂತಿಗೆ ಭಂಗ ತರುತ್ತಿತ್ತು. ಮೊರೇವಿಯದಲ್ಲಿನ ವಸಂತಕಾಲದ ರಾತ್ರಿಗಳಂತೆ ಈ ರಾತ್ರಿಯೂ ಮೋಡಗಳಿರಲಿಲ್ಲ. ಆಕಾಶ ನಿರ್ಮಲವಾಗಿತ್ತು. ನಕ್ಷತ್ರಗಳು ಬೆಳಗುತ್ತಿದ್ದವು. ಆದರೆ ಚಳಿ, ಶೀತ. ಬಿರಿದ ಹುಲ್ಲು ನೆಲದ ಪರಿಮಳವನ್ನು ತುಂಬಿಕೊಂಡು ಬಯಲಿನಿಂದ ಆಗಾಗ ಮೆಲ್ಲಗೆ ಬೀಸುತ್ತಿದ್ದ ತಂಗಾಳಿ, ಅರಳಲು ಸಿದ್ಧವಾಗಿ ಉಬ್ಬಿಕೊಂಡ ಹೂಗಳಿಂದ ತುಂಬಿದ ಮರಗಳ ಕೊಂಬೆಗಳನ್ನು ತೂಗಾಡಿಸುತ್ತಿತ್ತು. ಕಾಡುವ ಯೋಚನೆಗಳು, ನಡಿಗೆಯಿಂದಾದ ದಣಿವು – ನನಗೆ ನಿದ್ರೆ ಬಂತು.

ಆದರೆ ನನ್ನ ಬಳಿಯೇ ವಿಶ್ರಮಿಸುತ್ತಿದ್ದ ವ್ಯಕ್ತಿಯ ಓಡಾಟ, ಮಾತುಗಳಿಂದ ನನಗೆ ಸ್ವಲ್ಪ ಹೊತ್ತಿನಲ್ಲೇ ಎಚ್ಚರವಾಯಿತು. ಅವನು ಸೇದುತ್ತಿದ್ದ ಸಿಗರೇಟಿನ ಬೆಂಕಿಯ ಬೆಳಕಿನಲ್ಲಿ ಅವನ ಮುಖ ನೋಡಿದೆ. ಗುರುತು ಸಿಕ್ಕಿತು. ಅವನು ಮುರಿಯ–ಡಾನ್ಯೂಬ್ ನದೀ ಬಯಲಿನಲ್ಲಿರುವ ನನ್ನ ಹಳ್ಳಿಯಿಂದಲೇ ಬಂದ ಸಿಪಾಯಿ.

ಆತ ಪ್ರಶ್ನಿಸಿದ :

"ಹಾಗಾದರೆ ನಾವು ಮನೆಗೆ ವಾಪಸು ಹೋಗ್ತೇವಲ್ಲವೇ ಸರ್ ?"

"ಹಾಗೇಂತ ಸುದ್ದಿ" – ನಿದ್ದೆಗಣ್ಣಿನಲ್ಲೇ ನಾನು ಪಿಸುನುಡಿದೆ.

"ದೇವರು ಈವರೆಗೆ ಕರುಣೆ ತೋರಿದ್ದಾನೆ" ಎಂದು ನುಡಿದು, ಆತ ಇನ್ನೂ ಕೊಂಚ ನನ್ನ ಹತ್ತಿರಕ್ಕೆ ಬಂದ. ಸಿಗರೇಟ್‌ನಿಂದ ಜೋರಾದ ದಂ ಎಳೆದು, ನುಂಗಿದ ಹೊಗೆಯನ್ನು ನೆಲದತ್ತ ಬಿಟ್ಟ.

ಅವನನ್ನು ಟ್ರಾನ್ಸಿಲ್ವೇನಿಯದಲ್ಲಿ ನನ್ನ ದಳಕ್ಕೆ ನಿಯಮಿಸಿದಾಗಿನಿಂದ ನಾವಿಬ್ಬರೂ ಜೊತೆಯಾಗಿ ಹೋರಾಡಿದ್ದೆವು. ಟ್ರಾನ್ಸಿಲ್ವೇನಿಯದಲ್ಲಿ, ಅನಂತರ ಹಂಗೆರಿ ಹಾಗೂ ಚೆಕೊಸ್ಲೊವಾಕಿಯಗಳಲ್ಲಿ ಯುದ್ಧ ನಡೆಯುತ್ತಿದ್ದಾಗ ನಾವು ಎಷ್ಟೋ ಬಾರಿ ನಮ್ಮ ಹಳ್ಳಿ, ಅಲ್ಲಿಯ ಜನ ಮತ್ತು ಅವರು ಬದುಕುವ ಬಗೆಯನ್ನು ನೆನಪು ಮಾಡಿಕೊಂಡಿದ್ದೆವು.

ಮುರಿಯ ಹಳೆಯ ದಳಕ್ಕೆ ಸೇರಿದವನು. ಯಾವುದೋ ತಪ್ಪು ಎಣಿಕೆಯಿಂದ ಅಥವಾ ಯಾರದೋ ಬದಲಿಗೆ ಅವನನ್ನು ಮುಂಚೂಣಿಗೆ ಕಳಿಸಿರಬೇಕು. ವಿರಾಮದ ದಿನಗಳಲ್ಲಿ ಕೆಲಸವಿಲ್ಲದಿದ್ದಾಗ ನಾನು ಅವನನ್ನು "ಡುಮಿಟ್ರು ಮಾವ" ಎಂದು ಕರೆಯುತ್ತಿದ್ದೆ. ಮಗುವಾಗಿದ್ದಾಗಲೇ ಹಾಗೆ ಕರೆಯುವುದು ಅಭ್ಯಾಸವಾಗಿತ್ತು.

ಈಗಲೂ, ಆಗೊಮ್ಮೆ ಈಗೊಮ್ಮೆ ಹಳ್ಳಿಯತ್ತ ಸಿಡಿಯುತ್ತಿದ್ದ ಸಣ್ಣ ಸಿಡಿಗುಂಡುಗಳನ್ನೇ ದಿಟ್ಟಿಸುತ್ತ ಮುರಿಯ ಸ್ವಲ್ಪ ಹೊತ್ತು ಮೌನವಾಗಿದ್ದ. ತೋಟದಲ್ಲಿ ಈ ರಾತ್ರಿ ಅವನು ನನ್ನನ್ನು ಹುಡುಕಿಕೊಂಡು ಬರಲು ಬಹುಕಾಲದಿಂದ ನಿರೀಕ್ಷಿಸಲಾಗಿದ್ದ ಶಾಂತಿಯ ಪೂರ್ವ ಸೂಚನೆಯೇ ಕಾರಣವಿರಬೇಕೆಂದು ನನಗನ್ನಿಸಿತು. ಅವನು ಪುನಃ ಪ್ರಶ್ನಿಸಿದ:

"ಅಂತೂ ನಾವು ಮನೆಗೆ ಹಿಂತಿರುಗುತ್ತೇವಲ್ಲವೇ, ಸರ್ ?"

ಅವನ ಧ್ವನಿಯಲ್ಲಿನ ಕಳವಳ ನನ್ನನ್ನು ತಬ್ಬಿಬ್ಬು ಮಾಡಿತು. ಕತ್ತೆತ್ತಿ ನಾನು ಅವನನ್ನೇ ಮೌನವಾಗಿ ನೋಡಿದೆ. ಕನಸು ಕಾಣುತ್ತಿರುವವನಂತೆ ಅವನು ಮಾತು ಮುಂದುವರಿಸಿದ:

"ನಮಗೆ ಈಗ ಹೊಲ ಸಿಗೋದರಿಂದ – ಕ್ರಿಸ್ಟೋಫರ್ ಎಸ್ಟೇಟಿನಲ್ಲಿ ಕೊಂಚ ಭಾಗ ನಮ್ಮದಾಗ್ತದೇಂತ ನನ್ನ ಹೆಂಡತಿ ಬರೆದಿದ್ದಾಳೆ – ನಮ್ಮದು ಇನ್ನು ಬೇರೊಂದು ರೀತಿಯ ಜೀವನವಾಗ್ತದೆ... ನನ್ನ ಮಕ್ಕಳು ಇನ್ನೂ ಒಳ್ಳೆಯ ದಿನಗಳನ್ನು ಕಾಣ್ತಾರೆ. ಈ ತನಕ ಅವರು ಸುಖ ಸಂತೋಷಗಳಿಂದ ಬಹಳ ವಂಚಿತರಾಗಿದ್ದಾರೆ... ಮುಂದೆ ನೆಮ್ಮದಿ, ಶಾಂತಿ ಇರ್ತದೆ...ನಮ್ಮ ದುಡಿಮೆಗೆ ಒಳ್ಳೆ ಪ್ರತಿಫಲ ಸಿಗ್ತದೆ... ಹೌದಲ್ವೆ ಸರ್ ?"

"ಹೌದು," ಎಂದೆ. ಅವನು ಏನು ಹೇಳಬೇಕೆಂದಿರುವನೆಂದು ಊಹಿಸಲು ನಾನು ಯತ್ನಿಸುತ್ತಿದ್ದೆ.

"ಆದರೆ ಇಲ್ಲಿದ್ದಾರಲ್ಲ ಈ ಹುಡುಗರು," ಎಂದು ಮರಗಳ ಕೆಳಗೆ ವಿಶ್ರಮಿಸಿಕೊಳ್ಳುತ್ತಿದ್ದ ಸೈನಿಕರ ನೆರಳಿನತ್ತ ಕೈಮಾಡಿ ಆತ ಹೇಳಿದ: "ಯುದ್ಧ ಈಗಾಗಲೇ ಮುಗಿದೇ ಹೋಗಿದೆ ಅನ್ನೋ ಹಾಗೆ ಚಡಪಡಿಸೋದಕ್ಕೆ ಶುರು ಮಾಡಿದ್ದಾರೆ."

"ಇನ್ನೆಷ್ಟು ದಿನ ತಾನೇ ಅದು ಮುಂದುವರಿದೀತು ಡುಮಿಟ್ರು ಮಾವ? ಒಂದು ದಿನ, ಎರಡು ದಿನ, ಅಥವಾ ಒಂದು ವಾರ. ಅದಕ್ಕಿಂತ ಹೆಚ್ಚಿಲ್ಲ. ಹಿಟ್ಲರ್ ಸೋತು ಮಣ್ಣು ಮುಕ್ಕೋ ಹಾಗೆ ಮಾಡಿದೆ ಕೆಂಪು ಸೇನೆ. ಅಂದ ಮೇಲೆ ನಮ್ಮ ಈ ಪ್ರದೇಶದಲ್ಲಿ ಈಗ ತೊಂದರೆ ಕೊಡ್ತಿರೋ ಮಂದಿ ಸಹ ಇನ್ನು ಹೆಚ್ಚು ದಿನ ಇರೋದಿಲ್ಲ."

"ಹಾಗಲ್ಲ. ಶಾಂತಿಯ ಬಗ್ಗೆ ಮಾತುಕತೆಯಾಗ್ತಿರೋ ಈ ಸಮಯದಲ್ಲಿ ಕದನದಲ್ಲಿ ಸಾಯೋದೆಂದರೆ ದುರದೃಷ್ಟವೇ ಸರಿ, ಅಲ್ವಾ? ನಮ್ಮ ಹುಡುಗರು ನಾಳೆ ಮೇಲೇರಿ ಹೋಗೋದು ಬಹುಶಃ ಕೊನೆಯ ಬಾರಿ. ನಾನೋ, ನೀನೋ ಅದರಲ್ಲಿ ಮಡಿದು ಹೋದರೆ ? ಮೊರೇವಿಯದಲ್ಲಿ ಎಲ್ಲ ಗುಂಡುಗಳಿಂದ ಪಾರಾಗಿ ಚೆಕೊಸ್ಲಾವಾಕಿಯಕ್ಕೆ ಬಂದು, ಅಲ್ಲಿಯೂ ಜೀವಂತವಾಗುಳಿದು, ಈಗ ಇಲ್ಲಿ ಗುಂಡಿನೇಟಿಗೆ ಸಿಗೋದೆ ? ವದಂತಿಗಳು ಸರಿ ಅಂತಾದ್ರೆ, ಈ ಕ್ಷಣದಲ್ಲಿಯೂ ಶಾಂತಿಯ ಮಾತುಕತೆ ನಡೀತಾ ಇರ್ಬಹುದು !"

ನಾನು ಮೌನವಾಗಿದ್ದೆ. ಅವನು ಹೇಳಿದ್ದಕ್ಕಿಂತಲೂ ಹೆಚ್ಚು ಅರ್ಥವಾಯಿತು ನನಗೆ. ಮುಂಜಾನೆಯ ದಾಳಿಯ ಬಗ್ಗೆ ಅವನು ಹೆದರಿದ್ದ. ಅವನು ಈಗ ಮನೆಯಲ್ಲಿನ ಬಡತನದ ಬಗ್ಗೆ ಅಷ್ಟಾಗಿ ಯೋಚಿಸುತ್ತಿರಲಿಲ್ಲ. ಜಮೀನು ಸಿಕ್ಕಿದ್ದರಿಂದ ಅವನು ತುಂಬ ಉಲ್ಲಸಿತನಾಗಿದ್ದ. ಏನೇನೋ ಆಸೆ, ಕನಸು ಕಟ್ಟಿದ್ದ. ಸೇನೆಯಿಂದ ಬಿಡುಗಡೆ ಹೊಂದಿ ತನ್ನ ಹಳ್ಳಿಗೆ

ಹಿಂತಿರುಗುವ ದಿನಕ್ಕಾಗಿ ಹಾತೊರೆಯುತ್ತಿದ್ದ. ಅವನು ಇನ್ನೊಂದು ಸಿಗರೇಟ್ ಹೊತ್ತಿಸಿಕೊಂಡ. ಗೀರಿದ ಕಡ್ಡಿಯ ಬೆಳಕಿನಲ್ಲಿ ಅವನನ್ನು ನಾನು ನೋಡಿದೆ. ಅಂತರ್ಜ್ಯೋತಿಯಿಂದ ಅವನ ಮುಖ ಕಳೆದುಂಬಿತ್ತು. ಸಂತಸದ ನಿರೀಕ್ಷೆಯಿಂದ ಒಂದು ನಿಟ್ಟುಸಿರು ಬಿಟ್ಟು ಅವನು ಹೇಳಿದ :

"ಓ, ಮರಳಿ ಮನೆಗೆ ಹೋಗೋದಕ್ಕೆ ನಾನಿನ್ನು ಹೆಚ್ಚು ದಿನ ಕಾಯಲಾರೆ, ಸರ್."

ಅವನಿಗೆ ಉತ್ತರಿಸಲು ನನಗೆ ಸಮಯವಿರಲಿಲ್ಲ. ತೋಟದಲ್ಲಿದ್ದ ನನ್ನ ಬಳಿಗೆ ಸೇನಾಪಡೆಯ ಸಂಪರ್ಕಾಧಿಕಾರಿ ಬಂದ. ಆತ ದಾಳಿ ಆರಂಭಿಸಬೇಕೆಂಬ ಆಜ್ಞೆ ತಂದಿದ್ದ. ನನ್ನ ಸೇನಾಘಟಕವೇ ರಣರಂಗದ ಮುಂಚೂಣಿಯಲ್ಲಿರಬೇಕಾಗಿತ್ತು. ಕತ್ತಲೆಯ ಮುಸುಕಿನಲ್ಲಿ ನಾವು ನಿಶ್ಶಬ್ದವಾಗಿ ತೋಟವನ್ನು ಬಿಟ್ಟು ಹೊರಟೆವು. ಮುಂದಳದ ಈಡುಗಾರರಾಗಿದ್ದ ನಾವು ಯುದ್ಧರಂಗದಲ್ಲಿ ಹರಡಿ ಅರ್ಧಗಂಟೆಯ ಬಳಿಕ ನಮ್ಮ ನಮ್ಮ ಬಿಲಗಳನ್ನು ಸೇರಿಕೊಂಡೆವು. ಆ ಮೊದಲು ಅಲ್ಲಿದ್ದವರ ಬದಲು ನಮ್ಮ ಸರದಿ ವಹಿಸಿಕೊಂಡೆವು. ಹಿಂದಿನ ಪಾಳಿಯವರ ಸಂಖ್ಯೆ ಈಗ ಮೊದಲಿಗಿಂತ ಎಷ್ಟೋ ಕಡಿಮೆಯಾಗಿತ್ತು. ನಮ್ಮ ಮುಂದೆ ಅಭೇದ್ಯ ಕತ್ತಲು. ನೂರು ಮೀಟರ್ ಅಥವಾ ಇನ್ನೂ ಹೆಚ್ಚು ದೂರದಿಂದ ಆಗಾಗ ಗುಂಡು ಹೊಡೆಯುತ್ತಿದ್ದ ರೈಫಲ್‌ನ ಕ್ಷಣಿಕ ಪ್ರಕಾಶ ಅಥವಾ ಆಸ್ಫೋಟಿಸಿದ ಸಿಡಿಗುಂಡಿನಿಂದ ಹೊಮ್ಮುತ್ತಿದ್ದ ಹಸಿರು ಛಾಯೆಯ ಬೆಳಕು ಎಷ್ಟೋ ಅಷ್ಟೇ. ದಾಳಿಯಿಡಬೇಕೆಂದು ಆಜ್ಞೆಯಲ್ಲಿ ಹೇಳಿದ್ದ 310ನೆಯ ಗುಡ್ಡ ಅದೇ. ಮುಂಜಾನೆಗೆ ಮುನ್ನ ಕತ್ತಲು ಕಳೆಗುಂದುತ್ತಿದ್ದಂತೆ ನಾವು ಆ ಗುಡ್ಡದ ಇಳಿಜಾರಿನಲ್ಲಿದ್ದೆವು. ಸಿಡಿಮದ್ದಿನ ಆಸ್ಫೋಟನೆಯಿಂದ ಆ ಪ್ರದೇಶವೆಲ್ಲ ಸೀದುಹೋಗಿತ್ತು. ಎಲ್ಲೆಲ್ಲೂ ಹಳ್ಳ, ಕಂದಕಗಳು. ಹಿಟ್ಲರನ ಪಡೆ ಇದ್ದ ಸ್ಥಳ ನಮಗೆ ಗೋಚರಿಸಿತು. ಗುಡ್ಡದ ಇಳಿಜಾರು ಪ್ರದೇಶದ ಸುತ್ತಲೂ ಅವರು ಅಗಳು ತೋಡಿ, ಮನೆಯ ಗೋಡೆಗಳಷ್ಟು ಎತ್ತರದ, ನೆಟ್ಟನೆಯ ಗೋಡೆಗಳನ್ನು ಕಟ್ಟಿದ್ದರು. ಅದರ ಹಿಂದೆ ಅವರು. ತಮ್ಮ ಇದಿರುಗಡೆಯಲ್ಲಿ ಕೆಲವು ಮೀಟರ್‌ಗಳಷ್ಟು ಎತ್ತರವಾಗಿದ್ದ ಈ ಮಣ್ಣಿನ ಗೋಡೆಗಳು ಮತ್ತು ಪಾರ್ಶ್ವಗಳಲ್ಲಿ ಮೆಷಿನ್ ಗನ್ನುಗಳು – ಇವು ಅವರಿಗೆ ರಕ್ಷಣೆ ಒದಗಿಸಿದ್ದವು. ಮೊದಲಿನ ಕಂದಕದ ಸುತ್ತ ಮುಳ್ಳುತಂತಿಯ ಬೇಲಿ. ಇಷ್ಟು ಮಾತ್ರವಲ್ಲದೆ ಜರ್ಮನರ ಯುದ್ಧ ತಂತ್ರದಂತೆ ಆ ಜಾಗದಲ್ಲೆಲ್ಲ ನೆಲದಲ್ಲಿ ಸಿಡಿಮದ್ದನ್ನೂ ಅಡಗಿಸಿಡಲಾಗಿತ್ತು ಎಂಬುದರಲ್ಲಿ ಸಂದೇಹವಿರಲಿಲ್ಲ. ನಮ್ಮ ಫಿರಂಗಿದಳದವರ ಹಾಗೂ ನಾವು ಸರದಿ ವಹಿಸಿಕೊಂಡ ಜಾಗದಲ್ಲಿದ್ದ ಸೈನಿಕರ ಎಡೆಬಿಡದ ದಾಳಿಯಿಂದಾಗಿ ಅವರ ಮುಳ್ಳುತಂತಿಯ ಬೇಲಿ ಅಲ್ಲಲ್ಲೇ ಭಗ್ನವಾಗಿ, ಕಾಡಿನೊಳಗಣ ಕಾಲುಹಾದಿಗಳಂತೆ, ಅದರ ನಡುವೆ ಇಕ್ಕಟ್ಟಾದ ಕೆಲವು ಕಿರುಹಾದಿಗಳು ತೆರೆಯಲ್ಪಟ್ಟಿದ್ದವು. ಅವರ ರಕ್ಷಣಾ ವ್ಯೂಹವನ್ನು ಒಂದೊಂದಾಗಿ ಭೇದಿಸಲು ನಾವು ಈ ಮುಳ್ಳುಬೇಲಿಯ ಹಾದಿಯಲ್ಲಿ ಸಾಗಿ, ಮೂರು ಕಂದಕಗಳನ್ನು ವಶಪಡಿಸಿಕೊಂಡು, ಅನಂತರ ಗುಡ್ಡದ ತುದಿಯ ಮೇಲೆ ನಿರ್ಧಾರಕ ಕದನ ಮಾಡಬೇಕಾಗಿತ್ತು.

ಗುಡ್ಡದ ತುದಿಯಲ್ಲಿ ಒಂದು ಪಕ್ಕಕ್ಕೆ ವಾಲಿದ್ದ ಕೆಂಬಣ್ಣದ ಭಾರಿ ಕಬ್ಬಿಣದ ಸ್ತಂಭವನ್ನು ನಾನು ಕಂಡೆ. ಈ ಮೊದಲು ಅದು ನೆಟ್ಟಗೆ ನಿಂತಿರಲು ಸಹಾಯಕವಾಗಿದ್ದ ಉಕ್ಕಿನ ಸರಳುಗಳೇ ಈಗ ಅದು ನೆಲಕ್ಕೆ ಬೀಳದಂತೆ ತಡೆದಿದ್ದುವು. ಅಲ್ಲಿ ಆ ಕಂಬವಿದ್ದುದನ್ನು ಕಂಡು ನನಗೆ ಅಚ್ಚರಿಯಾಯಿತು. ನನ್ನ ಕೈಗಡಿಯಾರದ ಮುಳ್ಳುಗಳತ್ತ ಕಣ್ಣು ಹಾಯಿಸಿದೆ. ದಾಳಿಗೆ ಗೊತ್ತು ಮಾಡಿದ್ದ ಸಮಯ ಹತ್ತಿರವಾಗುತ್ತಿತ್ತು. ನನ್ನ ಹಿಂದೆ ಟೆಲಿಫೋನ್ ಶಬ್ದವಾಯಿತು. ಅದು ನಮ್ಮ ಪಟಾಲಂನ ಅಧಿಪತಿಯ ಮಾತು. ಎಲ್ಲ ದಳ ನಾಯಕರನ್ನೂ ಉದ್ದೇಶಿಸಿ ಅವನು ಮಾತಾಡುತ್ತಿದ್ದ:

"ಯಾವುದರ ಮೇಲೆ ನೀವು ದಾಳಿ ಮಾಡ್ತಿದ್ದೀರಿ ಅಂತ ಗೊತ್ತೇ ?" ಎಂದು

ಆತುರಾತುರವಾಗಿ ಅವನು ಕೇಳಿದ. ನಾವು ಮಾಡಿದಂತೆಯೇ ಅವನೂ ತನ್ನ ಕೈಗಡಿಯಾರ ನೋಡಿಕೊಂಡಿರಬೇಕು. "ಗುಡ್ಡದ ಮೇಲಿರುವ ಕಬ್ಬಿಣದ ಕಂಬ ನೋಡಿ, ಅದು 'ಡೋನಾ' ಬಾನುಲಿ ಕೇಂದ್ರದ ಏರಿಯಲ್..."

ಅವನು ಹಾಗೆ ಹೇಳುತ್ತಿದ್ದಂತೆಯೇ ನಮ್ಮ ಫಿರಂಗಿ ಪಡೆಯವರು ಗುಂಡು ಹಾರಿಸಿದ ಶಬ್ದ ಕೇಳಿಸಿತು. ಪ್ರಬಲ ಸಿಡಿಗುಂಡುಗಳ ಆಸ್ಫೋಟನೆಯಿಂದ ನಮ್ಮೆದುರಿನ ಗುಡ್ಡದ ಬುಡವೇ ಅಲ್ಲಾಡಿದಂತೆ ಕಂಡಿತು. ಭಾರಿ ಧೂಳು, ಹೊಗೆ, ಸಿಂಬಿಸಿಂಬಿಯಾಗಿ ಮೇಲೆದ್ದು ಆ ಕಬ್ಬಿಣದ ಕಂಬದ ಸುತ್ತ ಮೋಡದಂತೆ ಮುಸುಕಿಕೊಂಡಿತು. ಸ್ವಲ್ಪ ಸಮಯದೊಳಗೆ ಮುಳ್ಳುಬೇಲಿ, ಕಂದಕ, ಆ ಉದ್ದನೆಯ ಕಂಬ–ಯಾವುದೂ ಕಾಣದಂತಾಯಿತು. ನಾವು ನಮ್ಮ ಬಿಲ ಗಳಿಂದ ಹೊರಬಂದು ಗುಂಡು ಹಾರಿಸುತ್ತಾ ಮುನ್ನುಗ್ಗಿದೆವು. ನಾವು ಮೊದಲನೆಯ ಕಂದಕಕ್ಕೆ ಯಾವಾಗ ಬಂದೆವೆಂಬುದೂ ನನಗೆ ಗೊತ್ತಾಗಲಿಲ್ಲ. ಆದರೆ ತಮ್ಮ ಗೋಡೆಯ ಹಿಂದಿನಿಂದ ಜರ್ಮನರು ನಡೆಸಿದ ಪ್ರಬಲ ಗುಂಡಿನ ದಾಳಿ ನಮ್ಮ ಮುನ್ನಡೆಯನ್ನು ತಡೆಯಿತು. ದಾಳಿಕಾರರ ಎರಡನೇ ಮತ್ತು ಮೂರನೇ ಅಲೆಯೂ ನಮ್ಮ ಸಾಲಿನ ಹಿಂದೆಯೇ ನಿಂತುಬಿಟ್ಟಿತು. ಅಲ್ಲಿ ಮೊದಲನೆಯ ಕಂದಕದಲ್ಲಿ ನಾವು ಅರ್ಧದಷ್ಟು ಮಂದಿ ಮಾತ್ರ ಉಳಿದಿದ್ದೆವು. ನಿಧಾನವಾಗಿ, ತುಂಬ ನಿಧಾನವಾಗಿ ಹೊಸ ದಾಳಿಗೆ ನಾವು ಸಜ್ಜಾಗತೊಡಗಿದೆವು. ಕೆಲವೇ ಹೆಜ್ಜೆಗಳ ದೂರದಲ್ಲಿ ನನಗೆ ಕಾಣಿಸುತ್ತಿದ್ದ ಹಿಟ್ಲರ್‌ನ ಪಡೆಯ ರಕ್ಷಣಾವ್ಯೂಹದ ನಕಾಶೆ ಕಳಿಸುವಂತೆ ನಮ್ಮ ತುಕಡಿಯ ನಾಯಕ ಕೇಳಿದ. ನಾನು ನಕ್ಷೆ ತಯಾರಿಸಿದೆ. ಅದನ್ನು ದಳಪತಿಗೆ ಯಾರ ಕೈಯಲ್ಲಿ ಕಳಿಸುವುದೆಂದು ಸುತ್ತಲೂ ನೋಡಿದೆ. ಮುರಿಯ ಹತ್ತಿರದಲ್ಲೇ ಇದ್ದ. ಅವನ ಕಪಣಿಯ ಒಂದು ತೋಳು ಹರಿದು ಚಿಂದಿ ಚಿಂದಿಯಾಗಿತ್ತು. ಕೈಯಿಂದ ರಕ್ತ ಸೋರುತ್ತಿತ್ತು. ಅವನ ಮೈಯೆಲ್ಲ ಮಣ್ಣಾಗಿತ್ತು. ಕಣ್ಣುಗಳು ದ್ವೇಷದ ಕಿಡಿಕಾರುತ್ತಿದ್ದವು. ನಕ್ಷೆಯನ್ನು ಅವನ ಕೈಗಿತ್ತು, "ಡುಮಿಟ್ರು ಮಾವ, ಇದನ್ನೊಯ್ದು ನಮ್ಮ ತುಕಡಿಗೆ ತಲಪಿಸು. ಅದಕ್ಕಿಂತ ಮುಂಚೆ ಆಂಬ್ಯುಲೆನ್ಸ್‌ಗೆ ಹೋಗಿ ನಿನ್ನ ಕೈಗೆ ಔಷಧಿ ಹಾಕಿಸಿಕೊ," ಎಂದೆ.

ಆತ ನಡುಗುವ ಕೈಗಳಿಂದ ನಕ್ಷೆಯನ್ನು ಇಸಕೊಂಡು ಹೊರಟ. ಜರ್ಮನರ ಗುಂಡಿನ ದಾಳಿಗೆ ಸಿಕ್ಕದಂತೆ ಎಚ್ಚರವಹಿಸುತ್ತ ಕಂದಕದಲ್ಲಿಯೇ ಸಾಗಿದ.

ಇದಾದ ಬಳಿಕ ನಾವು ಕಂದಕವನ್ನು ವಶಪಡಿಸಿಕೊಳ್ಳಲು ಎರಡನೆಯ ಬಾರಿ, ಮೂರನೆಯ ಬಾರಿ ಪ್ರಯತ್ನಿಸಿ ವಿಫಲರಾದೆವು. ನಮಗೂ ಜರ್ಮನರಿಗೂ ಮಧ್ಯೆ ಸತ್ತವರ ಶವಗಳು; ಸುರಕ್ಷಿತ ಸ್ಥಳಕ್ಕೆ ತೆವಳಿಕೊಂಡಾದರೂ ಹೋಗಲಾರದ ಗಾಯಾಳುಗಳು. ಮಧ್ಯಾಹ್ನವಾಗುತ್ತಿದ್ದಂತೆ ಗುಡ್ಡವನ್ನು ಐದಾರು ಗಂಟೆಯ ಕಾಲ ಮುಸುಕಿಕೊಂಡಿದ್ದ ಹೊಗೆ ಹಾಗೂ ಸಿಡಿಮದ್ದಿನ ಪುಡಿ ಕಣ್ಮರೆಯಾಯಿತು. ಕಬ್ಬಿಣದ ಕೆಂಪು ಕಂಬ ಮತ್ತೆ ಕಾಣತೊಡಗಿತು. ಆದರೆ ನಾವು ಮಾತ್ರ ಮುಂಜಾನೆ ದಾಳಿ ಆರಂಭಿಸಿದಾಗ ಯಾವ ಗುಂಡಿಗಳಲ್ಲಿದ್ದೆವೋ ಅಲ್ಲಿಯೇ ಇದ್ದೆವು. ಆದರೆ ನಮ್ಮ ಮುಂದಿದ್ದ ಗುಡ್ಡ ಇನ್ನಷ್ಟು ಬರಡಾಗಿತ್ತು. ಮುಳ್ಳುತಂತಿಯ ಬೇಲಿ ಇನ್ನಷ್ಟು ನಾಶವಾಗಿತ್ತು. ಕಬ್ಬಿಣದ ಕಂಬಿ ಇನ್ನಷ್ಟು ಕೆಳಕ್ಕೆ ಬಾಗಿತ್ತು.

'ಡೋನಾ' ಕೇಂದ್ರವು ಹಿಟ್ಲರನ ಅಂತಿಮ ದ್ವೇಷ ಸಂದೇಶವನ್ನು ಇನ್ನೂ ಪ್ರಸಾರ ಮಾಡುತ್ತಲೇ ಇದೆಯೆಂದು ನಮ್ಮ ದಳಪತಿಯ ಬೀಡಿನಿಂದ ಸುದ್ದಿ ಬಂತು. ಈ ಸುದ್ದಿಯಿಂದ ನಮ್ಮ ಸೈನಿಕರು ಕೆರಳಿ ಕೆಂಡವಾದರು. ಅನೇಕರು ತಮ್ಮ ಗುಂಡಿಗಳಿಂದ ಹೊರಬಂದು ಹಲ್ಲು ಮಸೆಯುತ್ತ ರೋಷದಿಂದ ನುಡಿದರು :

"ಮತ್ತೆ ಗುಂಡು ಹಾರಿಸೋಣ !... ಆ ಹಂದಿಗಳನ್ನು ಮುಗಿಸಿ ಬಿಡೋಣ !"

ಒಬ್ಬ ಮೆಷಿನ್ ಗನ್ನರ್ ಸಿಟ್ಟಿನಿಂದ ಶಪಿಸಿದ:

"ಅವರ ಸ್ವರ ಕೇಳಿ...ಆ ಉನ್ಮತ್ತ ನಾಯಿಕುನ್ನಿಗಳು ಹಾಳಾಗಿ ಹೋಗಲಿ! ಅವರಿನ್ನೂ ಬಾಯಿ ಮುಚ್ಚಿಲ್ಲ !"

"ಸರಿ, ಬಾಯಿ ಮುಚ್ಚಿಸಿ ಬಿಡೋಣ...ಅದೂ ಮಣ್ಣು ತುರುಕಿಸಿ !"

"ಲೆಫ್ಟಿನೆಂಟ್, ನಡೆಯಿರಿ. ದಾಳಿ ಮಾಡೋಣ," ಎಂದು ಕೆಲವರು ಕೋಪದಿಂದ ಕೂಗಿದರು.

ಆದರೂ ನಾವು ನಿಂತಲ್ಲೇ ನಿಂತಿದ್ದೆವು. ಪ್ರಬಲ ಸೋವಿಯತ್ ಪಡೆಯೊಂದು ನಮ್ಮ ನೆರವಿಗಾಗಿ, ನಮ್ಮತ್ತ ಬರುತ್ತಿತ್ತು. ಆ ಪಡೆ ಬರುವವರೆಗೂ ನಾವು ನಮ್ಮ ಸ್ಥಳಗಳಲ್ಲೇ ಇದ್ದು, ಆ ಪಡೆ ಯಾವ ಸ್ಥಳದಲ್ಲಿ ನಮ್ಮನ್ನು ಕೂಡಿಕೊಳ್ಳಬೇಕೆಂದು ಅವರಿಗೆ ಸಂಪರ್ಕ ವ್ಯಕ್ತಿಗಳ ಮೂಲಕ ಸುದ್ದಿ ಕಳಿಸಬೇಕಾಗಿತ್ತು. ಮುರಿಯ ಸ್ವಲ್ಪ ಸಮಯದ ಹಿಂದಷ್ಟೆ ನಕಾಶೆ ತಲಪಿಸಿ ವಾಪಸಾಗಿದ್ದ. ಆದರೂ ಮತ್ತೆ ಅವನನ್ನೇ ಸೋವಿಯತ್ ಪಡೆಗೆ ಮಾರ್ಗದರ್ಶನ ಮಾಡಲು ನಾನು ಕಳಿಸಬೇಕಾಯಿತು.

ಇಷ್ಟೆಲ್ಲ ನಡೆದುದು 1945ರ ಮೇ 8 ರಂದು.

ಸಾಯಂಕಾಲ ಹೊಸದೊಂದು ತುಕಡಿ ಮುಂಚೂಣಿ ಪ್ರದೇಶಕ್ಕೆ ಬಂತು. ನಾವು ತೋಟಕ್ಕೆ ವಾಪಸಾದೆವು. ಆದರೆ ಅಲ್ಲಿ ನಮಗೆ ಜಾಗವೇ ಇರಲಿಲ್ಲ. ಇಡೀ ತೋಟ ಹಾಗೂ ಹಳ್ಳಿಯ ಸುತ್ತಮುತ್ತಲಿನ ಪ್ರದೇಶವೆಲ್ಲ ಸೋವಿಯತ್ ಸೈನಿಕರಿಂದ, ಟ್ಯಾಂಕ್‌ಗಳಿಂದ, ಭಾರಿ ಶಸ್ತ್ರಾಸ್ತ್ರಗಳಿಂದ ತುಂಬಿಹೋಗಿತ್ತು. ನಮಗಾಗಿ ಕಾತರದಿಂದ ಕಾಯುತ್ತಿದ್ದ ಮುರಿಯ ನಮ್ಮನ್ನು ತೋಟದ ಬಳಿಯ ಜಮೀನಿಗೆ ಕರೆದೊಯ್ದ. ಇಲ್ಲಿ ನಾವು ಸೋವಿಯೆತ್ ತುಕಡಿಯೊಂದನ್ನು ಕೂಡಿಕೊಂಡೆವು. ಈ ತುಕಡಿಯೊಂದಿಗೇ ನಾವು ಮರುದಿನ ಬೆಳಿಗ್ಗೆ ಪುನಃ 310ನೇ ಗುಡ್ಡದ ಮೇಲೆ ದಾಳಿ ಮಾಡಬೇಕಾಗಿತ್ತು. ಸೈನಿಕರು ಒಬ್ಬರೊಡನೊಬ್ಬರು ಬೆರೆತು, ಹೊಲಮನೆಯ ಅವಶೇಷಗಳಡಿಯಲ್ಲಿ ಗುಂಪು ಗುಂಪಾಗಿ ಕುಳಿತು, ರಾತ್ರಿಯೂಟ ಮಾಡಿದರು ; ಸಿಗರೇಟ್ ಹೊತ್ತಿಸಿದರು.

ನಾನು ತುಂಬ ದಣಿದಿದ್ದೆ. ಆದುದರಿಂದ ಮುರಿಯನ ಒತ್ತಾಯಕ್ಕೆ ಮಣಿದು, ಜರ್ಮನರ ಗುಂಡಿನ ದಾಳಿಗೆ ಸಿಕ್ಕದೆ ಹೇಗೋ ತಪ್ಪಿಸಿಕೊಂಡಿದ್ದ ಕುದುರೆ ಲಾಯದ ಮೇಲಿದ್ದ ಹುಲ್ಲಿನ ಅಟ್ಟಕ್ಕೆ ಹತ್ತಿ ಹೋಗಿ, ಹುಲ್ಲಿನ ಮೇಲೆ ಕಾಲು ಚಾಚಿ ಮಲಗಿದೆ. ಊಟ, ಸಿಗರೇಟ್ ಏನೂ ಬೇಕಾಗಿರಲಿಲ್ಲ. ನಿದ್ದೆ ಹೋದೆ.

ಸ್ವಲ್ಪ ಹೊತ್ತಿನ ಮೇಲೆ ನಾನು ಎಚ್ಚರಗೊಂಡೆ. ಆದರೆ ನನಗೆ ಮಂಕು ಕವಿದಂತಾಗಿತ್ತು. ಅಟ್ಟದ ಬಿರುಕಿನಿಂದ ನಕ್ಷತ್ರಗಳು ಹೊಳೆಯುತ್ತಿರುವುದನ್ನು ಕಂಡಾಗ ಮಾತ್ರ ನನಗೆ ಹಿಂದಿನದೆಲ್ಲ ನೆನಪಾಯಿತು. ನನ್ನ ಬಳಿಯೇ ಹುಲ್ಲಿನ ಮೇಲೆ ಯಾರೋ ಕೈಕಾಲಾಡಿಸಿದ ಶಬ್ದವಾಯಿತು. ಬಳಿಕ ಪಿಸುಗುಟ್ಟುತ್ತಿರುವುದು ಕೇಳಿಸಿತು. ನನ್ನ ಕಿವಿಗಳು ನೆಟ್ಟಗಾದುವು. ಹರಕು ಮುರುಕು ಭಾಷೆಯಲ್ಲಿ ಮಾತು ನಡೆಯುತ್ತಿತ್ತು. ಒಮ್ಮೆ ರಷ್ಯನ್ ಭಾಷೆ. ನಂತರ ರುಮಾನಿಯನ್ ಭಾಷೆ. ಒಬ್ಬ ರಷ್ಯನ್ ಹಾಗೂ ಮತ್ತೊಬ್ಬ ರುಮಾನಿಯನ್ ಸೈನಿಕ ಮಾತನಾಡುತ್ತಿರುವರೆಂದು ಇದರಿಂದ ನಾನು ಗ್ರಹಿಸಿದೆ. ಧ್ವನಿಯಿಂದ ಆ ರುಮಾನಿಯನ್ ಮುರಿಯನೇ ಎಂದು ಗುರುತಿಸಿದೆ. ಅವರು ಹೊಗೆಸೊಪ್ಪು ಹಂಚಿಕೊಂಡಿದ್ದರು. ಮುಖ ಮೇಲೆ ಮಾಡಿಕೊಂಡು

ಹುಲ್ಲಿನಲ್ಲಿ ಹುದುಗಿಕೊಂಡಿದ್ದರು. ಪತ್ರಿಕೆಯ ಚೂರಿನಲ್ಲಿ ಹೊಗೆಸೊಪ್ಪು ಸುತ್ತಿ, ಹೆಬ್ಬೆಟ್ಟಿನಷ್ಟು ದಪ್ಪಗೆ ಮಾಡಿಕೊಂಡಿದ್ದ ಸಿಗರೇಟ್ ಸೇದುತ್ತಿದ್ದರು. ಅವರಿಗೆ ಕಾಣದಂತೆ ನಾನು ಒಂದು ಮೊಣಕೈ ಊರಿಕೊಂಡು ಎದ್ದೆ. ಅವರು ದಂ ಎಳೆದಾಗ ಉರಿಯುತ್ತಿದ್ದ ಸಿಗರೇಟ್‌ಗಳ ಬೆಳಕಿನಲ್ಲಿ ಸೋವಿಯತ್ ಸೈನಿಕನ ಮುಖ ನೋಡಿದೆ. ಅವನಿಗೆ ಮುರಿಯನಿಗಿಂತ ವಯಸ್ಸಾಗಿದ್ದಂತೆ ಕಂಡಿತು. ಸುಕ್ಕಾದ ಮುಖದಲ್ಲಿ ಉದ್ದನೆಯ, ದಪ್ಪ ಕೊಸಾಕ್ ಮೀಸೆ.

ಇಬ್ಬರೂ ದೀರ್ಘಕಾಲದ ಗೆಳೆಯರಾಗಿದ್ದರೋ ಎಂಬಂತೆ ಮುರಿಯ ಕೇಳಿದ :

"ಆಂದ್ರಿ ಇವಾನೋವಿಚಿ, ಹಾಗಾದರೆ ನಿಮ್ಮ ಕಡೆ ಈಗ ಬೋಯರ್‌ಗಳಾರೂ ಇಲ್ಲ ?"

"ಒಬ್ಬರೂ ಇಲ್ಲ."

"ಅಂದ ಬಳಿಕ ಭೂಮಿಯೆಲ್ಲ ನಿಮ್ಮದೇ ?"

"ಹೌದು."

"ದುಡಿಯೋದೂ ನೀವೇ, ಅದರ ಫಲ ಪಡೆಯೋದೂ ನೀವೇ ?"

"ಹೌದು."

ಮುರಿಯ ಸ್ವಲ್ಪ ಹೊತ್ತು ಸುಮ್ಮನಿದ್ದ. ಆಗ ಆ ಹುಲ್ಲಿನ ಕೋಣೆಯಲ್ಲಿ ಕೇಳಿಸುತ್ತಿದ್ದ ಶಬ್ದವೆಂದರೆ ಅವರು ಜೋರಾಗಿ ದಂ ಎಳೆಯುತ್ತಿದ್ದುದೇ. ಆಗ ನಾನು ಆ ಮೀಸೆ ಮನುಷ್ಯನ ಮುಖದ ಮೇಲೆ ಹಿರಿ ವಯಸ್ಸಿನ ತಾಳ್ಮೆಯನ್ನೂ ನಲ್ಮೆಯ ನಗುವನ್ನೂ ಕಂಡೆ. ಮುರಿಯ ಅವನತ್ತ ತಿರುಗಿ ಆಸೆ ತುಂಬಿದ ಧ್ವನಿಯಲ್ಲಿ ಹೆಮ್ಮೆಯಿಂದ ಪಿಸುಗುಟ್ಟಿದ:

"ಆಂದ್ರಿ ಇವಾನೋವಿಚಿ, ಈಗ ನನಗೂ ಸ್ವಂತ ಭೂಮಿಯಿದೆ, ಗೊತ್ತೇ ? ಈಗಾಗಲೇ ಆ ಭೂಮಿಯಲ್ಲಿ ಸಾಗುವಳಿ ಮಾಡ್ತಿರೋದಾಗಿ ನನ್ನ ಹೆಂಡತಿ ಬರೆದಿದ್ದಾಳೆ. ಯುದ್ಧ ಮುಗಿದ ಮೇಲೆ ಬಹುಶಃ ನಮ್ಮ ಕಡೆಯೂ ಜೀವನ ಬೇರೆಯೇ ತೆರನಾಗಿರ್‍ತದೆ."

"ಬೇರೆಯೇ ಬಗೆ ? ನಿಜ, ಬೇರೆಯೇ ಬಗೆಯಾಗಿರ್‍ತದೆ. ಬೇರೆಯಾಗದೆ ಇರೋದು ಹೇಗೆ ಸಾಧ್ಯ ?" ಎಂದು ಗಂಭೀರವಾಗಿಯೇ ಹೇಳಿದ ಆತ.

ಸಿಗರೇಟ್ ಸೇದುತ್ತಲೇ ಇದ್ದ ಮುರಿಯ ಮತ್ತೆ ಮೀಸೆಯವನತ್ತ ತಿರುಗಿದ. ಮೆಲ್ಲನೆ ನಡುಗುವ ಧ್ವನಿಯಲ್ಲಿ ಅವನಾಡುತ್ತಿದ್ದ ಮಾತುಗಳನ್ನು ಕೇಳಲು ನನಗೆ ಸ್ವಲ್ಪ ಕಷ್ಟವೇ ಆಯಿತು. ಆತ ಹೇಳಿದ :

"ಆಂದ್ರಿ ಇವಾನೋವಿಚಿ, ನಮ್ಮ ಜೀವನವಿಡೀ ನಾವೆಲ್ಲ – ನಾನು, ನನ್ನ ತಂದೆ, ನನ್ನ ಮಕ್ಕಳು – ಬೋಯರ್‌ಗಳ ಗುಲಾಮರಾಗಿ ದುಡಿದೆವು. ಈಗ ಮಾತ್ರ ನಾನು ಭವಿಷ್ಯದ ಬಗ್ಗೆ ಯೋಚನೆ ಮಾಡ್ತಾ ಇದ್ದೇನೆ. ಇದಕ್ಕಿಂತ ಬೇರೆಯಾದ ರೀತಿಯಲ್ಲಿ ಮುಂದೆ ಬಾಳ್ವೆ ಮಾಡೋದಕ್ಕೆ ನನಗೆ ಸಾಧ್ಯವಾಗ್ತದೆ. ನ್ಯಾಯಯುತ ವ್ಯವಸ್ಥೆಯನ್ನು ಮತ್ತು ಅದರ ಸುಖಗಳನ್ನು ಅನುಭವಿಸೋದಕ್ಕೆ ನನಗೂ ಅವಕಾಶ ಸಿಗ್ತದೆ – ಅನ್ನೋದನ್ನು ನಂಬೋದಕ್ಕೇ ನನಗೆ ಕಷ್ಟವಾಗ್ತಿದೆ."

ಪಕ್ಕದಲ್ಲಿದ್ದವ ಕೈಯಲ್ಲಿ ಸಿಗರೇಟ್ ಹಿಡಿದುಕೊಂಡೇ ಮುರಿಯನತ್ತ ನೋಡಿದ. ಏನೂ ಮಾತನಾಡಲಿಲ್ಲ. ಆದರೆ ಅವನ ಕಣ್ಣುಗಳಲ್ಲಿ ಹೊಳಪಿತ್ತು.

ಅದೇ ಮೆಲುದನಿಯಲ್ಲಿ ಮುರಿಯ ಮಾತು ಮುಂದುವರಿಸಿದ:

"ಇವತ್ತೋ ನಾಳೆಯೋ ಶಾಂತಿ ಆಗ್ಬಹುದು ಅಂತ ನಾವೀಗ ನಿರೀಕ್ಷಿಸ್ತಾ ಇರೋವಾಗ, ಈ ಕಡೇ ದಿನಗಳಲ್ಲಿ ಮಡಿದೋರ ಬಗ್ಗೆ ವ್ಯಥೆಯಾಗ್ತದಲ್ವೆ ಆಂದ್ರಿ ಇವಾನೋವಿಚಿ? ನಾಳೆ

ಈ ಹಾಳು ಗುಡ್ಡದ ಮೇಲೆ ನನಗೋ ನಿನಗೋ ಗುಂಡು ತಗಲಿ ನಿಜವಾದ ಬದುಕು ಸಾಗಿಸೋ ಅವಕಾಶ ತಪ್ಪಿ ಹೋದರೆ ಅದೆಷ್ಟು ಶೋಚನೀಯ!"

ಮೀಸೆಯ ಸೈನಿಕ ಕೊನೆಯ ದಂ ಎಳೆದು ಏನೋ ಯೋಚಿಸುತ್ತಾ ಹೊಗೆ ಬಿಟ್ಟ. ಅನಂತರ ಸಿಗರೇಟ್ ತುಂಡನ್ನು ಬೆರಳುಗಳ ನಡುವೆ ಹೊಸಕಿದ. ನೆಲದ ಮೇಲೆ ಮೊಣಕೈ ಊರಿ, ಎದ್ದು ಕುಳಿತ. ಬಳಿಕ ಮುರಿಯನ ತೋಳುಗಳನ್ನು ಆತ ಹಿಡಿದುಕೊಂಡಿದ್ದಿರ ಬೇಕೆಂದು ನನ್ನ ಊಹೆ. ಯಾಕೆಂದರೆ ಅವನ ಮಾತು ಬಹಳ ಕೆಳದನಿಯಲ್ಲಿತ್ತು. ಆತ ಹೇಳಿದ :

"ಶೋಚನೀಯ, ನಿಜ, ಡಿಮಿಟ್ರೀ – ತುಂಬ ಶೋಚನೀಯ! ಆದರೆ ಶತ್ರುಗಳು ನಮ್ಮ ದೇಶದಲ್ಲಿ ಏನು ಉಳಿಸಿಹೋಗಿದ್ದಾರೆ ಹೇಳು. ಡಿಮಿಟ್ರೀ, ಇಲ್ಲಿ ಮಾತ್ರವೇ ಅಲ್ಲ, ಅವರು ವಶಪಡಿಸಿಕೊಂಡಿರುವ ಯೂರೋಪಿನ ಎಲ್ಲ ಭಾಗದಲ್ಲಿ ಕಾಣೋದು ಸಾವು, ವಿನಾಶ, ಬೂದಿ, ಸಮಾಧಿ ಮತ್ತು ನೇಣುಗಂಬಗಳು..."

ಅವನು ಕರುಣಾಜನಕವಾಗಿ ಸಂಕಟ ತುಂಬಿದ ಸ್ವರದಲ್ಲಿ ಮುಂದುವರಿಸಿದ :

"ತಮ್ಮಾ , ಡಿಮಿಟ್ರೀ, ನನ್ನವರು ಅಂತ ಈಗ ಯಾರೂ ಉಳಿದಿಲ್ಲ. ನಾನು ಎಲ್ಲವನ್ನೂ – ಹೆಂಡತಿ, ಮಕ್ಕಳು, ಹೊಲಮನೆ – ಸರ್ವಸ್ವವನ್ನೂ ಕಳೆದುಕೊಂಡಿದ್ದೇನೆ. ನಮ್ಮ ಹಳ್ಳಿಯನ್ನು ಸುಟ್ಟು ನೆಲಸಮ ಮಾಡಿದರು. ಅದಕ್ಕೆ ಪ್ರತಿಯಾಗಿ ಅವರು ಶಿಕ್ಷೆ ಅನುಭವಿಸಲೇಬೇಕು. ಡಿಮಿಟ್ರೀ ಈ ಕುನ್ನಿಗಳನ್ನು ನಾವು ಭೂಮಿಯ ಕೊನೆಯವರೆಗೂ ಬೆನ್ನಟ್ಟೇವೆ."

ಮತ್ತೆ ಅವನ ಧ್ವನಿ ಮೆಲುವಾಯಿತು. ಮಾತಿನಲ್ಲಿಯೂ ದ್ವೇಷದ ಕಿಡಿ ಇದ್ದರೂ ಆತ ವ್ಯಸನದಿಂದ ನುಡಿದ:

"ನಾನೂ ಬದುಕನ್ನು, ದುಡಿಮೆಯನ್ನು, ಹಾಡೋದನ್ನು, ವೋಡ್ಕಾವನ್ನು ಪ್ರೀತಿಸ್ತೇನೆ. ಆದರೆ ಹಿಟ್ಲರ್‌ನನ್ನು ಸೆದೆಬಡೀಬೇಕು. ಒಂದು ವೇಳೆ ನಾನು ನಾಳೆ ಸತ್ತರೂ, ನನ್ನ ಸಾವು ವ್ಯರ್ಥವಲ್ಲ ಅಂತ ನಾನು ಬಲ್ಲೆ. ನಮ್ಮ ಗುರಿ ತಲಪಿದ ಮೇಲೆ ಜಗತ್ತು ಸಮಾಧಾನದ ನಿಟ್ಟುಸಿರು ಬಿಡ್ತದೆ. ಕೋಟ್ಯಂತರ ಜನರಿಗೆ ನಿಜವಾದ ಶಾಂತಿಯ ಅರಿವಾಗ್ತದೆ."

ಮೀಸೆ ಸೈನಿಕನ ಮಾತುಗಳನ್ನೇ ಮೆಲಕುಹಾಕುತ್ತ ನಾನು ಪುನಃ ನಿದ್ದೆ ಮಾಡಿದೆ. ಮುರಿಯ ಅವನಿಗೆ ಏನು ಉತ್ತರವಿತ್ತ, ಅವನಾಡಿದ ಮಾತುಗಳ ಅರ್ಥ ಮುರಿಯನ ತಲೆಗೆ ಯಾವಾಗ ಹೊಕ್ಕಿತು, ನನಗೆ ತಿಳಿಯದು. ನನಗೆ ಭಾರಿ ನಿದ್ದೆ. ಆದರೂ ಮಧ್ಯೆ ಮಧ್ಯೆ ಏನೇನೋ ಕನಸು. ಸುಖನಿದ್ರೆಗೆ ಅಡಚಣೆ. ನಾನು ಮನೆಗೆ ವಾಪಸಾಗಿ ನನ್ನ ಬಳಗದವರೊಂದಿಗೆ ಸೇರಿಕೊಂಡಂತೆ...ನನ್ನ ತಾಯಿ ಸಂತೋಷದಿಂದ ಕಣ್ಣೀರು ಸುರಿಸುತ್ತ ನನಗಾಗಿ ಬಾಗಿಲಲ್ಲೇ ಕಾಯುತ್ತ ನಿಂತಿದ್ದಂತೆ... ಇನ್ನೇನು ನಾನು ಅವಳನ್ನು ನನ್ನ ತೋಳುಗಳಿಂದ ಆಲಿಂಗಿಸಬೇಕು – ಅಷ್ಟರಲ್ಲಿ ಆನಂದದಿಂದ ಬೆಳಗುತ್ತಿದ್ದ ಅವಳ ಮುಖವನ್ನು ಇದ್ದಕ್ಕಿದ್ದಂತೆ ಹೊಗೆಯ ಮೋಡ ಆವರಿಸಿಕೊಂಡಿತು. ಆ ಹೊಗೆಯಿಂದ 310ನೇ ಗುಡ್ಡದ ಮೇಲಿನ ಕಬ್ಬಿಣದ ಕಂಬ ಎದ್ದು ನಿಂತಿತು... ಮೈಯೆಲ್ಲ ಬೆವೆತು ನಾನು ಎಚ್ಚರಗೊಂಡೆ. ಭಯ, ಆತಂಕಗಳಿಂದ ನಡುಗುತ್ತಿದ್ದೆ. ನಾನು ಹೊರಳಾಡುತ್ತಿದ್ದ ಹುಲ್ಲನ್ನು ಮುಟ್ಟಿ ಖಚಿತ ಮಾಡಿ ಕೊಂಡ ಮೇಲೆಯೇ, ನಾನಿನ್ನೂ ಹುಲ್ಲಿನ ಅಟ್ಟದಲ್ಲೇ ಇದ್ದೇನೆಂದು ನನಗೆ ಮನದಟ್ಟಾದುದು.

ಹುಲ್ಲಿನ ಅಟ್ಟದ ತೆರವಾದ ಭಾಗದ ಮೂಲಕ ನನಗೆ ದೂರದಲ್ಲಿ ಮಿನುಗುವ ನಕ್ಷತ್ರಗಳನ್ನು ನೋಡುವ ಮನಸ್ಸಾಯಿತು. ಆ ತೆರವಿಗಾಗಿ ಕಣ್ಣಾಡಿಸಿದೆ. ಆದರೆ ಜರ್ಮನರ ಸೇನೆಯ ದಿಕ್ಕಿನ ಕಡೆಗಿದ್ದ ಮುರಿಯ ಮತ್ತು ಇವಾನೋವಿಚ್ ಅವರ ಸ್ಥೂಲ ದೇಹಗಳಿಂದ

ಅದು ಮುಚ್ಚಿ ಹೋಗಿ, ಆಕಾಶದ ಹಿನ್ನೆಲೆಯಲ್ಲಿ ಅವರ ದೇಹಗಳ ಆಕೃತಿ ಕಾಣುತ್ತಿತ್ತು. ನಾನು ಮೊಣಕಾಲೂರಿ ಅರ್ಧ ಎದ್ದು ಅವರಿಬ್ಬರತ್ತ ನೋಡಿದೆ. ನನಗೆ ಅಚ್ಚರಿಯಾಯಿತು. ಅಟ್ಟದ ತೆರವಿನಲ್ಲಿ ಅವರಿಬ್ಬರೂ ನೆಟ್ಟಗೆ ನಿಂತು, ಸ್ವಲ್ಪವೂ ವಿವೇಚನೆಯಿಲ್ಲದೆ ಆಕಾಶದತ್ತ ರೈಫಲ್‌ಗಳಿಂದ ಗುಂಡು ಹಾರಿಸುತ್ತಿದ್ದರು. ಬಳಿಕ ತಮ್ಮ ಟೋಪಿಗಳನ್ನು ತೆಗೆದು, ಅದನ್ನು ತಲೆಯ ಮೇಲಾಡಿಸುತ್ತ "ಹುರ್ರೇ-ಏ-ಏ" ಎಂದು ಕೂಗಿದರು.

ಅವರು ರೈಫಲ್‌ಗಳಿಗೆ ಮತ್ತೆ ಗೋಲಿಗಳನ್ನು ತುಂಬಿಕೊಂಡರು. ಪುನಃ ಆಕಾಶದತ್ತ ಗುಂಡು ಹಾರಿಸತೊಡಗಿದರು. ಆದರೆ ಈಗ ಅವರು ಹಾರಿಸಿದ ಗುಂಡುಗಳ ಶಬ್ದ ಕೇಳದಾಯಿತು. ಹೊರಗೆ ನೂರಾರು, ಸಾವಿರಾರು ಬಂದೂಕುಗಳು ಒಂದೇ ಸಮನೆ ಗುಂಡು ಹಾರಿಸುತ್ತಿದ್ದವು. ಆ ಮೊರೆತದಲ್ಲಿ ಇವರ ಗುಂಡುಗಳ ಶಬ್ದವೆಲ್ಲಿ ಕೇಳಬೇಕು ? ಇದರೊಂದಿಗೆ ಮೆಷಿನ್‌ಗನ್‌ಗಳ ರಟರಟ ಶಬ್ದವೂ ಕೇಳಿಸಿತು. ಅವುಗಳ ಮಧ್ಯೆ ಆಕಾಶದತ್ತ ಸಿಡಿಯುತ್ತಿದ್ದ ರಾಕೆಟ್‌ಗಳಿಂದ ಹೊರಡುತ್ತಿದ್ದ ಬೆಳಕೂ ಕಾಣಿಸಿತು.

ದಿಗ್ಭ್ರಾಂತಿಯಿಂದ ನಾನು ಹುಲ್ಲಿನ ಅಟ್ಟದ ತೆರಪಿನ ಬಳಿಯಿದ್ದ ಮುರಿಯ ಮತ್ತು ಇವಾನೋವಿಚ್ ಅವರತ್ತ ಧಾವಿಸಿದ. ಮುಂಚೂಣಿ ಪ್ರದೇಶವೆಲ್ಲ ಹೊತ್ತಿ ಉರಿಯುತ್ತಿತ್ತು. ಸಹಸ್ರಾರು ಬಂದೂಕುಗಳು, ನೂರಾರು ಮೆಷಿನ್ ಗನ್‌ಗಳು ಗುಂಡಿನ ಮಳೆಗರೆಯುತ್ತಿದ್ದವು. ನೀಲಿ, ಹಸಿರು, ಕೆಂಪು, ಬಿಳುಪು ಬಣ್ಣ ಚೆಲ್ಲುತ್ತ, ಕತ್ತಲೆಯಲ್ಲಿ 310ನೇ ಗುಡ್ಡದತ್ತ ಸಿಡಿಲಿನಂತೆ ಸ್ಫೋಟಿಸುತ್ತಿದ್ದ ರಾಕೆಟ್‌ಗಳು ಹಾಗೂ ಆಟೋಮ್ಯಾಟಿಕ್ ಗನ್‌ಗಳಿಂದ ಸಿಡಿದ ಗುಂಡುಗಳ ಬೆಳಕು ಒಂದನ್ನೊಂದು ಹಾದು ಕತ್ತಲೆಯ ಹಿನ್ನೆಲೆಯಲ್ಲಿ ಬಣ್ಣ ಬಣ್ಣದ ಬಟ್ಟೆಯನ್ನೇ ನೇಯುತ್ತಿದ್ದವು. ದೂರದಲ್ಲೆಲ್ಲಿಂದಲೋ ಭಾರಿ ಫಿರಂಗಿಗಳಿಂದ ಗುಡುಗಿನಂಥ ಶಬ್ದ ಮೊಳಗಿತು. ಆಸ್ಫೋಟವಾಗುತ್ತಿದ್ದ ಶೆಲ್ ಮತ್ತು ರಾಕೆಟ್‌ಗಳ ಕ್ಷಣಿಕ ಬೆಳಕಿನಲ್ಲಿ ನಾನು ಮತ್ತೆ 310ನೇ ಗುಡ್ಡದ ಮೇಲಿನ ಕಬ್ಬಿಣದ ಕಂಬವನ್ನು ನೋಡಿದೆ. ಅದು ಈಗ ಇನ್ನೂ ಕೆಳಕ್ಕೆ ಬಾಗಿತ್ತು. ಆದರೆ ಜರ್ಮನರ ಕಡೆಯಿಂದ ಏನೂ ಸದ್ದುಗದ್ದಲವೇ ಕೇಳಿಬರುತ್ತಿರಲಿಲ್ಲ. ಇದು ಅಸಹಜವೆನ್ನಿಸಿತು. ಭಯ ಹುಟ್ಟಿಸಿತು. ಆದರೆ ಕೆಳಗೆ, ನಾವು ನಿಂತಿದ್ದ ಚೆಕ್ ರೈತನ ಜಮೀನಿನಲ್ಲಿ, ನೂರಾರು ಮಂದಿ ರುಮಾನಿಯನ್ ಮತ್ತು ರಷ್ಯನ್ ಸೈನಿಕರು ಗುಂಪು ಗುಂಪಾಗಿ ಸೇರಿ ಟೋಪಿಗಳನ್ನೆಸೆದಾಡುತ್ತ, ರಾತ್ರಿ ನಡುಗಿ ಹೋಗುವಂತೆ ಕೂಗುತ್ತಿದ್ದರು :

"ಹುರ್ರೇ ...ಏ ...ಏ !..."

ನಾನು ಮುರಿಯನತ್ತ ತಿರುಗಿ ಅಚ್ಚರಿಯಿಂದ ಕೇಳಿದೆ:

"ಏನಾಯ್ತು ಡುಮಿಟ್ರು ಮಾವ ? ಯಾಕೆ ಹೀಗೆ ಕೂಗ್ತಿದ್ದಾರೆ ?"

"ಶಾಂತಿ, ಸರ್ !" ಅವನು ಆನಂದ, ಉದ್ವೇಗಗಳಿಂದ ಕಿರಿಚಿದ: "ಶಾಂತಿ, ಶಾಂತಿ !"

ಮೀಸೆಯ ಮನುಷ್ಯ ಕೂಡ ಟೋಪಿಯನ್ನು ತಲೆಯ ಮೇಲೆ ಕೈಬೆರಳಿನಿಂದ ಗಿರ್ರನೆ ಆಡಿಸುತ್ತ ಅರಚಿದ – "ಮಿರ್ ! ಮಿರು... ಮಿರ್ !"

ಮತ್ತೆ ರೈಫಲ್‌ಗಳಿಂದ ಗುಂಡು ಸಿಡಿಯಲಾರಂಭಿಸಿತು. ಮೆಷಿನ್‌ಗನ್‌ಗಳ ರಟರಟ ಶಬ್ದ ಕೇಳಿತು. ಜತೆಯಲ್ಲೇ ಭಾರಿ ಫಿರಂಗಿಗಳ ಮೊರೆತ. ಈ ಶಬ್ದದಲ್ಲಿ ರಣರಂಗದ ಈ ಭಾಗದ ಸೈನಿಕರ ಆನಂದೋದ್ಗಾರ ಅಣಗಿ ಹೋಯಿತು. ಆಸ್ಫೋಟನೆಯ ಶಬ್ದ ದೂರದಲ್ಲಿ ಮಾರ್ದನಿಸಿತು. ಭೂಮಿ ನಡುಗಿತು. ಗಾಳಿಯಲ್ಲಿ ಅಲ್ಲೊಂದು ಇಲ್ಲೊಂದು ರಾಕೆಟ್ ಮೇಲೆದ್ದು ಉರಿಯಿತು.

ಮುರಿಯ ಪಕ್ಕದವನ ಕಡೆಗೆ ತಿರುಗಿ "ಆಂಡ್ರಿ ಇವಾನೋವಿಚಿ, ನಾಳೆಯ ಹೊಸ ಬದುಕನ್ನು ಆನಂದದಿಂದ ಅನುಭವಿಸೋದಕ್ಕೆ ದೇವರು ನಮಗೆ ಆರೋಗ್ಯ ಕೊಡಲಿ" ಎಂದ.

ಹುಲ್ಲಿನ ಅಟ್ಟದ ತೆರವು ಜಾಗದಲ್ಲೇ ಅವರಿಬ್ಬರೂ ಪರಸ್ಪರ ಬಿಗಿದಪ್ಪಿಕೊಂಡರು. ಕಣ್ಣುಗಳಿಂದ ಕಂಬನಿ ತುಳುಕುವುದನ್ನು ಮರೆಮಾಚಲು ಇಬ್ಬರೂ ಯತ್ನಿಸುತ್ತಿದ್ದರು. ನನ್ನ ಹೃದಯವೂ ಹಗುರಾದಂತೆನಿಸಿತು. ಇದ್ದಕ್ಕಿದ್ದಂತೆ ನನ್ನ ಜನರ ಬಗ್ಗೆ ಹಂಬಲವಾಯಿತು. ನನ್ನ ಮನಸ್ಸು ಹಿಂದೆಂದೂ ಹೀಗೆ ಹಾತೊರೆದಿರಲಿಲ್ಲ. ನಾನೇಕೆ ನನ್ನ ಭಾವನೆಯನ್ನು ಬಚ್ಚಿಡಬೇಕು? ಯುದ್ಧದಲ್ಲಿ ನಾನು ಜೀವಂತನಾಗಿ ಉಳಿದೆನಲ್ಲ ಎಂದು ಸಂತೋಷವಾಯಿತು. ಹಿಟ್ಲರನ ಸೈತಾನರ ವಿರುದ್ಧ ಅವರ ಸೋಲಿನ ಕೊನೆಯ ಗಳಿಗೆಯವರೆಗೂ ಹೋರಾಡಿದೆನೆಂದೂ ನನಗೆ ಆನಂದವಾಯಿತು.

ಅಷ್ಟರೊಳಗೆ ಕೆಳಗಿನ ಗುಂಪಿನಲ್ಲಿ ನನಗಾಗಿ ಹುಡುಕುತ್ತಿದ್ದ ಯಾರೋ ನನ್ನ ಹೆಸರು ಹಿಡಿದು ಕೂಗಿದ್ದು ಕೇಳಿಸಿತು. ನಾನು ಹುಲ್ಲಿನ ಅಟ್ಟದ ಏಣಿಯಿಂದ ಕೆಳಗಿಳಿದು ಬಂದೆ. ನನ್ನ ಕೈಗೆ ಒಂದು ಕವರ್ ಕೊಟ್ಟರು. ಸೈನಿಕರ ನಡುವೆಯೇ ಅದನ್ನು ನಾನು ಆತುರಾತುರವಾಗಿ ಒಡೆದೆ. ದೀಪದಕಡ್ಡಿಯ ಬೆಳಕಿನಲ್ಲಿ ಅದರೊಳಗಿದ್ದ ಕಾಗದವನ್ನೋದಿದೆ. ಕೈಗಡಿಯಾರವನ್ನು ನೋಡಿಕೊಂಡೆ. ಯುದ್ಧ ಕೊನೆಗಂಡು ಕಾಲುಗಂಟೆಯಾಗಿತ್ತು. ಇದನ್ನು ಕೇಳಿ ಸೈನಿಕರು ಮತ್ತೆ ಆನಂದದಿಂದ ಕೂಗಿದರು, ಕುಣಿದರು. ಆದರೆ ಆ ಆಜ್ಞಾಪತ್ರದಲ್ಲಿ ಇನ್ನೇನೋ ತಿಳಿಸ ಲಾಗಿತ್ತು. ನನಗೆ ಮುರಿಯನ ನೆನಪಾಯಿತು. ಹುಲ್ಲಿನ ಅಟ್ಟದಿಂದ ಹೊರಬರುವಂತೆ ಅವನನ್ನು ಕೂಗಿ ಕರೆದೆ. ಮತ್ತೆ ಕಡ್ಡಿಗೀರಿ ಅದರ ಬೆಳಕಿನಲ್ಲಿ ಅವನನ್ನು ತಿರುಗಿಸಿ, ತಿರುಗಿಸಿ ತಲೆಯಿಂದ ಕಾಲಿನವರೆಗೂ ಎಚ್ಚರಿಕೆಯಿಂದ ನೋಡಿದೆ. ಅನಂತರ ಹೇಳಿದೆ:

"ಇನ್ನು ಹದಿನೈದು ನಿಮಿಷಗಳಲ್ಲಿ ಚೆನ್ನಾಗಿ ಮುಖಕ್ಷೌರ ಮಾಡಿಕೊಂಡು, ನಮ್ಮ ಪಡೆಯ ಯಾರಲ್ಲಿ ಉತ್ತಮ ಸಮವಸ್ತ್ರವಿದೆಯೋ ಅದನ್ನು ತೊಟ್ಟುಕೋ. ನಿನ್ನ ಬಳಿಯಿರುವ ರೈಫಲ್ ಬದಲು ಆಟೋಮ್ಯಾಟಿಕ್ ಪಿಸ್ತೂಲು ತೆಗೆದುಕೊಂಡು, ನನ್ನನ್ನು ಬಂದು ನೋಡು."

ಮುರಿಯ ಅನುಮಾನದಿಂದ ನನ್ನನ್ನು ದಿಟ್ಟಿಸಿದ. ಆನಂತರ ಆಜ್ಞೆಯಂತೆ ನಡೆಯಲು ಧಾವಿಸಿದ. ಅವನು ಬೇಗಬೇಗ ನಡೆದ. ಕೆಲವು ಸೈನಿಕರು ಅವನನ್ನೇ ಹಿಂಬಾಲಿಸಿದರು. ಅವರಲ್ಲಿ ಒಂದಿಬ್ಬರು ತಮ್ಮ ಕೋಟು ತೆಗೆದು ಅವನಿಗೆ ಕೊಡಹೋದರು. ಇನ್ನೊಂದಿಬ್ಬರು ತಮ್ಮ ಬೆಲ್ಟ್ ತೆಗೆದುಕೊಟ್ಟರು. ಮತ್ತೊಬ್ಬ ಹೆಲ್ಮೆಟ್, ಇನ್ನೊಬ್ಬ ಆಟೋಮ್ಯಾಟಿಕ್ ರೈಫಲ್, ವಿಷಾನಿಲ ಮುಖವಾಡ – ಹೀಗೇ ಒಬ್ಬೊಬ್ಬರು ಒಂದೊಂದನ್ನು ಕೊಡಲು ಮುಂದಾದರು. ಅವನಿಗೆ ಕ್ಷೌರದಕತ್ತಿ ಎಲ್ಲಿ ಸಿಕ್ಕಿತೋ ಕಾಣೆ. ಅಂತೂ ಕರಾರುವಾಕ್ಕಾಗಿ ಹದಿನೈದು ನಿಮಿಷಗಳಲ್ಲಿ ಸೈನಿಕ ಕವಾಯಿತಿಗೆ ಬರುವವನಂತೆ ಆತ ಉತ್ತಮ ಸಮವಸ್ತ್ರ ಧರಿಸಿ ಬಂದ. ಈಗಲೂ ಅವನ ಹಿಂದೆ ಸೈನಿಕರ ಗುಂಪು. ಅವನನ್ನು ಮತ್ತೆ ಬೆಂಕಿಕಡ್ಡಿಯ ಬೆಳಕಿನಲ್ಲಿ ಕೆಳಗಿನಿಂದ ಮೇಲಿನವರೆಗೆ ನೋಡಿದೆ. ಬೂಟ್‌ಗಳನ್ನು ಹುಲ್ಲಿನಿಂದ ಇನ್ನೂ ಚೆನ್ನಾಗಿ ತಿಕ್ಕಿಕೊಳ್ಳುವಂತೆ ಹೇಳಿ, ನಮ್ಮ ತುಕಡಿಗೆ ಕಳಿಸಿದೆ. ಬೆಳಕು ಹರಿಯುತ್ತಿದ್ದಂತೆ ಯುದ್ಧ ವಿರಾಮದ ಬಾವುಟವನ್ನು ಹಿಡಿದು, 310ನೇ ಗುಡ್ಡದಲ್ಲಿರುವ ಶತ್ರು ಪಾಳೆಯಕ್ಕೆ ಹೋಗಿ, ಉತ್ತರ ಸಮುದ್ರದಿಂದ ವಿಯೆನ್ನಾವರೆಗಿನ ಅವರ ಯುದ್ಧರಂಗದ ಮುಂಚೂಣಿಯೆಲ್ಲ ಕುಸಿದಿದೆಯೆಂದೂ, ಅಲ್ಲಿ ಕಾಯುತ್ತಿದ್ದ ಪಡೆಗಳೆಲ್ಲ ಶರಣಾಗಿವೆಯೆಂದೂ, 310ನೇ ಗುಡ್ಡದಲ್ಲಿ ಇನ್ನೂ ಹೋರಾಟ ಮುಂದುವರಿಸುವುದು ನಿಷ್ಪ್ರಯೋಜಕವೆಂದೂ ಅವರಿಗೆ ತಿಳಿಸಬೇಕಾಗಿ ಇದ್ದವರಲ್ಲಿ ಮುರಿಯನೂ ಒಬ್ಬ.

ಸ್ವಲ್ಪ ಹೊತ್ತಿನ ಬಳಿಕ ನಮ್ಮ ಕಡೆಯ ರಣರಂಗವೂ ಸ್ತಬ್ಧವಾಯಿತು. ಬೆಳಗಾಗುತ್ತಿರುವಂತೆ ಹಳ್ಳಿಯಲ್ಲಿ, ಅದರ ಹೊರವಲಯದಲ್ಲಿ ಹಾಗೂ ತೋಟದಲ್ಲಿ ಇದ್ದ ಎಲ್ಲ ಸೋವಿಯೆತ್ ಮತ್ತು ರುಮಾನಿಯನ್ ಪಡೆಗಳನ್ನೂ ಹೋರಾಟದ ಮೊದಲ ಕಣಕ್ಕೆ ಮುನ್ನಡೆಸಲಾಯಿತು. ಟ್ಯಾಂಕುಗಳು ಮತ್ತು ಫಿರಂಗಿ ಪಡೆ ಮಾತ್ರ ಹೊಲಗಳಲ್ಲಿ, ಹುಲ್ಲುಗಾವಲುಗಳಲ್ಲಿ ಉಳಿದು ಕೊಂಡವು.

ಬೆಳಕು ಹರಿದಾಗ ನಾವು ಹಿಂದಿನ ಸಂಜೆ ಎಲ್ಲಿ ನಮ್ಮ ರಕ್ತ ಚೆಲ್ಲಿದ್ದೆವೋ ಅದೇ ರೈಫಲ್ ಗುಂಡಿಗಳಲ್ಲಿ, 310ನೇ ಗುಡ್ಡದ ಮೇಲೆ ಹೊಸದಾಗಿ ಬಂದು ಕೂಡಿಕೊಂಡಿದ್ದ ಜರ್ಮನ್ ಸೈನಿಕರಿಗೆ ಮತ್ತು ಕಬ್ಬಿಣದ ಕಂಬಕ್ಕೆ ಎದುರಾಗಿ, ಕದನಕ್ಕೆ ಸಜ್ಜಾಗಿ ನಿಂತಿದ್ದೆವು. ಸೂಚನೆ ಬಂದೊಡನೆ ಇಡೀ ಸೇನಾಪಡೆ ಮುನ್ನುಗ್ಗಬೇಕಾಗಿತ್ತು.

ಯುದ್ಧ ವಿರಾಮದ ಬಾವುಟವನ್ನು ಹೊತ್ತ ಸೈನಿಕರು ನಮ್ಮ ದಳದ ಸಾಲಿನ ಮುಂದೆಯೇ ರಣಾಂಗಣವನ್ನು ದಾಟಿ ಹೋದರು – ಇದೊಂದು ಆಕಸ್ಮಿಕವಷ್ಟೆ. ಇಲ್ಲಿಂದ ಶತ್ರು ಸೈನ್ಯದ ಮೊದಲ ಕಂದಕ ಬಹಳ ಹತ್ತಿರವೆಂಬುದೇ ಇದಕ್ಕೆ ಕಾರಣವಿದ್ದಿರಬೇಕು. ಸಿಡಿಮದ್ದುಗಳನ್ನಿಟ್ಟಿದ್ದ ನೆಲದಲ್ಲಿ ಹಾಗೂ ಮುಳ್ಳುತಂತಿಯ ಬೇಲಿಯ ಮೂಲಕ ಯಾವ ಮಾರ್ಗದಲ್ಲಿ ಹೋಗಬೇಕೆಂದು ನಿರ್ಧರಿಸುವ ಸಲುವಾಗಿ ಅವರು ನಮ್ಮ ಕಡೆಯ ರಕ್ಷಣಾ ನೆಲೆಯ ಕೊನೆಯಲ್ಲಿ ಕೆಲವು ಕ್ಷಣ ನಿಂತರು. ಸೋವಿಯೆತ್ ಅಧಿಕಾರಿಯ ಜತೆಯಲ್ಲಿ ಹೋಗುತ್ತಿದ್ದ ಸೈನಿಕ ಕಳೆದ ರಾತ್ರಿ ನಾನು ನೋಡಿದ ಯುಕ್ರೇನಿನ ಮೀಸೆ ಮನುಷ್ಯನೆಂದು ಗುರುತು ಹತ್ತಿದಾಗ ನನಗೆ ಸಂತೋಷವಾಯಿತು. ಇಬ್ಬರು ಅಧಿಕಾರಿಗಳೂ ಆಗಾಗ ಪರಸ್ಪರ ನೋಡಿ ನಗುತ್ತಿದ್ದಾಗ ಮುರಿಯ ಮತ್ತು ಆ ಮೀಸೆ ಮನುಷ್ಯ ಅವರ ಹಿಂದೆ ನಿಂತಿದ್ದರು. ಯಾವ ಮಾರ್ಗದಲ್ಲಿ ಮುಂದುವರಿಯಬೇಕೆಂದು ಆ ಅಧಿಕಾರಿಗಳಿಬ್ಬರೂ ಚರ್ಚಿಸತೊಡಗಿದಾಗ ನಮ್ಮ ಸೈನಿಕರು ಇವರಿಬ್ಬರ ಹತ್ತಿರ ಬಂದು ಅವರಿಗೆ ಸಲಹೆ ನೀಡಿದರು.

"ಮುರಿಯ, ನೀನು ಅಲ್ಲಿ ಏನು ಹೇಳ್ತಿ ಅನ್ನೋದರ ಬಗ್ಗೆ ಎಚ್ಚರವಿರಲಿ. ಅವರನ್ನು ಹೊಡೆದುರುಳಿಸಿರುವವರು ನಾವು ಅನ್ನೋದನ್ನು ಮರೀಬೇಡ. ಅವರಿಗಾಗಿ ನಮ್ಮ ರಷ್ಯನ್ ಕಾಮ್ರೇಡುಗಳು ತೋಟದಲ್ಲಿ, ಹಳ್ಳಿಯಲ್ಲಿ ಹೇಗೆ ಸಜ್ಜಾಗಿದ್ದಾರೆ ಅನ್ನೋದನ್ನು ನೆನೆಸಿಕೋ. ಅವರೇನಾದರೂ ಮತ್ತೆ ಬಾಲ ಬಿಚ್ಚಿದರೆ ಅವರನ್ನು ನಾವು ಛಿದ್ರಛಿದ್ರ ಮಾಡಿಬಿಡ್ತೇವೆ," ಎಂದು ಸ್ವಲ್ಪ ತವಕಗೊಂಡಂತಿದ್ದವನು ಹೇಳಿದ.

ಇನ್ನೊಬ್ಬ ಕೋಪದಿಂದ ಬುಸುಗುಟ್ಟುತ್ತ ಕೂಗಿಕೊಂಡ: "ಆ ಹಂದಿಗಳ ಜತೆ ಯಾವ ಮಾತುಕತೆಯೂ ಬೇಡ! ಅವರ ಮುಸುಡಿಯ ಮೇಲೆ ಬಿಗಿದು, ಮಾತಾಡದಂತೆ ಮಾಡು! ಅಥವಾ ಅವರು ಶಾಂತಿ ಬೇಡಿದ್ದಾರೆ ಅನ್ನೋದನ್ನೇ ಮರೆತುಬಿಡೋಣ!"

ಪರಿಸ್ಥಿತಿಯನ್ನು ವಿವರಿಸಲು ಮುರಿಯ ಪ್ರಯತ್ನಿಸಿದ. "ಅದೆಲ್ಲ ಅಷ್ಟು ಸರಳವಾದ ಸಂಗ್ತಿಯಲ್ಲ. ಇದೊಂದು ರಾಜತಾಂತ್ರಿಕ ನಿಯೋಗ. ಇನ್ನೂ ರಕ್ತಪಾತವಾಗದಂತೆ ನೋಡಿಕೊಳ್ಳೋದು ಇದರ ಉದ್ದೇಶ," ಎಂದಾತ ಪಿಸುಗುಟ್ಟಿದ. ಅವನ ಮಾತುಗಳಿಂದ ಮುರಿಯ ಇಂಥ ನಿಯೋಗದ ಕೆಲಸದಲ್ಲಿ ತರಬೇತಿ ಪಡೆದಿದ್ದನೆಂದು ಸ್ಪಷ್ಟವಾಗುತ್ತಿತ್ತು. ಈಗ ಅವನಿಗೆ ಬಿಳಿಯ ಬಾವುಟ ಹಿಡಿದವನನ್ನು ಹಿಂಬಾಲಿಸುವಂತೆ ಹೇಳಲಾಯಿತು. ರೈಫಲ್ ಗುಂಡಿಗಳಲ್ಲಿದ್ದ ಸೈನಿಕರು 'ರಾಜತಾಂತ್ರಿಕ ವಿಧಾನ'ವನ್ನೂ, ಗುಡ್ಡದ ಮೇಲೆ ಕಂದಕಗಳಲ್ಲಿದ್ದ ಹಿಟ್ಲರನ ಸೈನಿಕರನ್ನೂ ಶಪಿಸಿದರು. ಕೋಪದಿಂದ ತಮ್ಮ ಬಂದೂಕುಗಳಿಗೆ ಗೋಲಿಗಳನ್ನು ತುಂಬಿದರು.

ನಾನು ದುರ್ಬೀನನ್ನು ಕಣ್ಣಿಗಿಟ್ಟುಕೊಂಡು ನಿಯೋಗ ಹೋಗುತ್ತಿರುವುದನ್ನೇ ನೋಡುತ್ತಿದ್ದೆ. ಶತ್ರು ಸೇನೆಯ ಮೇಲೆ ಪ್ರಭಾವ ಬೀರುವವನಂತೆ ಮುರಿಯ ಬಹಳ ಠೀವಿಯಿಂದ ನಡೆಯ ಲೆತ್ನಿಸುತ್ತಿರುವುದನ್ನು ಬಹಳ ಹೊತ್ತು ಗಮನಿಸುತ್ತಿದ್ದೆ. ಆ ನಡಿಗೆ! ಖಂಡಿತವಾಗಿಯೂ ಅದು ಸೈನಿಕನ ನಡಿಗೆಯಾಗಿರಲಿಲ್ಲ. ಕ್ರಿಸ್ಟೋಫರ್ ಎಸ್ಟೇಟ್‌ನಲ್ಲಿ ಗುಲಾಮ ಚಾಕರಿ ಮಾಡುತ್ತಿದ್ದ ಅವನ ಹಿಂದಿನ ಜೀವನ ನನಗೆ ನೆನಪಾಯಿತು. ಅವನನ್ನು ನಿಯೋಗದ ಒಬ್ಬನಾಗಿ ಆಯ್ಕೆ ಮಾಡಿದ ಬಗ್ಗೆ ನಾನು ಮತ್ತೆ ಸಂತೋಷಪಟ್ಟೆ.

ಗುಡ್ಡದ ಸುತ್ತ ಅನೇಕ ಕಿಲೋಮೀಟರ್ ದೂರ ಹರಡಿಕೊಂಡಿದ್ದ ಯುದ್ಧಭೂಮಿಯಲ್ಲಿದ್ದ ಸಹಸ್ರಾರು ಸೈನಿಕರಲ್ಲಿ ಬಹುಮಂದಿ ತಮ್ಮ ಬಂದೂಕಿನ ಕುದುರೆಗಳ ಮೇಲೆ ಬೆರಳಿಟ್ಟುಕೊಂಡು ಬಹುಶಃ ನನ್ನಷ್ಟೇ ಕುತೂಹಲದಿಂದ ನಿಯೋಗವನ್ನು ನೋಡುತ್ತಿದ್ದಿರ ಬಹುದು. ಹಳ್ಳಿಯ ಹೊರಗೆ ಹಾಗೂ ತೋಟದಲ್ಲಿ, ಒಂದೊಂದೂ ಸುಮಾರು ಮೂವತ್ತು ಟನ್ ಭಾರವಿದ್ದ ಟ್ಯಾಂಕುಗಳ ಮೋಟಾರ್‌ಗಳು ಚಡಪಡಿಸುತ್ತ ಶಬ್ದಮಾಡುತ್ತಿದ್ದವು. ಭಯ ಹುಟ್ಟಿಸುತ್ತಿದ್ದವು. ಅವುಗಳಲ್ಲಿದ್ದ ಬಂದೂಕುಗಳು ಸಿಡಿಮದ್ದು ತುಂಬಿಕೊಂಡು ಗುಡ್ಡದ ಕಡೆಗೆ ಸಜ್ಜಾಗಿ ನಿಂತಿದ್ದವು. ಪ್ರತಿಯೊಬ್ಬನೂ ನಿಯೋಗದ ಸಂಕೇತಕ್ಕಾಗಿಯೇ ಕಾಯುತ್ತಿದ್ದ. ಸಂಜ್ಞೆ ಬಂದೊಡನೆಯೇ ನಾವೆಲ್ಲ ರೈಫಲ್ ಗುಂಡಿಗಳಿಂದ ಹೊರಬಂದು ಒಬ್ಬ ವ್ಯಕ್ತಿಯಂತೆ ಒಟ್ಟಾಗಿ ಹಿಟ್ಲರನ ಸೈನಿಕರ ಮೇಲೆ ಕೊನೆಯ ಬಾರಿಗೆ ಮುನ್ನುಗ್ಗಬೇಕಾಗಿತ್ತು.

ನಿಯೋಗವು ಶಾಂತವಾಗಿ, ಯಾರಿಗೂ ಸೇರದ ಭೂಮಿಯನ್ನು ದಾಟಿ, ಮೊದಲೇ ಗೊತ್ತು ಮಾಡಿದ್ದ ಸ್ಥಳದಲ್ಲಿ ಮುಳ್ಳುತಂತಿಯ ಬೇಲಿಯನ್ನು ಸಮೀಪಿಸಿತು. ಪ್ರಪಂಚದ ಆ ಭಾಗದಲ್ಲಿ, ಯುದ್ಧದ ಹಾವಳಿಯಿಂದ ಧ್ವಂಸವಾಗಿ ಹಾಳುಸುರಿಯುತ್ತಿದ್ದ ಆ ಪ್ರದೇಶದಲ್ಲಿ ನಮ್ಮ ನಿಯೋಗವೊಂದೇ ಜೀವಂತವಾಗಿದ್ದುದು. ಜರ್ಮನರ ಕಡೆ ಸ್ವಲ್ಪವಾದರೂ ಚಲನವಲನ ವಿರಲಿಲ್ಲ. ನಾವು ನಿರೀಕ್ಷಿಸಿದ್ದಂತೆ ಅವರು ಶರಣಾಗತಿಯನ್ನು ಸೂಚಿಸುವ ಬಿಳಿಯ ಬಾವುಟವನ್ನೂ ತೋರಿಸಲಿಲ್ಲ. ನಮ್ಮ ನಿಯೋಗವು ಮುಳ್ಳುತಂತಿಯ ಬೇಲಿಯನ್ನು ತಲುಪಿದ್ದೇ ತಡ, ಜರ್ಮನರು ಗುಂಡು ಹಾರಿಸಿದರು. ನೂರಾರು ರೈಫಲ್‌ಗಳು, ಮೆಷಿನ್‌ಗನ್‌ಗಳು, ಫಿರಂಗಿಗಳು ಒಟ್ಟಿಗೆ ಗುಂಡಿನ ಮಳೆಗರೆದುವು. ನಾನು ಸ್ತಂಭೀಭೂತನಾದೆ. ನಿಯೋಗದ ಇಬ್ಬರ ಕಾಲುಗಳು ತತ್ತರಿಸಿದುವು. ಬಳಿಕ ಅವರು ನೆಲಕ್ಕೆ ಕುಸಿದರು. ಉಳಿದವರು ಶೆಲ್‌ಗಳ ಸಿಡಿತದಿಂದಾದ ಗುಂಡಿಗಳೊಳಕ್ಕೆ ನೆಗೆದರು.

"ಅಯ್ಯೋ ಪಿಶಾಚಿಗಳೇ!" ಎಂದು ನನ್ನ ಪಕ್ಕದಲ್ಲಿದ್ದ ಸೈನಿಕನೊಬ್ಬ ಹಲ್ಲು ಮಸೆಯುತ್ತ ಶಪಿಸಿದ.

ಜಗತ್ತೇ ಸ್ತಬ್ಧವಾದಂತೆ ತೋರಿತು. ನಮ್ಮ ಹಿಂದೆ ಟ್ಯಾಂಕ್‌ಗಳು ಚಲಿಸುವ ಶಬ್ದವಾಯಿತು. ನಮ್ಮ ತಲೆಯ ಮೇಲೆ ಎತ್ತರದಲ್ಲಿ ಮೊದಲ ಕ್ಷಿಪಣಿಗಳು ಸುಯ್ಯೆಂದು ಹಾರಿದುವು. ಮೆಷಿನ್ ಗನ್‌ಗಳು ಎಡಬಿಡದೆ ರಟರಟಗುಟ್ಟಿದುವು. ಒಂದಾದ ಮೇಲೊಂದರಂತೆ ರಾಕೆಟ್‌ಗಳು ಸಿಡಿದುವು. ಬೆಂಕಿಯ, ಉಕ್ಕಿನ ರೋಷ ಒಮ್ಮೆಗೇ ಸ್ಫೋಟಿಸಿ ಗುಡ್ಡವನ್ನು ಆವರಿಸಿತು. ಭೂಮಿ ನಡುಗಿತು, ಮಾರ್ದನಿಸಿತು, ನೋವಿನಿಂದ ನರಳಿತು, ಅಷ್ಟೊಂದು ರೋಷಾವೇಶದಿಂದ ಮತ್ತು ದ್ವೇಷದಿಂದ ನಡೆದ ಶೆಲ್ ದಾಳಿಯಿಂದ ಸುಟ್ಟು ಕರಕಾಯಿತು. ಸಿಡಿಮದ್ದಿನ ಪುಡಿಯ ಹಾಗೂ ಹೊಗೆಯ ದಟ್ಟವಾದ ಮೋಡ ಮೇಲೆದ್ದು ಗುಡ್ಡದ ಮೇಲೆ, ಕಬ್ಬಿಣದ ಕಂಬದ ಮೇಲೆ ಕವಿದುಕೊಂಡಿತು. ಸಿಡಿಮದ್ದು ಆಸ್ಫೋಟಿಸಿದ ಬೆಳಕಿನಲ್ಲಿ ಕಂದಕಗಳ ದಡ ಕುಸಿದು

ಬೀಳುವುದು ಕಾಣುತ್ತಿತ್ತು. ಮುಳ್ಳುತಂತಿಯ ಬೇಲಿಯನ್ನು ಬಿಗಿದಿದ್ದ ಕಂಬಗಳು ಗಾಳಿಯಲ್ಲಿ ಹಾರಾಡಿದುವು. ಭಾರಿ ಶಬ್ದದೊಡನೆ ಸ್ಫೋಟಿಸುತ್ತಿದ್ದ ಸಿಡಿಮದ್ದು ಬಿಳಿಯ ಹೊಗೆಮೋಡ ವೆಬ್ಬಿಸುತ್ತಿತ್ತು. ಕಾಂಕ್ರೀಟಿನ ರಕ್ಷಣಾ ನೆಲೆಗಳು...

ಟ್ಯಾಂಕ್‌ಗಳು ಬರುತ್ತಿದ್ದಂತೆ ನಾವು ನಮ್ಮ ರೈಫಲ್ ಗುಂಡಿಗಳಿಂದ ಹೊರಬಂದೆವು. ಅವುಗಳ ಜತೆಯಲ್ಲೇ ಮುನ್ನುಗ್ಗಿದೆವು. ಸಹಸ್ರಾರು ಮಂದಿ ಸೈನಿಕರು ದ್ವೇಷೋನ್ಮತ್ತರಾಗಿ, ರೋಷದಿಂದ ಕೂಗುತ್ತ ಸಮುದ್ರದ ಅಲೆಗಳಂತೆ ಗುಡ್ಡದತ್ತ ಮುನ್ನುಗ್ಗಿದರು. ಆಸ್ಫೋಟದಿಂದ ಮೇಲೆದ್ದ ಹೊಗೆಯ ಧೂಳಿನ ಮೋಡದಲ್ಲಿ ಟ್ಯಾಂಕ್‌ಗಳ ಸಹಿತ ನಾವೂ ಮುಚ್ಚಿಹೋದೆವು. ಕೆಳಗೆ ಭೂಮಿ ನಡುಗುತ್ತಿತ್ತು. ಆದರೆ ನಾವು ಬಿರುಗಾಳಿಯಂತೆ ಜರ್ಮನರ ಕಂದಕಗಳ ಮೇಲೆ ನುಗ್ಗಿ, ಸನೀನುಗಳಿಂದ ತಿವಿಯುತ್ತ ಮೇಲೇರಿ, ಶತ್ರುಪಾಳೆಯದಲ್ಲಿದ್ದುದನ್ನೆಲ್ಲ ಒಂದಾದ ಮೇಲೊಂದರಂತೆ ಕೆಡವಿದೆವು. ಗುಡ್ಡದ ತುದಿ ಬಾಂಬ್ ದಾಳಿಯಿಂದ ಧ್ವಂಸವಾಗಿತ್ತು. ಜರ್ಮನರ ರಕ್ಷಣಾ ಸ್ಥಳಗಳೆಲ್ಲ ಉರಿದುಹೋಗುತ್ತಿದ್ದುವು. ಅವರು ತೋಡಿದ್ದ ಗುಂಡಿಗಳೆಲ್ಲ ಸಿಡಿದುಹೋಗಿದ್ದುವು. ಅವರ ಶಸ್ತ್ರಾಸ್ತ್ರಗಳು, ಬಂದೂಕುಗಳು, ಟ್ಯಾಂಕ್‌ಗಳು ನಾಶವಾಗಿದ್ದುವು. ಕಬ್ಬಿಣದ ಕಂಬ ನೆಲವನ್ನಪ್ಪಿತ್ತು...

ಅಳಿದುಳಿದ ಸಣ್ಣ ಮನೆಗಳ ಅವಶೇಷಗಳೊಳಗಿಂದ, ಆಶ್ರಯಸ್ಥಾನಗಳ ಕತ್ತಲೆಯ ಗರ್ಭದಿಂದ, ಶತ್ರುಗಳ ಕಡೆ ಇನ್ನೂ ಜೀವಂತವಾಗಿ ಉಳಿದಿದ್ದವರು ಭಯದಿಂದ ಬಿಳಿಚಿಕೊಂಡು, ಕೈಗಳನ್ನು ಮೇಲೆತ್ತಿ ಹೊರಬಂದರು... ನಮ್ಮ ಈ ಕೊನೆಯ ದಾಳಿಯಿಂದ ಹೆಚ್ಚು ಮಂದಿ ಪಾರಾಗಿರಲಿಲ್ಲ. ನಮ್ಮ ಸನೀನುಗಳಿಂದ, ರೈಫಲ್‌ಗಳಿಂದ ಬೆದರಿಸುತ್ತ ಈ ಕೈದಿಗಳನ್ನು ಅವಶೇಷಗಳ ನಡುವೆ ಗುಂಪು ಸೇರಿಸಿದೆವು.

ಹೊಗೆ ಮತ್ತು ಮದ್ದಿನ ಕಿಟ್ಟ ಸ್ವಲ್ಪ ಕಡಿಮೆಯಾದ ಮೇಲೆ, ಅಲೆಗಳಂತಿದ್ದ ಸೈನಿಕರ ಹರ್ಷೋದ್ಗಾರ ಇನ್ನೂ ಮಾರ್ದನಿಸುತ್ತಲೇ ಇದ್ದಾಗ, ನಮ್ಮ ಬಳಿಗೆ ಸೈನಿಕನೊಬ್ಬ ತನ್ನ ಬೆನ್ನ ಮೇಲೆ ಗಾಯಗೊಂಡಿದ್ದ ಯೋಧನೊಬ್ಬನನ್ನು ಹೊತ್ತು ಬಂದ. ಮೆಲ್ಲಗೆ ಕುಳಿತು ಗಾಯಾಳನ್ನು ಎಚ್ಚರಿಕೆಯಿಂದ ಗುಡಾರದ ಬಟ್ಟೆಯ ಮೇಲೆ ಮಲಗಿಸಿದ. ಅವನ ಎದೆ ಮತ್ತು ಮುಖದಲ್ಲಿ ರಕ್ತ. ಅವನು ಮೆಲ್ಲನೆ ನರಳುತ್ತಿದ್ದ. ನಮ್ಮ ಹೆಮ್ಮೆಯ ನಿಯೋಗದವರ ಪೈಕಿ ಪಾರಾಗಿ ಬಂದಿದ್ದವನು ಇವನೊಬ್ಬನೇ – ಮುರಿಯ. ನಾನು ಬಗ್ಗಿ ನನ್ನ ಕೋಟಿನ ತೋಳಿನಿಂದ ಅವನ ಕಣ್ಣುಗಳನ್ನು ಒರೆಸಿದೆ. ಅವನಿಗೆ ನನ್ನ ಗುರುತು ಸಿಕ್ಕಿತು. ಅವನು ಪ್ರಯತ್ನಪಟ್ಟು ನಕ್ಕ – ನೋವಿನ ನಗೆ. ಆದರೆ ಅವನ ದೃಷ್ಟಿಯಲ್ಲಿ, ಅವನು ಜರ್ಮನರ ಬಳಿಗೆ ಶಾಂತಿ ಸಂದೇಶ ಹೊತ್ತು ಹೋದಾಗ ಇದ್ದ ಬೆಳಕಿತ್ತು.

ಸ್ವಲ್ಪ ಹೊತ್ತಿನ ಬಳಿಕ ನಾನು ಮುರಿಯನ ತಲೆಯನ್ನು ಮೇಲೆತ್ತಿ ಹಿಡಿದುಕೊಂಡೆ. ಭಯದಿಂದ ನಡುಗುತ್ತ ಎರಡೂ ಕೈಗಳನ್ನು ಮೇಲೆತ್ತಿ ಅಗಲವಾದ ಬಿಳಿಯ ಕರವಸ್ತ್ರಗಳನ್ನು ಒಂದೇ ಸಮನೆ ಆಡಿಸುತ್ತಿದ್ದ ಅಳಿದುಳಿದ ಹಿಟ್ಲರ್ ಪಡೆಯ ಗುಂಪುಗಳನ್ನು ಮುರಿಯ ನೋಡಲೆಂಬುದು ನನ್ನ ಅಪೇಕ್ಷೆಯಾಗಿತ್ತು. ಮುರಿಯನ ಕಣ್ಣುಗಳು ಬೆಳಗಿದವು. ಅವನು ಆ ಶಕ್ತಿಹೀನ ಸ್ಥಿತಿಯಲ್ಲೂ ರೈಫಲ್‌ಗಾಗಿ ಕೈಚಾಚಿದ. ಆಂದ್ರಿ ಇವಾನೋವಿಚಿಯನ್ನು ಹುಡುಕುವಂತೆ ಹೇಳಿದ. ಗುಂಡಿನ ದಾಳಿಗೆ ಸಿಕ್ಕ ಇವಾನೋವಿಚಿಯ ದೇಹವನ್ನು ಕಂಡಾಗ ಮುರಿಯನ ಮುಖ ಕಪ್ಪಾಯಿತು. ದ್ವೇಷದಿಂದ, ರೋಷದಿಂದ ಕುದಿಯುತ್ತ ಅವನು ಕೈಬೆರಳುಗಳಿಂದ ನೆಲವನ್ನು ಬಿಗಿಯಾಗಿ ಅದುಮಿದ. ಬಳಿಕ ಜರ್ಮನ್ ಕೈದಿಗಳತ್ತ ತೆವಳಲಾರಂಭಿಸಿ, ಆತ ವಟಗುಟ್ಟಿದ :

"ಥೂ ನಾಯಿಗಳೇ ! ಆಂಡ್ರಿ ಇವಾನೋವಿಚಿಯನ್ನು ಕೊಂದ ಕೊಲೆಪಾತಕಿಗಳು ನೀವು!"

ಶಾಂತವಾಗಿರುವಂತೆ ನಾನು ಮುರಿಯನಿಗೆ ಹೇಳಿದೆ. ಮತ್ತೆ ನನ್ನ ಕೋಟಿನ ತೋಳಿನಿಂದ ಅವನ ಮುಖವನ್ನು ಒರಸಿದೆ. ಅವನ ಕಣ್ಣುಗಳು ನೀರಿನಿಂದ ತುಂಬಿಕೊಂಡವು. ಅವನು ಅಳುತ್ತಿದ್ದ. ಅವನ ಎದೆ, ಹೆಗಲು ಹೊಯ್ದಾಡುತ್ತಿತ್ತು. ಆತ ಮಗುವಿನಂತೆ ಸಂಕಟಪಡುತ್ತಿದ್ದ. ಸ್ವಲ್ಪ ಹೊತ್ತಿನ ಅನಂತರ ನನ್ನ ತೋಳನ್ನು ಬಿಗಿಯಾಗಿ ಹಿಡಿದುಕೊಂಡು, ರಕ್ತಸಿಕ್ತವಾದ ತುಟಿಗಳಿಂದಲೇ ತೀರ ಕೆಳದನಿಯಲ್ಲಿ ಆತ ಹೇಳಿದ :

"ಅವರು ಆಂಡ್ರಿ ಇವಾನೋವಿಚಿಯನ್ನು ಕೊಂದಿದ್ದಾರೆ, ಸರ್. ಅವರ್ಯಾಕೆ ಹಾಗೆ ಮಾಡಿದರು ? ನಾವು ಶಾಂತಿಗಾಗಲ್ಲವೇ ಹೋದದ್ದು ?"

ನನ್ನ ತೋಳನ್ನು ಬಲವಾಗಿ ಎಳೆಯುತ್ತ ಅವನು ಮತ್ತೆ ನುಡಿದ :

"ಅವರ ಬಗ್ಗೆ ಕರುಣೆ ಬೇಡ. ಅದಕ್ಕೆ ಅವರು ಯೋಗ್ಯರಲ್ಲ."

ನಾನು ಮುರಿಯನಿಗೆ ಸಮಾಧಾನ ಹೇಳಿ ಅವನನ್ನು ಆಂಬ್ಯುಲೆನ್ಸ್ ದಳದವರಿಗೆ ಒಪ್ಪಿಸಿದೆ. ಕೈದಿಗಳನ್ನು ಒಂದು ಕಂದಕಕ್ಕೆ ತಳ್ಳಿ, ಅವರನ್ನು ನೋಡಿಕೊಳ್ಳಲು ಕಾವಲಿರಿಸಿ, ನಾವು ಗುಡ್ಡದ ಇನ್ನೊಂದು ಪಾರ್ಶ್ವದ ಕಡೆಗೆ, ಮತ್ತೆ ಯುದ್ಧದ ಬೆಂಕಿಯೊಳಗೆ, ಸಾಗಿದೆವು. ಅಲ್ಲಿ ಸೋವಿಯೆತ್ ಸೈನಿಕರ ಹರ್ಷೋದ್ಗಾರ ಒಂದೇ ಸಮನೆ ಪ್ರಬಲವಾಗಿ ಪ್ರತಿಧ್ವನಿಸುತ್ತಿತ್ತು. ಟ್ಯಾಂಕುಗಳ ಗುಡುಗಿ ನಂತಹ ಮೊರೆತ ಭಯ ಹುಟ್ಟಿಸುತ್ತಿತ್ತು. ಯುದ್ಧದ ಗರ್ಜನೆಯಿಂದ ಭೂಮಿ ಕಂಪಿಸುತ್ತಿತ್ತು. ಆ ಗೆಲುವಿನ ಗರ್ಜನೆ ಮುಗಿಲನ್ನು ತಲಪಿ, ಬರ್ಲಿನ್ ನಗರದವರೆಗೂ ಮಾರ್ದನಿಸುತ್ತಿತ್ತು.

O

○ ಯುಸೆಬಿಯು ಕೆಮಿಲಾರ್

ಪದಕ

ದಿಗಂತದ ಆಳದಿಂದ ಮೇಲೆದ್ದು, ನದಿಯನ್ನು ಹಾದು, ಬೆಟ್ಟಗಳನ್ನೇರಿ, ತಪ್ಪಲಿನಲ್ಲಿಳಿದು, ಹಳ್ಳಿಯುದ್ದಕ್ಕೂ ಸಾಗಿ, ಮುಂದಿನ ಕವಲು ದಾರಿಯಲ್ಲಿ ಛಕ್ಕನೆ ಪಕ್ಕಕ್ಕೆ ತಿರುಗಿ, ಮತ್ತೆ ನೇರವಾಗಿ ಹೆಮ್ಮೆಯಿಂದ ಗುಡ್ಡಗಳನ್ನು ಹತ್ತಿ, ಮಂಜು ಮುಸುಕಿದ ಮೋಡಗಳವರೆಗೂ ಸಾಗಿದ್ದ ಕಂಬಗಳ ಸಾಲಿಗೆ ಕೊನೆಯೇ ಇಲ್ಲದಂತೆ ಕಾಣುತ್ತಿತ್ತು.

ಒಂದು ದಿನ ತಾಯಿ ಇಲಿಂಕಾ ರಾಯುಲ್ಯಿ ಈ ಕಂಬಗಳ ಸಾಲನ್ನು ಕಂಡದ್ದು ಹೀಗೆ. 'ಇಷ್ಟೊಂದು ತಂತಿಗಳಿಗೆ ಬೇಕಾಗುವಷ್ಟು ತಾಮ್ರ ಇವರಿಗೆಲ್ಲಿ ಸಿಗ್ತದೆ ?' ಎಂದು ಅವಳಿಗೆ ಅಚ್ಚರಿ.

ಅವರ ಮನೆಯ ಅಂಗಳದಲ್ಲೇ ಒಂದು ಕಂಬವನ್ನು ನೆಡಲಾಗಿತ್ತು. ಅಂದಿನ ತನಕ ಅವಳು ಉಳಿದ ಕಂಬಗಳ ಸಾಲಿನ ಬಳಿಯೇ ಹೋಗುತ್ತಿದ್ದರೂ ಅವನ್ನು ಗಮನಿಸಿರಲಿಲ್ಲ. ಈಗ ಅವಳು ತನ್ನಷ್ಟಕ್ಕೆ ತಾನೇ ಅಂದುಕೊಂಡಳು: 'ಬಹುಶಃ ಇದು ತಂತಿಯ ಮೂಲಕ ಒಬ್ಬರಿಗೊಬ್ಬರು ಮಾತಾಡುವ ಗಂಡಸರಿಗಿರಬೇಕು. ಈ ತುದಿಯಲ್ಲೊಬ್ಬ ಗಂಡಸು, ಆ ತುದಿಯಲ್ಲಿ ಇನ್ನೊಬ್ಬ. ಒಬ್ಬನ ಮಾತು ಇನ್ನೊಬ್ಬನಿಗೆ ಕೇಳುವವರೆಗೂ ಗಟ್ಟಿಯಾಗಿ ಕಿರಿಚಿಕೊಳ್ಳೋದು.'

ಆದರೆ ಕಂಬದಿಂದ ಮನೆಯವರೆಗೂ ತಂತಿಯನ್ನೆಳೆದು, ಛಾವಣಿಯಲ್ಲಿರುವ ದಿಮ್ಮಿಗೆ ಒಂದು ಬಗೆಯ ಗಾಜಿನ ಬುರುಡೆಯನ್ನು ಜೋಡಿಸಿ, ಸಣ್ಣ ತಿರುಗಣೆಯೊಂದನ್ನು ತಿರುಗಿಸಿದರೆ ಬೆಳಕಾಗುವುದನ್ನು ಕಂಡಾಗ ಇಲಿಂಕಾ ತಾಯಿ ನಿಬ್ಬೆರಗಾದಳು. ಎದೆಯ ಮೇಲೆ ಕೈಯಿಂದ ಶಿಲುಬೆಯ ನ್ಯಾಸ ಮಾಡಿದಳು.

ಕೊನೆಗೆ, ಅವಳ ಮನೆಯೇ ಬೆಳಕಿನಿಂದ ತುಂಬಿಕೊಂಡಾಗ, ಛಾವಣಿಯ ಮೇಲಿದ್ದ ಕೋಳಿ ಕೂಗಿತು. ಅದು ಯಾರೋ ಅತಿಥಿ ಬರುತ್ತಿರುವ ಸೂಚನೆ. ಇಲಿಂಕಾ ತಾಯಿ ಆತುರಾತುರವಾಗಿ ಪೊರಕೆಯಿಂದ ಕಸಗುಡಿಸಲಾರಂಭಿಸಿದಳು. ಅವರು ಬಂದಾಗ ಮನೆ ಕೊಳಕಾಗಿರಬಾರದಲ್ಲ !

ಯಾರೋ ಬಂದೇ ಬಂದರು. ಅದು ಲೈನ್‌ಮನ್. ಕಬ್ಬಿಣದ ಗೂಟಗಳ ಮೂಲಕ ತೆವಳಿಕೊಂಡು ಪ್ರಯಾಸದಿಂದ

ಕಂಬವೇರುವ ವ್ಯಕ್ತಿ. ಅವನು ಮನೆಯೊಳಗೆ ಬಂದ. ಹಳದಿಯ ಬೆಳಕನ್ನು ನೋಡಿದ. ಬಳಿಕ ಇಲಿಂಕಾ ತಾಯಿಯ ಸುಕ್ಕುಗಟ್ಟಿದ ಮುಖವನ್ನು ದಿಟ್ಟಿಸಿ ಹೇಳಿದ :

"ಹೌದು, ಈಗೆಷ್ಟೋ ಚೆನ್ನಾಗಿದೆ! ಹಳೇ ಚಕಮಕಿ ಪೆಟ್ಟಿಗೆಯೆಲ್ಲಿ? ಛಾವಣಿಯಿಂದ ತೂಗಾಡುವ ಈ ಸೂರ್ಯನೆಲ್ಲಿ?"

ಹೀಗೆ ಹೇಳಿದಾಗ ಆ ತರುಣನೇಕೆ ಅಷ್ಟು ಭಾವೋದ್ರೇಕಗೊಂಡಿದ್ದನೆಂದು ಇಲಿಂಕಾ ತಾಯಿಗೆ ಅರ್ಥವಾಗಲಿಲ್ಲ.

ಈ ಅಪಾರ ಬೆಳಕಿನಲ್ಲಿ ಬಹುಕಾಲ ಸುಖದಿಂದ ಬಾಳಿ ಎಂದು ಹಾರೈಸಿದ ತರುಣ, ಬಾಗಿ ಅವಳ ಕೈಯನ್ನು ಚುಂಬಿಸಿದ. ಇಲಿಂಕಾ ತಾಯಿಗೆ ಇದೊಂದೂ ಅರ್ಥವೇ ಆಗಲಿಲ್ಲ. ಸೂರ್ಯನ ಬೆಳಕನ್ನು ಒದಗಿಸಿ, ತನ್ನ ಕೈಗೆ ಮುತ್ತಿಡುವುದೆಂದರೆ... ಏನು ಮಾಡಬೇಕೆಂದೇ ಅವಳಿಗೆ ತೋರಲಿಲ್ಲ.

"ನೀನು ನನ್ನ ಗಂಡ ಡಾರ್ಮಿಡಾನ್‌ನಂತೆಯೇ ಕಾಣ್ತಿ. ಅವನೂ ಹೀಗೇ, ಸಣ್ಣ ಹುಡುಗಿಯಂತೆಯೇ, ನಾಚಿಕೊಳ್ತಿದ್ದ" – ಎಂದು ಅವಳು ಗೊಣಗಿದಳು.

ಎಷ್ಟೋ ಹೊತ್ತಿನ ಮೇಲೆ, ಲೈನ್‌ಮನ್ ಹೊರಟು ಹೋದ ಬಳಿಕ, ಕೊಠಡಿಯ ಮಧ್ಯೆ ನಿಂತು ತನ್ನಷ್ಟಕ್ಕೆ ತಾನೇ ನಗುತ್ತಾ , ಅವಳು ಉದ್ಗರಿಸಿದಳು:

"ದೇವರೇ!... ನಿನ್ನ ಮಹಿಮೆಗೆ ಮಿತಿಯುಂಟೆ!"

ಆದರೆ ಇಷ್ಟೊಂದು ಸುಖ ಆನಂದಿಸಲು ತಾನೀಗ ಏಕಾಂಗಿ, ವಯಸ್ಸೂ ಆಗಿಹೋಯಿತು ಎಂದು ಇದ್ದಕ್ಕಿದ್ದಂತೆ ಆಕೆ ವಿಷಣ್ಣಳಾದಳು.

ಅನಂತರ ಅವಳು ಮನೆಯಿಂದ ಹೊರಗೆ ಹೊರಟಳು. ತನ್ನ ಮನೆಗೆ ಸೂರ್ಯನ ಬೆಳಕು ಬಂದಿದೆಯೆಂದು ನೆರೆಹೊರೆಯವರಲ್ಲಿ ಜಂಬದಿಂದ ಹೇಳಿಕೊಂಡಳು. ಆದರೆ ಅವರೆಲ್ಲ ಉದಾಸೀನರಾಗಿಯೇ, "ಅದೇನು ಮಹಾ! ನಮ್ಮ ಮನೆಗಳಿಗೂ ಬಂದಿದೆ," ಎಂದು ಭುಜ ಕುಣಿಸಿದರು.

ಅವಳು ಮನೆಗೆ ವಾಪಸು ಬಂದಳು. ಬೆಂಚಿನ ಮೇಲೆ ಕುಳಿತಳು. ತನ್ನ ವರ್ತನೆ ಅವಮಾನ ಕಾರಕವಾಗಿತ್ತೆಂದು ತಿಳಿದು ಅವಳಿಗೆ ಬಹಳ ಕಸಿವಿಸಿಯಾಯಿತು. ಲೈನ್‌ಮನ್ ಜತೆ ಮಾತನಾಡುವಾಗ ಅವಳು ತೊದಲಿದ್ದಳು. ಉನ್ಮತ್ತ ಹೇಂಟೆಯಂತೆ ಕೋಣೆಯಲ್ಲೆಲ್ಲ ಓಡಾಡಿದ್ದಳು. ಬೀದಿಗೆ ಹೋಗಿ ಜಂಬ ಕೊಚ್ಚಿಕೊಂಡಿದ್ದಳು. ಒಳ್ಳೆಯ ಗೃಹಿಣಿಯಂತೆ ಲೈನ್‌ಮನ್‌ಗೆ ಹೊಟ್ಟೆ ತುಂಬುವಷ್ಟು ಆಲಿವೆಂಚಿ* ಮಾಡಿ ಬಡಿಸುವ ಬದಲು ಅವಳು ಬುಗರಿಯಂತೆ ತಿರುಗಾಡಿದ್ದಳು. ಸಹಜವಾಗಿಯೇ ಈಗ ಲೈನ್‌ಮನ್ ಅವಳ ಮನೆಯಲ್ಲಿ ಹಬ್ಬದೂಟ ಮಾಡಬೇಕಿತ್ತು.

ಅವನನ್ನು ಯಾರಾದರೂ ತಮ್ಮ ಮನೆಗೆ ಊಟಕ್ಕೆ ಆಹ್ವಾನಿಸಿದ್ದರೆ? ಅವಳಿಗೆ ತಡೆಯಲಾಗಲಿಲ್ಲ. ಅಕ್ಕಪಕ್ಕದವರ ಮನೆಗಳನ್ನು ವೀಕ್ಷಿಸಲು ಆಕೆ ಹೊರಟಳು.

ಎಲ್ಲೆಲ್ಲಿಯೂ ಪರದೆಗಳ ಮೂಲಕ ಪ್ರಕಾಶಮಾನವಾದ ಬೆಳಕು ಕಾಣಿಸುತ್ತಿತ್ತು. ಲೈನ್‌ಮನ್ ಯಾರ ಮನೆಯಲ್ಲಿ ರಾತ್ರಿಯೂಟ ಮಾಡುತ್ತಿರಬಹುದು? ಅವನು

---

* ಆಲಿವೆಂಚಿ : ಜೋಳದ ಹಿಟ್ಟು, ಚೀಸ್ ಮತ್ತು ಮೊಟ್ಟೆಗಳನ್ನು ಸೇರಿಸಿ ಮಾಡಿದ ಒಂದು ಬಗೆಯ ಕಡುಬು.

ಓಚಿಮ್ ಪಲಮಾರ್‌ನ ಮನೆಯೊಳಕ್ಕೆ ಹೋಗುತ್ತಿರುವುದನ್ನು ಕಂಡಾಗ ಅವಳು ತನ್ನನ್ನು ತಾನೇ ಬಯ್ದುಕೊಂಡಳು: 'ನೋಡಿದೆಯಾ ಇಲಿಂಕಾ, ನಿನ್ನ ಹಣೆಯ ಬರಹವೇ ಇಷ್ಟು. ನೀನು ಎಚ್ಚತ್ತುಕೊಳ್ಳುವುದು ಯಾವಾಗಲೂ ತಡವಾಗಿಯೇ. ಅವನಿಗೆ ಈ ರಾತ್ರಿ ಊಟ ಹಾಕುವ ಅವಕಾಶ ಪಲಮಾರ್‌ನ ಹೆಂಡತಿಗೇಕೆ ಸಿಕ್ಕಬೇಕು ? ನಿನಗೇಕೆ ಆಗಲಿಲ್ಲ ?'

ಸ್ವಲ್ಪದರಲ್ಲಿ ಹೇಳಬೇಕೆಂದರೆ, ತಾಯಿ ಇಲಿಂಕಾ ರಾಯುಲ್ಯಿಗೆ ಕೆಂಡದಷ್ಟು ಕೋಪ ಬಂದಿತು. ಆ ರೋಷದಲ್ಲೇ ಆಕೆ ಮನೆಗೆ ಹಿಂತಿರುಗಿದಳು. ಸ್ವಿಚ್ ತಿರುಗಿಸಿದಳು. ಬೆಳಕು ಕೋಣೆಯನ್ನೆಲ್ಲಾ ತುಂಬಿಕೊಂಡಾಗ ಅವಳ ಕಣ್ಣುಗಳು ತನ್ನ ಗಂಡನ ಹಳೆಯ ಚಿತ್ರ ಒಂದರ ಮೇಲೆ ನೆಲೆಸಿದವು.

ಅವರಿಬ್ಬರೂ ಒಟ್ಟಿಗೆ ಬದುಕು ನಡೆಸಿದ್ದು ಬಹಳ ಸ್ವಲ್ಪ ಕಾಲ ಮಾತ್ರ. ಮೂರು ವರ್ಷ ಗಳಿಗಿಂತ ಹೆಚ್ಚಿಲ್ಲ. ಇನ್ನೂ ಸುಖಜೀವನ ನಡೆಸಬಹುದಾದ ಸಮಯ ಬಂದಾಗ, ರಾಜರ ನಡುವೆ ದ್ವೇಷ ಉಂಟಾಯಿತು. ನಾನು ಹೆಚ್ಚು, ತಾನು ಹೆಚ್ಚು ಎಂದು ಅವರು ಮೀಸೆ ತಿರುವಿದರು. ಬಳಿಕ ಒಬ್ಬರನ್ನೊಬ್ಬರು ದೂಷಿಸಲಾರಂಭಿಸಿದರು. ಕೊನೆಗೆ ಖಡ್ಗಕ್ಕೆ ಕೈಹಾಕಿದರು. ಪರಿಣಾಮವಾಗಿ ಏನೂ ತಪ್ಪು ಮಾಡದ ಸಾಮಾನ್ಯ ಜನ ರಕ್ತಪ್ರವಾಹದಲ್ಲಿ ಮುಳುಗಿದರು. ಈಕೆಯ ಗಂಡ ಕರಿದ ಹಿಟ್ಟಿನುಂಡೆಯ ತುಂಡನ್ನು ಚೀಲದಲ್ಲಿ ತುಂಬಿಕೊಂಡು, ಮನೆಯ ಕೈಸಾಲೆಗೆ ಬಂದು ಹೇಳಿದ್ದ:

"ಇಲಿಂಕಾ, ಬಹುಶಃ ನಿನ್ನನ್ನು ಮತ್ತೆ ನೋಡ್ತೇನೆ."

ಅನಂತರ ಗೇಟಿನವರೆಗೂ ನಡೆದು ಅಲ್ಲಿ ನಿಂತು ತನ್ನ ದುಃಖವನ್ನು ನುಂಗಿಕೊಳ್ಳುತ್ತ ಆತ ಪುನಃ ನುಡಿದಿದ್ದ:

"ನಾನು ಹಿಂದಕ್ಕೆ ಬರದಿದ್ದರೆ ಮತ್ತೆ ಮದುವೆ ಮಾಡಿಕೋ."

ಹಾಗೆ ಹೇಳಿ ಹೋದ ಅವನು ಹಿಂದಿರುಗಿ ಬಂದಿರಲೇ ಇಲ್ಲ.

ಎಷ್ಟೋ ವರ್ಷಗಳ ಮೇಲೆ, ರಾಜರುಗಳಿಗೆ ತೃಪ್ತಿಯಾಗುವಷ್ಟು ರಕ್ತದ ಕೋಡಿ ಹರಿದು, ಎಷ್ಟೋ ಜನ ಅಂಧರಾಗಿ, ಅಂಗವಿಕಲರಾಗಿ, ಹಳ್ಳಿಗಳು ಸುಟ್ಟು ಬೂದಿಯಾಗಿ, ಗೋರಿಗಳೆಲ್ಲ ತುಂಬಿಹೋದ ಮೇಲೆ, ರಾಜರುಗಳು ಚೆನ್ನಾಗಿ ತಿಂದು ತೇಗಿ ಪರಸ್ಪರರ ಕೈಕುಲುಕಿದರು. ಇದಾದ ಬಳಿಕ ಒಂದು ದಿನ ಇಲಿಂಕಾ ತಾಯಿಗೆ ಮೇಯರ್ ಕಛೇರಿಯಿಂದ ಕರೆಬಂತು.

ಇಲಿಂಕಾ ಕಛೇರಿಗೆ ಹೋದಾಗ ಅಲ್ಲಿದ್ದ ನೌಕರ ಎದ್ದುನಿಂತ. ಚಿನ್ನದ ಅಂಚುಗಳಿದ್ದ ಒಂದು ಬಗೆಯ ಪ್ರತಿಮೆಯನ್ನು ಆತ ಅವಳಿಗೆ ಕೊಟ್ಟ. ಓ, ಅದು ಅವಳ ಗಂಡನದೇ ಚಿತ್ರ. ಇಲಿಂಕಾ ಅದನ್ನೇ ನೆಟ್ಟ ನೋಟದಿಂದ ನೋಡಿದಳು. ಮಿಲಿಟರಿ ಉಡುಪು ಧರಿಸಿ ಬಿಳಿಯ ಕುದುರೆಯ ಮೇಲೆ ಕುಳಿತು ತನ್ನ ಖಡ್ಗವನ್ನು ಝಳಪಿಸುತ್ತಾ, ಒಂದು ಭಾರಿ ಕೋಟೆಯತ್ತ ನಾಗಾಲೋಟದಿಂದ ಸಾಗುತ್ತಿದ್ದ ಸಾಹಿಸಿಯ ಪ್ರತಿಮೆ.

"ಪದಾತಿ ದಳದ ವೀರ ಡಾರ್ಮಿಡಾನ್ ರಾಯುಲ್ಯಿ" ಎಂದು ಆಕೆ ಓದಿದಳು.

ಅನಂತರ ಆ ನೌಕರ ಅವಳಿಗೆ ಒಂದು ತಾಮ್ರದ ಪ್ರಶಸ್ತಿ ಪದಕವನ್ನೂ ಕೊಟ್ಟ. ಅದರ ಮೇಲೆ ಅಗಲವಾದ ರೆಕ್ಕೆಗಳನ್ನು ಹರಡಿಕೊಂಡು, ಕೊಕ್ಕಿನಲ್ಲಿ ಖಡ್ಗವನ್ನು ಕಚ್ಚಿಕೊಂಡಿದ್ದ ಒಂದು ಹದ್ದಿನ ಚಿತ್ರವಿತ್ತು.

"ಈ ಪ್ರತಿಮೆ, ಈ ಪದಕ ಎರಡೂ ತುಂಬ ಸುಂದರವಾಗಿವೆ. ಆದರೆ ನನ್ನ ಗಂಡ ವಾಪಸಾಗುವುದೇ ನನಗಿಷ್ಟ" ಎಂದು ಅವಳು ಪಿಸುನುಡಿದಳು.

ಅದಕ್ಕೆ ನೌಕರ ನುಡಿದ:

"ಆದರೆ... ಆದರೆ... ಆತ ಅಸುನೀಗಿದ್ದು..."

"ರಾಜರುಗಳು ಸುಖಭೋಗದಲ್ಲಿ ಮುಳುಗೇಳುವುದಕ್ಕಾಗಿ! ಕೊನೆಯ ಪಕ್ಷ ಡಾರ್ಮಿಡಾನ್ ನಮ್ಮ ಗಡಿಯನ್ನಾದರೂ ಕಾಯುತ್ತ ಅಲ್ಲಿಯೇ ಮಡಿದಿದ್ದರೆ..." ಎಂದಳು ಇಲಿಂಕಾ.

ಇದು ನಡೆದದ್ದು ಅನೇಕ ವರ್ಷಗಳ ಹಿಂದೆ! ಇಲಿಂಕಾ ಆಗಿನ್ನೂ ಬಹಳ ಚಿಕ್ಕವಳು. ಅವಳ ಮನಸ್ಸಿನಲ್ಲಿ ಉಳಿದುದು, ಕುದುರೆಯ ಮೇಲೇರಿ ಆ ದೊಡ್ಡ ಅಜ್ಞಾತ ಕೋಟೆಯತ್ತ ಅಗಣಿತ ಕಾಲದಿಂದಲೂ ಡಾರ್ಮಿಡಾನ್ ನಾಗಾಲೋಟದಲ್ಲಿ ಸವಾರಿ ಮಾಡುತ್ತಿದ್ದಾನೆ ಎನ್ನುವ ಭಾವನೆಯೊಂದೇ. ಕುದುರೆಯ ಮೇಲೆ ಕುಳಿತು ಖಡ್ಗ ಬೀಸುತ್ತ ದೂರದ ಗೋಪುರಗಳತ್ತ ದೌಡಾಯಿಸುವ ಅವನ ಚಿತ್ರವನ್ನು ಛಾಯಾಗ್ರಾಹಕರು ಹೇಗೆ ಸೆರೆಹಿಡಿದಿದ್ದ ರೆಂಬುದನ್ನು ಊಹಿಸುವುದೂ ಅವಳಿಗೆ ಸಾಧ್ಯವಾಗಿರಲಿಲ್ಲ. ಡಾರ್ಮಿಡಾನ್ ಹೀಗೆ ಹತ್ತು, ಇಪ್ಪತ್ತು, ಮೂವತ್ತು ವರ್ಷಗಳಿಂದ ಓಡುತ್ತಲೇ ಇದ್ದಾನೆ. ಆದರೂ ಗುರಿ ತಲಪಿಲ್ಲ.

ಇಂಥ ಸುಂದರ ಭ್ರಮೆಯಲ್ಲೇ ಇಲಿಂಕಾ ತನ್ನ ಗಂಡನ ಸಾವಿನ ದುಃಖವನ್ನು ತಡೆದುಕೊಂಡಳು. ಕಾಲವೆಂಬ ಮಹಾ ಮಾಟಗಾರ ಅವಳು ತನ್ನ ನೋವನ್ನು ಮರೆಯುವಂತೆ ಮಾಡಿತ್ತು.

ಪ್ರತಿಮೆಯ ಅಂಚಿನಲ್ಲಿದ್ದ ಚಿನ್ನ ಸವೆದುಹೋಗಿತ್ತು. ವರ್ಷಗಳ ಭಾರದಿಂದ ಕಾಗದ ಹಳದಿಯಾಗಿತ್ತು. ರಾಜನ ಕೋಟೆಯತ್ತ ಕುದುರೆಯ ಮೇಲೆ ಹೋಗುತ್ತಿದ್ದ ಧೀರ ಡಾರ್ಮಿಡಾನನ ಪ್ರತಿಮೆಯಲ್ಲಿ ಖಡ್ಗದ ಒಂದು ಸಣ್ಣ ಚೂರು, ತೋಳಿನ ತುಂಡು, ಓಡುತ್ತಿದ್ದ ಕುದುರೆಯ ರೇಷ್ಮೆಯ ಬಾಲ – ಇವಿಷ್ಟೇ ಉಳಿದಿದ್ದವು. ಆದರೆ ತಾಮ್ರದ ಪದಕವನ್ನು ಅಳಿಸಿಹಾಕಲು ಮಾತ್ರ ಕಾಲಕ್ಕೆ ಸಾಧ್ಯವಾಗಿರಲಿಲ್ಲ. ಅದು ಗೋಡೆಯ ಮೇಲೆ ಮೊದಲಿದ್ದ ಜಾಗದಲ್ಲೇ ಇತ್ತು. ಹದ್ದು ರೆಕ್ಕೆ ಹರಡಿಕೊಂಡು ಗಾಳಿಯನ್ನು ಬಡಿಯುತ್ತಿತ್ತು.

ಆ ಸಂಜೆ ಇಲಿಂಕಾ ತಾಯಿ ಪದಕವನ್ನು ನೇತುಹಾಕಿದ್ದ ಮೊಳೆಯಿಂದ ತೆಗೆದು, ಅದನ್ನು ಉಜ್ಜಿ ಬೆಳಕಿನಲ್ಲಿ ಥಳಥಳ ಹೊಳೆಯುವಂತೆ ಮಾಡಿದಳು.

ಅನಂತರ ಬೋಗುಣಿ – ಬಟ್ಟಲುಗಳನ್ನೂ ಆಕೆ ತೊಳೆದು ಬೆಳಗಿದಳು. ಅಷ್ಟೊಂದು ಬೆಳಕಿರುವ ಮನೆಯಲ್ಲಿ ಪಾತ್ರೆ ಪಡಗಗಳು ಕನ್ನಡಿಯಂತೆ ಹೊಳೆಯದಿದ್ದರೆ ಅವಮಾನವಲ್ಲವೆ?

ಈಗ ಇಲಿಂಕಾ ತಾಯಿ ಹಳೆಯ ಮೇಣದ ದೀಪವನ್ನು ಕೈಗೆತ್ತಿಕೊಂಡು ಅದಕ್ಕೆ ವಿದಾಯ ಹೇಳುವಂತೆ ಅದನ್ನು ದಿಟ್ಟಿಸುತ್ತಾ ಮಣಮಣಿಸಿದಳು:

"ಈಗ ಪರಿಸ್ಥಿತಿ ಹಾಗಿದೆ. ಹೌದು, ನಿಜವಾಗಿಯೂ... ಆದರೆ ನೀನು ಕೂಡ ಗೌರವ ಸ್ಥಾನದಲ್ಲಿ ಕುಳಿತು ನಕ್ಷತ್ರದಂತೆ ಹೊಳೆಯುತ್ತಿದ್ದ ಕಾಲವೊಂದಿತ್ತು."

ದೀಪವನ್ನು ಒಲೆಯ ಹಿಂದೆ ಇಡುತ್ತಿದ್ದಾಗ ಅವಳ ಕೈಗೆ ಚಕಮಕಿ ಪೆಟ್ಟಿಗೆ ತಗಲಿತು. ಲೈನ್‌ಮನ್ ಹೇಳಿದ ಮಾತುಗಳು ಅವಳ ನೆನಪಿಗೆ ಬಂದುವು: 'ಹೌದು, ಈಗೆಷ್ಟೋ ಚೆನ್ನಾಗಿದೆ! ಹಳೇ ಚಕಮಕಿ ಪೆಟ್ಟಿಗೆಯೆಲ್ಲಿ? ಛಾವಣಿಯಿಂದ ತೂಗಾಡುವ ಈ ಸೂರ್ಯನೆಲ್ಲಿ'? – 'ಅವನಾಡಿದ ಮಾತುಗಳು ನಿಜ' ಎಂದು ಮತ್ತೆ ಗುಣುಗುಣಿಸಿದಳು ಇಲಿಂಕಾ ತಾಯಿ. ರಾತ್ರಿ ಬಹುಹೊತ್ತಿನ ತನಕ ಅವಳು ಅದರ ಬಗ್ಗೆಯೇ ಯೋಚಿಸುತ್ತಿದ್ದಳು.

ತನ್ನ ತಾಯಿತಂದೆಯರು ಚಕಮಕಿ ಕಲ್ಲು ಕುಟ್ಟಿ ದೀಪ ಹೊತ್ತಿಸುತ್ತಿದ್ದುದನ್ನು ಆಕೆ ಜ್ಞಾಪಿಸಿಕೊಂಡಳು. ಹಾಗೆ ಮಾಡುತ್ತಿದ್ದುದು ಎಷ್ಟೋ ವರ್ಷಗಳ ಹಿಂದೆ.

ಅವಳಿನ್ನೂ ಸಣ್ಣ ಹುಡುಗಿಯಾಗಿದ್ದಾಗ, ಈಗ ಹಸಿರು ಬೆಳೆದ ಜಮೀನಿನಲ್ಲಿ ಪೀಪಾಯಿಗಳಷ್ಟು ದಪ್ಪದ ಓಕ್‌ಮರದ ದಟ್ಟ ಕಾಡಿದ್ದುದು ಆಕೆಗೆ ನೆನಪಾಯಿತು. ಹೆಂಡತಿ ಸತ್ತ ಮೇಲೆ ವಿಧುರನಾದ ತಂದೆ, ಜಾನುವಾರು ಮತ್ತು ಉಳಿದೆಲ್ಲ ಸಾಮಾನುಗಳನ್ನೂ ಸಾಗಿಸಿಕೊಂಡು ಬಂದು ಅಲ್ಲಿ ಮನೆ ಮಾಡಿದ್ದ. ಕತ್ತಲೆ ಕವಿದ ನಿರ್ಜನ ಪ್ರದೇಶದ ಪಾಲಕನಾಗಿದ್ದ.

ಇಂಥ ಪರಿಸರದಲ್ಲಿ ಇಲಿಂಕಾ ಬಾಲ್ಯವನ್ನು ಕಳೆದಿದ್ದಳು. ಆಗ ಅಲ್ಲಿ ಗುಂಪುಗುಂಪಾಗಿ ಜಿಂಕೆಗಳು ಓಡಿಹೋಗುವುದನ್ನು ನೋಡಬಹುದಾಗಿತ್ತು. ಚಳಿಗಾಲದ ರಾತ್ರಿಗಳಲ್ಲಿ ತೋಳಗಳು ಊಳಿಡುವುದು ಕೇಳಿಸುತ್ತಿತ್ತು.

ಕಣ್ಣಿನ ಪಾಪೆಯಂತೆ ಅಂದು ಬೆಂಕಿಯನ್ನು ಎಚ್ಚರಿಕೆಯಿಂದ ನೋಡಿಕೊಳ್ಳಬೇಕಾಗಿತ್ತು. ಜಿಂಕೆಗಳನ್ನು ಕ್ರೂರ ಮೃಗಗಳಿಂದ ರಕ್ಷಿಸಲು ಕಾಡಿನ ಬೇರೆ ಪ್ರದೇಶಕ್ಕೆ ತಂದೆ ಹೋದಾಗಲಂತೂ ಎಷ್ಟೋ ಹಗಲು, ರಾತ್ರಿ ಬೆಂಕಿ ಆರಿಹೋಗದಂತೆ ಆಕೆ ಕಾಯಬೇಕಾಗಿತ್ತು.

ಒಮ್ಮೆ ಬೆಂಕಿಯ ಮೇಲೆ ಒಂದು ಕೊರಡನ್ನಿಟ್ಟು ಅವರೆಲ್ಲ ನಿದ್ದೆ ಮಾಡಿಬಿಟ್ಟಿದ್ದರು.

ಅಷ್ಟೊಂದು ನಿದ್ದೆ ಯಾಕೆ ಬಂದಿತ್ತು? ಹೇಳಲು ಸಾಧ್ಯವಿರಲಿಲ್ಲ. ಸೆಕೆಯಿಂದಾಗಿದ್ದಿರಬಹುದು. ಅಥವಾ ಮರಗಳ ಮರಮರ ಶಬ್ದ ಜೋಗುಳ ಹಾಡಿದಂತಾಗಿದ್ದಿರಬಹುದು. ಅಂತೂ ಎಚ್ಚರವಾದಾಗ ಬಹಳ ತಡವಾಗಿತ್ತು. ಬೆಂಕಿ ಆರಿಹೋಗಿತ್ತು. ಅರ್ಧ ಉರಿದಿದ್ದ ಕೊರಡು ಯಾವುದೋ ಮೃಗದ ಹೆಣದಂತೆ ಕಾಣುತ್ತಿತ್ತು. ಅವರೆಲ್ಲ ಕೋಣೆಯ ಮಧ್ಯೆ ದಿಗ್ಭ್ರಾಂತರಾಗಿ ನಿಂತರು. ಶಾಖ ಒದಗಿಸುತ್ತಿದ್ದ, ಆಹಾರ ಬೇಯಿಸುತ್ತಿದ್ದ, ಚಳಿಗಾಲದ ದೀರ್ಘ ರಾತ್ರಿಗಳಲ್ಲಿ ಬೆಳಕೀಯುತ್ತಿದ್ದ ಬೆಂಕಿ ಇಲ್ಲವಾಗಿತ್ತು. ಬೇರೊಂದು ಹೊಲಮನೆಯಿಂದ ಬೆಂಕಿ ತರುವುದು ಅಸಾಧ್ಯದ ಮಾತು. ಹಾಗೆ ಬೆಂಕಿ ತರಲು ಎತ್ತರದ ಮಂಜು ದಿಣ್ಣೆಗಳನ್ನೇರಿ ಹೋಗಬೇಕಿತ್ತು. ದಾರಿಯಲ್ಲಿ ಕ್ರೂರಮೃಗಗಳು ಎದುರಾಗುವ ಅಪಾಯ.

ಮೊದಲು ಮರದ ಜಾಡಿಯಲ್ಲಿದ್ದ ನೀರು ಹೆಪ್ಪುಗಟ್ಟಿತು. ಅನಂತರ ಕಡಾಯಿಯ ನೀರು ಹಾಗಾಯಿತು. ಬಳಿಕ ಕತ್ತಲೆಯ ರಾತ್ರಿಯಲ್ಲಿ ತಣ್ಣನೆಯ ಒಲೆಯ ಮೇಲೆ ಅವರೆಲ್ಲ ಗುಂಪಾಗಿ ಕುಳಿತು ನಡುಗುತ್ತಿದ್ದರು. ಮೂರು ರಾತ್ರಿ, ಮೂರು ಹಗಲುಗಳನ್ನು ಹೀಗೆ ಕಳೆದ ಮೇಲೆ ಅವರು ಎರಡು ಮರದ ತುಂಡುಗಳನ್ನು ಉಜ್ಜಲು ಆರಂಭಿಸಿದ್ದರು. ಪ್ರಯೋಜನವಾಗಿರಲಿಲ್ಲ. ಬೆಂಕಿ ಹೊತ್ತಿಸುವಷ್ಟು ಶಕ್ತಿ ಅವರಲ್ಲಿರಲಿಲ್ಲ.

ತಂದೆ ದೀರ್ಘ ಪಯಣಕ್ಕೆ ಬುತ್ತಿ ಒಯ್ದಿದ್ದ. ಹೊರಡುವ ಮುನ್ನ, ಕೊಠಡಿಯ ಮೂಲೆಯಲ್ಲಿದ್ದ ಉದ್ದವಾದ ಕೊಂಬನ್ನು ತೋರಿಸಿ ಆತ ಹೇಳಿದ್ದ :

"ಮಕ್ಕಳೇ, ತುಂಬ ಅಪಾಯಕ್ಕೆ ಸಿಕ್ಕಿಕೊಂಡಾಗ ಮಾತ್ರ – ನಾನು ಹೇಳುವುದು ಕೇಳ್ತಿದೆಯೆ? – ಅಂಥ ಸಮಯದಲ್ಲಿ ಮಾತ್ರ, ಕೈಸಾಲೆಯಿಂದ ಹೊರಗೆ ಬಂದು ನನ್ನನ್ನು ಕೂಗಿ. ನಾನು ಒಂದೇ ಸ್ಥಳದಲ್ಲಿ ಉಳಿದುಕೊಂಡಿರೋದಿಲ್ಲ. ಮೊದಲು ಪೂರ್ವದ ಕಡೆಗೆ ಕೂಗಿ. ನಾನು ಉತ್ತರ ಕೊಡದಿದ್ದರೆ, ಉತ್ತರ ದಿಕ್ಕಿಗೆ ಕೂಗಿ. ಆಗಲೂ ನಾನು ಉತ್ತರಿಸದಿದ್ದರೆ, ದಕ್ಷಿಣ ದಿಕ್ಕಿನ ಕಡೆಗೆ ಕೊಂಬನ್ನು ಬಲವಾಗಿ ಊದಿ."

ಅಪಾಯಕ್ಕೆ ಸಿಕ್ಕಾಗ ಮಾತ್ರ ಕೂಗಬೇಕೆಂದು ತಂದೆ ಹೇಳಿದ್ದರಿಂದ, ಮಕ್ಕಳು

ವಿಧೇಯರಾಗಿದ್ದರು. ಚಳಿಯನ್ನು ತಡೆದುಕೊಂಡರು. ರಾತ್ರಿಯ ಕತ್ತಲನ್ನು ಹೇಗೋ ಸಹಿಸಿಕೊಂಡರು.

ಹಸಿವನ್ನು ಹಿಂಗಿಸಿಕೊಳ್ಳಲು ಅವರು ಮುಸುಕಿನ ಜೋಳದ ಕಾಳುಗಳನ್ನು ಅಗಿದರು. ಓಕ್ ಮರದ ಹಣ್ಣು ತಿಂದರು. ಬೀಚ್ ಮರದ ಕಾಯಿಯನ್ನೂ ಬಿಡಲಿಲ್ಲ. ಹೊಟ್ಟೆಯ ಪಾಡು ಹೇಗೋ ಆಗುತ್ತಿತ್ತು.

ಆದರೆ ಅವರಿಗೆ ಎಲ್ಲಕ್ಕಿಂತಲೂ ಹೆಚ್ಚು ಭಯಾನಕವಾಗಿದ್ದುದು ಕತ್ತಲೆ. ಬೆಳಕಿರುವ ಜಾಗದ ಬಳಿಗೆ ತೋಳಗಳು ಬರುವುದಿಲ್ಲವೆಂದು ಅವರಿಗೆ ಗೊತ್ತಿತ್ತು. ಆದರೆ ಈಗ ಬೆಳಕಿಲ್ಲದಿದ್ದುದರಿಂದ ಗುಡಿಸಲು ಮನೆಯ ಸುತ್ತ ತೋಳಗಳು ಊಳಿಡುವುದನ್ನು ಅವರು ಕೇಳಿದರು. ಅವು ಬಾಗಿಲು ಕೆರೆಯುವುದೂ, ಕೋರೆಹಲ್ಲುಗಳಿಂದ ಹೊಸ್ತಿಲನ್ನು ಕಡಿಯುವುದೂ ಕೇಳಿಸುತ್ತಿತ್ತು. ಯಾವಾಗಲೋ ಸ್ವಲ್ಪ ಹೊತ್ತು ನಿದ್ದೆ ಬಂದಾಗ ಅವರಿಗೆ ಬೆಂಕಿಯದೇ ಕನಸು. ಕಿನ್ನರಲೋಕದಿಂದ ಬರುತ್ತಿರುವ ಒಬ್ಬ ಬಿಳಿಯ ಯುವಕನಂತೆ ಈ ಕನಸುಗಳಲ್ಲಿ ಬೆಂಕಿ ಕಾಣಿಸಿಕೊಳ್ಳುತ್ತಿತ್ತು.

ಚಳಿಯನ್ನು, ಹಸಿವನ್ನು ಅದಕ್ಕಿಂತಲೂ ಮುಖ್ಯವಾಗಿ ಕತ್ತಲೆಯ ಭಯವನ್ನು ತಡೆಯುವುದು ಇನ್ನು ಸಾಧ್ಯವೇ ಇಲ್ಲವೆನಿಸಿದಾಗ, ಅವರು ಬಾಗಿಲನ್ನು ತೆರೆದರು. ಹೊಸ್ತಿಲನ್ನು ತೋಳಗಳು ಬಗೆದುದನ್ನು ಕಂಡಾಗ ರಪ್ಪೆಂದು ಮತ್ತೆ ಬಾಗಿಲು ಮುಚ್ಚಿದರು.

ಬಳಿಕ ಅಟ್ಟದ ಮೇಲೆ ಹತ್ತಿ ಅವರು ಕೊಂಬನ್ನು ಪೂರ್ವ ದಿಕ್ಕಿನ ಕಡೆಗೆ ಹೊಗೆಗೂಡಿನಲ್ಲಿ ಸೇರಿಸಿದರು. ಆದರೆ ಅದರಿಂದ ಜೋರಾಗಿ ಶಬ್ದ ಹೊರಡಲಿಲ್ಲ. ಗೋಳಿನ ಶಬ್ದ ಬಂತು. ಬಿಕ್ಕಿ ಬಿಕ್ಕಿ ಅಳುವ ಧ್ವನಿಯಾಯಿತು.

"ಅಪ್ಪ , ಬಾ ! ಬಾ ! ಬರ್ತೀಯಾ ಅಪ್ಪ ? ಬರ್ತೀಯಾ ಅಪ್ಪ ?"

ತರುವಾಯ ಇನ್ನೊಂದು ಮಗು ಕೊಂಬಿನ ತುದಿಗೆ ಬಾಯಿಕೊಟ್ಟು ಕೂಗಿತು. ಆದರೇನು ? ಮೊದಲಿನಂತೆಯೇ ಗೋಳುಕರೆಯ ಧ್ವನಿ.

ಬಳಿಕ ಇಲಿಂಕಾಳ ಸರದಿ. ಎದೆ ತುಂಬ ಗಾಳಿ ತುಂಬಿಕೊಂಡು, ಕೊಂಬಿನ ತುದಿಯನ್ನು ಬಲವಾಗಿ ಬಾಯಲ್ಲಿ ಅದುಮಿಕೊಂಡು, ಆಕೆ ಜೋರಾಗಿ ಊದಿದಳು. ಆ ಧ್ವನಿ ಕೋಟೆಗಳಂತೆ ಕಾಣುತ್ತಿದ್ದ ಬೆಟ್ಟ ಗುಡ್ಡಗಳ ಶಿಖರಗಳನ್ನು, ಕಣಿವೆಗಳನ್ನು ದಾಟಿಹೋಯಿತು. ಹಿಂದಿನ ಕಾಲದ ಕಾಡೆತ್ತುಗಳು ಎಲೆಹಾಸಿಗೆಯಿಂದೆದ್ದು ಕೂಗಿದಂತಾಯಿತು. ಇಲಿಂಕಾ ಕೊಂಬನ್ನು ಅಷ್ಟು ಜೋರಾಗಿ ಊದಿ ಕಾಡೆತ್ತುಗಳೂ ಕೆರಳುವಂತೆ ಮಾಡಿದಳು. ಇಡೀ ಕಾಡು ಅವುಗಳ ಕೂಗಿನಿಂದ ತುಂಬಿಕೊಂಡಂತೆ ತೋರಿತು. ಅವಳು ಕೊಂಬು ಊದುವುದನ್ನು ನಿಲ್ಲಿಸಿದ ಮೇಲೂ ಎಷ್ಟೋ ಹೊತ್ತಿನ ತನಕ ದೂರದಲ್ಲಿ, ಇನ್ನೂ ದೂರದಲ್ಲಿ ಕಾಡೆತ್ತುಗಳ ಕೂಗು ಅಸ್ಪಷ್ಟವಾಗಿ, ದುರ್ಬಲವಾಗಿ ಕೇಳಿಸುತ್ತಲೇ ಇತ್ತು. ಈ ಕೂಗೆಲ್ಲ ಮೌನದ ಆಳದಲ್ಲಿ ಅಡಗಿದ ಮೇಲೆ ಮಕ್ಕಳು ಪೂರ್ವ ದಿಕ್ಕಿಗೆ ಕಿವಿಗೊಟ್ಟು ಆಲಿಸಿದರು. ಆದರೆ ತಂದೆಯ ಕೊಂಬಿನ ಶಬ್ದ ಕೇಳಲಿಲ್ಲ. ಇಲಿಂಕಾಳ ತುಟಿಗಳು ಗಾಯದಿಂದ ನೋಯುತ್ತಿದ್ದವು. ಕೊಂಬಿನ ತುದಿಯೆಲ್ಲ ರಕ್ತಮಯವಾಗಿತ್ತು. ಆದರೂ ಅವಳು ಹಿಂಜರಿಯಲಿಲ್ಲ. ಕೊಂಬನ್ನು ಮತ್ತೆ ಮತ್ತೆ ಊದಿದಳು. ಚಳಿ, ಬಿರುಗಾಳಿಗಳ ಮುನ್ಸೂಚನೆ ನೀಡುತ್ತಿದ್ದ ರಾತ್ರಿಯ ಯೋಚನೆಗಳೇ ಅವಳ ತಲೆಯಲ್ಲಿ ತುಂಬಿಕೊಂಡಿದ್ದವು. ಹಿಮ ಸುರಿಯಲಾರಂಭಿಸಿತ್ತು... ಆದರೂ ತಂದೆಯಿಂದ ಉತ್ತರ ಬರಲೇ ಇಲ್ಲ.

ಇಲಿಂಕಾ ಉತ್ತರದ ಕಡೆಗಿರುವ ಹೊಗೆಗೂಡಿನಲ್ಲಿ ಕೊಂಬನ್ನಿಟ್ಟು ಊದಿದಳು. ಈ ದಿಕ್ಕಿನಲ್ಲಿ ಕಾಡೆತ್ತುಗಳು ಎಚ್ಚರಗೊಳ್ಳಲಿಲ್ಲ. ಆದರೆ ಗುಡ್ಡಬೆಟ್ಟಗಳು, ಬಂಡೆಗಳು ನರಳಿದಂತಾಯಿತು. ಈ ದಿಕ್ಕಿನಲ್ಲೂ ತಂದೆಯಿಂದ ಉತ್ತರ ಬರಲಿಲ್ಲ. ಬಳಿಕ ಅವಳು ದಕ್ಷಿಣದ ಕಡೆಗೆ ತಿರುಗಿದಳು. ಹಿಮದ ಗಾಳಿ ಜೋರಾದಾಗ ಪಶ್ಚಿಮದ ಹೊಗೆಗೂಡಿನಲ್ಲಿ ಕೊಂಬನ್ನಿಟ್ಟಳು. ಆದರೂ ಅವರು ನಿರೀಕ್ಷಿಸಿದ್ದ ಉತ್ತರ ಬರಲೇ ಇಲ್ಲ.

ಇಲಿಂಕಾ ಅಟ್ಟದಿಂದಿಳಿದು ಬಂದು ಹೆಪ್ಪುಗಟ್ಟಿದ್ದ ಕತ್ತಲೆಯಲ್ಲಿ ಸೋದರ ಸೋದರಿಯರನ್ನು ತಬ್ಬಿಕೊಂಡಳು. ಹಿಮದ ಗಾಳಿ ಸುಯ್ಯೆಂದು ಬೀಸುತ್ತಿತ್ತು. ಅದರ ಹೊಡೆತಕ್ಕೆ ಛಾವಣಿ, ಮನೆ ಅಲ್ಲಾಡುತ್ತಿದೆಯೆನ್ನಿಸಿತು. ಹಿಂದಿನ ಕಾಲದಲ್ಲಿ ಹೊಗೆಗೂಡಿನಿಂದ ತಲೆಕೆಳಗಾಗಿ ಶಿಲುಬೆ ಗೇರಿಸಲ್ಪಟ್ಟಿದ್ದ ಮುದುಕ ಚಿಲಿಕಾಟ್‌ನ ನರಳಾಟ ಕೇಳಿಸಿತು. ಗೋಡೆಯ ಇಟ್ಟಿಗೆ ಗಳೆಲ್ಲ ಪುಡಿಪುಡಿಯಾಗಿ ಹೋಗಿ ತಾನು ಮನೆಯೊಳಗೆ ಬರುವಂತಾಗಲೆಂದು ಅವನು ನರಳುತ್ತಿದ್ದ, ಪ್ರಾರ್ಥಿಸುತ್ತಿದ್ದ. ಏಕೆಂದರೆ ಕಬ್ಬಿಣದ ಕೊಕ್ಕಿನ ಕ್ರೂರ ಹಕ್ಕಿಗಳು ಅವನನ್ನು ಕುಕ್ಕುತ್ತಿದ್ದುವು.

ಹಿಮಗಾಳಿ ನಿಂತು ವಾತಾವರಣವೆಲ್ಲ ಶಾಂತವಾದ ಮೇಲೆ ಮಾರನೆಯ ದಿನ ಸಂಜೆಯ ವೇಳೆಗೆ ತಂದೆಯ ಕೊಂಬಿನ ಶಬ್ದ ಸ್ಪಷ್ಟವಾಗಿ ಕೇಳಿಸಿದ್ದು ಇಲಿಂಕಾ ತಾಯಿಗೆ ಚೆನ್ನಾಗಿ ನೆನಪಿದೆ.

ಬೆಂಕಿಗೂಡಿನ ಬಳಿ ತಂದೆ ಮಂಡಿಯೂರಿ ಕುಳಿತು ಚಕಮಕಿಯ ಮೇಲೆ ಚೆನ್ನಾಗಿ ಒಣಗಿದ ನಾರಿನ ಉಂಡೆಯನ್ನು ಜೋಡಿಸಿ, ಚಕಮಕಿಯನ್ನು ಕುಟ್ಟಿದ. ಕಿಡಿಗಳು ಹಾರಿ ಉಂಡೆಯಲ್ಲಿ ಮರೆಯಾದುವು. ಅದರಿಂದ ರೇಷ್ಮೆಯ ದಾರದಂತೆ ಸಣ್ಣಗೆ ಹೊಗೆ ಮೇಲೆದ್ದಿತು.

"ಅಲ್ಲಿ ನೋಡಿ, ಬೆಂಕಿ ಹೊತ್ತಿತು," ಎಂದು ಎಲ್ಲರೂ ಕೂಗಿದರು.

ಬಳಿಕ ನಾರಿನ ಉಂಡೆಯಿಂದ ಉರಿ ಮೇಲೆದ್ದಿತು. ಅದು ಮರದ ಚಕ್ಕೆಗಳ ಮೇಲೆ ನುಸುಳಿ, ಸಣ್ಣಸಣ್ಣ ಕಡ್ಡಿಗಳ ಸಂದಿಯಲ್ಲಿ ಹಾದು, ಅವನ್ನು ನೆಕ್ಕುತ್ತ , ಛಟಛಟಿಸುತ್ತ ಒಮ್ಮೆ ಮರೆಯಾಗಿ, ಮತ್ತೆ ಕೆಂಪಗೆ ಮೇಲೆದ್ದು ಇಡೀ ಬೆಂಕಿಯ ಗೂಡು ಉರಿಯ ಕೆನ್ನಾಲಿಗೆಗಳಿಂದ ತುಂಬಿಕೊಳ್ಳುವುದನ್ನೇ ಎಲ್ಲರೂ ನಿಶ್ಶಬ್ದರಾಗಿ ನೋಡುತ್ತ ಕುಳಿತರು.

ಬಳಿಕ ಒಲೆಯ ಮೇಲಿದ್ದ ಚರಬಿಯ ದೀಪವನ್ನು ಅವರು ಹೊತ್ತಿಸಿದರು.

ಕೋಣೆ ಈಗ ಬೆಚ್ಚಗಾಯಿತು. ಹಿತಕರವಾಯಿತು.

'ನಿಜ. ನಿನ್ನೆ ಚಕಮಕಿ ಪೆಟ್ಟಿಗೆಯಿತ್ತು. ಇಂದು ಸ್ವಿಚ್ ತಿರುಗಿಸಿದೊಡನೆ ಸೂರ್ಯನ ಬೆಳಕು ಬರುತ್ತದೆ' ಎಂದುಕೊಂಡಳು ಇಲಿಂಕಾ ತಾಯಿ.

'ಪ್ರತಿವರ್ಷ ರಜಾದಿನಗಳಲ್ಲಿ ಮಾಡುತ್ತಿದ್ದಂತೆ ಈ ದಿನವೂ ಆಲಿವೆಂಚಿಯನ್ನು ಮಾಡಿದ್ದರೆ ಚೆನ್ನಾಗಿತ್ತಲ್ಲವೇ ? ಇದೇಕೆ ತನಗೆ ಮೊದಲೇ ಹೊಳೆಯಲಿಲ್ಲ ?'

ಬಹಳ ಹೊತ್ತು ಅವಳು ಹಾಸಿಗೆಯಲ್ಲಿ ಹೊರಳಾಡುತ್ತಲೇ ಇದ್ದಳು.

'ನಾಳೆ ಅಂದರೆ ಬಹಳ ತಡವಾಗಿಬಿಡಬಹುದು; ಲೈನ್‌ಮನ್ ನಮ್ಮ ಹಳ್ಳಿಯಲ್ಲಿನ ಕೆಲಸವೆಲ್ಲ ಮುಗಿಸಿ, ಪೆಟ್ರಾರಿಯದ ಕೆಳಗಿರುವ ಬೇರೆ ಹಳ್ಳಿಗಳಿಗೆ ಹೋಗಿಬಿಡಬಹುದು,' ಎಂದು ಅವಳು ಯೋಚಿಸಿದಳು.

ಎಚ್ಚರಾದುದೇ ತಡ, ಅವಳು ಮನೆಯಿಂದ ಬೀದಿಗೆ ಬಂದಳು. ಲೈನ್‌ಮನ್ ಪಕ್ಕದ ಅಂಗಳದಲ್ಲಿ ತಂತಿಗಳನ್ನು ಎಳೆದು ಜೋಡಿಸುತ್ತಿದ್ದ.

ಆಕೆ ಬೇಗಬೇಗ ಮನೆಗೆ ಹಿಂದಿರುಗಿ ಬಂದಳು. ಒಲೆ ಹೊತ್ತಿಸಿದಳು. ಬೋಗುಣಿಗೆ ಜೋಳದ ಹಿಟ್ಟನ್ನು ಸುರಿದಳು. ಕುದಿಯುವ ನೀರು ಎಷ್ಟು ಬೇಕೋ ಅಷ್ಟನ್ನು ಬೆರೆಸಿದಳು. ಹಿಟ್ಟನ್ನು ಚೆನ್ನಾಗಿ ಕಲಸಿ, ನಾದುವುದಕ್ಕೆ ತೊಡಗಿದಳು.

ಬಳಿಕ ಅವಳು ಆಲಿವೆಂಚಿಯನ್ನು ಕೋಸುಗಡ್ಡೆಯ ಅಗಲವಾದ ಎಲೆಯಲ್ಲಿ ಕಾದ ಇಟ್ಟಿಗೆಗಳ ಮೇಲಿಟ್ಟಳು. ಮೇಜನ್ನು ಸಿದ್ಧಮಾಡಿದಳು. ಕೊಠಡಿಯನ್ನು, ಬಾಗಿಲನ್ನು, ಗೇಟ್ ವರೆಗೂ ಅಂಗಳವನ್ನು, ಚೆನ್ನಾಗಿ ಗುಡಿಸಿದಳು. ಆಲಿವೆಂಚಿಯ ಸಿಹಿವಾಸನೆ ಕಿಟಕಿಯಿಂದ ಹೊರಟು ಮರಗಳ, ಗುಲಾಬಿಗಳ ಪರಿಮಳದೊಂದಿಗೆ ಬೆರೆಯಿತು.

'ನಿಜ. ಚಕಮಕಿ ಪೆಟ್ಟಿಗೆಯೆಲ್ಲಿ? ಮನೆಛಾವಣಿಯ ಕೆಳಗಿನ ಈ ಸೂರ್ಯನೆಲ್ಲಿ? ಎಲ್ಲಿಂದೆಲ್ಲಿಗೆ?' – ಇಲಿಂಕಾ ತಾಯಿ ಮತ್ತೆ ಅದನ್ನೇ ಮೆಲಕುಹಾಕಿದಳು. ಅವಳಿಗೆ ಹಳೆಯ ರಾತ್ರಿಗಳು ನೆನಪಾದುವು. ತಂತಿಗಳ ಮೇಲಿಂದ ಬರುವ ಚಿನ್ನದ ಸೂರ್ಯನನ್ನು ಕಾಣುವವರೆಗೆ ಅವಳ ಜೀವನದಲ್ಲಿ ಇನ್ನೂ ಎಷ್ಟೋ ಘಟನೆಗಳು ನಡೆದುಹೋಗಿದ್ದವು! ಈ ಸೂರ್ಯ ಎಲ್ಲಿಂದ ಬಂದ? ಯಾವ ಶಕ್ತಿ ಇವನನ್ನು ಸೃಷ್ಟಿಸಿತು? ಸೂರ್ಯನನ್ನು ತಾಮ್ರದ ತಂತಿಗಳ ಮೂಲಕ ತರುವಂಥ ಯಂತ್ರಗಳನ್ನು ತಯಾರಿಸಬಹುದೆಂದು ಮೊದಲು ಯಾರಿಗೆ ಹೊಳೆಯಿತು? ಎಷ್ಟೊಂದು ತಾಮ್ರದ ತಂತಿ ಬೇಕಲ್ಲ! ಈ ಎಲ್ಲ ಪ್ರಶ್ನೆಗಳನ್ನೂ ಲೈನ್‌ಮನ್ನನೊಡನೆ ಒಂದೊಂದಾಗಿ ಕೇಳಬೇಕೆಂದು ಅವಳು ಯೋಚಿಸಿದಳು.

"ಸ್ವರ್ಗದಲ್ಲಿರುವ ಹಣ್ಣುಹಣ್ಣು ಮುದುಕಿಯಂತೆ ನಾನು ಅತ್ತಿಂದಿತ್ತ, ಇತ್ತಿಂದತ್ತ ಜಂಬದಿಂದ ಓಡಾಡಿದೆ" – ಲೈನ್‌ಮನ್ ಮುಂದೆ ತನ್ನನ್ನು ಸಮರ್ಥಿಸಿಕೊಂಡಳು ಇಲಿಂಕಾ.

"ಏನು? ಬೆಳಕು ಆರಿಹೋಯಿತೆ?" ಆತ ಆಶ್ಚರ್ಯದಿಂದ ಕೇಳಿದ.

"ಇಲ್ಲ. ದೇವರು ನಿನಗೆ ಒಳ್ಳೇದು ಮಾಡಲಿ. ಸ್ವಲ್ಪ ಆಲಿವೆಂಚಿ ಮಾಡಿದೀನಿ. ನಿನ್ನನ್ನು ಕರೆಯೋದಕ್ಕೆ ಬಂದೆ. ನಿನ್ನೆಯೇ ನಾನು ಈ ಕೆಲಸ ಮಾಡಬೇಕಾಗಿತ್ತು. ಆದರೆ ಸ್ವರ್ಗವೇ ಸಿಕ್ಕ ಹಣ್ಣು – ಮುದುಕಿಯಂತೆ ನಾನು ಅತ್ತಿಂದಿತ್ತ ಜಂಬದಿಂದ ಓಡಾಡಿಬಿಟ್ಟೆ. ನೀನು ಬಂದರೆ ನನಗೆ ತುಂಬ ಸಂತೋಷವಾಗ್ತದೆ. ಯಾವಾಗ ಬರ್‍ತೀ?"

"ನಾವೆಲ್ಲ ಗುಹೆಗಳಲ್ಲಿ ವಾಸ ಮಾಡ್ತಿರೋ ಹಾಗೆ ಮಾತಾಡ್ತೀಯಲ್ಲ? ಈತ ಇವತ್ತು ನಮ್ಮ ಮನೆಗೆ ಬರ್‍ತಾನೆ. ಅವನು ನಮ್ಮ ಅತಿಥಿ," ಎಂದು ಇಲಿಯಾನಾ ಪ್ರುನಾರು ಗಟ್ಟಿಯಾಗಿ ಹೇಳಿದಳು. ಅವಳು ಯಾವಾಗಲೂ ಮಾತಾಡುತ್ತಿದ್ದುದೇ ಹಾಗೆ.

ಅವಳ ಕಣ್ಣುಗಳನ್ನು ಬಗೆದು ಬಿಡಬೇಕೆನ್ನಿಸಿತು ಇಲಿಂಕಾ ತಾಯಿಗೆ. ಅವಳು ಅವಮಾನ ದಿಂದ ತಲೆತಗ್ಗಿಸುವಂತೆ ಬಾಯಿಗೆ ಬಂದ ಹಾಗೆ ಬಯ್ಯಬೇಕೆಂಬ ಮನಸ್ಸೂ ಆಯಿತು. ಆದರೆ ಗುರುತು ಪರಿಚಯವಿಲ್ಲದ ಹೊಸಬನ ಮುಂದೆ ಜಗಳ ಕಾಯುವುದು ಸರಿಯಲ್ಲವೆಂದು ಸುಮ್ಮನಾಗಿ ಅವಳು ಮತ್ತೆ ಲೈನ್‌ಮನ್‌ಗೆ ಹೇಳಿದಳು:

"ಹಾಗಾದರೆ, ರಾತ್ರಿ ಬಾ. ತುಂಬಾ ರುಚಿಯಾದ ಆಲಿವೆಂಚಿ ಮಾಡಿದ್ದೇನೆ. ಅದರ ಮೇಲೆ ಜೇನುತುಪ್ಪ ಹಾಕಿಕೊಡ್ತೇನೆ."

"ಇವತ್ತು ರಾತ್ರಿಗೆ ಅವನು ನಮ್ಮ ಅತಿಥಿ. ಜೇನುತುಪ್ಪ ಸವರಿದ ಆಲಿವೆಂಚಿಯನ್ನು ಯಾವ ಗೃಹಿಣಿಯಾದರೂ ಮಾಡ್ತಾಳೆ," ಎಂದು ಸವೇಟಾ ವ್ರಾಬಿಯೋ ತಟ್ಟನೆ ನುಡಿದಳು.

"ನಾಳೆ ಬರಬಹುದಲ್ಲ!"

"ಇಲ್ಲಮ್ಮ, ಆಗೋದಿಲ್ಲ" ಎಂದು ಲೈನ್‌ಮನ್ ವಿಷಾದಿಸಿದ: "ನಾಳೆ ನಾನು ಬಹಳ

ದೂರದಲ್ಲಿರ್ತೇನೆ. ಬೋಜಿಯಾದಲ್ಲಿ ಕೆಲಸವಿದೆ. ನಿನ್ನ ಆಹ್ವಾನಕ್ಕಾಗಿ ವಂದನೆಗಳು."

ಅಯ್ಯೋ ಪಾಪ! ಇಡೀ ಜಗತ್ತೇ ತನ್ನ ಸುತ್ತ ತಿರುಗುತ್ತಿರುವಂತೆ ಇಲಿಂಕಾ ತಾಯಿಗೆ ಭಾಸವಾಯಿತು.

"ಸರಿ ಹಾಗಾದರೆ. ಇನ್ನೇನು ಮಾಡೋದಕ್ಕಾಗುತ್ತೆ?"

ಅವಳು ಸವೇಟಾ ವ್ರಾಬಿಯೋ ಮತ್ತು ಇಲಿಯಾನಾ ಪ್ರುನಾರು ಅವರ ಕಡೆ ತಿರುಗಿ ಅವರನ್ನು ತಿಂದುಬಿಡುವಂತೆ ಕೋಪದಿಂದ ದಿಟ್ಟಿಸಿದಳು.

ಒಬ್ಬ ಅತಿಥಿಯನ್ನು ಹೇಗೆ ಹಾರಿಸಿಕೊಂಡು ಹೋಗಬಹುದೆಂದು ಈ ನಾಯಿಗಳಿಗೆ ತೋರಿಸುತ್ತೇನೆ ಎಂದುಕೊಂಡಳು.

ಮರುದಿನ ಬೆಳಿಗ್ಗೆ ಸೂರ್ಯ ಹುಟ್ಟುವ ಮೊದಲೇ ಎದ್ದು, ತನ್ನ ಗೆಳತಿಯರನ್ನೆಲ್ಲ ಕರೆದು ಗುಂಪು ಸೇರಿಸಬೇಕು. ಬಳಿಕ ತಾವೆಲ್ಲ ಹುಲ್ಲು ಬಣವೆಯ ಮೇಲೇರಿ ಈ ಜಂಬದ ಕೋಳಿಗಳನ್ನು ಈ ರೀತಿಯಾಗಿ ಅಣಕಿಸಬೇಕು:

"ಏ, ಹೆಣ್ಣು ಕೋಳಿಗಳೇ, ಏಳಿ. ಕಣ್ಣುಬಿಡಿ. ಅಯ್ಯೋ ಸೋಮಾರಿಗಳೇ, ಎಷ್ಟು ಹೊತ್ತು ನಿದ್ದೆ ಮಾಡೋದು? ನಿಮ್ಮ ಕೆಳಗೆ ನೆಲದಲ್ಲಿ ಹುಳುಗಳೇಳ್ತಿವೆ. ನಿಮ್ಮ ಕೈಗಳು ಕದಿರು-ಕಡ್ಡಿಗಳಂತಾಗ್ತವೆ. ಕಾಲುಗಳು ಪರಕೆ ಕಡ್ಡಿಗಳಾಗ್ತವೆ!"

ಇಲಿಂಕಾ ಹೀಗೆ ಯೋಚಿಸುತ್ತಿರುವಂತೆಯೇ ಇಲಿಯಾನಾ ಗಟ್ಟಿಯಾಗಿ ಹೇಳಿದಳು:

"ಅದ್ಯಾಕೆ ಹಾಗೆ ಕೆಟ್ಟ ಕಣ್ಣಿನಿಂದ ನೋಡ್ತೀಯ. ನಾವೇನು ನಿನ್ನ ಮಕ್ಕಳನ್ನು ಸುಟ್ಟು ಹಾಕಿದ್ದೇವಾ?"

ಲೈನ್‌ಮನ್ ಇಲಿಂಕಾ ತಾಯಿಯತ್ತಲೇ ನೋಡುತ್ತಿದ್ದ. ಅವಳ ಮನಸ್ಸಿನಲ್ಲಿ ನಡೆಯುತ್ತಿದ್ದುದನ್ನು ಅವನು ಊಹಿಸಿಕೊಂಡಂತೆ ತೋರಿತು.

"ಆಗಲಿ. ಆಗಲಿ," ಎನ್ನುತ್ತಾ ಇಲಿಂಕಾ ತಾಯಿ ಹಿಂದಿರುಗಿದಳು. ಮನೆಗೆ ಬಂದಾಗ ಅವಳಿಗೆ ಅಂಗಳವೆಲ್ಲ ಬರಿದಾದಂತೆ ಕಂಡಿತು. ಮುಂಬಾಗಿಲ ಮೇಲೆ ಕುಳಿತು ಕೇಕೆ ಹಾಕುತ್ತಿದ್ದ ಬಿಳಿ ಕೋಳಿಗಳತ್ತ ಆಕೆ ಒಂದು ಕಲ್ಲೆಸೆದಳು. ಬಹುಶಃ ಇದು ಅವಳ ಜೀವನದಲ್ಲೇ ಕೊನೆಯ ಸಂತೋಷದ ಸಂದರ್ಭವಾಗುತ್ತಿತ್ತು. ಮುಂದೆ ನಡೆಯುತ್ತಾ, ಅವಳು ನೀರಿಟ್ಟಿದ್ದ ಡಬ್ಬವನ್ನೆಡವಿದಳು. ನೀರೆಲ್ಲ ಕೋಣೆಯಲ್ಲಿ ಚೆಲ್ಲಿಹೋಯಿತು.

"ಡಾರ್ಮಿಡಾನ್, ನನಗಾಗುವುದೆಲ್ಲ ಹೀಗೇ" ಎಂದು ಖಡ್ಗ ಹಿಡಿದಿದ್ದ ತೋಳಿನ ತುಂಡನ್ನೂ ರಾಜನ ಕೋಟೆಯತ್ತ ಓಡುತ್ತಿದ್ದ ಕುದುರೆಯ ರೇಷ್ಮೆ ಬಾಲವನ್ನೂ ನೋಡುತ್ತ ಇಲಿಂಕಾ ಗೋಳಾಡಿದಳು: "ರಾಜನ ಅಪ್ಪಣೆ ಪಾಲಿಸೋದಕ್ಕೇಂತ ನನ್ನನ್ನು ನೀನು ಬಿಟ್ಟುಹೋದ ಮೇಲೆ, ನಾನೇನು ಸುಖಪಟ್ಟಿದ್ದೇನೆ, ಹೇಳು. ನಾನು ಚಿಕ್ಕ ಹುಡುಗಿಯಾಗಿದ್ದಾಗ, ಕೊಂಬನ್ನು ಊದಿ ಇಡೀ ಕಾಡನ್ನು ಎಚ್ಚರಗೊಳಿಸಿದಾಗ, ತೋಳಗಳು ಬಂದು ನನ್ನನ್ನು ತಿಂದುಹಾಕಿದ್ದರೆ ಇದಕ್ಕಿಂತ ಎಷ್ಟೋ ಒಳ್ಳೆಯದಾಗಿರ್ತಿತ್ತು."

ವಿದ್ಯುಚ್ಛಕ್ತಿಯ ಆಗಮನದೊಂದಿಗೆ ಮೈಯಲ್ಲಿ ಮರುಕಳಿಸಿದಂತಾಗಿದ್ದ ಯೌವನದ ಕಿಡಿಯಿಂದ ಅವಳ ಆತ್ಮಕ್ಕಾದ ಆನಂದ ಈಗ ತಣ್ಣಗಾಗಿತ್ತು. ಆಕೆ ತುಂಬ ಸುಸ್ತಾಗಿ ಬೆಂಚಿನಮೇಲೆ ಕುಳಿತಳು.

'ನನಗೆಲ್ಲೋ ಅರುಳುಮರುಳು. ಇಲ್ಲಿ ಹೀಗೆ ಕುಳಿತಿರುವ ಬದಲು ಅಂತಿಮಯಾತ್ರೆಗಾಗಿ ಹೆಣದ ಬಟ್ಟೆಯನ್ನು ಸಿದ್ಧಮಾಡುವುದೇ ಮೇಲು,' ಎಂದು ನೀರು ಚೆಲ್ಲಿದ್ದ ನೆಲದ ಮುಂದೆ

ಕುಳಿತ ಅವಳು ತನಗೆ ತಾನೇ ಹೇಳಿಕೊಂಡಳು. ಇಡೀ ಜಗತ್ತಿನಲ್ಲೇ ಅವಳಿಗೆ ಅತ್ಯಂತ ಪ್ರೀತಿ ಪಾತ್ರವಾಗಿದ್ದ ತಾಮ್ರದ ಪದಕವನ್ನು ಗೋಡೆಯ ಮೊಳೆಯಿಂದ ತೆಗೆದು ಅದರಲ್ಲಿದ್ದ ಪಕ್ಷಿಯನ್ನು, ಅದು ಗಾಳಿಯಲ್ಲಿ ರೆಕ್ಕೆ ಬೀಸುತ್ತಿರುವುದನ್ನು ನೋಡಿದಳು.

ರಾತ್ರಿಯ ವೇಳೆ ವಿದ್ಯುಚ್ಛಕ್ತಿಯೇಕೆ ಅವಳಿಗೆ ಬೆಳಕು ಕೊಡಬೇಕು ?

ಅವಳಿಗೆ ಬೇಕಾಗಿದ್ದುದು ಅಷ್ಟೇ ಏನು ?

ಆ ಲೈನ್‌ಮನ್. ಮನಸ್ಸು ಮಾಡಿದ್ದರೆ ಅವಳ ಮನೆಗೆ ಖಂಡಿತವಾಗಿಯೂ ಬಂದು ಹೋಗಬಹುದಾಗಿತ್ತು.

ಅವಳಿಗೆಷ್ಟು ವಯಸ್ಸಾಗಿದೆ ಎಂದು ಅವನಿಗೆ ಗೊತ್ತಾಗಲಿಲ್ಲವೆ ?

ಅವಳ ಅಡುಗೆಯ ರುಚಿ ನೋಡುವುದಕ್ಕಾದರೂ ಆತ ಬರಬಹುದಿತ್ತು. ಆಲಿವೆಂಚಿಯೇನೂ ಕಪ್ಪೆಗಳಂತೆ ನೀರಿನಿಂದ ಉದ್ಭವಿಸುವುದಿಲ್ಲ.

ಇದ್ದಕ್ಕಿದ್ದಂತೆ ಕೈಸಾಲೆಯಲ್ಲಿ ಯಾರೋ ಪರಿಚಿತರು ಕೂಗಿ ಕರೆದಂತಾಯಿತು.

"ಬರಲೇ ? ಒಳಗೆ ಬರಲೇ ?"

"ಓ, ಬಂದೆಯಾ ? ನಿನಗೆ ಒಳ್ಳೇದಾಗಲಿ, ಬಾಪ್ಪ, ಬಾ. ಇಲಿಯಾನಾ ಪ್ರುನಾರು ಮನೆಗೆ ಹೋಗಲಿಲ್ಲವೆ?"

ಲೈನ್‌ಮನ್ ಮುಗಳ್ನಕ್ಕ. ಅವನ ಮುಖ ಕೆಂಪಾಯಿತು. ಅದು ಅವನ ಸ್ವಭಾವ.

"ನನಗೆ ಆಲಿವೆಂಚಿಯ ಮೇಲೆ ಎಷ್ಟು ಆಸೆ ಅಂತ ನಿನಗೆ ಗೊತ್ತಿಲ್ಲ."

"ಹೌದೆ ? ನಿಜವಾಗಿಯೂ ! ತುಂಬಾ ಸಂತೋಷ !"

ಆಕೆ ಅವನನ್ನು ಮೇಜಿನ ಮುಂದೆ ಕೂರಿಸಿದಳು. ಬಿಸಿಬಿಸಿ ಆಲಿವೆಂಚಿಯನ್ನು ಬಿಚ್ಚಿ ಅವನ ಮುಂದಿಟ್ಟಳು. ತಂತಿಗಳ ಮೇಲಿನಿಂದ ಸೂರ್ಯನ ಬೆಳಕನ್ನು ಹೇಗೆ ತರುತ್ತಾರೆ ? ಅಷ್ಟೊಂದು ತಾಮ್ರ ಎಲ್ಲಿಂದ ಬಂತು ? ಎಂದೆಲ್ಲ ಪ್ರಶ್ನೆ ಕೇಳಬೇಕೆಂಬ ಮನಸ್ಸಾದರೂ, ಅವನಿಗೆ ತೊಂದರೆ ಕೊಡದೆ ಆಲಿವೆಂಚಿಯನ್ನು ತಿನ್ನಲು ಬಿಟ್ಟಳು.

ಅನಂತರ "ಮಗು, ನಿನ್ನನ್ನು ಒಂದು ಪ್ರಶ್ನೆ ಕೇಳಬೇಕು ಅಂತಿದ್ದೇನೆ. ನೋಡು..."

ಇಲಿಂಕಾ ತಾಯಿ ಹೊರಗೆ ಕಂಬಗಳ ಸಾಲನ್ನು ನೋಡಿದಳು. ಕಂಬಗಳು ಹಳ್ಳಿಯನ್ನು ದಾಟಿ, ನದಿಯನ್ನು ಹಾದು, ದೊಡ್ಡ ಟಾಲಿಯಾನ್ ಗುಡ್ಡವೇರಿ ಹೋಗಿದ್ದುದನ್ನು ಕಂಡಳು.

"ಇದನ್ನು ಎಲ್ಲಿಂದ ಆರಂಭಿಸಿದ್ದಾರೆ ? ನೀನು ಯಾವತ್ತಾದರೂ ಅಲ್ಲಿಗೆ, ಆ ತುದಿಗೆ ಹೋಗಿದ್ದೆಯಾ ? ಅಲ್ಲಿ ಏನಿದೆ ? ಇಷ್ಟೊಂದು ತಂತಿಗಳಿಗೆ ಬೇಕಾಗುವಷ್ಟು ತಾಮ್ರ ಎಲ್ಲಿಂದ ಬರ್ತದೆ ?"

ಅವಳ ನಿಷ್ಕಪಟ, ಮುಗ್ಧ ಪ್ರಶ್ನೆ ಕೇಳಿ ಲೈನ್‌ಮನ್ ನಕ್ಕ.

"ಇಲಿಂಕಾ ತಾಯಿ, ನಾನು ಅಲ್ಲಿಂದಲೇ, ಅಂದರೆ ಈ ಕಂಬಗಳ ಸಾಲು ಆರಂಭವಾಗ್ತದಲ್ಲ, ಆ ತುದಿಯಿಂದಲೇ ಬಂದಿರೋದು. ನಲವತ್ತು ಕಿಲೋಮೀಟರ್‌ಗಿಂತ ಹೆಚ್ಚು ದೂರ. ನಡೆದು ಹೋದರೆ ಒಂದು ಹಗಲು, ಒಂದು ರಾತ್ರಿ ಬೇಕಾಗ್ತದೆ."

"ಏನು? ಒಂದು ಹಗಲು, ಒಂದು ರಾತ್ರಿ ಬೇಕಾಗ್ತದೆಯೆ ? ಈ ತಂತಿಗೆಲ್ಲ ಸಾಕಾಗುವಷ್ಟು ತಾಮ್ರ ಎಲ್ಲಿಂದ ಬರ್ತದೆ ?"

"ಓ, ಅದೇನು ಮಹಾ, ಇಲಿಂಕಾ ತಾಯಿ ! ಒಂದು ಹಗಲು, ಒಂದು ರಾತ್ರಿ ನಡೆಯುವಷ್ಟು ದೂರ ತಂತಿ ಜೋಡಿಸೋದು ಏನೂ ಕಷ್ಟದ ಕೆಲಸವಲ್ಲ. ಬೇರೆ ಕೆಲವು ಸಾಲುಗಳು ದೇಶದ

ಈ ತುದಿಯಿಂದ ಆ ತುದಿಯವರೆಗೂ ಹೋಗ್ತವೆ. ಪಟ್ಟಣಗಳಿಗೆ, ಹಳ್ಳಿಗಳಿಗೆ ಬೆಳಕು ತರೋದಕ್ಕೆ ಅವು ಬೆಟ್ಟಗಳನ್ನೂ ದೊಡ್ಡ ದೊಡ್ಡ ನದಿಗಳನ್ನೂ ಹಾದುಹೋಗ್ತವೆ. ಈ ತಂತಿಗಳು ಎಂಜಿನ್‌ಗಳನ್ನು, ಯಂತ್ರಗಳನ್ನು ಚಲಾಯಿಸ್ತವೆ; ಶಾಲೆಗಳನ್ನು ಬೆಳಗ್ತವೆ."

"ದೇವರ ದಯೆ! ತಂತಿಗಳ ಮೇಲೆ ಸೂರ್ಯ. ಇದನ್ನು ಮೊದಲು ಯೋಚಿಸಿದಾತ ದೊಡ್ಡ ಖಗೋಳಶಾಸ್ತ್ರಜ್ಞನೇ ಇರಬೇಕು! ಅವನು ಯಾರು? ಈಗಲೂ ಬದುಕಿದ್ದಾನೆಯೇ? ಬದುಕಿದ್ದರೆ ಜನ ಅವನಿರುವಲ್ಲಿಗೆ ಹೋಗಿ ಅವನ ಕಾಲಿಗೆ ಬೀಳಬೇಕು. ಅವನು ನಡೆದಾಡುವ ಜಾಗದಲ್ಲಿ ಚಿನ್ನದ ಬಟ್ಟೆ, ರೇಷ್ಮೆ ಹಾಸಬೇಕು. ಅಲ್ವೆ?"

"ಹೌದು. ನೀನು ಹೇಳೋದು ಸರಿ."

ಅವನು ಹೇಳಿದುದನ್ನೆಲ್ಲ ಕೇಳಿ ಮುದುಕಿ ಇಲಿಂಕಾ ತಾಯಿಗೆ ಆದ ಆಶ್ಚರ್ಯ ಅಷ್ಟಿಷ್ಟಲ್ಲ! ಅವಳಿಗೆ ಅನೇಕ ಸಂಗತಿ ತಿಳಿಯಿತು. ನುಗ್ಗುವ ನೀರಿನಿಂದ ವಿದ್ಯುಚ್ಛಕ್ತಿ ಹೇಗೆ ಹುಟ್ಟುತ್ತದೆಂಬುದೂ ಅವಳಿಗೆ ಅರ್ಥವಾಯಿತು. ಊಟದ ಮೇಜನ್ನು ಒರಸಿ, ಎಂಜಲು ಚೂರುಗಳನ್ನು ಕೋಳಿಗಳಿಗೆ ಎಸೆದ ಮೇಲೆ ಅವಳಿಗಾದ ಆನಂದಕ್ಕೆ ಮಿತಿಯೇ ಇಲ್ಲ.

ಲೈನ್‌ಮನ್ ಹೇಳಿದುದು ಅವಳ ಕಿವಿಯಲ್ಲಿ ಇನ್ನೂ ಪ್ರತಿಧ್ವನಿಸುತ್ತಿತ್ತು :

"ಗೊತ್ತಾಯಿತೆ? ತಂತಿಯ ಮೂಲಕ ಮೊದಲು ಬೆಳಕು ಬಂದದ್ದು ಹೀಗೆ! ನಿನ್ನ ಭಾವಣಿಯ ಕೆಳಗಿರುವ ಸೂರ್ಯನಿಗೂ ಚಕಮಕಿಯ ಪೆಟ್ಟಿಗೆಗೂ ಎಷ್ಟೊಂದು ದೂರ! ಈ ಸಂಜೆ ನೀನು ಹೇಳುತ್ತಿದ್ದೆಯಲ್ಲ, ಆ ನಿನ್ನ ಬಾಲ್ಯದ ದಿನಗಳಿಗೂ ಇವತ್ತಿಗೂ ಎಷ್ಟು ಅಂತರ! ಬಹುದೂರದ ದಾರಿ – ಕಣ್ಣೀರಿನ, ಬೆವರಿನ ಹಾದಿ. ಆದರೆ ಕೊನೆಗೂ ನಾವು ಬೆಳಕು ತಂದೆವು. ಯಾಕೆಂದರೆ ಅದು ನಮ್ಮದು."

ಇಷ್ಟಾದರೂ ಅವಳಿಗೆ ಒಂದು ವಿಷಯ ಮಾತ್ರ ಇನ್ನೂ ಅರ್ಥವಾಗಿರಲಿಲ್ಲ: ಇಡೀ ದೇಶಕ್ಕೆಲ್ಲ ಬೇಕಾಗುವಷ್ಟು ತಂತಿಗಳಿಗೆ, ಸೂರ್ಯನ ಬೆಳಕನ್ನು ತಂದ ಈ ಎಂಜಿನಿಯರುಗಳು ತಾಮ್ರವನ್ನೆಲ್ಲಿಂದ ತರುತ್ತಾರೆ?

ಆಕೆ ಗೋಡೆಯ ಮೇಲಿದ್ದ ಪ್ರಶಸ್ತಿ ಫಲಕದತ್ತ ನೋಡಿದಳು. ಅವಳ ಮನಸ್ಸಿಗೆ ಏನೋ ಹೊಳೆಯಿತು. ಆದರೆ ಹಣೆಯ ಮೇಲೆ ಕುಳಿತ ನೊಣವನ್ನು ಓಡಿಸುವಂತೆ ಕೈಯಾಡಿಸಿ ಆ ಯೋಚನೆಯನ್ನು ಆಕೆ ದೂರ ತಳ್ಳಿದಳು.

'ಪ್ರತಿಯೊಬ್ಬರೂ ಸಹಾಯಕ್ಕೆ ಮುಂದಾದರೆ, ಪ್ರತಿಯೊಬ್ಬರೂ ತಮ್ಮಲ್ಲಿರೋದನ್ನು ಕೊಟ್ಟರೆ...' ಮತ್ತೆ ಆ ಯೋಚನೆಯನ್ನು ಅವಳು ತಳ್ಳಿ ಹಾಕಿದಳು.

'ನಾನೆಷ್ಟು ಅವಿವೇಕಿ! ಜನ ನನ್ನನ್ನು ನೋಡಿ ನಗಲಾರರೆ? ಅದೂ ನನ್ನ ಈ ಇಳಿವಯಸ್ಸಿನಲ್ಲಿ! ಆದರೂ ಯಾಕೆ ಪ್ರಯತ್ನಿಸಬಾರದು? ಅದರಲ್ಲೇನು ತಪ್ಪು?' – ಸಂಜೆಯ ವೇಳೆಗೆ ಅವಳು ಹೀಗೆ ತನ್ನನ್ನು ತಾನೇ ಪ್ರಶ್ನಿಸಿಕೊಂಡಳು.

ಅವಳು ತಾಮ್ರದ ಪದಕವನ್ನು ಚೆನ್ನಾಗಿ ಒರೆಸಿದಳು. ಬಳಿಕ ತನ್ನ ಗಂಡನ ಭಾವಚಿತ್ರದತ್ತ ನೋಡಿದಳು. ದುಃಖ ಒತ್ತರಿಸಿ ಬಂತು. ಪದಕವನ್ನು ಮನೆಯಿಂದ ಹೊರಕ್ಕೊಯ್ದರೆ, ತನ್ನ ಗಂಡನ ನೆನಪನ್ನೂ ಅಳಿಸಿ ಹಾಕಿದಂತೆ ಆಗುವುದೆಂದು ಅವಳಿಗೆ ತೋರಿತು. ಆದರೆ ಅವಳು ತನ್ನನ್ನು ಚೆನ್ನಾಗಿ ಬಲ್ಲಳು. ಬೇಗ ಏನಾದರೊಂದು ನಿರ್ಧಾರಕ್ಕೆ ಬರದಿದ್ದರೆ, ಬಹುಶಃ ಅದನ್ನು ಆಕೆ ಕೈಬಿಡುವ ಸಂಭವವೇ ಹೆಚ್ಚು.

ಪದಕವನ್ನು ಒಂದು ಕರವಸ್ತ್ರದಲ್ಲಿ ಸುತ್ತಿಕೊಂಡು, ಆಕೆ ಬೇಗನೆ ಹೊರಹೊರಟಳು.

ಸವೇಟಾ ವ್ರಾಬಿಯೋಳ ಮನೆ ತುಂಬಾ ಬೆಳಕು.

ಲೈನ್‌ಮನ್ ಊಟದ ಮೇಜಿನ ಮುಂದೆ ಕುಳಿತಿದ್ದ. ಭಕ್ಷ್ಯಭೋಜ್ಯಗಳ ನಡುವೆ ನಾಣ್ಯಗಳ ಗುಪ್ಪೆಯೊಂದನ್ನು ಇಲಿಂಕಾ ತಾಯಿ ಕಂಡಳು.

'ಆ... ಇವಳೊಂದು ದೆವ್ವವೇ ಸರಿ! ನನ್ನನ್ನು ಮತ್ತೆ ಹಿಂದೆ ಹಾಕಿದ್ದಾಳೆ,' ಎಂದು ಅವಳು ತನ್ನಷ್ಟಕ್ಕೆ ಹೇಳಿಕೊಂಡು ಬಾಗಿಲಿನತ್ತ ತಿರುಗಿದಳು. ಒಂದು ಗಂಟೆಯನ್ನು ಕೈಯಲ್ಲಿ ಹಿಡಿದುಕೊಂಡು ಶಬ್ದ ಮಾಡುತ್ತಾ, ಅವಳ ಸ್ವಭಾವದಂತೆ ಗಟ್ಟಿಯಾಗಿ ಮಾತನಾಡುತ್ತ ಇಲಿಯಾನಾ ಪ್ರುನಾರು ಬರುತ್ತಿದ್ದಳು.

"ಹುಡುಕಿ... ಹುಡುಕಿ... ನಾನು ಹೇಗೆ ಹುಡುಕಿ ತಂದೆ ನೋಡಿ... ಹುಡುಗರು ಕಳದೇಬಿಟ್ಟಿದ್ದಾರೆ ಅಂದುಕೊಂಡಿದ್ದೆ. ಇಲ್ಲ. ಇಗೋ ಈ ಗಂಟೆ. ತೆಗೆದುಕೋ. ದೊಡ್ಡ ಗಂಟೆಗಳಿಗೆ ಬಳಸ್ತಾರಲ್ಲ, ಅಷ್ಟು ಶುದ್ಧ ತಾಮ್ರದ್ದು. ಗೊತ್ತಾಯಿತೇ? ದೇಶದಲ್ಲೆಲ್ಲಾ ತಾಮ್ರದ ತಂತಿ ಬೇಕಲ್ಲ. ನನ್ನಿಂದ ಒಂದು ಚೂರು...ಮತ್ತೊಬ್ಬರಿಂದ ಮತ್ತೊಂದು ಚೂರು."

"ಹೊಲಸು ಮುಂಡೇವಾ. ತಾಮ್ರದ ನಾಣ್ಯಗಳು, ಗಂಟೆಗಳು ಎಲ್ಲರ ಬಳಿಯೂ ಇದ್ದೇ ಇರ್ತವೆ," ಎಂದು ಕೂಗಿದಳು ಇಲಿಂಕಾ ತಾಯಿ.

"ಆದರೆ ಚರ್ಮದ ಬೆಲ್ಟ್ ಮೇಲಿರೋ ತಾಮ್ರದ ಗುಂಡಿ?" ಮನೆಯಲ್ಲಿದ್ದ ಗಂಡಸು ಥಟ್ಟನೆ ಕೇಳಿದ. ಆತ ಅಗಲವಾದ ಚರ್ಮದ ಬೆಲ್ಟ್ ಎತ್ತಿ ಹಿಡಿದು, ಅನಂತರ ಅದನ್ನು ಬದಿಯಲ್ಲಿಟ್ಟು ಮೇಜಿನ ಮೇಲಿದ್ದ ಇತರ ವಸ್ತುಗಳ ಪಕ್ಕದಲ್ಲಿ ಒಂದು ಹಿಡಿ ತಾಮ್ರದ ಗುಂಡಿಗಳನ್ನಿಟ್ಟ.

ಆಗ ಇಲಿಂಕಾ ತಾಯಿ ತನ್ನ ತಾಮ್ರದ ಪದಕವನ್ನು ತೋರಿಸುತ್ತಾ ಹೆಮ್ಮೆಯಿಂದ ಕೇಳಿದಳು:

"ಇದರ ಬಗ್ಗೆ ಏನು ಹೇಳ್ತಿರಿ? ನೀವ್ಯಾವತ್ತಾದರೂ ತಾಮ್ರದ ಪ್ರಶಸ್ತಿ ಪದಕ ನೋಡಿದ್ದೀರಾ? ಇದನ್ನೂ ತೆಗೆದುಕೊಳ್ಳಪ್ಪ. ತಾಮ್ರದ ಪದಕ. ಪದಕಗಳನ್ನು ಕರಗಿಸೋ ಸ್ಥಳಕ್ಕೆ ಇದನ್ನೊಯ್ದು, ಕರಗಿಸೋ ಪಾತ್ರೆಯೊಳಗೆ ಎಸೆದುಬಿಡು. ಇದರಿಂದ ಒಂದಷ್ಟು ಉದ್ದ ತಂತಿ ಬರ್ತದೆ."

ತಾಮ್ರದ ಗುಂಡಿಗಳ, ನಾಣ್ಯಗಳ ಮೇಲೆ ಇದ್ದ ತಾಮ್ರದ ಪದಕವನ್ನು ಎಲ್ಲರೂ ನೋಡಿದರು. ಹದ್ದು ತನ್ನ ಪಂಜವನ್ನೆತ್ತಿ ಗಾಳಿಯಲ್ಲಿ ರೆಕ್ಕೆ ಬಡಿಯುತ್ತಾ ಸ್ವರ್ಗದತ್ತ ಹಾರಲು ಸಿದ್ಧವಾಗಿರುವಂತೆ ಕಂಡಿತು.

"ನಿಜವಾಗಿಯೂ ತುಂಬ ಸುಂದರವಾಗಿದೆ," ಎಂದರು ಯಾರೋ.

"ಖಂಡಿತ," ಎಂದಳು ಇಲಿಂಕಾ ತಾಯಿ ಹೆಮ್ಮೆಯಿಂದ. "ನಾಣ್ಯಗಳನ್ನು , ಗುಂಡಿಗಳನ್ನು, ಗಂಟೆಗಳನ್ನು ಯಾರು ಎಲ್ಲಿ ಬೇಕಾದರೂ ನೋಡಬಹುದು. ಆದರೆ ತಾಮ್ರದ ಪದಕವನ್ನು ನೋಡಲಾರರು."

ಅಷ್ಟರಲ್ಲಿ ಮುಖ, ಕಿವಿಗಳನ್ನೆಲ್ಲ ಕೆಂಪಗೆ ಮಾಡಿಕೊಂಡು ಲೈನ್‌ಮನ್ ನುಡಿದ:

"ಎಷ್ಟೊಂದು ಅಭಿಮಾನ! ನಿಮ್ಮದು ಅಭಿಮಾನ ತುಂಬಿತುಳುಕೋ ಹೃದಯಗಳು. ನಿಮಗೆಲ್ಲ ಇದು ಹೇಗೆ ಹೊಳೀತು? ನೀವೆಲ್ಲ ಒಟ್ಟಿಗೆ ಮಾತನಾಡಿಕೊಂಡೇ ಹೀಗೆ ಮಾಡಿದಿರಿ ಅಂತ ಕಾಣುತ್ತೆ."

ಆ ಮನೆಯ ಯಜಮಾನ ಹೇಳಿದ:

"ಸೂರ್ಯನ ಬೆಳಕಿಗೆ ಪ್ರತಿಯಾಗಿ ಈ ಕೆಲವು ಗುಂಡಿಗಳನ್ನು ಕೊಟ್ಟರೆ ಸಾಕೆ? ಆದರೆ ನಮ್ಮಲ್ಲಿರೋದೆಲ್ಲ ಇಷ್ಟೆ. ನಾನು ಬಹುದಿನಗಳಿಂದ ಈ ಬಗ್ಗೆ ಯೋಚಿಸ್ತಿದ್ದೆ."

ತಾಮ್ರದ ಪದಕ ಹೊಳೆಯುತ್ತಿತ್ತು. ಅದರ ರೆಕ್ಕೆಯ ಕೆಳಗೆ ನಾಣ್ಯಗಳು, ಗುಂಡಿಗಳು.

ಅಂದಿನಿಂದ ಇಲಿಂಕಾ ತಾಯಿ ಆ ಕಂಬಗಳ ಬಳಿ ಬಂದಾಗಲೆಲ್ಲ ಅವುಗಳಿಗೆ ಶುಭ ಹಾರೈಸುತ್ತಾಳೆ. ದೇಶದಾದ್ಯಂತ ಬೆಳಕು ಬೇಗ ಬರಲಿ ಎಂದು ಆಶಿಸುತ್ತಾಳೆ.

ಅವಳ ತಾಮ್ರದ ಪದಕದಿಂದ ಆದ ತಂತಿಯ ಭಾಗ ಯಾವುದೆಂದು ಅವಳಿಗೆ ತಿಳಿಯದು. ಆದುದರಿಂದ ಎಲ್ಲೆಲ್ಲಿ ತಂತಿ ಹಾದು ಹೋಗಿ, ರಾತ್ರಿಯ ವೇಳೆ ಸೂರ್ಯ ನಷ್ಟು ಬೆಳಕಾಗುತ್ತದೆಯೋ ಅಲ್ಲೆಲ್ಲಾ ತನ್ನ ಪದಕದಿಂದಾದ ತಂತಿಯೇ ಇದೆಯೆಂದು ಅವಳ ನಂಬಿಕೆ.

○ ಟ್ರೈಟಸ್ ಪೊಪೊವಿಚಿ

ಜುರ್ಕ ಮಾವ

ಮುಂಜಾನೆ ಐದು ಗಂಟೆ. ರೈಲು ಎಂದಿನಂತೆ ಕೆಲಸದ ನಿವೇಶನದಿಂದ ಕೆಳಕ್ಕೆ ಹೋಗುತ್ತಿತ್ತು. ಅದು ಹಳೆಯ ಮಾದರಿಯ, ಮುಚ್ಚಣೆ ಇಲ್ಲದ ನ್ಯಾರೋಗೇಜ್ ರೈಲು. ಒಳಗೆ ಎರಡು ಸಾಲು ಬೆಂಚುಗಳು. ಗುಡ್ಡದ ಮೇಲಕ್ಕೆ ಹೋಗುವಾಗ ಅದನ್ನು ಎಳೆಯುತ್ತಿದ್ದ ತೀರಾ ಹಳೆಯ ಮಾದರಿಯ ಉಗಿ ಎಂಜಿನ್ ಹಬೆಯುಗುಳುತ್ತ, ನರಳುತ್ತ, ಈರುಳ್ಳಿಯಾಕಾರದ ಹೊಗೆಕೊಳವೆಯಿಂದ ದಟ್ಟವಾದ ಹೊಗೆಮೋಡವೆಬ್ಬಿಸುತ್ತ ಸಾಗುತ್ತಿತ್ತು. ಕೆಳಕ್ಕೆ ಬರುವಾಗ ಎಳೆಯುವ ಅಗತ್ಯವೇ ಇರಲಿಲ್ಲ. ಆದರೆ ತಿರುವು ಬಂದಾಗ ರೈಲು ಹಳಿ ತಪ್ಪದಂತೆ ಬ್ರೇಕ್ ಬಳಸಬೇಕಿತ್ತು. ಮಧ್ಯೆ ಮಧ್ಯೆ ಕಿರುಗುಟ್ಟುವ ಸೇತುವೆಗಳು. ಕೆಳಗೆ ರಭಸದಿಂದ ಹರಿಯುವ ಸೆರ್ನಿಟಾ ನದಿಯ ಮೊರೆತ. ಕೋಚು ಕೋಚಾದ ಬಂಡೆಗಳ ಮಧ್ಯೆ ನುಸುಳಿ, ಅಲ್ಲಲ್ಲೇ ಸುಳಿಗಳನ್ನೆಬ್ಬಿಸಿ ಸಾಗುತ್ತಿದ್ದ ಸ್ಫಟಿಕದಷ್ಟು ಶುಭ್ರವಾದ ನದಿಯ ಪ್ರವಾಹದಲ್ಲಿ, ಆಗಾಗ ಕುತೂಹಲದ ಕಣ್ಣಿಗೆ ಕೆಂಗೆಂದು ಬಣ್ಣದ ಟ್ರೌಟ್ ಮೀನಿನ ಬೆನ್ನು ಕಾಣಿಸುತ್ತಿತ್ತು. ಒಮ್ಮೊಮ್ಮೆ ರೈಲು ಯಾವುದೋ ಒಂದು ಪ್ರಪಾತಕ್ಕೆ ಧುಮ್ಮಿಕ್ಕಿದಂತೆ ತೋರುತ್ತಿತ್ತು. ಆಗ ರೈಲು ಮಾರ್ಗದ ಇಕ್ಕಡೆಗಳಲ್ಲಿ ಗೋಡೆಗಳಂತಿದ್ದ ರಾಕ್ಷಸಾಕಾರದ ಬಂಡೆಗಳ ತುದಿಯ ನಡುವೆ, ಬಹಳ ಎತ್ತರದಲ್ಲಿ ನಿರ್ಮಲ ನೀಲಾಕಾಶ ಒಂದು ಪಟ್ಟೆಯಂತೆ ಕಾಣುತ್ತಿತ್ತು. ಅನಂತರ ಬಂಗಾರದ ಬಣ್ಣದ ಒರಟು ಹುಲ್ಲು ಬೆಳೆದ ವಿಸ್ತಾರವಾದ ದಿಣ್ಣೆಯಂಚಿನಲ್ಲಿ ರೈಲು ಓಡುತ್ತಿತ್ತು. ಕಡಿದಾದ ಬಂಡೆಗಳ ಬಳಿಕ ಮಟ್ಟಸವಾದ ಗುಡ್ಡಗಳ ಸಾಲು. ಅವುಗಳ ತುದಿಯಲ್ಲಿ ಅಲ್ಲೊಂದು ಇಲ್ಲೊಂದರಂತೆ ಕುರಿಗಾಹಿಗಳ ಒಂಟಿ ಗುಡಿಸಲುಗಳು. ಹುರಿದುಂಬಿಸುವ ಹವೆ. ಜೋರಾಗಿ ಬೀಸುತ್ತಿದ್ದ ಗಾಳಿ. ರೈಲು ಗುಡ್ಡದಿಂದ ಕೆಳಕ್ಕೆ ಓಡುತ್ತಿತ್ತು. ರೊಯ್ಯನೆ ಬೀಸುತ್ತಿದ್ದ ಗಾಳಿಯ ಸುಯ್ಯಲು ಶಬ್ದ, ರೈಲಿನ ಚಕ್ರಗಳ ದಡಬಡ ಧ್ವನಿಯ ವಿನಾ ಬೇರೇನೂ ಕೇಳಿಸುತ್ತಿರಲಿಲ್ಲ. ಆದರೆ ತನ್ನ ದಾರಿಗಡ್ಡವಾದ ಭಾರಿ ಬಂಡೆಯೊಡನೆ ಸೆಣಸಿ ಮುನ್ನಡೆಯುತ್ತಿದ್ದ ಬೆಟ್ಟದ ತೊರೆಯ ಭೋರ್ಗರೆತ ಆಗೊಮ್ಮೆ ಈಗೊಮ್ಮೆ ಕಿವಿಗೆ ಬಡಿಯುತ್ತಿತ್ತು.

ಅಂದು ಬೆಳಗಿನ ರೈಲಿನಲ್ಲಿದ್ದ ಬ್ರೇಕ್‌ಮನ್ ಪೆಟ್ರಿಯ ಮಾರ್ಕ್ಯು ಲುಯಿ ಗಟ್ಟಿಮುಟ್ಟಾದ ಬಲಶಾಲಿ ತರುಣ. ಎದ್ದು ಕಾಣುವ ಕೆನ್ನೆಯೆಲುಬು. ಗಾಳಿಯ ಹೊಡೆತದಿಂದ ಕಂದಾಗಿದ್ದ ಮೈಬಣ್ಣ. ಹರಕಲು ಅಂಗಿಯ ತೋಳುಗಳನ್ನು ಮೇಲಕ್ಕೆ ಮಡಚಿಕೊಂಡು, ಕಾಲುಗಳನ್ನು ಅಗಲಿಸಿ, ನೆಟ್ಟಗೆ ಮುಂದೆ ನೋಡುತ್ತ ಆತ ನಿಂತಿದ್ದ. ಅವನು ಬಹಳ ಎಚ್ಚರಿಕೆ ವಹಿಸಬೇಕಾಗಿತ್ತು. ಎಷ್ಟೋ ವೇಳೆ ಮರಗಳು ಮುರಿದು ಹಳಿಗಳ ಮೇಲೆ ಬಿದ್ದಿರುತ್ತಿದ್ದುವು. ತಿರುವಿನಲ್ಲಿ ದೃಷ್ಟಿಗೆ ಮರೆಯಾಗಿದ್ದ ಕಡೆಯೇನಾದರೂ ಹೀಗಾಗಿದ್ದರೆ ಹಠಾತ್ ಅಪಘಾತವಾಗುವ ಸಂಭವವಿತ್ತು.

ಎರಡನೇ ನಂಬರ್ ನಿವೇಶನದಲ್ಲಿದ್ದ ಮಳಿಗೆಯನ್ನು ನೋಡಿಕೊಳ್ಳುವ ಗ್ರೋಜಿಯ ಇವನ ಹಿಂದಿದ್ದ ಬೆಂಚಿನ ಮೇಲೇ ಕುಳಿತಿದ್ದ. ಅವನು ಬಹಳ ಗಾಬರಿಗೊಂಡಿದ್ದ.

ಗುಡ್ಡದಿಂದ ಕೆಳಕ್ಕೆ ಹೋಗುವ ಪ್ರಯಾಣವೆಂದರೆ ಗ್ರೋಜಿಯನಿಗೆ ಪ್ರಾಣಭಯ. ರೈಲುಗಳು ಪ್ರಪಾತಕ್ಕೆ ಬಿದ್ದು, ಚೂರುಚೂರಾಗಿ, ಅದರೊಳಗಿದ್ದ ಜನರೆಲ್ಲ ಒಬ್ಬಟ್ಟು ಇತ್ಯಾದಿಗಳಂತೆ ತುಂಡು ತುಂಡಾಗಿದ್ದ ಎಷ್ಟೋ ದುರ್ಘಟನೆಗಳು ಅವನ ನೆನಪಿಗೆ ಬಂದುವು. ಅಂಥ ಸಂದರ್ಭಗಳಲ್ಲೆಲ್ಲ ಪೆಟ್ರಿಯ ಇದ್ದಕ್ಕಿದ್ದಂತೆ ಹಾಡುವುದಕ್ಕಾರಂಭಿಸಿಬಿಡುತ್ತಿದ್ದ. ಆದ್ದರಿಂದಲೇ ಗ್ರೋಜಿಯನಿಗೆ ಪೆಟ್ರಿಯನನ್ನು ಕಂಡರೆ ರೇಗುತ್ತಿತ್ತು.

ತನ್ನ ಪಕ್ಕದಲ್ಲಿ ಕುಳಿತಿದ್ದವನಿಂದ ನೈತಿಕ ಬೆಂಬಲ ದೊರೆತೀತೆಂದು ಗ್ರೋಜಿಯ ಅವನತ್ತ ಕಳ್ಳನೋಟ ಬೀರಿದ. ಆದರೆ ಆ ಮುದುಕ – "ಮಾವ" ಮಿಹಾಯ್ ಜುರ್ಕ – ಎಲ್ಲೋ ನೋಡುತ್ತ ತನ್ನಷ್ಟಕ್ಕೆ ತಾನು ಏನೋ ಗೊಣಗಿಕೊಳ್ಳುತ್ತಿದ್ದ. 'ಪಾಪ, ಅವನಿಗೆ ಅವನದೇ ಎಷ್ಟೋ ಚಿಂತೆ. ದಬಾಯಿಸುವ ಸಲುವಾಗಿ ಅವನನ್ನು ಅರಾದ್‌ಗೆ ಕರೆದಿದ್ದಾರೆ,' ಎಂದು ಗ್ರೋಜಿಯ ಸಮಾಧಾನ ಮಾಡಿಕೊಳ್ಳಲು ಯತ್ನಿಸಿದ. ಆದುದರಿಂದ ಆತ ಎಂಜಿನಿಯರ್ ಪೋಪನ್ ಕಡೆಗೆ ತಿರುಗಿದ. ಗಾಳಿಗೆ ಸಿಕ್ಕು ಹರಿದು ಚಿಂದಿಯಾಗಿದ್ದ ವೃತ್ತಪತ್ರಿಕೆಯನ್ನು ಎದೆಯ ಮೇಲಿಟ್ಟುಕೊಂಡು ಪೋಪನ್ ಎಡೆಬಿಡದೆ ಧೂಮಪಾನ ಮಾಡುತ್ತಿದ್ದ. ಗ್ರೋಜಿಯನಿಗೆ ಯಾರೊಡನಾದರೂ ಮಾತನಾಡಬೇಕೆಂಬ ಹಂಬಲ. ಅದಕ್ಕಿದ್ದುದು ಒಂದೇ ಮಾರ್ಗ. ಇನ್ನೊಬ್ಬನಿಗೆ ಮಾತು ಕೇಳಿಸುವಷ್ಟು ಗಟ್ಟಿಯಾಗಿ ಸ್ವರ ಏರಿಸುವುದು ಮತ್ತು ಆ ವ್ಯಕ್ತಿಯ ಉತ್ತರ ತಿಳಿಯಲು ಅವನ ತುಟಿಗಳನ್ನೇ ಗಮನಿಸುವುದು. ಇಂಥ ಕಾರ್ಯದಲ್ಲಿ ನಿರತನಾಗಿದ್ದಾಗ ಗ್ರೋಜಿಯನಿಗೆ ರೈಲು ಹಳಿ ತಪ್ಪುವ, ಅಪಘಾತಕ್ಕೀಡಾಗುವ, ಪ್ರಪಾತಕ್ಕೆ ಬೀಳುವ ವಿಚಾರವೆಲ್ಲ ಮರೆತುಹೋಗುತ್ತಿತ್ತು. ಎಂಜಿನಿಯರ್ ಕೂಡ ಏನೋ ಯೋಚನೆಯಲ್ಲಿ ಮುಳುಗಿದ್ದ. ಆದರೆ ತುಸು ಹೊತ್ತಿನ ಬಳಿಕ ಅವನು ಮುದುಕ ಜುರ್ಕನಿಗೆ ಹೇಳಿದ:

"ಆ ಸಾಮಗ್ರಿಗಳ ವಿಷಯ ಏನೆಂದು ತಿಳಿದುಕೊಂಡು ಬರೋದಕ್ಕೆ ಮರೀಬೇಡ ಮಾವ. ಅವುಗಳನ್ನಿಟ್ಟುಕೊಂಡು ಅವರೇನು ಮಾಡ್ತಿದ್ದಾರೋ ಕಾಣೆ."

ಜುರ್ಕ ಹಲ್ಲು ಕಿಸಿದ. ಈ ತರುಣ ಎಂಜಿನಿಯರ್ ಕೆಲಸದ ನಿವೇಶನಕ್ಕೆ ಮೊದಲು ಬಂದದ್ದು ನಾಲ್ಕು ತಿಂಗಳ ಹಿಂದೆ. ಮದುವೆಯಾಗದ ಹುಡುಗಿಯಂತೆ ಆಗ ತೆಳ್ಳಗೆ ಬೆಳ್ಳಗಿದ್ದ ಆತ ಮಾತನಾಡುವಾಗ ನಾಚಿಕೆಯಿಂದ ಬಹಳ ತೊದಲುತ್ತಿದ್ದ. ಇದರಿಂದಾಗಿ ಅವನು ಏನು ಹೇಳುತ್ತಿದ್ದನೆಂದು ಸರಿಯಾಗಿ ಅರ್ಥವಾಗುತ್ತಿರಲಿಲ್ಲ. ಆದರೆ ಬರಬರುತ್ತ ಆತ ಮಾತನಾಡುವುದನ್ನು ಕಲಿತ. ತನಗೆ ಹೇಳಬೇಕೆಂದೆನಿಸಿದುದನ್ನು ಖಂಡತುಂಡವಾಗಿ ಹೇಳಲು

ಅಭ್ಯಾಸ ಮಾಡಿದ. ಒಮ್ಮೊಮ್ಮೆ ಅತ್ಯಂತ ವರ್ಣಮಯ ಭಾಷೆಯಲ್ಲಿ ಸ್ವರ್ಗ ನರಕಗಳ ಮೇಲೆ ಆತ ಆಣೆಯನ್ನೂ ಹಾಕುತ್ತಿದ್ದ.

ಅವನ ಮಾತಿಗೆ ಉತ್ತರವಾಗಿ ಮುದುಕ ನುಡಿದ:

"ಖಂಡಿತ ಮರೆಯೋದಿಲ್ಲ. ಆ 'ನಮ್ಮ ಜನರ' ಬೆನ್ನು ಅವರ ಕುರ್ಚಿಗೆ ಅಂಟಿಕೊಂಡು ಬಿಟ್ಟಿರುವಂತೆ ಕಾಣ್ತದೆ."

ಎಂಜಿನಿಯರ್ ವಕ್ರವಾಗಿ ನಕ್ಕ.

'ನಮ್ಮ ಜನ' ಎಂದು ಮುದುಕ ಹೇಳಿದ್ದು ಪಕ್ಷದ ಸ್ಥಳೀಯ ಸಮಿತಿಯ ಪ್ರಥಮ ಕಾರ್ಯದರ್ಶಿಯಾಗಿದ್ದ ಅವನ ಮಗ ಫಿಯೋರ್ಫೆ ಜುರ್ಕನ ಬಗ್ಗೆಯೇ. ಮುದುಕ ಮಿಹಾಯ್‌ನತ್ತ ಬಾಗಿ ಪೋಪಸ್ ಕೇಳಿದ:

"ಅಂದರೆ ಅವರು ನಿನಗೆ ಹೇಳಿ ಕಳಿಸಿದ್ದಾರೇನು ?"

ತಲೆಯ ಮೇಲಿನ ಟೋಪಿ ತೆಗೆದು, ಸೈನಿಕರಂತೆ ಸಣ್ಣಗೆ ಕತ್ತರಿಸಿಕೊಂಡಿದ್ದ ಒರಟು ಕೂದಲನ್ನು ಸವರಿಕೊಳ್ಳುತ್ತ ಜುರ್ಕ ಹೇಳಿದ:

"ಹೌದು. ಆದರೆ ಅವರನ್ನು ನಾನು ಸುಮ್ಮಗೆ ಬಿಡೋದಿಲ್ಲ. ನನ್ನ ಮನಸ್ಸಿನಲ್ಲಿರೋದನ್ನು ಸ್ಪಷ್ಟವಾಗಿ ಅವರಿಗೆ ಹೇಳ್ತೇನೆ."

ರೈಲು ಒಂದು ತಿರುವಿನಲ್ಲಿ ಸಾಗಿತು. ಅಲ್ಲೊಂದು ಸ್ತಂಭದ ಸುತ್ತ ಬಿಳಿಯ ಕಲ್ಲುಗಳನ್ನು ಒತ್ತಾಗಿ ಜೋಡಿಸಿದ್ದರು. ಸ್ತಂಭದ ತುದಿಯಲ್ಲೊಂದು ಕೆಂಪು ನಕ್ಷತ್ರವಿತ್ತು. ಅದನ್ನು ನೋಡಿ ಏನೋ ಜ್ಞಾಪಿಸಿಕೊಂಡವನಂತೆ ಜುರ್ಕ ನುಡಿದ:

"1934ರಲ್ಲಿ ಸಿಲಾಜಿಯನ್ನು ಕೊಂದದ್ದು ಇಲ್ಲೇ. ಅವನು ಕೆಂಪು ಕಾರ್ಮಿಕ ಸಂಘದ ಅಧ್ಯಕ್ಷನಾಗಿದ್ದ. ಆತ ಮರ ಕಡಿಯುವವರೊಡನೆ ಮಾತನಾಡೋದಕ್ಕೆ ಈ ಕಡೆಗೆ ಬಂದಿದ್ದ. ಅವರಿಗೆ ತಮ್ಮ ಧಣಿ ಮಿಸ್ಟರ್ ಬೋಲ್‌ಕಾಸ್‌ನೊಡನೆ ಏನೋ ವಿವಾದವಿತ್ತು. ಅವನು ಹಿಂತಿರುಗಿ ಬರುವುದನ್ನೇ ಬೋಲ್‌ಕಾಸ್‌ನ ಕಡೆಯವರು ಕಾಯ್ತಿದ್ರು. ಬಂದದ್ದೇ ತಡ, ಕಲ್ಲು ತುಂಬಿದ ಒಂದು ವ್ಯಾಗನ್ನನ್ನು ಅವರು ಹಳಿಯ ಮೇಲೆ ನೂಕಿದರು. ಸಿಲಾಜಿಯ ತಲೆ ನುಚ್ಚುನೂರಾಯಿತು. ಬ್ರೇಕ್‌ಮನ್‌ನ ಒಂದು ಕಾಲು ಮುರಿಯಿತು. ಈಗವನು ಷೂ ಕಾರ್ಖಾನೆಯಲ್ಲಿ ವಾಚ್‌ಮನ್ ಆಗಿದ್ದಾನೆ. ಈ ದುರಂತ ನಡೆದಾಗ ಅವನಿಗಿನ್ನೂ ಹತ್ತೊಂಬತ್ತು ವರ್ಷ ವಯಸ್ಸು... ಹೌದು... ನನಗೆ ಚೆನ್ನಾಗಿ ನೆನಪಿದೆ."

ಪೋಪಸ್ ಒಂದು ಕ್ಷಣ ಮುದುಕನನ್ನೇ ಪ್ರೀತಿಯಿಂದ ದಿಟ್ಟಿಸಿದ. ಕೆಲಸದ ನಿವೇಶನಕ್ಕೆ ಅವನು ಬಂದಾಗ ಎಲ್ಲವೂ ಗೊಂದಲಮಯವಾಗಿತ್ತು. ಯಾವುದನ್ನು ಮೊದಲು ಪರಿಹರಿಸ ಬೇಕೆಂದು ಅವನಿಗೆ ಗೊತ್ತಾಗಿರಲಿಲ್ಲ. ಜುರ್ಕನ ಜತೆ ಎಷ್ಟೋ ಸಲ ಆತ ಜಗಳವಾಡಿದ್ದ. ಅವನನ್ನು ಕಂಡರೆ ಹೆದರುತ್ತಿದ್ದ. ಅದನ್ನು ಒಪ್ಪಿಕೊಳ್ಳುವುದರಲ್ಲೇನು ತಪ್ಪು? ಕೆಲಸ ನಡೆಯುತ್ತಿದ್ದ ಬಳಿ ಮುಖ್ಯ ಮೆಕ್ಯಾನಿಕ್ ಆಗಿದ್ದ ಮುದುಕ ಜುರ್ಕ ಖಂಡಿತವಾದಿ. ಯಾರಾದರೂ ಸರಿ, ಮುಚ್ಚುಮರೆಯಿಲ್ಲದೆ ಮಾತಾಡಿಬಿಡುವ ಸ್ವಭಾವ. ಯಾವ ಕೆಲಸ ವನ್ನಾದರೂ ಸರಿಯಾಗಿ ಮಾಡದಿದ್ದರೆ ಆತ ಕೆಂಡವಾಗಿಬಿಡುತ್ತಿದ್ದ. ಅವನ ಆರೋಪಕ್ಕೆ ಹೆದರಿ ಕೆಲಸಗಾರರು ನಡುಗುತ್ತಿದ್ದರು. ಎದುರಾಡಲು ಹೆದರುತ್ತಿದ್ದರು. ಮುನ್ನೆಚ್ಚರಿಕೆಯ ವ್ಯವಸ್ಥೆ, ಉಪಕರಣಗಳ ಸರಬರಾಜು, ಮನರಂಜನೆಯ ಏರ್ಪಾಟು, ದೂರದ ಅರಾದ್‌ನಲ್ಲಿರುವ ಗೆಳತಿಗಾಗಿ ಹಾತೊರೆಯುವ ಯುವಕನ ಚಿಂತೆ – ಯಾವುದೇ

ವಿಷಯವಾಗಲೀ ಎಲ್ಲಕ್ಕೂ ತಾನೇ ಹೊಣೆಗಾರನಂತೆ ಎಲ್ಲದರಲ್ಲೂ ಅವನು ತಲೆಹಾಕುತ್ತಿದ್ದುದು ಎಂಜಿನಿಯರ್‌ಗೆ ಆಗ ಸಹನೆಯಾಗುತ್ತಿರಲಿಲ್ಲ.

ಆ ದಿನಗಳನ್ನು ನೆನೆಸಿಕೊಂಡು ಪೋಪನ್ ಮೃದುವಾಗಿ ನಕ್ಕ. ಅಂದಿನ ಕಷ್ಟಗಳನ್ನೆಲ್ಲ ಇದಿರಿಸಿ ಜಯಿಸಿದ ಬಗ್ಗೆ ಆತ ಹೆಮ್ಮೆಯಿಂದ ಮಾತನಾಡುತ್ತಿದ್ದ – ಯಾರ ನೆರವೂ ಇಲ್ಲದೆ ಎಲ್ಲವನ್ನೂ ತಾನೇ ನಿಭಾಯಿಸಿದವನಂತೆ. ಅದೇನು ಸುಲಭಸಾಧ್ಯವಾಗಿರಲಿಲ್ಲ. ಕೆಲಸದ ನಿವೇಶನದಲ್ಲಿ ಪಕ್ಷದ ಪ್ರಾದೇಶಿಕ ಸಮಿತಿಯ ಪ್ರಥಮ ಕಾರ್ಯದರ್ಶಿ ಕೂಡ ಸುಮಾರು ಮೂರು ತಿಂಗಳು ಇರಬೇಕಾಗಿತ್ತು. ತನ್ನ ತಂದೆಯಂತೆಯೇ ಮಿಹಾಯ್ ಮಾವ ಕೂಡ ಒಳ್ಳೆಯ ವ್ಯಕ್ತಿಗಳಲ್ಲೊಬ್ಬನೆಂದು ಅರಿವಾಗುವ ತನಕ ಅವನನ್ನು ಕಂಡರೆ ಪೋಪನ್‌ಗೂ ನಡುಕ ಹುಟ್ಟುತ್ತಿತ್ತು. ಆದರೆ ಅದನ್ನು ಒಪ್ಪಿಕೊಳ್ಳಲು ಅವನಿಗೆ ಇಷ್ಟವಿರಲಿಲ್ಲ.

ಎಂಥದೇ ಕಷ್ಟವಿರಲಿ, ನಿವೇಶನಕ್ಕೆ ಸಂಬಂಧಿಸಿದ ಸಮಸ್ಯೆಯಲ್ಲದಿದ್ದರೂ ಕೂಡ, ಜನ ಮುದುಕ ಮಿಹಾಯ್‌ನ ಸಲಹೆ ಕೇಳುತ್ತಿದ್ದುದು ಈಗ ಪೋಪನ್‌ಗೆ ಆಶ್ಚರ್ಯವೆನಿಸದು. ಕೆಲವು ದಿನಗಳ ಹಿಂದೆ ರುಕಾಜಿಯಿಂದ ಒಬ್ಬನಾದರೂ ಮರಕಡಿಯುವ ಆಳು ಕೆಲಸಕ್ಕೆ ಬಂದಿರಲಿಲ್ಲ. ಮುದುಕ ಮಿಹಾಯ್ ಆ ಹಳ್ಳಿಗೆ ಭೇಟಿಕೊಟ್ಟ. ಮರುದಿನ ಎಲ್ಲರೂ ಕೆಲಸಕ್ಕೆ ಹಾಜರಾದರು. ಸ್ಥಳೀಯ ಪ್ರಜಾ ಸಮಿತಿಯ ಅಧ್ಯಕ್ಷ ಅಯೊರ್ಡಾನ್‌ಗೆ ಈ ಮುದುಕ ಏನು ಹೇಳಿದನೋ, ಇನ್ನೇನಾದರೂ ಉಪಾಯ ಮಾಡಿದನೋ ಪೋಪನ್‌ಗೆ ಗೊತ್ತಿಲ್ಲ.

ಜುರ್ಕನಿಗೆ ಪ್ರಯಾಣ ಮುಜುಗರವಾಗತೊಡಗಿತು. ಕಾರ್ಯಕರ್ತರ ಕಛೇರಿಯ ಹೋಲ್ಟ್ಸ್‌ಮನ್‌ನನ್ನು ಕಾಣಲು ಅವನು ಕಾತರನಾಗಿದ್ದ. 'ಅವನಿಗೆ ನನ್ನಿಂದ ಏನಾಗಬೇಕೋ, ಕಾಣೆ. ನಿನ್ನೆ ಮೊನ್ನೆ ಇನ್ನೂ ಹುಡುಗನಂತಿದ್ದ. ಕದಿರುಕಡ್ಡಿಯಂಥ ಕಾಲು. ಕಣ್ಣಿಗೆ ಕನ್ನಡಕ. ಈಗ ನನಗೆ ಹೇಳಿಕಳಿಸ್ತಾನೆ. 1942ರಲ್ಲಿ ಎಲ್ಲರಿಗೂ ಹಂಚುವಂತೆ ಅವನಿಗೆ ಕರಪತ್ರಗಳ ಕಂತೆಯನ್ನು ಕೊಟ್ಟಾಗ ಹೆಮ್ಮೆಯಿಂದ ಉಬ್ಬಿಹೋಗಿದ್ದನಲ್ಲ! ಅಷ್ಟು ಕೆಲಸ ಮಾಡಿಬಿಟ್ಟರೆ ಬೂರ್ಜ್ವಾ – ಭೂಮಾಲಿಕರ ಪ್ರಭುತ್ವ ಮುಗಿದೇ ಹೋಗ್ತದೇಂತ ಆತ ಭಾವಿಸಿದ್ದ' – ಎಂದು ಮೆಲಕುಹಾಕುತ್ತಾ ಮುದುಕ ನಕ್ಕ. ಅವನ ಯೋಚನಾಲಹರಿ ಮುಂದುವರಿಯಿತು :

'ಆತ ಈಗ ಏನು ಹೇಳ್ತಾನೋ! ಪಕ್ಷದ ವಿಶ್ವವಿದ್ಯಾನಿಲಯದಲ್ಲಿ ಅವನೀಗ ಶಿಕ್ಷಣ ಮುಗಿಸಿದ್ದಾನೆ. ಆದುದರಿಂದ ನಾನು ಯಾವುದಕ್ಕೂ ನಾಲಾಯಕ್ಕೆಂದು ಭಾವಿಸಿ ನನಗೇ ಆತ ಒಂದು ಉಪನ್ಯಾಸ ನೀಡಬಹುದು. ಆಗಲಿ, ನೋಡೋಣ. ನಾನು ದಾಸ್ ಕ್ಯಾಪಿಟಲ್ ಓದ್ತಿದ್ದಾಗ ಅವನಿಗಿನ್ನೂ ಪಕ್ಕದ ಮನೆ ಬೇಲಿ ಹಾರಿ ಚಡ್ಡಿ ಹರಿದುಕೊಳ್ಳೋ ವಯಸ್ಸು!'

ರೈಲಿನ ವೇಗ ಕಡಿಮೆಯಾಯಿತು. ಒಂದು ನಿಲ್ದಾಣದಲ್ಲಿ ಅದು ನಿಂತಿತು. ಅಲ್ಲಿ ಬಹಳ ಚಟುವಟಿಕೆ ಕಾಣುತ್ತಿತ್ತು. ಸುತ್ತಲೂ ಎತ್ತರವಾಗಿ ಪೇರಿಸಿದ ಮರಮಟ್ಟುಗಳ ರಾಶಿ. ಆ ರಾಶಿಗಳನ್ನು ಹಾಗೇ ಎತ್ತಿ ಟ್ರಕ್‌ಗಳಿಗೆ ಒಂದು ಕ್ರೇನ್ ತುಂಬುತ್ತಿತ್ತು. ಕೆಲಸಗಾರರು ಕೂಗಾಡುತ್ತಿದ್ದರು.

ಜುರ್ಕ ಕಣ್ಣಿಗೆ ಬಿದ್ದದ್ದೇ ತಡ, ಸ್ಟೇಷನ್ ಮಾಸ್ಟರ್ ಉಪಾಯವಾಗಿ ತನ್ನ ಕಛೇರಿಯತ್ತ ಹಿಂತಿರುಗಿದ. ಈ ಮುದುಕನೆಂದರೆ ಅವನಿಗೂ ಭಯ. ವಾಹನಗಳ ಓಡಾಟ ತಡವಾದ್ದರಿಂದ ಹಿಂದೊಮ್ಮೆ ಅವನನ್ನು ಮುದುಕ ತರಾಟೆಗೆ ತೆಗೆದುಕೊಂಡಿದ್ದ. ಅಂದಿನಿಂದ ಸ್ಟೇಷನ್ ಮಾಸ್ಟರ್‌ನ ಮನಸ್ಸಿನಲ್ಲಿ ತಾನೊಬ್ಬ ಅಪರಾಧಿಯೆಂಬ ಭಾವನೆ ಮೂಡಿತ್ತು. ಕಡಿಮೆ ಪಕ್ಷ, ಮರ ಕೆಲಸಗಾರರಿಗೆ ತನ್ನ ಮೇಲಣ ಗೌರವ ಮಾಯವಾಗಿದೆ ಎಂಬ ಅಭಿಪ್ರಾಯವಂತೂ ಬಂದಿತ್ತು.

ಇಷ್ಟರ ತನಕ ಸುಮ್ಮನಿದ್ದ ಪೆಟ್ರಿಯ ಈಗ ಸಿಗರೇಟ್ ಹೊತ್ತಿಸಿ ಮುದುಕ ಜುರ್ಕನನ್ನು ತನ್ನ ಒರಟು ಧ್ವನಿಯಲ್ಲಿ ಕೇಳಿದ:

"ನೀನು ಯಾವಾಗ ವಾಪಸಾಗ್ತೀ? ಈ ರಾತ್ರಿಯೇ ನಿನ್ನ ಕೆಲಸ ಮುಗಿದರೆ ನಾನೇ ಗುಡ್ಡದ ಮೇಲಕ್ಕೆ ನಿನ್ನನ್ನು ಕರಕೊಂಡು ಹೋಗ್ತೇನೆ."

"ನಾನು ಬೇಗ ಬಂದುಬಿಡ್ತೇನೆ. ಖಂಡಿತ. ಅವರ ಬಳಿ ಹೆಚ್ಚು ಸಮಯ ವ್ಯರ್ಥ ಮಾಡೋದಿಲ್ಲ. ಬಹಳ ಹೊತ್ತೇನಾಗೋದಿಲ್ಲ. ಅವರಿಗೆ ಬುದ್ಧಿ ಕಲಿಸ್ತೇನೆ."

ಅವರು ಅರಾದ್‌ಗೆ ಹೋಗುವ ಒಂದು ಲಾರಿಯನ್ನೇರಿದರು. ಈ ವೇಳೆಗೆ ಸ್ವಲ್ಪ ಸ್ವಸ್ಥಚಿತ್ತನಾಗಿದ್ದ ಗ್ರೋಜಿಯನಿಗೆ ಈಗ ಮಾತನಾಡಬೇಕೆನ್ನಿಸಿತು. ಆತ ಜುರ್ಕನತ್ತ ಬಾಗಿ ಅನುನಯದ ದನಿಯಲ್ಲಿ ಕೇಳಿದ:

"ಜುರ್ಕ ಮಾವ, ನಿನ್ನ ಮತ್ತು ಅಯೊರ್ಡಾನ್‌ನ ನಡುವೆ ಏನೋ ಚಕಮಕಿ ನಡೀತಂತೆ – ಏನದು?"

ಮುದುಕನ ಮುಖ ಕೆಂಪಾಯಿತು. ಕಣ್ಣುಗಳಲ್ಲಿ ರೋಷ. ಗ್ರೋಜಿಯ ಚಕಿತನಾದ. 'ನಾನೇಕಾದರೂ ಇನ್ನೊಬ್ಬರ ಖಾಸಗಿ ವಿಷಯದಲ್ಲಿ ತಲೆಹಾಕ್ತೇನೋ' ಎಂದು ಅವನು ತನ್ನನ್ನು ತಾನೇ ಹಳಿದುಕೊಂಡ.

"ಅಂಥಾದ್ದೇನಿಲ್ಲ ಅವನಿಗೆ ಒಂದೆರಡು ವಿಷಯ ವಿವರಿಸಿದೆ, ಅಷ್ಟೆ" ಎಂದ ಜುರ್ಕ.

ಗ್ರೋಜಿಯ ನಗುತ್ತಲೇ ತಲೆಯಾಡಿಸಿದ. ಅಧ್ಯಕ್ಷನನ್ನು ಮುದುಕ ಚೆನ್ನಾಗಿ ಚಚ್ಚಿ ಅವನ ಮುಖದ ಮೇಲೆ ನೀರಿಳಿಯುವಂತೆ ಮಾಡಿದ್ದುದೇ ಈ 'ವಿವರಣೆ'ಯಾಗಿತ್ತು ಎಂಬುದನ್ನು ಕೆಲಸದ ನಿವೇಶನದಲ್ಲೇ ಗ್ರೋಜಿಯ ಕೇಳಿದ್ದ. ಕಾರಣವೇನೆಂದು ತಿಳಿದುಕೊಳ್ಳಬೇಕೆಂಬ ಮನಸ್ಸಿದ್ದರೂ, ಅವನಿಗದು ಗೊತ್ತಾಗಿರಲಿಲ್ಲ. ಆದರೆ ಜುರ್ಕ ಮಾತನಾಡುವ ಲಹರಿಯಲ್ಲಿರಲಿಲ್ಲ. ಅವನು ಸಿಗರೇಟ್ ಎಳೆಯುತ್ತಿದ್ದ. ಬೀಸುವ ಗಾಳಿಯಲ್ಲಿ ಅದು ಒಂದಕ್ಕೆ ಮೂರರಷ್ಟು ವೇಗದಲ್ಲಿ ಬೂದಿಯಾಗುತ್ತಿತ್ತು. ಕಿವಿ ಗಡಚಿಕ್ಕುವಂತೆ ದಡಬಡ ಶಬ್ದ ಮಾಡುತ್ತ, ಹಳದಿಯ ಧೂಳೆಬ್ಬಿಸುತ್ತ ಲಾರಿ ಓಡುತ್ತಿತ್ತು. ಮೋಡವಿಲ್ಲದ ನಿರಭ್ರ ಆಕಾಶದ ಕೆಳಗೆ ಆ ಧೂಳು ನರಿಯ ಬಾಲದಂತೆ ಮೇಲೇಳುತ್ತಿತ್ತು.

ದೂರದಲ್ಲಿ ಊರು ಕಾಣುತ್ತಿದ್ದಂತೆ ಜುರ್ಕನಿಗೆ ತವಕ ಜಾಸ್ತಿಯಾಯಿತು. ಒಳಗಿಂದೊಳಗೆ ಕುದಿಯುತ್ತಾ ಆತ ಮನಸ್ಸಿನಲ್ಲೇ ಹೇಳಿಕೊಂಡ :

'ನಾನು ಹೇಳಬೇಕೆಂದಿರೋದು ಮರೆತುಹೋಗದಿದ್ದರೆ ಚೆನ್ನಾಗಿರುತ್ತೆ. ಆತ ಪಕ್ಷದ ಶಿಕ್ಷಣ ಕೇಂದ್ರದಲ್ಲಿ ಕಲಿತಿದ್ದರೆ, ಅವನಿಗೆ ಅರ್ಥವಾಗಲೇಬೇಕು. ಪಕ್ಷವು ನಮಗೆ ಕಲಿಸೋದಾದರೂ ಏನು? ಆಚರಣೆಯೊಂದಿಗೆ ಹೊಂದಾಣಿಕೆಯಿಲ್ಲದ ಸಿದ್ಧಾಂತದಿಂದ ಏನು ಪ್ರಯೋಜನ ? ಅದು ಮೇಜಿನ ಮೇಲೆ ಎಸೆದ ಕೈವಾರದಂತೆ. ಕೈಗೆತ್ತಿಕೊಂಡು ಬಳಸಿ ನೋಡಬೇಕು. ನಿವೇಶನದಲ್ಲಿ ಎಲ್ಲ ಒಂದು ವ್ಯವಸ್ಥೆಗೆ ಬಂದಿರುವಾಗ ಈ ಅಯೊರ್ಡಾನ್ ಈಗ ತಲೆಹಾಕ್ತಿದ್ದಾನೆ. ಅವನಿಗೆ ನಾನು ಬಿಗಿದದ್ದು ಸಾಲದು ಅಂತ ಕಾಣುತ್ತೆ. ತಾನೊಬ್ಬ ಕಾರ್ಮಿಕ ಅಂತ ಆತ ಬೇರೆ ಹೇಳಿಕೊಳ್ತಾನೆ. ಬಾವುಟವನ್ನು ಆಡಿಸಿದಂತೆ ಪದೇಪದೇ ತನ್ನ ಸಾಮಾಜಿಕ ಮೂಲದ ಬಗ್ಗೆ ಜಂಬ ಕೊಚ್ಚಿಕೊಳ್ತಾನೆ. ಪ್ರಾದೇಶಿಕ ಪ್ರಜಾ ಸಮಿತಿಯಲ್ಲಿ ನಾನು ಮಾಲ್ಡೋವನ್ ಜತೆ ಮಾತನಾಡಲೇಬೇಕು. ಬಡ್ತಿ ಸಿಕ್ಕಲಾಗಾಯ್ತು ಮಾಲ್ಡೋವನ್ ಕೂಡ ಹೀಗೇ ಇದ್ದಾನೆ. ಆದರೂ ಅವನಲ್ಲಿ ದೃಢತೆ ಇಲ್ಲ – ಜೋಳದ ಅಂಬಲಿಯಷ್ಟು ಮೆತ್ತಗಿನ

ಮನುಷ್ಯ. ಅಲ್ಲದೆ, ಹೆದರಿಕೆ ಬೇರೆ – ವಿಪರೀತ ಹೆದರಿಕೆ. ಹೌದು – ಈಗ ನಾನು ಮಾಡಬೇಕಾದದ್ದು ಇದೇ. ಮೊದಲು ಸಮಿತಿ ಕಛೇರಿಗೆ ಹೋಗೋದು. ಅಲ್ಲಿ ಕೆಲಸ–ಕಾರ್ಯ ಹೇಗೆ ನಡೀತದೆ ಅಂತ ನೋಡ್ಡೋದು. ಅವನು ನಮಗ್ಯಾಕೆ ಲಾರಿಗಳನ್ನು ಕೊಡ್ಡೋದಿಲ್ಲವೋ ನೋಡ್ತೇನೆ.'

ಅವನ ಸೊಂಟದ ಜೇಬಿನಲ್ಲಿದ್ದ ಪೊಟ್ಟಣವೊಂದು ಭಾರದಿಂದ ಜಗ್ಗುತ್ತಿತ್ತು. ಅದನ್ನು ಹೊರ ತೆಗೆದು ಆತ ಮೊಣಕಾಲಿನ ಮೇಲಿಟ್ಟುಕೊಂಡ. ಅದೊಂದು ರಿವಾಲ್ವರ್. ಹರಿದ ವೃತ್ತಪತ್ರಿಕೆಯ ಹಾಳೆಯಲ್ಲಿ ಸುತ್ತಿದ್ದ ಅದರ ಹಿಂಭಾಗವನ್ನು ಕಾಣುತ್ತಿದ್ದಂತೆ ಗ್ರೋಜಿಯ ಹೆದರಿ ಕಂಗಾಲಾದ.

'ದೇವರೇ ಕಾಪಾಡು. ಈ ಮುದುಕನಿಗೆಲ್ಲೋ ತಲೆಕೆಟ್ಟಿರಬೇಕು,' ಎಂದುಕೊಂಡು ಆತ ಆದಷ್ಟು ಹಿಂದಕ್ಕೆ ಸರಿದುಕೊಂಡ.

ಅವನೊಂದಿಗೆ ಜುರ್ಕ ಕೇಳಿದ:

"ಗ್ರೋಜಿಯ, ಮಾಲ್ಡೋವನ್ ಬಗ್ಗೆ ನಿನ್ನ ಅಭಿಪ್ರಾಯವೇನು?"

"ನನ್ನ ಅಭಿಪ್ರಾಯವೆ? ನಾನೇನು ತಾನೆ ಹೇಳಲಿ? ನನಗೆ ಅಷ್ಟಾಗಿ ಏನೂ ಗೊತ್ತಿಲ್ಲ. ಅವನೊಬ್ಬ ಒಳ್ಳೆ ಕಾಮ್ರೇಡ್. ಕಾರ್ಮಿಕನಾಗಿದ್ದವನು. ಅಲ್ಲದೆ..."

ಜುರ್ಕ ಬೇಸರಗೊಂಡವನಂತೆ ಕೈಯಾಡಿಸಿದ. ಇವನಿಗೆ ಸಿಟ್ಟು ಬರುವಂಥದೇನನ್ನು ತಾನು ಹೇಳಿದೆ ಎಂದು ಗ್ರೋಜಿಯನಿಗೆ ತಿಳಿಯದಾಯಿತು.

ಲಾರಿ ಹೆದ್ದಾರಿಯಲ್ಲಿ ಓಡುತ್ತಿತ್ತು. ರಸ್ತೆಯ ಎರಡೂ ಪಕ್ಕಗಳಲ್ಲಿ ವಿಶಾಲವಾದ ಹುಲ್ಲುಗಾವಲು. ಒರಟು ಜೊಂಡು ಬೆಳೆದು, ವಸಂತಋತು ಹತ್ತಿರವಾಗುತ್ತಿರುವುದನ್ನು ಸೂಚಿಸುತ್ತಿತ್ತು.

ಸ್ವಲ್ಪ ಹೊತ್ತಿನ ಬಳಿಕ ಲಾರಿ ನಿಂತಿತು. ಲಾರಿಯ ಚಾಲಕ ಲವಲವಿಕೆಯ ಯುವಕ. ಚಪ್ಪಟೆ ಮೂಗು. ಕುತೂಹಲ ಸೂಚಿಸುವ ಕಣ್ಣುಗಳು. ಕೆಂಪು ಕೂದಲಿನ ತಲೆಯನ್ನು ಲಾರಿಯ ಕಿಟಕಿಯಿಂದ ಹೊರಹಾಕಿ "ಕಾಮ್ರೇಡ್ ಜುರ್ಕ, ಇದೇ ಸಮಿತಿಯ ಕಚೇರಿ" ಎಂದು ಆತ ಕೂಗಿ ಹೇಳಿದ.

ಜುರ್ಕ ಸುತ್ತಲೂ ಕಣ್ಣಾಡಿಸಿದ. ಪೊಟ್ಟಣವನ್ನು ಜೇಬಿಗೆ ತುರುಕಿಕೊಂಡು ಲಾರಿಯಿಂದ ಹೊರನೆಗೆದ. ಚಕಚಕನೆ ನಲವತ್ತಕ್ಕೂ ಹೆಚ್ಚು ಮೆಟ್ಟಿಲುಗಳನ್ನೇರಿದ. ಮುದುಕನನ್ನೇ ಅಚ್ಚರಿಯಿಂದ ನೋಡುತ್ತ ಲಾರಿಯಲ್ಲಿ ಕುಳಿತಿದ್ದ ಎಂಜಿನಿಯರ್ ಪೋಪನ್ ಎಂದ:

"ಮುದುಕ ಒಳ್ಳೆ ಡೈನಮೈಟ್ ಹಾಗಿದ್ದಾನೆ."

ಮಾಲ್ಡೋವನ್‌ನ ಕಾರ್ಯದರ್ಶಿಯ ಕಚೇರಿಯೊಳಕ್ಕೆ ನುಗ್ಗಿದ ಜುರ್ಕ "ಅಧ್ಯಕ್ಷರು ಒಳಗಿದ್ದಾರೆಯೇ?" ಎಂದು ದರ್ಪದಿಂದ ಕೇಳಿದ.

"ಯಾರು ಬಂದಿದ್ದಾರೇಂತ ಹೇಳ್ಲಿ?" ಕಾರ್ಯದರ್ಶಿ ಗಾಬರಿಯಿಂದಲೇ ಕೇಳಿದಳು.

"ಮಿಹಾಯ್ ಜುರ್ಕ!"

ಒಂದು ಬಾಗಿಲನ್ನು ತಳ್ಳಿಕೊಂಡು ಕಣ್ಮರೆಯಾದ ಆಕೆ ಕೆಲವೇ ಕ್ಷಣಗಳಲ್ಲಿ ನಸುನಗುತ್ತ ಹೊರಬಂದಳು.

"ಕಾಮ್ರೇಡ್ ಮಾಲ್ಡೋವನ್ ನಿಮ್ಮನ್ನೇ ಎದುರುನೋಡ್ತಿದ್ದಾರೆ."

'ನನ್ನನ್ನೇ ಎದುರುನೋಡ್ತಿದ್ದಾನೆಯೇ? ಚಾತುರ್ಯದ ಲಕ್ಷಣ,' ಎಂದುಕೊಂಡ ಜುರ್ಕ.

ಅಧ್ಯಕ್ಷನ ಕಚೇರಿ ಸೊಗಸಾಗಿತ್ತು. ಅಂದವಾದ ಪೀಠೋಪಕರಣಗಳು. ನೆಲದ ಮೇಲೆ ದಪ್ಪನೆಯ ಕೆಂಪು ರತ್ನಗಂಬಳಿ. ಗೋಡೆಯಲ್ಲಿ ಥಳಥಳಿಸುವಂತೆ ವಾರ್ನೀಸು ಮಾಡಿದ ಓಕ್ ಪಟ್ಟಿಗಳು. ಕೋಣೆಯ ಆ ಕೊನೆಯಲ್ಲಿ ಅಲೆಕ್ಸೆ ಮಾಲ್ಡೋವನ್ ಕುಳಿತಿದ್ದ. ದಪ್ಪ ದೇಹದ ಎತ್ತರದ ವ್ಯಕ್ತಿ. ಎದ್ದು ಕಾಣುವ ಹಣೆ. ಜೋಲು ಬಾಯಿ. ಅವನ ಮುಂದಿನ ಮೇಜಿನ ಮೇಲೆ ಪೇರಿಸಿಟ್ಟ ಕಾಗದ ಪತ್ರಗಳು, ಫೈಲುಗಳು, ಐದು ಟೆಲಿಫೋನುಗಳು.

ಧಡೂತಿ ಶರೀರಕ್ಕೆ ಹೊಂದದ ಚುರುಕುತನದಿಂದ ಮೇಲೆದ್ದು ಕಾಲುಗಳನ್ನೆಳೆಯುತ್ತ ಅತಿಥಿಯನ್ನು ಸ್ವಾಗತಿಸಲು ಮುಂದೆ ಬಂದು ಮಾಲ್ಡೋವನ್ ಕೇಳಿದ :

“ಆಶ್ಚರ್ಯ! ಮಿಹಾಯ್ ಮಾವ, ನಮ್ಮ ಕಚೇರಿಗೆ ಭೇಟಿಕೊಡುವ ಮನಸ್ಸು ಮಾಡಿದಿರಲ್ಲ. ಏನು ಸಮಾಚಾರ?”

“ನಿನ್ನೊಡನೆ ಸ್ವಲ್ಪ ಮಾತನಾಡಬೇಕಿತ್ತು” ಎಂದು ಗುಡುಗುಟ್ಟಿದ ಮುದುಕ, ಕೆಂಪುಚರ್ಮದ ಮೊರಸು ಹಾಕಿದ ಕುರ್ಚಿಯಲ್ಲಿ ಕುಳಿತುಕೊಂಡ.

“ನಿವೇಶನದ ಸಮಾಚಾರವೆ? ಕೆಲಸ ಹೇಗೆ ನಡೀತಾ ಇದೆ? ವಿದ್ಯುತ್ ದೀಪದ ವ್ಯವಸ್ಥೆ ಯಾವಾಗ ಮಾಡೋಣ?”

ಹರ್ಷದ ಸುದ್ದಿ ನಿರೀಕ್ಷಿಸುವವನಂತೆ ಮಾಲ್ಡೋವನ್ ತನ್ನ ಬಿಳಿಯ ಕೈಗಳನ್ನು ಉಜ್ಜಿಕೊಳ್ಳುತ್ತಿದ್ದ.

ಆದರೆ ಅಧ್ಯಕ್ಷನನ್ನು ಸಿಟ್ಟಿನಿಂದ ದುರುಗುಟ್ಟಿ ನೋಡುತ್ತ ಜುರ್ಕ ಪ್ರಶ್ನಿಸಿದ:

“ನಮಗೆ ಲಾರಿಗಳನ್ಯಾಕೆ ನೀನು ಕಳಿಸೋದಿಲ್ಲ?”

ಮಾಲ್ಡೋವನ್ ಕಕ್ಕಾಬಿಕ್ಕಿಯಾದ.

“ಅವು... ಅವು... ಬಂದು ಇನ್ನೂ...”

“ಹೌದು, ಬಂದು ಮೂರು ವಾರ ಆಯ್ತು. ಎಷ್ಟಿವೆ?”

“ಮೂರು.”

“ಅವನ್ಯಾಕೆ ಕಳಿಸೋದಿಲ್ಲ?”

“ಯಾಕೆ ಅಂದರೆ, ನೋಡು...”

“ಮಾಲ್ಡೋವನ್, ನಾನು ಏನನ್ನೂ ನೋಡಬೇಕಾದ್ದಿಲ್ಲ. ಆ ಲಾರಿಗಳ ವಿಚಾರ ಏನು?”

ಮಾಲ್ಡೋವನ್ ಮಾತಾಡಲಿಲ್ಲ. ಮೇಜಿನ ಮೇಲಿನ ಗಾಜನ್ನೇ ನೋಡುತ್ತ ಕುಳಿತ.

“ಅಲ್ಲಿಗೆ ನಿನ್ನದೇ ತಪ್ಪೂಂತ ಒಪ್ಪಿಕೊಂಡಂತಾಯಿತು.”

“ಇದೆಲ್ಲ ವಿಧ್ಯುಕ್ತವಾಗಿ ಆಗ್ಬೇಕಾದ ಕೆಲಸ. ಇನ್ನೂ ಒಂದೆರಡು ವಿಧಿಗಳು...”

“ಆ ವಿಧಿಗಳಲ್ಲಿ ನೀನು ಮುಳುಗಿಬಿಟ್ಟೆ...”

“ಕಾಮ್ರೇಡ್ ಜುರ್ಕ, ಸ್ವಲ್ಪ ಶಾಂತವಾಗಿ ವಿಷಯ ಚರ್ಚಿಸೋಣ,” ಎಂದು ಮಾಲ್ಡೋವನ್ ಗಂಭೀರವಾಗಿ ಹೇಳಿದ.

“ಹಾಗೋ? ಸರಿ. ಆ ಲಾರಿಗಳನ್ನು ಕಳಿಸದೆಯೇ ಯಾಕೆ ನಿಲ್ಲಿಸಿಕೊಂಡಿದ್ದೀ ಅಂತ ಪಕ್ಷವು ಕೇಳುವಾಗ ಮಾತ್ರ ಯಾವ ಉದ್ವೇಗವೂ ಇಲ್ಲದೆ ಉತ್ತರ ಕೊಡೋದಕ್ಕೆ ಮರೀಬೇಡ.”

ಮಾಲ್ಡೋವನ್ ತಬ್ಬಿಬ್ಬಾದುದನ್ನು ಕಂಡು ಜುರ್ಕ ನಗುತ್ತಾ ನುಡಿದ :

“ನಿನ್ನ ಬೆನ್ನು ಕುರ್ಚಿಗೆ ಅಂಟಿಬಿಟ್ಟಿದೆ!”

ಇದು ಅವನಿಗೆ ಬಹಳ ಪ್ರಿಯವಾದ ಒಂದು ವಾಕ್ಯವಾಗಿತ್ತು. ಅನಂತರ ಆತ ಮುಂದುವರಿಸಿದ:

"ನೀನೊಬ್ಬನೇ ಅಲ್ಲ. ಫಿಯೋಫಿಟಾ ಕೂಡ ಹಾಗೇ. ಹೋಗಲಿ ಬಿಡು. ಒಂದು ದಿನ ನಿಮ್ಮಿಬ್ಬರನ್ನೂ ನಿವೇಶನಕ್ಕೆ ಕರೆದೊಯ್ತೀವೆ. ಆಗ ನೀವು ಏನು ಹೇಳ್ತೀರೋ ನೋಡೋಣ."

ಮಾಲ್ಡೋವನ್ ಕುರ್ಚಿಯಲ್ಲೇ ವಿಲಿವಿಲಿ ಒದ್ದಾಡಿದ.

"ಕಾಮ್ರೇಡ್ ಜುರ್ಕ, ಆತುರಪಡಬೇಡ. ಇಲ್ನೋಡು..."

"ನಿನಗೆ ಕೈತುಂಬ ಕೆಲಸ ಇದೆ ಅಂತ ಹೇಳೋಕೆ ಶುರುಮಾಡ್ಬೇಡ. ನಿನ್ನೊಡನೆ ಕೂಲಂಕಷವಾಗಿ ಚರ್ಚಿಸಬೇಕಾದ ವಿಷಯ ಇದೆ. ದಯವಿಟ್ಟು ನನ್ನ ಪ್ರಶ್ನೆಗೆ ಉತ್ತರ ಹೇಳು. ರುಕಾಜಿಗೆ ಕಳಿಸುವ ಮೊದಲು ಅಯೊರ್ಡಾನ್‌ನ ವಿಷಯವನ್ನೆಲ್ಲ ನೀನು ಸರಿಯಾಗಿ ಪರಿಶೀಲಿಸಿದ್ದೆಯಾ?"

ಮಾಲ್ಡೋವನ್ ಸಿಗರೇಟ್ ಹೊತ್ತಿಸಿದ. ದೀರ್ಘವಾಗಿ ದಂ ಎಳೆದು, ಜುರ್ಕನನ್ನೇ ದಿಟ್ಟಿಸಿ ನೋಡುತ್ತ ನಿರ್ಧಾರದ ದನಿಯಲ್ಲಿ ಹೇಳಿದ :

"ಕಾಮ್ರೇಡ್ ಜುರ್ಕ, ಅಯೊರ್ಡಾನ್ ವಿಷಯದಲ್ಲಿ ನೀನು ಅಸಹ್ಯವಾಗಿ ನಡೆದುಕೊಂಡಿದ್ದೀ."

"ಅವನ ಹಿಂದಿನ ಚರಿತ್ರೆಯನ್ನೆಲ್ಲ ನೀನು ಪರಿಶೀಲಿಸಿದ್ದೀಯಾ?"

ಬಿಳಿಗೂದಲಿನ ದಪ್ಪ ಹುಬ್ಬುಗಳ ಕೆಳಗೆ ಹೊಳೆಯುತ್ತಿದ್ದ ಮುದುಕನ ಬೂದು ಕಣ್ಣುಗಳ ನೋಟ ಬೆದರಿಸುವಂತಿತ್ತು.

"ಅದು ನನ್ನ ಕೆಲಸವಲ್ಲ."

"ಕ್ಷಮಿಸು, ಅದು ಖಂಡಿತ ನಿನ್ನ ಕೆಲಸ."

"ಅದಕ್ಕೂ ಇದಕ್ಕೂ ಏನು ಸಂಬಂಧವೋ ನನಗೆ ತಿಳಿಯುತ್ತಿಲ್ಲ."

"ಅಯ್ಯಾ ಅಲೆಕ್ಸೆ, ನೋಡಿಲ್ಲಿ. ನೀನು ಮಗುವಾಗಿದ್ದಾಗಿನಿಂದಲೂ ನಾನು ನಿನ್ನನ್ನು ಬಲ್ಲೆ. ಕಾರ್ಖಾನೆಯಲ್ಲಿ ನನ್ನ ಕೆಳಗೆ ಅಪ್ರೆಂಟಿಸ್ ಆಗಿ ನೀನು ತರಬೇತಿ ಪಡೆದೆ. ನನ್ನನ್ನು ಮೋಸ ಗೊಳಿಸೋದಕ್ಕೆ ನಿನ್ನಿಂದ ಸಾಧ್ಯವಿಲ್ಲ. ಅವನ ವಿಚಾರವನ್ನೆಲ್ಲ ಪರಿಶೀಲಿಸಿದ್ದೆಯಾ ?"

"ಇ... ಇಲ್ಲ. ಆದರೆ..."

"ನನಗೆ ಬೇಕಾಗಿದ್ದುದು ಅಷ್ಟೆ. ಒಂದು ವಿಷಯ ಹೇಳ್ತೇನೆ ಕೇಳು: ಈ ಅಯೊರ್ಡಾನ್ ಘಟಿಂಗ. ಇನ್ನೊಂದು ಸಂಗತಿ: ಅವನೊಬ್ಬ ಮೂರ್ಖ. ಮೂರನೆಯದಾಗಿ, ಇದಕ್ಕೆಲ್ಲ ನೀನು ಉತ್ತರ ಕೊಡಬೇಕಾಗ್ತದೆ. ಇನ್ನೂ ಹೆಚ್ಚು ವಿಷಯ ತಿಳಿದುಕೊಳ್ಳಬೇಕೇನು?"

ತಾನು ಅಪ್ರೆಂಟಿಸ್ ಆಗಿ ತರಬೇತಿ ಪಡೆಯುತ್ತಿದ್ದ ದಿನಗಳಿಗೆ ವಾಪಸಾದಂತೆ ಮಾಲ್ಡೋವನ್‌ಗೆ ಭಾಸವಾಯಿತು. ಆ ದಿನಗಳಲ್ಲಿ ಅವನನ್ನು ಫೋರ್‌ಮನ್ ಕಟುವಾಗಿ ಗದರಿಸುತ್ತಿದ್ದ.

"ನಾನು ಪಕ್ಷದ ಕಚೇರಿಗೆ ಹೋಗ್ತಿದ್ದೇನೆ" ಎಂದು ಜುರ್ಕ ಮೇಲೆದ್ದ. "ಅಲ್ಲಿ ನಾನು ಈ ವಿಷಯವನ್ನೇ ಚರ್ಚಿಸ್ತೇನೆ. ನಾನು ನಿನಗೆ ಈಗಲೇ ಹೇಳ್ತಿದ್ದೇನೆ – ನೀನು ಮತ್ತು ನಿನ್ನ ಸಹಾಯಕರು ಇದಕ್ಕೆ ಉತ್ತರ ಕೊಡಬೇಕಾಗ್ತದೆ. ಜನರಿಗೆ ವಿಷಯಗಳನ್ನು ಈ ಅಯೊರ್ಡಾನ್ ವಿವರಿಸೋದು ಹೇಗೆ ಗೊತ್ತೇ? ಕೈಯಲ್ಲಿ ಬಂದೂಕು ಹಿಡಿದುಕೊಂಡು. ಅದರಿಂದಾಗಿ ರೈತರು ಕೆಲಸಕ್ಕೆ ಬರೋದಿಲ್ಲ. ಅದಾದರೂ ಗೊತ್ತೆ? ಆತ ಶ್ರೀಮಂತ

ಕೃಷಿಕರನ್ನೂ ಬಡರೈತರನ್ನೂ ಒಂದೇ ಥರ ಕಾಣ್ತಾನೆ. ಅದು ನಿನಗೆ ಗೊತ್ತಿಲ್ವಾ? ಇದಕ್ಕೆಲ್ಲ ನೀನು ಉತ್ತರಿಸಬೇಕು. ಸದ್ಯಕ್ಕೆ ಇಷ್ಟೆ."

* * *

ಮಿಹಾಯ್ ಜುರ್ಕ ದಾಪುಗಾಲು ಹಾಕುತ್ತ ವೇಗವಾಗಿ ನಡೆಯುತ್ತಿದ್ದ. ಮಾಲ್ಡೋವನ್ ಜತೆ ಮಾತನಾಡಿದ ರೀತಿಯಿಂದ ಅವನಿಗೆ ಸಂತೋಷವಾಗಿತ್ತು. ರಾಜಕೀಯದಲ್ಲಿ ತೊಂಚಾವಂಚ ಮಾಡುವವರನ್ನು ಸಹಿಸದ ಜನ ನಿವೇಶನದಲ್ಲಿರುವರೆಂಬುದು ಈಗ ಆ ಅಧ್ಯಕ್ಷನಿಗೆ ಅರಿವಾಗಿರಬೇಕೆಂದು ಅವನಿಗೆ ಅನಿಸಿತು.

ಈಗ ಅವನು ಮುಖ್ಯರಸ್ತೆಗೆ ಬಂದ. ಅಲ್ಲೋ ಜನರ ಗದ್ದಲ. ಬೆಳಗಿನ ವೇಳೆಯಲ್ಲಿ ಬೇರೇನೂ ಕೆಲಸವಿಲ್ಲದೆ ಅಲ್ಲಿ ಠಳಾಯಿಸುತ್ತಿದ್ದವರನ್ನು ಕಂಡರೆ ಜುರ್ಕನಿಗೆ ತಿರಸ್ಕಾರ. ಅವರೆಲ್ಲ ಉಂಡಾಡಿಗಳೆಂದೇ ಅವನ ಭಾವನೆ. ಅವರ ಮಧ್ಯೆ ತೂರಿಕೊಂಡು ರಸ್ತೆಯ ತುದಿಯಲ್ಲಿ ಸೆರ್ನಿಟಾ ನದಿಯ ಕಡೆಗೆ ತಿರುಗಿದ. ಇಲ್ಲಿಯ ಸೆರ್ನಿಟಾಗೂ, ಕಣಿವೆಯಲ್ಲಿ ಬಂಡೆಯಿಂದ ಬಂಡೆಗೆ ಲವಲವಿಕೆಯಿಂದ ನೆಗೆದಾಡುತ್ತ ಸಾಗುವ ಸೆರ್ನಿಟಾಗೂ ಎಷ್ಟೊಂದು ವ್ಯತ್ಯಾಸ! ಅದು ಇಲ್ಲಿ ಕಬ್ಬಿಣದ ಸೇತುವೆಯ ಕಂಬಗಳನ್ನು ಮೃದುವಾಗಿ ಸವರಿಕೊಂಡು, ವಿಶಾಲವಾದ ಬಂಡೆಗಳ ಮೇಲ್ಮೆಗೆ ಹೊಳಪು ಕೊಡುವಂತೆ ಪಾರದರ್ಶಕವಾಗಿ, ಸ್ವಲ್ಪವೂ ಆತುರವಿಲ್ಲದೆ ಶಾಂತವಾಗಿ ಹರಿಯುತ್ತಿತ್ತು. ನಾಜಿಗಳೂ ಹಿಂತಿರುಗುವಾಗ ಆಸ್ಫೋಟಿಸಿದ್ದ ಸೇತುವೆಯನ್ನು ಸೋವಿಯೆತ್ ಸೇನೆ ಕಾರ್ಮಿಕರ ನೆರವಿನಿಂದ ಪುನರ್ನಿರ್ಮಿಸಿತ್ತು. ಜುರ್ಕ ಅಲ್ಲಿ ಒಂದು ಕ್ಷಣ ನಿಂತ. ಸೇತುವೆಯಂಚಿನ ಕೈದಂಡೆಗೊರಗಿ ತಾನು ಕೆಲಸ ಮಾಡಿದ ಜಾಗ ಯಾವುದೆಂದು ನೆನಪಿಗೆ ತಂದುಕೊಳ್ಳಲು ಯತ್ನಿಸಿದ. ಅದು ನೆನಪಿಗೆ ಬರಲಿಲ್ಲ. ಇದು ವಯಸ್ಸಾದುದರ ಲಕ್ಷಣವೆಂದು ತನ್ನ ಬಗ್ಗೆಯೇ ಅವನಿಗೆ ಬೇಸರವೆನಿಸಿತು.

ಎದುರಿಗೇ ಪಕ್ಷದ ಪ್ರಾದೇಶಿಕ ಕಚೇರಿಯ ಉದ್ದನೆಯ ಕಟ್ಟಡ ಕಣ್ಣಿಗೆ ಹೊಡೆಯುವಂತೆ ನಿಂತಿತ್ತು, 'ಓಹೋ, ರಿಪೇರಿ ಮಾಡಿದ್ದಾರೆ. ಹೊಸ ಕಟ್ಟಡದಂತೆ ಕಾಣ್ತದೆ. ಒಳ್ಳೆಯ ಕೆಲಸ,' ಎಂದು ಆತ ತನಗೆ ತಾನೇ ಹೇಳಿಕೊಂಡ.

ಇಲ್ಲಿಗೆ ಬಂದಾಗಲೆಲ್ಲ ಅವನ ತಲೆಯಲ್ಲಿ ನೆನಪಿನ ಪ್ರವಾಹ ಭೋರ್ಗರೆಯುತ್ತಿತ್ತು. 1945–46; ಆಗ ನಡೆದ ಕೈಕೈ ಕಾಳಗಗಳು ; ಪಕ್ಷದ ಕಚೇರಿಯನ್ನು ರಕ್ಷಿಸಲು ಕಾವಲಾಗಿ ನಿಂತಿದ್ದ ರಾತ್ರಿಗಳು; ಪ್ರತಿಭಟನಾ ಪ್ರದರ್ಶನಗಳು ; ಬಾಯಲ್ಲಿ ನೊರೆ ಕಾರುತ್ತಾ, 'ರಾಜನ ಮತ್ತು ದೇಶದ ಬಗ್ಗೆ ಜನರ ಕರ್ತವ್ಯ'ಗಳನ್ನು ಕುರಿತು ಒರಟು ಧ್ವನಿಯಲ್ಲಿ ಮಾತನಾಡುತ್ತಿದ್ದ ಒಬ್ಬ ಲಾಯರ್‌ನ ಮುಂದಾಳುತನದಲ್ಲಿದ್ದ 'ಚಾರಿತ್ರಿಕ ಪಕ್ಷಗಳನ್ನು' ಸಾರ್ವಜನಿಕ ಚೌಕಗಳಲ್ಲಿ ಕಾರ್ಮಿಕರು ಸಾಲುಸಾಲಾಗಿ ಎದುರಿಸಿದ್ದು – ಎಲ್ಲಾ ನೆನಪಾಯಿತು. ತನ್ನ ಜೀವಮಾನವೆಲ್ಲ ಬೇರೇನನ್ನೂ ಮಾಡದೆ ಉತ್ಪಾದನಾ ಸಮಸ್ಯೆಗಳ ಚರ್ಚೆಯಲ್ಲೇ, ಯುವಕರನ್ನು (ಅವರೇ ದೇಶದ ಭವಿಷ್ಯ) ನೋಡಿಕೊಳ್ಳುವದರಲ್ಲೇ, ಎಲ್ಲಾದರೂ ಕೊಂಚ ಅವ್ಯವಸ್ಥೆ ಕಣ್ಣಿಗೆ ಬಿದ್ದರೂ ಸಿಟ್ಟಿಗೆದ್ದು ಅದು ಸರಿಹೋಗುವ ತನಕ ಒದ್ದಾಡುವುದರಲ್ಲೇ ಕಳೆದುಹೋಯಿತೆಂದು ಜುರ್ಕನಿಗೆ ಅನೇಕ ಸಲ ತೋರಿತ್ತು.

ಈ ಬಗ್ಗೆ ಅವನು ಸ್ವಲ್ಪ ಹೊತ್ತು ಕಾವಲುಗಾರನ ಬಳಿ ಮಾತನಾಡಿದ. ಅವನಿಗೂ ಜುರ್ಕನಿಗೂ ಹಳೆಯ ಪರಿಚಯ. ಸಭ್ಯ. ಆದರೆ ರಾಜಕೀಯ ತಿಳಿಯದು. ಅದರಿಂದಾಗಿಯೇ ಲೆಕ್ಕ

ವಿಲ್ಲದಷ್ಟು ಪ್ರಮಾದಗಳಾಗಿದ್ದುವು. "ಇತ್ತೀಚೆಗೆ ಏನೇನು ಓದಿದ್ದೀ?" ಎಂದು ಕೇಳಿದ ಜುರ್ಕ "ನೀನೊಬ್ಬ ಸೋಮಾರಿ" ಎಂದು ಅವನನ್ನು ಬೈದ.

"ಅಯೋಸ್ಕಾ, ನನ್ನ ಮರಿ, ನಿನಗೆ ಅರ್ಥವಾಗೋದಿಲ್ಲ. ತಿಳಿದುಕೊಳ್ಳಬೇಕು ಅನ್ನೋ ಮನಸ್ಸಿಲ್ಲ. ಅನೇಕ ವರ್ಷಗಳ ಹಿಂದೆ ನಾವು ಒಂದೊಂದು ವಿಷಯವನ್ನೂ ಉರು ಹೊಡೆಯುವಂತೆ ನೂರಾರು ಸಲ ಓದ್ತಿದ್ದದ್ದು ನೆನಪಿದೆಯೇ? ಈಗ ಬೇಕಾದಷ್ಟು ಪುಸ್ತಕಗಳಿವೆ. ಆದರೆ ನೀನು ಒಂದನ್ನಾದರೂ ಮುಟ್ಟೋದಿಲ್ಲ."

ತಲೆಯೆತ್ತಿ ಗಡಿಯಾರವನ್ನು ನೋಡಿದ ಜುರ್ಕ ಚಕಿತನಾಗಿ ತನ್ನಷ್ಟಕ್ಕೆ ತಾನೇ ಅಂದುಕೊಂಡ: 'ನೋಡಿದೆಯಾ, ಕಾಲುಗಂಟೆಗಿಂತ ಹೆಚ್ಚು ಹೊತ್ತು ಇಲ್ಲಿ ಹರಟೆ ಹೊಡೆಯುತ್ತ ನಿಂತುಬಿಟ್ಟೆ.'

"ಅಷ್ಟೆ. ಇನ್ನೇನಿಲ್ಲ" ಎಂದು ಥಟಕ್ಕನೆ ಮಾತು ಮುಗಿಸಿದ ಜುರ್ಕ, "ಕಾಮ್ರೇಡ್ ಹೋಲ್ಟ್ಸ್‌ಮನ್ ಇಲ್ಲೇನಾದರೂ ಇದ್ದಾನೆಯೆ?" ಎಂದು ಕೇಳಿದ.

"ಇದ್ದಾರೆ. ನಿಮಗಾಗಿಯೇ ಕಾಯ್ತಿದ್ದಾರೆ" ಎಂದ ಅಯೋಸ್ಕ. ಅವನಿಗೆ ಮುದುಕನ ಮಾತಿನಿಂದ ರೇಗಿಹೋಗಿತ್ತು.

ಮುದುಕ ಚಕಚಕನೆ ಹಾಲುಗಲ್ಲಿನ ಮೆಟ್ಟಿಲುಗಳನ್ನೇರಿ ಹೋದ. ಹೋಲ್ಟ್ಸ್‌ಮನ್‌ನ ಭೇಟಿಯಾಗುವುದಲ್ಲ ಎಂದು ಅವನಿಗೆ ಸಂತಸ. ಈಗ ಅವನು ಹೇಗೆ ಕಾಣಿಸಬಹುದು? ಎಂದು ಯೋಚಿಸಿದ.

ಆತ ಒಳಗೆ ಹೋದ. ಆ ಕಚೇರಿಯನ್ನು ಅವನು ಬಲ್ಲ. ಅದು ಇಷ್ಟೊಂದು ಬದಲಾಗಿರುವುದೆಂದು ಮಾತ್ರ ಆತ ನಿರೀಕ್ಷಿಸಿರಲಿಲ್ಲ. ಹಿಂದಿನ ಗೋಡೆಯುದ್ದಕ್ಕೂ ಪುಸ್ತಕಗಳಿಂದ ತುಂಬಿದ ದೊಡ್ಡ ಬೀರು. ಡೆಸ್ಕ್ ಮೇಲೆ ನೀಟಾಗಿ ಜೋಡಿಸಿಟ್ಟ ಅನೇಕ ಫೈಲುಗಳು. ಹೋಲ್ಟ್ಸ್‌ಮನ್ ಹರ್ಷೋದ್ಗಾರ ಮಾಡುತ್ತ ಮೇಲೆದ್ದು, ತೆರೆದ ತೋಳುಗಳಿಂದ ಮುದುಕನನ್ನು ಬರಮಾಡಿಕೊಂಡ.

"ಜುರ್ಕ ಮಾವ, ನೀನು ಬಂದದ್ದು ನನಗೆ ತುಂಬ ಸಂತೋಷ."

ಇಬ್ಬರೂ ತಬ್ಬಿಕೊಂಡರು. ಬಳಿಕ ಮುದುಕ ಒಂದು ಹೆಜ್ಜೆ ಹಿಂದಿಟ್ಟು, ಹೆಗಲ ಮೇಲಿದ್ದ ಕೈ ತೆಗೆಯದೆಯೇ ಹೋಲ್ಟ್ಸ್‌ಮನ್‌ನನ್ನು ಕಾಲಿನಿಂದ ತಲೆಯವರೆಗೆ ನೋಡಿದ. ಅವನು ಬದಲಾಗಿದ್ದ. ಆದರೆ ತೆಳ್ಳಗೆ, ಸೌಮ್ಯವಾಗಿಯೇ ಕಂಡ. ಉಡುಗೆತೊಡುಗೆಯಲ್ಲಿ ಎಷ್ಟು ಬದಲಾವಣೆಯಾಗಿತ್ತು – ಒಳ್ಳೆ ರಾಯಭಾರಿಯಂತೆ ಕಾಣುತ್ತಿದ್ದ ! ಕೆಲವು ವರ್ಷಗಳ ಹಿಂದೆ ಅವನು ಜಗತ್ತಿನಲ್ಲಿರುವ ಏನನ್ನೇ ಕೊಡುತ್ತೇನೆಂದರೂ ಟೈ ಕಟ್ಟುತ್ತಿರಲಿಲ್ಲ. ಅದು ಬೂರ್ಜ್ವಾ ಸಂಪ್ರದಾಯ ಎನ್ನುತ್ತಿದ್ದ.

"ಹೋಲ್ಟ್ಸ್‌ಮನ್, ನೀನು ಒಳ್ಳೇ ಡಾಕ್ಟರ್ ಥರ ಕಾಣುತ್ತೀ. ನೀವೆಲ್ಲ ಎಷ್ಟು ಬೇಗ ಬೆಳೆದು ಬಿಡ್ತೀರಪ್ಪ" ಎಂದು ಜುರ್ಕ ಬಾಯಿತುಂಬ ನಗುತ್ತ ಹೇಳಿದ.

ಹೋಲ್ಟ್ಸ್‌ಮನ್‌ನ ಮುಖಲಕ್ಷಣದಲ್ಲಾಗಿದ್ದ ಬದಲಾವಣೆಗಳನ್ನು ಮುದುಕ ಗಮನಿಸಿದ. ಮುಖ ಸ್ವಲ್ಪ ಉದ್ದವಾಗಿರುವಂತೆ ಕಂಡಿತು. ನೀಲಿ ಕಣ್ಣುಗಳ ಕಾಂತಿ ಕೊಂಚ ಕಳೆಗುಂದಿ ದಂತಿತ್ತು. ಬಾಯಿಯ ತುದಿಗಳಲ್ಲಿ ಸಣ್ಣ ಸುಕ್ಕುಗಳು. "ಬದುಕನ್ನು ಅರ್ಥಮಾಡಿ ಕೊಳ್ಳುತ್ತಿರುವಂತೆ ಕಾಣುತ್ತೆ, ಮರಿ" ಎಂದುಕೊಳ್ಳುತ್ತ ಆತ ತೃಪ್ತಿಯಿಂದ ಕುರ್ಚಿಯೊಂದರ ಮೇಲೆ ಕುಳಿತ.

"ಕಾಮ್ರೇಡ್ ಜುರ್ಕ, ಈಗ ನಿವೇಶನದ ವಿಷಯವೇನು, ಹೇಳು."

"ಓ, ವರದಿಗಳಿಂದ ವಿಷಯ ತಿಳಿದುಕೊಳ್ಳೋ ಅಪೇಕ್ಷೆಯೋ? ಸರಿಯಲ್ಲ, ಖಂಡಿತ ಸರಿಯಲ್ಲ. ಒಂದು ಭಾನುವಾರ ಪುರಸೊತ್ತು ಮಾಡಿಕೊಂಡು ಗುಡ್ಡದ ಮೇಲಕ್ಕೆ ನೀನು ಯಾಕೆ ಬರಬಾರದು? ಸ್ವಲ್ಪ ನಿರ್ಮಲವಾದ ಗಾಳಿಯಿಂದ ನಿನಗೇನೂ ತೊಂದರೆಯಾಗ ಲಾರದು. ನಿನ್ನ ಕಚೇರಿ ಒಂದು ಪುಸ್ತಕ ಭಂಡಾರದಂತಿದೆ. ತಪ್ಪೇನಿಲ್ಲ. ನನಗೆ ಗೊತ್ತು. ನೀನು ಅಧ್ಯಯನ ಮಾಡಬೇಕು. ಅದು ಒಳ್ಳೇಯದೇ."

ಜುರ್ಕ ನಿಟ್ಟುಸಿರು ಬಿಟ್ಟ. ಅವನ ಬೆನ್ನು ನೋಯುತ್ತಿತ್ತು.

ಹೋಲ್ಟ್ಸ್‌ಮನ್ ನಸುನಗುತ್ತ ಜುರ್ಕನ ಕಟ್ಟುಮಸ್ತಾದ ದೇಹ, ಅಗಲವಾದ ಮೂಳೆ ಮುಖ, ಬೂದುಕಣ್ಣುಗಳನ್ನು ದಿಟ್ಟಿಸಿದ. ಕೆಲವಾರು ವರ್ಷಗಳ ಹಿಂದೆ, ತನಗೇನಾದರೂ ಸಮಸ್ಯೆ ಎದುರಾದಾಗ, ಸಲಹೆಗಾಗಿ ಊರ ಹೊರವಲಯದಲ್ಲಿದ್ದ ಜುರ್ಕನ ಮನೆಗೆ ಆತ ಎಷ್ಟು ಸಲ ಧಾವಿಸಿ ಹೋಗಿರಲಿಲ್ಲ! ಮುದುಕ ವೈನ್ ಹೂಜಿಯನ್ನು ಹೊರತೆಗೆದು, ಅವನ ಬೆನ್ನು ತಟ್ಟಿ, ಸಮಸ್ಯೆಯನ್ನು ಕೇಳಿ, ಅನಂತರ ಆರಂಭಿಸುತ್ತಿದ್ದ:

"ಹಾಗೋ, ಸರಿ. ಈ ವಿಷಯದಲ್ಲಿ ನಮ್ಮ ಗುರು ಮಾರ್ಕ್ಸ್ ಏನು ಹೇಳ್ತಾನೆ ಅಂತ ನೋಡೋಣ," ಎಂದು ಹೇಳಿ, ಮೇಜಿನ ಡ್ರಾಯರ್‌ನಿಂದ ಒಂದು ಬೈಬಲನ್ನು ಹೊರ ತೆಗೆಯುತ್ತಿದ್ದ. ಅದರ ಪುಟಗಳ ನಡುವೆ ಆತ ಪಕ್ಷದ ಸಾಕ್ಷ್ಯ, ಸಾಹಿತ್ಯ, ಕಾಗದಪತ್ರಗಳ ನ್ನಿಟ್ಟಿರುತ್ತಿದ್ದ. ಗಂಟೆಗಳು ಸರಿದುಹೋಗುತ್ತಿದ್ದುದೇ ಗಮನಕ್ಕೆ ಬರುತ್ತಿರಲಿಲ್ಲ. ಕೊನೆಗೊಂದು ದಿನ ಜುರ್ಕ ಮಾವನ ಬಂಧನವಾಯಿತು.

'ಅವನ್ಯಾಕೆ ಅಂಥ ಕೆಲಸ ಮಾಡಿದನೋ ತಿಳಿಯಲಿಲ್ಲ,' ಎಂದು ಹೋಲ್ಟ್ಸ್‌ಮನ್ ಆಗ ಮನಸ್ಸಿನಲ್ಲೇ ಅಂದುಕೊಂಡಿದ್ದ.

ಈಗ ಮಾತು ಹೇಗೆ ಆರಂಭಿಸಬೇಕೆಂದು ಅವನಿಗೆ ಹೊಳೆಯಲಿಲ್ಲ. ಎತ್ತಲೋ ನೋಡುತ್ತ ಆತ ಮತ್ತೆ ನಿವೇಶನದ ಮಾತನ್ನೇ ಎತ್ತಿದ. ಅವನ ಕಷ್ಟ ಅರ್ಥವಾದವನಂತೆ ಕಣ್ಣು ಮಿಟುಕಿಸಿದ ಮುದುಕ ಸೌಮ್ಯವಾಗಿಯೇ ಕೇಳಿದ :

"ಹೋಲ್ಟ್ಸ್‌ಮನ್, ವಿರಾಮವಾಗಿ ಮಾತನಾಡೋದಕ್ಕೆ ಬಿಡುವು ಇದೆಯೆ?"

"ಅಷ್ಟೊಂದು ಬಿಡುವು ಇದೆ ಅಂತ ಅನ್ನಲಾರೆ."

"ಸರಿ, ಹಾಗಾದರೆ ತಗೋ, ನಾನು ನಿನಗೆ ಕೊಡೋದಕ್ಕೆ ಇದನ್ನು ತಂದಿದ್ದೇನೆ" ಎಂದು ಕೈಬರಹದಲ್ಲಿ ಒತ್ತಾಗಿ ಬರೆದ ಎರಡು ಹಾಳೆಗಳನ್ನು ಮುದುಕ ಅವನಿಗೆ ಕೊಟ್ಟ.

ಅದರ ಮೇಲೆ ಕಣ್ಣಾಡಿಸಿದ ಹೋಲ್ಟ್ಸ್‌ಮನ್ ಓದಲಾರಂಭಿಸಿದ : 'ವ್ಲಾದಿಮಿರ್ ಇಲ್ಯಿಚ್ ನಮಗೆ ಕಲಿಸಿಕೊಟ್ಟಿರುವಂತೆ...'

ಕಾಗದದ ಮೇಲೆ ವಿಳಾಸವಿರಲಿಲ್ಲ. ಅದರಲ್ಲಿ ಏನು ಬರೆದಿರಬಹುದೆಂದೂ ಅವನಿಗೆ ಮೊದಲು ಗೊತ್ತಾಗಲಿಲ್ಲ. ಕೆಲವು ಸಾಲುಗಳನ್ನು ಓದಿದ ಬಳಿಕ ಮುದುಕ ಏನು ಹೇಳಬೇಕೆಂದಿದ್ದಾನೆಂಬುದು ಅವನಿಗೆ ಅರಿವಾಗತೊಡಗಿತು...

'...ಶತ್ರುವಿಗೆ ವಿಷಯವನ್ನು ವಿವರಿಸಲು ಪ್ರಯತ್ನಿಸುವುದು ಕೇವಲ ಕಾಲಹರಣವೆಂದು ನಾನು ಭಾವಿಸುತ್ತೇನೆ.'

"ಜುರ್ಕ ಮಾವ, ಇದು ಮೇಲ್ಮನವಿಯೇನು?"

"ಹೌದು. ನೀನು ಇದನ್ನು ಓದಬೇಕು ಅಂತ ನನ್ನ ಅಪೇಕ್ಷೆ. ಮುಂದುವರಿಸು. ನೀನೇನೂ

ಮೂರ್ಖನಲ್ಲ. ನೀನು ಯುವ ಕಮ್ಯೂನಿಸ್ಟ್ ಲೀಗ್‌ನಲ್ಲಿದ್ದಾಗಿನಿಂದಲೂ ನಾನು ನಿನ್ನನ್ನು ಬಲ್ಲೆ."

"ಕಾಮ್ರೇಡ್ ಜುರ್ಕ, ನೀನು ನಮ್ಮ ಹಳೆಯ ಸ್ನೇಹವನ್ನು ಬಳಸಿಕೊಳ್ಳಬೇಕೆಂದು ಇದ್ದೀಯಾ?"

ಮುದುಕನಿಗೆ ಅಸಮಾಧಾನವಾದಂತೆ ಕಂಡಿತು.

"ನಾನು ತಪ್ಪು ಮಾಡಿದೆ ಅಂತ ತೋರ್ತದೆ. ನೀನು ಕೂಡ ಇತರರಿಗಿಂತ ಏನೂ ಬೇರೆಯಲ್ಲ. ನೀನು ನನ್ನನ್ನು ಕರೆಸೋದಕ್ಕೂ ಅಯೋರ್ಡ್ಾನ್‌ನೇ ಕಾರಣ."

"ನೀನೇಕೆ ಅವನಿಗೆ ಹಾಗೆ ಹೊಡೆದೆ?"

"ರಾಜಕೀಯ ಕಾರಣಗಳಿಗಾಗಿ."

ನಗುವನ್ನು ತಡೆಯಲು ಹೋಲ್ಟ್ಸ್‌ಮನ್ ಮುಖ ಗಂಟುಹಾಕಿದ. ಆದರೆ ಅವನ ತುಟಿಯ ಕೊನೆಗಳು ಅಲುಗಾಡುತ್ತಿದ್ದವು.

"ಅಂದರೆ ಯಾವುದಾದರೊಂದು ಕಾರಣಕ್ಕಾಗಿ, ಯಾವತ್ತಾದರೊಂದು ದಿನ ನೀನು ನನಗೂ ಹೀಗೆ ಮಾಡುವವನೇ."

"ಬೇಕಾಗಿಲ್ಲ. ನೀನು ಮೂರ್ಖನಲ್ಲ. ನಿನಗೆ ನಾನು ವಿವರಿಸಿ ಹೇಳಬಹುದು. ಇರಲಿ, ಈಗ ಆ ವಿಷಯಕ್ಕೆ ಬರೋಣ."

"ಖಂಡಿತ ಕಾಮ್ರೇಡ್ ಜುರ್ಕ. ನನಗೆ ಕೂಡ ವಿಷಯವೆಲ್ಲ ಚೆನ್ನಾಗಿ ಗೊತ್ತು. ನನ್ನ ಹತ್ತಿರ ಹೇಳಿಕೆಗಳಿವೆ.

"ಅರ್ಚಕರು ಶಾಸ್ತ್ರವಾಕ್ಯಗಳನ್ನು ನಂಬೋ ಹಾಗೆ ನೀನು ಹೇಳಿಕೆಗಳನ್ನು ನಂಬುತ್ತೀ ಎನ್ನು. ಆದರೆ ನೀನು ತಪ್ಪು ಮಾಡ್ತಿದ್ದೀ. ಅದೆಲ್ಲ ಹೇಗೆ ನಡೀತು ಅಂತ ಗೊತ್ತಲ್ಲ? ಆದರೆ ನೀನು ಈ ಅಯೋರ್ಡಾನನ್ಯಾಕೆ ಸಮಿತಿಯ ಅಧ್ಯಕ್ಷನನ್ನಾಗಿ ಮಾಡಿದೆ ಅಂತ ನನಗೆ ಊಹಿಸೋದಕ್ಕೂ ಸಾಧ್ಯವಿಲ್ಲ. ತೊಂದರೆ ಶುರುವಾದದ್ದು ಅಲ್ಲಿಂದಲೇ. ಅವನೊಬ್ಬ ಶುದ್ಧ ಅವಿವೇಕಿ, ಅಥವಾ ಘಟಿಂಗ. ಅದನ್ನು ನೀನೇ ಕಂಡುಹಿಡೀಬೇಕು. ಆತ ರುಕಾಜಿಗೆ ಬಂದದ್ದೇ ತಡ, ಮನಸ್ಸಿಗೆ ಬಂದಹಾಗೆ ಅಪ್ಪಣೆ ಕೊಡಲಾರಂಭಿಸಿದ. ಒರಟಾಗಿ ವರ್ತಿಸ ತೊಡಗಿದ. ಸ್ವಲ್ಪ ದಿನ ಕಳೆದ ಮೇಲೆ ರೈತರು ಕೆಲಸಕ್ಕೆ ಬರೋದನ್ನೇ ನಿಲ್ಲಿಸಿದ್ರು. ಯಾಕೆ? ನನ್ನ ಹತ್ತಿರ ಬಂದು ಕಷ್ಟ ಹೇಳಿಕೊಳ್ಳೋದಕ್ಕೆ ಶುರು ಮಾಡಿದ್ರು. ನಿಷೇಕದ ರಾತ್ರಿ ಕನ್ಯೆಯರು ಗಾಬರಿಯಾಗೋದಿಲ್ಲವೆ, ಹಾಗೆ ಇವರೂ ಗಾಬರಿಗೊಂಡಿದ್ರು. ಅವರ‍್ಯಾಕೆ ಕೆಲಸಕ್ಕೆ ಬರಲು ಹಿಂಜರೀತಾರೆ ಅಂತ ನಾನು ಕಂಡುಹಿಡಿದೆ. ಈ ಅಯೋರ್ಡಾನ್ ಇದ್ದಾನಲ್ಲ, ಅವನು ತಾನೇ 'ನಿಜವಾದ ಕಾರ್ಮಿಕ'ನೆನ್ನೋ ರೀತಿಯಲ್ಲಿ ಬಂದೂಕು ಹಿಡಿದೇ ಮಾತಾಡ್ತಾನೆ. ಕುಡಿದಾಗಲಂತೂ ಇದ್ದಕ್ಕಿದ್ದಂತೆ ಬಂದೂಕನ್ನು ಹೊರ ತೆಗೆಯೋದೂಂದ್ರೆ ಅವನಿಗೆ ಬಹಳ ಇಷ್ಟ"

ಉಸಿರು ಹತ್ತಿ ಬಂದುದರಿಂದ ಆತ ಸ್ವಲ್ಪ ತಡೆದ. "ಹ್ಞೂ, ಹೇಳು" ಎಂದ ಹೋಲ್ಟ್ಸ್‌ಮನ್.

"ಹೇಳ್ತೇನೆ. ನಾನು ಹೆದರಿಕೊಂಡಿದ್ದೇನೆ ಅಂತ ಅಂದುಕೊಂಡೆಯಾ? ಹಳ್ಳಿಯಲ್ಲಿ ಒಬ್ಬ ಛಾಯಾಗ್ರಾಹಕನಿದ್ದನಂತೆ. ಕರಡಿಯ ಶಿಕಾರಿಗೆ ಹೊರಟವನಂತೆ ಅಯೋರ್ಡಾನ್ ಬಂದೂಕು ಹಿಡಿದುಕೊಂಡ ಭಂಗಿಯಲ್ಲಿ ತನ್ನ ಚಿತ್ರ ತೆಗೆಸಿಕೊಂಡ ಅಂತ ಹಳ್ಳಿಗರು ಹೇಳ್ತಾರೆ. ಮಕ್ಕಳಂತೂ ಅವನನ್ನು ಕಂಡರೆ ಹೆದರಿ ಸಾಯ್ತಾರೆ. ಈಗ ಅವನು ಇವೆಲ್ಲಕ್ಕಿಂತಲೂ ಕೆಟ್ಟ ತಂತ್ರ ಹೂಡಿದ್ದಾನೆ."

"ಗಿರಣಿ ವಿಷಯ ತಾನೇ?"

ಜುರ್ಕ ಥಟ್ಟನೆ ಎದ್ದು ನಿಂತು ನುಡಿದ:

"ಹಾಗಾದರೆ ಆ ವಿಷಯವೂ ನಿನಗೆ ಗೊತ್ತು! ಗೊತ್ತಿದ್ದರೆ, ಅವನನ್ನು ಅಲ್ಲಿಂದ ಮಾತ್ರವೇ ಅಲ್ಲ, ಪಕ್ಷದಿಂದ ಕೂಡ ಒದ್ದು ಹೊರಹಾಕಬಾರದ್ಯಾಕೆ? ನಾನು ಹೇಳ್ತಾ ಇದೀನಿ, ಅವನೊಬ್ಬ ಶತ್ರು. ಅವನು ಮತ್ತು ಸಮಿತಿಯ ಲೆಕ್ಕ ಬರೀತಾನಲ್ಲ, ಆ ಘಾಟಿ ಗಿಡ್ಡ ಹೋಟರಾನ್ – ಹಿಂದೆ ಪ್ರಮಾಣ ಪತ್ರ, ಕರಾರು ಇವನ್ನೆಲ್ಲ ಬರೀತಿದ್ನಲ್ಲ, ಆತ – ಇಬ್ಬರೂ ಸೇರಿ ರೈತರು ಸಂದಾಯ ಮಾಡಬೇಕಾದ ಧಾನ್ಯದ ಪ್ರಮಾಣ ಎಷ್ಟು ಅಂತ ಅವರು ನಿಗದಿ ಮಾಡಿರೋದನ್ನು ನೋಡಿದರೆ ನಿನ್ನ ಕೂದಲು ನೆಟ್ಟಗಾಗ್ತದೆ. ರೈತರೆಲ್ಲ ಹತಾಶರಾಗಿ ಕುಳಿತಿದ್ದಾರೆ. ಶ್ರೀಮಂತ ಕೃಷಿಕರು ಕೂಡ ಒಂದು ಕಾಳೂ ಕಡಿಮೆಯಾಗದಂತೆ, ನಿಗದಿ ಪಡಿಸಿರೋ ಪ್ರಮಾಣದ ಧಾನ್ಯವನ್ನೆಲ್ಲ ಕೊಡುವವರೆಗೆ, ಕಾಳನ್ನು ಹಿಟ್ಟು ಮಾಡಲು ಇಡೀ ಹಳ್ಳಿಗೇ ಅನುಮತಿ ಕೊಡ ಕೂಡದೂಂತ ಈ ಬುದ್ಧಿವಂತ ಕಾರ್ಯಕರ್ತರು ನಿರ್ಧರಿಸಿದ್ದಾರೆ. ಇದಿಷ್ಟು ಅರ್ಥವಾಯ್ತೆ?"

ಒಂದು ಕ್ಷಣ ಹೋಲ್ಟ್ಸ್‌ಮನ್‌ನನ್ನೇ ನೋಡುತ್ತಿದ್ದು ಮತ್ತೆ ಜುರ್ಕ ಮುಂದುವರಿಸಿದ:

"ನೀವೆಲ್ಲ ಏನು ಮಾಡ್ತಾ ಕುಳಿತಿದ್ದೀರಿ ಅಂತ ನನಗೆ ತಿಳೀತಿಲ್ಲ. ಎಲ್ಲೋ ಏನೋ ತಪ್ಪಾಗಿದೆ. ಇನ್ನೊಂದು ವಿಷಯ: ಅಯೋರ್ಡಾನ್ ಮತ್ತು ಪೊಪೆಸ್ಕುಗೆ ಸಂಬಂಧಿಸಿದ್ದು. ನಿವೇಶನದಲ್ಲಿ ಒಬ್ಬ ಎಂಜಿನಿಯರ್ ಇದ್ದಾನೆ. ಹೆಸರು ಪೊಪೆಸ್ಕು. ತುಂಬಾ ವಿದ್ಯಾವಂತ, ಆದರೆ ಅವಿವೇಕಿ. ಭಾನುವಾರ ಬಂತೂಂದ್ರೆ ಸರಿ, ರುಕಾಜಿ ಇಗರ್ಜಿಯಲ್ಲಿ ಸ್ತೋತ್ರ ಪಠನ ಮಾಡ್ತಾ ಕೂತುಬಿಡ್ತಾನೆ. ಅದೇನೋ ಅವನಿಗಿಷ್ಟಬಂದಂತೆ ಮಾಡಿಕೊಂಡು ಹೋಗಲಿ. ಆದರೆ ಒಂದು ಭಾನುವಾರ ಆತ ಅಯೋರ್ಡಾನ್‌ನನ್ನು ಭೇಟಿಯಾದ. ಇವನು ಇಗರ್ಜಿಯಿಂದ ಮನೆಗೆ ಹೋಗ್ತಿದ್ದ. ಅವನು ಮದ್ಯದಂಗಡಿಯಿಂದ ಬರ್ತಿದ್ದ. ಪೊಪೆಸ್ಕುವನ್ನು ಠಕ್ಕ ಯೋಗಿ, ಅದು ಇದು ಅಂತ ಅಯೋರ್ಡಾನ್ ಬಾಯಿಗೆ ಬಂದಂತೆ ಬಯ್ದು ಗೋಳುಹೊಯ್ದುಕೊಂಡ. ಪೊಪೆಸ್ಕು ಪುಕ್ಕಲು ಮನುಷ್ಯ. ರಾಜಕೀಯದ ಗಂಧವಿಲ್ಲ. ಬಹಳ ಹೆದರಿಬಿಟ್ಟ. ಈಗ ಆ ಹಳ್ಳಿ ಅಂದರೆ ಪ್ಲೇಗ್ ಕಂಡಂತೆ ದೂರವಿರ್ತಾನೆ. ಅಯೋರ್ಡಾನ್ ಇನ್ನೂ ಏನೇನು ಅಂದಿದ್ದಾನೋ ಗೊತ್ತಿಲ್ಲ. ಪೊಪೆಸ್ಕು ನನಗೆ ಹೇಳಲೊಲ್ಲ. ಇದನ್ನೆಲ್ಲ ನೋಡಿ ನಾನು ಒಂದು ದಿನ ಹೊರಟೇ ಬಿಟ್ಟೆ, ಆ ಹಳ್ಳಿಗೆ ಹೋದೆ. ಸಮಿತಿಯ ಕಚೇರಿಯಲ್ಲಿ ಈ ಅಯೊರ್ಡಾನ್ ಕುರ್ಚಿಗೊರಗಿ, ಸಮ್ರಾಟನಂತೆ ಕುಳಿತು, ಸಿಗರೇಟು ಸೇದುತ್ತ, ಬಾಯಿಗೆ ಬಂದಂತೆ ಆಜ್ಞೆ ಮಾಡ್ತಿದ್ದ. ನಾನು ಅವನಿಗೆ ಬುದ್ಧಿವಾದ ಹೇಳ ಹೊರಟೆ. ಅವನು ಅರಚಿದ. ದುಡಿಯುವ ರೈತರೊಡನೆ ಮೈತ್ರಿ, ಪಕ್ಷದ ಕಾರ್ಯವಿಧಾನಗಳ ಬಗ್ಗೆ ಅವನಿಗೆ ನಾನು ಹೇಳಿದೆ. ಅವನು ಸಮಿತಿಯ ವ್ಯವಹಾರದಲ್ಲಿ ನೀನು ತಲೆಹಾಕಬೇಡ ಅಂದ. ಗೊತ್ತಾಯ್ತೆ ಕಾಮ್ರೇಡ್ ಹೋಲ್ಟ್ಸ್‌ಮನ್? ಬಳಿಕ ನಾನು ಅವನಿಗೆ ಹೇಳಿದೆ: 'ಅಯ್ಯಾ ಇಲ್ಲಿ ಕೇಳು. ನಿನ್ನ ಸಮಿತಿ ವ್ಯವಹಾರಗಳನ್ನು ಸೈತಾನ ನೋಡಿಕೊಳ್ಳಬಹುದು. ಆದರೆ ರುಕಾಜಿ ಪ್ರಜಾಸಮಿತಿಯ ವಿಷಯ ಬಂದಾಗ ನನ್ನ – ಮಿಹಾಯ್ ಜುರ್ಕನ, ಒಬ್ಬ ಕಮ್ಯೂನಿಸ್ಟನ – ಮಾತನ್ನೂ ಕೇಳಬೇಕಾಗ್ತದೆ.' ಅದಕ್ಕೆ 'ನೀನು ಹೇಳಬೇಕಾದ್ದೇನಿಲ್ಲ,' ಅಂದ ಆತ.

ಶಬ್ದವಾಗದಂತೆ ಬಾಗಿಲು ತೆರೆದುಕೊಂಡಿತು. ಪಕ್ಷದ ಪ್ರಥಮ ಕಾರ್ಯದರ್ಶಿ ಘಿಯೋರ್ಘೆ ಜುರ್ಕ ಒಳಬಂದ. ಅವನು ಹೊಸ್ತಿಲಲ್ಲೇ ನಿಂತುಕೊಂಡ. ಹೋಲ್ಟ್ಸ್‌ಮನ್

ದೊಡ್ಡದಾಗಿ ಹಲ್ಲುಕಿರಿದು, ತುಟಿಗಳ ಮೇಲೆ ಬೆರಳಿಟ್ಟುಕೊಂಡ. ಸಿಟ್ಟಿಗೆದ್ದಿದ್ದ ಮುದುಕ ಇದಾವುದನ್ನು ಗಮನಿಸಿರಲಿಲ್ಲ. ಬಿಸಿಲಿನಿಂದ ಕಂದುಬಣ್ಣಕ್ಕೆ ತಿರುಗಿದ್ದ ಅವನ ಕೆನ್ನೆಗಳು ಕೆಂಪಗಾಗಿದ್ದವು. ಆತ ಮಾತು ಮುಂದುವರಿಸಿದ:

"ನಾನು ಅವನೊಡನೆ ಕೇಳಿದೆ: 'ಶ್ರಮಿಕ ವರ್ಗದ ಸರ್ವಾಧಿಕಾರ ಅಂದರೇನು ಗೊತ್ತೆ, ದಡ್ಡ ಮುಂಡೇದೆ?' ಅವನಿಗೆ ಉತ್ತರ ಹೊಳೆಯಲಿಲ್ಲ. ಇಲ್ಲದ ಪ್ರತಿಷ್ಠೆ ತೋರಿಸಲು ಪ್ರಯತ್ನಿಸಿದ. 'ದುಡಿಯುವ ರೈತವರ್ಗದೊಡನೆ ಮೈತ್ರಿ ಅಂದರೇನು?' ಅಂತ ಕೇಳ್ದೆ. ಅವನು ತೊದಲಿದ. ಅವನಿಗೆ ನಾನೇ ಹೇಳಿಕೊಟ್ಟೆ, ಪಕ್ಷದ ಶಾಲೆಯಲ್ಲಿ ಮಾಡುವಂತೆ ಪಿಸುಮಾತಿನಲ್ಲಿ ಹೇಳಿದೆ. (ಯಾರಿಗಾದರೂ ಉತ್ತರ ಗೊತ್ತಿಲ್ಲದಿರುವಾಗ ಪಿಸುಮಾತಿನಲ್ಲಿ ಎತ್ತಿಕೊಡಬೇಕು ಅಂತ ಶಾಲೆಯಲ್ಲಿ ಹಾಗೆ ಕಲಿಸೋದು ತಪ್ಪು.) 'ಅದೇ ಮುಖ್ಯ ಕೊಂಡಿ...' ಅಂತ ಎತ್ತಿಕೊಟ್ಟೆ. 'ನೀನು ಪ್ರಥಮ ಕಾರ್ಯದರ್ಶಿಯ ತಂದೆ ಅಂತ ಇಷ್ಟು ಪ್ರತಿಷ್ಠೆ ತೋರಿಸ್ತಿದ್ದೀಯಾ?' ಅಂತ ಅವನು ಕೈಗಳನ್ನಾಡಿಸುತ್ತ ಕಿರಿಚಿದ. ಆ ಮಾತು ಕೇಳಿದ್ದೇ ತಡ ನನ್ನ ಕಣ್ಣ ಮುಂದೆ ಕಾಮನಬಿಲ್ಲು ಕುಣಿಯತೊಡಗ್ತು: ನಾನು, ಮಿಹಾಯ್ ಜುರ್ಕ, ನನ್ನ ಮಗನ ಸ್ಥಾನಮಾನದ ಲಾಭ ಪಡೆಯೋದೇ? ಅವನಿಗೆ ಕೆಲವು ಸತ್ಯಸಂಗತಿಗಳನ್ನು ತಿಳಿಸಿದೆ. ಆದರೆ ರಾಜಕೀಯದ ಕುರಿತಾಗಿ ಅಲ್ಲ."

"ಅಲ್ಲ; ವೈಯಕ್ತಿಕ ವಿಷಯ. ನನಗೆ ಅರ್ಥವಾಯಿತು."

"ಹುಂ, ನೀನೇನು ದಡ್ಡನಲ್ಲ. ಒಂದೆರಡು ವಿಷಯ ಚೆನ್ನಾಗಿ ಕಲಿತುಕೊಂಡಿದ್ದಿ ಅಂತ ಗೊತ್ತಾಗ್ತದೆ. ಇರಲಿ. ಅಷ್ಟಾದ ಮೇಲೆ ಅಯೋರ್ಡಾನ್ ತನ್ನ ಬಂದೂಕಕ್ಕಾಗಿ ತಡಕಾಡುತ್ತ 'ನಾನು ಅಷ್ಟು ಸುಲಭವಾಗಿ ಬೆದರುವವನಲ್ಲ. ಹೊರಡು ಇಲ್ಲಿಂದ,' ಅಂತ ಚೀರಿದ."

"ನನಗೆ ಗೊತ್ತಿದೆ ಕಾಮ್ರೇಡ್ ಜುರ್ಕ."

"ಆಮೇಲೆ ಅವನು ನನ್ನ ಮೇಲೇರಿ ಬಂದ. ನಾನು ಮುಗಿಸಿದಾಗ ಅವನು ನೆಲದ ಮೇಲೆ ಅಂಗಾತನಾಗಿ ಬಿದಿದ್ದ. ಇಗೊ, ಅವನ ಬಂದೂಕು ಇಲ್ಲಿದೆ."

ಹೋಲ್ಟ್ಸ್‌ಮನ್ ಏನೋ ಹೇಳಬೇಕೆಂದಿದ್ದುದನ್ನು ನೋಡಿ ಮುದುಕನೇ ಮತ್ತೆ ಮಾತನಾಡಿದ:

"ಕಾಮ್ರೇಡ್ ಹೋಲ್ಟ್ಸ್‌ಮನ್, ಕಣಕ್ಕೆ ಬೆಂಕಿ ಹಚ್ಚಲು ಸಿದ್ಧನಾಗಿರುವ ಶ್ರೀಮಂತ ಕೃಷಿಕನನ್ನು ನೋಡಿಯೂ 'ಸಿಗರೇಟ್ ಹೊತ್ತಿಸಿಕೊಳ್ಳುತ್ತಾನೆ ಅಂತ ಕಾಣ್ತದೆ. ಅವನ ಮೇಲೆ ಬೀಳೋದು ಅನ್ಯಾಯ' ಅಂತ ಕೈಲಿ ಪೆನ್ಸಿಲ್ ಹಿಡಿದು ಸುಮ್ಮನೆ ನಿಂತಿರೋ ವ್ಯಕ್ತಿ ನನ್ನ ದೃಷ್ಟಿಯಲ್ಲಿ ಖಂಡಿತ ಕಮ್ಯೂನಿಸ್ಟ್ ಅಲ್ಲ. ಇದು ನನ್ನ ಅಭಿಪ್ರಾಯ. ಈಗ ಅಯೋರ್ಡಾನ್ ಬಗ್ಗೆ ಏನು ಮಾಡೋಣ?"

"ಅವನನ್ನು ಮೊನ್ನೆಯೇ ನಾವು ಇಲ್ಲಿಗೆ ಬರಮಾಡಿದೆವು. ಸಮಿತಿಯಿಂದ ಅವನನ್ನು ಹೊರಹಾಕಿದ್ದೇವೆ. ಅವನೊಬ್ಬ ಘಟಿಂಗ. ಪಕ್ಷದೊಳಗೆ ಹೇಗೋ ನುಸುಳಿ ಬಂದ ಪ್ರತಿಕ್ರಾಂತಿಕಾರೀ ಸೈನಿಕ."

"ಆಹಾ, ಹಾಗಾದರೆ ಎಲ್ಲ ಸರಿಹೋದಂತಾಯ್ತು," ಎಂದು ತಲೆಯಾಡಿಸಿದ ಜುರ್ಕ.

"ಹೌದು. ಒಂದು ಹಂತದವರೆಗೆ ಮಾತ್ರ. ನಿನ್ನ ವಿಷಯದಲ್ಲಿ ನಾವೇನು ಮಾಡೋಣ? ನೀನು ಅವನಿಗೆ ಹೊಡೆದಿದ್ದೀ. ಅಲ್ಲದೆ..."

"ನಾನು ಈ ಬಗ್ಗೆ ಪಕ್ಷದ ಶಾಖೆಯಲ್ಲಿ ಚರ್ಚಿಸಿದ್ದೇನೆ," ಎಂದು ಜುರ್ಕ ಸಾವಧಾನವಾಗಿ ಹೇಳಿದ.

"ಸರಿ..."

"ತತ್ವದ ದೃಷ್ಟಿಯಿಂದ ನಾನು ಮಾಡಿದ್ದು ಸರಿ ಅಂತ ಅವರಂದ್ರು. ಆದರೆ – ಅದರೊಂದಿಗೆ ನನಗೆ ದಂಡವನ್ನೂ ವಿಧಿಸಿದರು."

ಹೋಲ್ಟ್ಸ್‌ಮನ್ ಜೋರಾಗಿ ನಕ್ಕ.

"ಹಾಗಾದರೆ ನಾನು ನಿನ್ನನ್ನು ಕರೆಸಿದ್ದು ವ್ಯರ್ಥವಾಯ್ತು."

"ಇಲ್ಲ," ಎಂದು ಮಾರುತ್ತರವಿತ್ತ ಮುದುಕ ಅಸಮಾಧಾನದಿಂದ ಮುಖ ಸಿಂಡರಿಸಿದ: "ನಾನು ಮೇಲ್ಮನವಿ ಸಲ್ಲಿಸ್ತಿದ್ದೇನೆ. ಈವರೆಗೆ ನಾನು ಯಾವತ್ತೂ ದಂಡಿತನಾಗಿಲ್ಲ," ಎಂದು ಬಿಳಿ ಮೀಸೆ ತಿರುವುತ್ತ ಸಿಟ್ಟಿನಿಂದ ಗರ್ಜಿಸಿದ.

ಹೋಲ್ಟ್ಸ್‌ಮನ್ ಏನು ಮಾಡುವುದೆಂದು ತಿಳಿಯದೆ ಕಣ್ಣು ಕಣ್ಣು ಬಿಟ್ಟ. ಫಿಯೋರ್ಘೆ ಜುರ್ಕ ತಂದೆಯ ಬಳಿ ಬಂದು, ಅವನ ಹೆಗಲ ಮೇಲೆ ಕೈಯಿಟ್ಟು ಹೇಳಿದ :

"ಅಪ್ಪ, ನೀನು ಮೊದಲಿನಷ್ಟೇ ಬಲಿಷ್ಠನಾಗಿದ್ದೀ ಅಂತ ಹೇಳ್ತಾರೆ."

ಅವನದೂ ತಂದೆಯಂತೆಯೇ ಬೂದುಗಣ್ಣು. ಕಣ್ಣಿನ ಕೊನೆಗಳಲ್ಲಿನ ಸುಕ್ಕು ಒಂದು ಬಗೆಯ ಉಲ್ಲಾಸ ಸೂಚಿಸುತ್ತಿತ್ತು. ಅವನು ನಕ್ಕಾಗ ತಂದೆಯನ್ನೇ ಹೋಲುತ್ತಿದ್ದ. "ಎಲ್ಲವೂ ಶಾಂತವಾಗಿದೆ ತಾನೆ? ಅದಕ್ಕಾಗಿ ನೀನು ಒದ್ದಾಡುವಂತೆ ಮಾಡಿದ ಅವನು" ಎಂದ ಮಗ.

ಅದಕ್ಕೆ ಮುದುಕ ಮರು ನುಡಿದ:

"ಕಾಮ್ರೇಡ್ ಜುರ್ಕ, ನಿನಗೂ ಹಾಗೇ ಮಾಡ್ತೇನೆ. ನಮ್ಮ ಪಕ್ಕದ ಶ್ರೀಮತಿ ಜೂಲಿಯಾ ಮನೆಯಿಂದ ನೀನು ಪ್ಲಮ್ ಹಣ್ಣುಗಳನ್ನು ಕದೀತಿದ್ದಿಯಲ್ಲ – ಆಗ ನಿನಗೆ ಏನು ಮಾಡ್ತಿದ್ದೇಂತ ನೆನಪಿದೆಯಷ್ಟೆ. ನಾನು ಒಂದು ನಿಮಿಷವಾದರೂ ಶಾಂತವಾಗಿರೋದಕ್ಕೆ ಆಕೆ ಬಿಡ್ತಿರಲಿಲ್ಲ – ಅಷ್ಟು ಹರಿತವಾಗಿತ್ತು ಅವಳ ನಾಲಿಗೆ."

"ಅಪ್ಪ, ನೀನು ಅವನಿಗೆ ಹೊಡೀಬಾರದಿತ್ತು."

ಮಗನ ಹೆಗಲು ತಟ್ಟುತ್ತ ಮುದುಕ ಹೇಳಿದ: "ನೀನೆಂಥ ದಡ್ಡ! ದೊಡ್ಡವನಾಗಿದ್ದೀ. ಆದರೂ ದಡ್ಡನಾಗಿಯೇ ಉಳಿದಿದ್ದೀ !"

ಫಿಯೋರ್ಘೆ ಏನೂ ಉತ್ತರ ಕೊಡಲಿಲ್ಲ. ಕಿಟಕಿಯ ಬಳಿಗೆ ನಡೆದ. ಸಿಗರೇಟ್ ಹೊತ್ತಿಸಿಕೊಂಡು, ಹಿಂದಿರುಗಿ ಬಂದು ಕೇಳಿದ:

"ಅಪ್ಪ, ನೀನು ಯಾವುದೋ ಪರಿಶೀಲನಾ ಆಯೋಗದಲ್ಲಿ ಸದಸ್ಯನಾಗಿದ್ದೆಯಲ್ಲ – ಯಾವುದು ಅದು ?"

"ಯಾವುದೆ ? ಅಲ್ಲಿದೆಯಲ್ಲ, ರೈಲ್ವೆಯ ಹತ್ತಿರ. ಅದು. ಯಾಕೆ ?"

"ಹಾಗೋ !"

ಹೋಲ್ಟ್ಸ್‌ಮನ್ ಪುಸ್ತಕ ಮಗುಚಿ ಹಾಕುವುದರಲ್ಲಿ ಮಗ್ನನಾದ.

ಮುದುಕ ಕುಳಿತಿದ್ದ ಕುರ್ಚಿಯ ಹತ್ತಿರ ಬರುತ್ತ ಫಿಯೋರ್ಘೆ ಕೇಳಿದ :

"ಅಪ್ಪ, ಆ ಆಯೋಗದಲ್ಲಿದ್ದ ನೀನೇ ಅಲ್ವೆ ಅಯೋರ್ಡಾನ್ ವಿಷಯವನ್ನೆಲ್ಲ ಪರಿಶೀಲಿಸಿದ್ದು?"

ಮುದುಕನ ಬಾಯಿ ಕಟ್ಟಿಹೋಯಿತು. ಮಾತೇ ಹೊರಡಲಿಲ್ಲ. ಅವನು ಕೆಮ್ಮಿದ. ಪೈಪ್‌ಗಾಗಿ ತಡಕಾಡಿದ. ಬೆಂಕಿ ಹೊತ್ತಿಸಿದ. ಹೊಗೆ ಸೇದಿ, ಬಿಟ್ಟ.

"ಮೊದಲಿನಂತೆ ಹೊಗೆ ಸರಿಯಾಗಿ ಬರೋದಿಲ್ಲ. ಬಹಳ ಹಳೆಯದಾಯಿತು" ಎಂದು ಬೇಸರದಿಂದ ಆತ ನುಡಿದ.

"ಆಗ ಅಯೋರ್ಡಾನ್ ಪಕ್ಷದ ವಿಭಾಗದಲ್ಲಿದ್ದ. ನಿನಗೆ ನೆನಪಿದೆಯಷ್ಟೆ? ಕಷ್ಟಪಟ್ಟು ಮೇಲೆ ಬಂದ 'ಯುವ ಕಾಮ್ರೇಡ್.' ಅವನ ಬಗ್ಗೆ ಅವರು ಹೇಳಿದ್ದು ಹಾಗೆ. ಅವನನ್ನು ಅವರು ಇನ್ನೂ ಕೂಲಂಕಷವಾಗಿ ಪ್ರಶ್ನಿಸಲಿಲ್ಲ. ನೀವೂ ಆ ಬಗ್ಗೆ ಹೆಚ್ಚು ಗಮನ ಕೊಡಲಿಲ್ಲ. ಲಘುವಾಗಿಯೇ ಕಂಡಿರಿ."

ಜುರ್ಕ ಮಾವ ನಿಧಾನವಾಗಿ ಎದ್ದು ನಿಂತ.

"ಎಲ್ಲಿ, ಆ ಮೇಲ್ಮನವಿಯನ್ನು ಕೊಡು," ಎಂದು ಹೋಲ್ಟ್ಸ್‌ಮನ್‌ನನ್ನು ಕೇಳಿದ.

ಅವನು ಅದನ್ನು ಇಸಿದುಕೊಂಡು ಹರಿದು ಹಾಕಿದ. ಹೋಲ್ಟ್ಸ್‌ಮನ್‌ನ ಹರೆಯದ ಮುಖದಲ್ಲಿ ಅನುಕಂಪದ ಛಾಯೆ ಕಂಡಂತೆನಿಸಿ ಮುದುಕ ಮುಖ ಸಿಂಡರಿಸಿದ.

"ಆಯಿತು ಬಿಡು! ಈ ದಂಡ ತೀರಿಹೋಗೋ ತನಕ ನಾನು ವಿಶ್ರಾಂತಿವೇತನಕ್ಕೆ ಅರ್ಜಿಕೊಡೋದಿಲ್ಲ. ಇನ್ನೂ ಒಂದೆರಡು ವರ್ಷ ಹೀಗೇ ನೂಕಬಲ್ಲೆ"– ಎಂದು ಆತ ನಕ್ಕ. ಬಳಿಕ, "ವಿಶ್ರಾಂತಿವೇತನ ಬರ್ತದೆ; ತೋಟದಲ್ಲಿ ಈರುಳ್ಳಿ ಕಳೆ ಕೀಳ್ತಾ ಕಾಲ ಕಳೀಬಹುದು" ಎಂದ, ಮಗನ ಕಡೆ ನೋಡುತ್ತ.

"ಅಪ್ಪ, ಡಿಪೋಗೆ ಹೋಗೋಣ್ವೇನು. ಈಗಷ್ಟೆ ಅಲ್ಲಿ ಹೊಸದಾಗಿ ಒಂದು ಶಿಶುವಿಹಾರ ಆರಂಭವಾಗಿದೆ. ನಿನ್ನ ಪೀಳಿಗೆಯ ಬಹುಮಂದಿ ಈಗಾಗಲೇ ಅಜ್ಜಂದಿರಾಗಿ ಹೋಗಿದ್ದಾರೆ," ಎಂದ ಫಿಯೋರ್ಫೆ.

"ನನ್ನನ್ನು ಉಲ್ಲಾಸಗೊಳಿಸ್ಬೇಕೂಂತಿದೀಯ? ಅಗತ್ಯವಿಲ್ಲ. ಬಾ." – ಮುದುಕ ಬಾಯಿ ತೆರದು ನಕ್ಕ.

ಇಬ್ಬರೂ ಅಲ್ಲಿಂದ ಹೊರಟರು. ಮಧ್ಯೆ ಮಧ್ಯೆ ಹಸಿರುವಾಣಿಯಿಂದ ಕಂಗೊಳಿಸುತ್ತಿದ್ದ ಆ ಪಟ್ಟಣದ ಮನೆಗಳ ಮೇಲ್ಛಾವಣಿಗಳನ್ನೇ ನೋಡುತ್ತ ಹೆಬ್ಬಾಗಿಲಿನ ಹೊಸ್ತಿಲಲ್ಲಿ ಅವರು ಕ್ಷಣಕಾಲ ನಿಂತರು. ಮುದುಕ ದೀರ್ಘವಾಗಿ ಉಸಿರೆಳೆದುಕೊಂಡ. ಫಿಯೋರ್ಫೆಯ ಹೆಗಲ ಮೇಲೆ ಕೈಹಾಕಿದ. ಒಂದು ಕ್ಷಣ ಅವನ ಕಣ್ಣುಗಳು ಮಂಜಾದವು. ಒಂದೇ ಕ್ಷಣ. ಮುದುಕ ಮತ್ತೆ ಮೊದಲಿನಂತಾದ.

"ಶಿಶು ವಿಹಾರ ದೊಡ್ಡದೇನು?"

ಪ್ರಥಮ ಕಾರ್ಯದರ್ಶಿ ತನ್ನ ತಂದೆಯ ಜಡ್ಡುಗಟ್ಟಿದ ಒರಟು ಹಸ್ತವನ್ನು ಹಿಡಿದುಕೊಂಡು ಒಡೆದ ದನಿಯಲ್ಲಿ ಪಿಸುಗುಟ್ಟಿದ:

"ಹೌದು. ದೊಡ್ಡದೇ."

"ಒಳ್ಳೆಯದು. ಎರಡನೆ ಪಾಳಿ ಇನ್ನೂ ಚೆನ್ನಾಗಿದ್ದೀತು." ○

ವಿಶೇಷ ಕೃತಜ್ಞತೆ

ಸಂಪುಟದ ಕಥೆಗಳ ಆಯ್ಕೆಗಾಗಿ ಆಕರ ಸಾಮಗ್ರಿಯನ್ನು ಎರವಲು ನೀಡಿದ

- ಗ್ರಂಥಾಲಯಗಳು
- artis jus, ಬುಡಾಪೆಸ್ಟ್
- 'ದಿ ನ್ಯೂ ಹಂಗೆರಿಯನ್ ಕ್ವಾರ್ಟರ್ಲಿ,' ಬುಡಾಪೆಸ್ಟ್
- ಶ್ರೀ ಯು. ಎಸ್. ಶ್ರೀನಿವಾಸನ್, ಬೆಂಗಳೂರು
- ಸತ್ಯನಾರಾಯಣ ರಾವ್, ಬೆಂಗಳೂರು
- 'ನ್ಯೂಸ್ ಫ್ರಮ್ ಹಂಗರಿ' ನಿಯತಕಾಲಿಕೆ, ನವದೆಹಲಿ
- ರುಮಾನಿಯ ಸಮಾಜವಾದೀ ಗಣರಾಜ್ಯದ ರಾಯಭಾರಿ ಕಚೇರಿ, ನವದೆಹಲಿ

ನಾಮಪದಗಳ ಖಚಿತ ಉಚ್ಚಾರವನ್ನು ದೊರಕಿಸಿಕೊಟ್ಟ

- ಹಂಗರಿ ಜನತಾ ಗಣರಾಜ್ಯದ ರಾಯಭಾರಿ ಕಚೇರಿ, ನವದೆಹಲಿ
- ಪ್ರೊ॥ ಭೀಷಮ್ ಸಾಹನಿ, ನವದೆಹಲಿ

ಸಂಪುಟದ ಮೂಲ ಆಂಗ್ಲ ರೂಪದ ಬೆರಳಚ್ಚು ಪ್ರತಿಗಳ ತಯಾರಿಕೆ ಮತ್ತಿತರ ಸಂಪಾದಕೀಯ ನೆರವಿಗಾಗಿ

- ಕುಮಾರಿ ಸೀಮಂತಿನೀ ನಿರಂಜನ

– ಇವರಿಗೆಲ್ಲ ನಾವು ವಿಶೇಷವಾಗಿ ಕೃತಜ್ಞರು.

ವಿಶ್ವಕಥಾಕೋಶ

ಸಂಪುಟ - ೭

ಮಂಜುಹೂವಿನ ಮದುವಣಿಗ

ಲೇಖಕರ ಪರಿಚಯ

ಮಂಜುಹೂವಿನ ಮದುವಣಿಗ

ಆರೋನ್ ತಾಮಾಶಿ (1897–1966)

ಸಣ್ಣಕಥೆಗಾರ, ಕಾದಂಬರಿಕಾರ. ಹೆಚ್ಚಾಗಿ ಕೃತಿಗಳಲ್ಲಿ ಗ್ರಾಮೀಣ ಹಿನ್ನೆಲೆಯ ವಸ್ತುಗಳು. ಜನಪದ ಕಥೆಗಳು ಹಾಗೂ ಸರಳ ಗೀತೆಗಳ ಅಂಶಗಳನ್ನೊಳಗೊಂಡ ಶೈಲಿ. ಯಶಸ್ವೀ ನಾಟಕಗಳ ಕರ್ತೃ. ❍

ಎಲ್ಲ ಹೇಗಿತ್ತೋ ಹಾಗೇ ಇದೆ

ಇಶ್‌ತ್ವಾನ್ ಸಾಬೊ (1931–1976)

ಸಣ್ಣಕಥೆಗಾರ. ಬಡ ರೈತರೊಂದಿಗೆ ಬಾಲ್ಯ. ಹೊಲಗದ್ದೆಗಳಲ್ಲಿ ದುಡಿಮೆ. ಅನಂತರ ಟ್ರ್ಯಾಕ್ಟರ್ ಚಾಲಕನಾಗಿ ಕೆಲಸ. ಮುಂದೆ ತತ್ವಶಾಸ್ತ್ರವನ್ನು ಅಭ್ಯಸಿಸಿ ಪುಸ್ತಕ ಭಂಡಾರ ತಜ್ಞನಾಗಿ ವೃತ್ತಿ. ❍

ಹಸಿರು ನೊಣ

ಕಾಲ್ಮಾನ್ ಮಿಕ್‌ಸಾಥ್ (1849–1922)

ಕಿರುಗತೆಗಾರ, ಕಾದಂಬರಿಕಾರ. ಹಂಗರಿಯ ಹೊರಗೆ ಪ್ರಸಿದ್ಧಿ ಪಡೆದಿರುವ ಲೇಖಕರಲ್ಲಿ ಪ್ರಮುಖ. ಬಹುತೇಕ ಕೃತಿಗಳಿಗೆ ಸ್ವದೇಶಾಭಿಮಾನ ವಸ್ತು. ರೈತರ ಮನಃಸ್ಥಿತಿಯ ಆಳವಾದ ಅರಿವು ಹೊಂದಿದ್ದಾತ. ❍

ಪ್ರತಿಭಟನೆ

ತಿಬೋರ್ ಡೇರಿ (1894–1977)

ಹೆಸರಾಂತ ಕಾದಂಬರಿಕಾರ, ನಾಟಕಕಾರ ಹಾಗೂ ಸಣ್ಣ ಕಥೆಗಾರ. ಕಾರ್ಮಿಕ ವರ್ಗದ ಜೀವನದ ಹಿನ್ನೆಲೆಯನ್ನು ಒಳಗೊಂಡ ವಸ್ತುಗಳ ವಿಶ್ಲೇಷಣಾತ್ಮಕ ನಿರೂಪಣೆ. ದಿಟ್ಟತನದ ಹಾಗೂ ದಾಕ್ಷಿಣ್ಯರಹಿತ ವ್ಯಕ್ತಿಚಿತ್ರಗಳ ಬರಹಕ್ಕೆ ಖ್ಯಾತಿ. ❍

ನಾಜಿಗಳು

ಫೆರಂತ್ಸ್ ಶಾಂತಾ (1927–2008)

ಹಂಗರಿಯ ಖ್ಯಾತ ಕಾದಂಬರಿಕಾರ, ಕಿರುಗತೆಕಾರ, ನಾಟಕಕಾರ ಮತ್ತು ಚಲನಚಿತ್ರ ಕಥೆಗಾರ. ರೈತ ಕುಟುಂಬದ ಹಿನ್ನೆಲೆ. ಕೂಲಿಯಾಳಾಗಿ ಹಲವು ವರ್ಷಗಳ ಕಾಲ ಕೆಲಸ. ಜನಪದ ಪರಂಪರೆಯ ಪ್ರಭಾವವಿರುವ ಕೃತಿಗಳು. ಮಾನವತಾವಾದದ ದಟ್ಟ ನಿರೂಪಣೆ. 1956 ಮತ್ತು 1964ರಲ್ಲಿ ಪ್ರತಿಷ್ಠಿತ ಅಟಿಲ್ಲ ಜೋಸೆಫ್ ಪ್ರಶಸ್ತಿ ಮತ್ತು 1973ರಲ್ಲಿ ಕೊಸ್ಸುತ್ ಪುರಸ್ಕಾರ ಇವರಿಗೆ ಸಂದಿದೆ. ❍

ಭಯ

ಐಂಡ್ರೆ ಇಲ್ಲೇಶ್

1902ರಲ್ಲಿ ಜನನ. ನಾಟಕಕಾರ, ಸಣ್ಣ ಕಥೆಗಾರ, ವಿಮರ್ಶಕ, ಪತ್ರಕರ್ತ. ವೈದ್ಯನಾಗುವ ಬಯಕೆಯಿದ್ದರೂ ಸಾಹಿತ್ಯ ಕ್ಷೇತ್ರದಲ್ಲಿ ಹೆಚ್ಚು ಚಟುವಟಿಕೆ. 1962ರ ಅಟಿಲ್ಲ ಜೋಸೆಫ್ ಪ್ರಶಸ್ತಿ, ಕೊಸ್ಸುತ್ ಪುರಸ್ಕಾರ ಲಭಿಸಿವೆ. 1963ರ ಕೆಟ್ಟೋಸ್ ಕೋರ್ ಪ್ರಶಸ್ತಿಯೂ ಇವರಿಗೆ ಸಂದಿದೆ. ವೈದ್ಯಕೀಯ ವಿದ್ಯಾರ್ಥಿಯಾಗಿದ್ದಾಗಿನ ಅನುಭವ ಮತ್ತು ಬುದ್ಧಿಜೀವಿಗಳ ಬದುಕಿನ ಬಗ್ಗೆ ಬರವಣಿಗೆ. ಕ್ಯಾಥೊಲಿಕ್ ಮತ್ತು ಮಾನವತಾವಾದಿ. ನೇರ–ಸರಳ ಬರವಣಿಗೆಯ ಶೈಲಿ. ❍

ಸ್ವಾತಂತ್ರ್ಯ

ಲಾಯೋಶ್ ಮೆಶ್ತೆರ್‌ಹಾಜಿ

ಜನನ 1916ರಲ್ಲಿ. ಕಿರುಗತೆಗಾರ, ನಾಟಕಕಾರ, ಕಾದಂಬರಿಕಾರ. ವಿಶ್ವವಿದ್ಯಾನಿಲಯದಲ್ಲಿ ಸಾಹಿತ್ಯಾಭ್ಯಾಸ. ಗುಮಾಸ್ತನಾಗಿ ಜೀವನಾರಂಭ. ಅನಂತರ ಪ್ರಕಾಶನ ಸಂಸ್ಥೆಯಲ್ಲಿ ಹಸ್ತಪ್ರತಿ ಪರಿಶೀಲಕ. ಮುಂದೆ ನಾನಾ ಪತ್ರಿಕೆಗಳ ಸಂಪಾದಕ. ಜತೆಗೆ ಸಾಹಿತಿಯಾಗಿ ಯಶಸ್ಸು. ❍

ಎಲ್‌ಎಸ್‌ಡಿ

ಇಶ್ತ್ವಾನ್ ಚುರಕಾ

1934ರಲ್ಲಿ ಜನಿಸಿದ ಕಿರುಗತೆಕಾರ, ಕಾದಂಬರಿಕಾರ, ನಾಟಕಕಾರ. ವಸ್ತುನಿಷ್ಠೆಗೆ ಹೆಸರಾಗಿರುವ ಕೃತಿಗಳು. ವ್ಯಂಗ್ಯ ಹಾಗೂ ವಿಮರ್ಶನಾತ್ಮಕ ಧೋರಣೆಯೂ ಎದ್ದು ಕಾಣುವ ಬರವಣಿಗೆ. ❍

ಈಸ್ಟರ್ ಪಂಜು

ಐ. ಎಲ್. ಕರಗಿಯಾಲೆ (1852–1912)

ನಾಟಕಕಾರ, ಸಣ್ಣ ಕಥೆಗಾರ, ಕವಿ, ರಂಗ ನಿರ್ದೇಶಕ, ರಾಜಕೀಯ ವಿಮರ್ಶಕ ಮತ್ತು ಪತ್ರಕರ್ತನೂ ಆಗಿದ್ದು ಬಹುಮುಖ ಪ್ರತಿಭೆಯುಳ್ಳವ. ರುಮಾನಿಯದ ಸಾಂಸ್ಕೃತಿಕ ಮತ್ತು ಸಾಹಿತ್ಯ ವಲಯದಲ್ಲಿ ಅತ್ಯಂತ ಜನಜನಿತ ಹೆಸರು.

ಕೊನೆಯ ದಾಳಿ

ಆರೆಲ್ ಮಿಹೇಲ್

1922ರಲ್ಲಿ ಜನನ. ಗದ್ಯ ಬರಹಗಾರ. ಬುಖಾರೆಸ್ಟ್ ವಿಶ್ವವಿದ್ಯಾನಿಲಯದಲ್ಲಿ ತತ್ವಶಾಸ್ತ್ರ ಪದವಿ. 1943ರಲ್ಲಿ ಪ್ರಥಮ ಕವಿತೆ. ನಂತರ ಮೂರು ಕಥಾಸಂಗ್ರಹಗಳು : 'ವಸಂತದ ಹೊಸ್ತಿಲಲ್ಲಿ', 'ತೀರ್ಪು' ಮತ್ತು 'ಪತ್ರ'. ರುಮಾನಿಯದ ಸಮರಾನುಭವದ ಬಗ್ಗೆ ಹನ್ನೊಂದಕ್ಕೂ ಹೆಚ್ಚು ಕೃತಿಗಳು.

ಪದಕ

ಯುಸೆಬಿಯು ಕೆಮಿಲಾರ್ (1910–1965)

1926ರಲ್ಲಿ ಬರವಣಿಗೆ ಆರಂಭ. 1937ರಲ್ಲಿ 'ವೆಲ್ಸ್‌ನ ಕೊಕ್ಕರೆಗಳ ಕರೆ' ಎಂಬ ಹೆಸರಿನಲ್ಲಿ ಪ್ರಥಮ ಪ್ರಮುಖ ಕಥಾ ಸಂಗ್ರಹ. 1942ರಲ್ಲಿ ನಿರ್ಗತಿಕ ಕುಟುಂಬದ ಮಗುವೊಂದರ ಬಗ್ಗೆ ಬರೆದ ಕವಿತೆ 'ಕಾರ್ಡೂನ್'. ಫ್ಯಾಸಿಸ್ಟ್ ಹಿಡಿತದಿಂದ ರುಮಾನಿಯದ ವಿಮೋಚನೆಯ ಅನಂತರ 'ಹರ್ಡರು', 'ಕಳ್ಳರ ಕಣಿವೆ', 'ಕತ್ತಲೆ', 'ಅಡಿಪಾಯ' ಮುಂತಾದ ಕಾದಂಬರಿಗಳು ಹಾಗೂ ಹಲವು ಕವನಗಳ ಪ್ರಕಟನೆ.

ಜುರ್ಕ ಮಾವ

ಟೈಟಸ್ ಪೊಪೊವಿಚಿ

1930ರಲ್ಲಿ ಜನನ. ಪ್ರಸಿದ್ಧ ಗದ್ಯ ಬರಹಗಾರ ಹಾಗೂ ಚಿತ್ರ ಸಾಹಿತಿ. 1950ರಲ್ಲಿ ಮತ್ತೊಬ್ಬ ಗದ್ಯ ಬರಹಗಾರ ಎಫ್. ಮುಂಟಿಯಾನು ಜತೆಗೂಡಿ ಪ್ರಥಮ ಕೃತಿ. ಅನಂತರ 1955ರಲ್ಲಿ ಪ್ರಥಮ ಸಣ್ಣ ಕಥೆಗಳ ಸಂಗ್ರಹ. 1944ರ ಆಗಸ್ಟ್ ಸಶಸ್ತ್ರ ದಂಗೆ ಬಗ್ಗೆ ಪ್ರಥಮ ಕಾದಂಬರಿ 'ಒಬ್ಬ ಪರಕೀಯ'. 'ಬಾಯಾರಿಕೆ' ಎಂಬ ಕಾದಂಬರಿ, 'ಇಪೂವಿನ ಮರಣ'

ಎಂಬ ನೀಳ್ಗತೆ, 'ಬಲ ಮತ್ತು ಸತ್ಯ' ಎಂಬ ನಾಟಕ ಇವೆಲ್ಲ ಇವರ ಕೃತಿಗಳು. ದೇಶದ ಕಮ್ಯುನಿಸ್ಟ್ ಪಕ್ಷದ ಕೇಂದ್ರ ಸಮಿತಿಯ ಸದಸ್ಯ. ರುಮಾನಿಯದ ರಾಷ್ಟ್ರೀಯ ಪುರಸ್ಕಾರ ಇವರಿಗೆ ಲಭಿಸಿದೆ. ❍

ಈ ಸಂಪುಟದ ಅನುವಾದಕರು

ಕೆ. ಎಸ್. ನಾರಾಯಣ ಸ್ವಾಮಿ (1928–1993)

ಅರಸೀಕೆರೆಯಲ್ಲಿ ಜನನ. ಕನ್ನಡದಲ್ಲಿ ಕೈ ಹೊತ್ತಿಗೆಗಳನ್ನು ತಂದ ಪ್ರಥಮ ಸಂಸ್ಥೆ 'ವಾಹಿನಿ ಪ್ರಕಾಶನ'ದಲ್ಲಿ ಮ್ಯಾನೇಜರ್ ಆಗಿ ವೃತ್ತಿಜೀವನದ ಆರಂಭ. ಅನಂತರ ಪತ್ರಿಕೋದ್ಯಮ ಪ್ರವೇಶ. 1956ರಲ್ಲಿ 'ಪ್ರಜಾವಾಣಿ' ಯಲ್ಲಿ, ಅನಂತರ 1967ರಿಂದ 'ಕನ್ನಡಪ್ರಭ' ಪತ್ರಿಕೆಯ ಪ್ರಾರಂಭ ದಿಂದಲೂ ಉದ್ಯೋಗ. 'ಕರುಣಾಳು ಬಾ ಬೆಳಕೆ' ಆದರ್ಶವಾದಿ ಕಾದಂಬರಿ ಹಾಗೂ ಶ್ರೇಷ್ಠ ಕೃತಿ ಎಂಬ ಹೆಗ್ಗಳಿಕೆ. 'ಮುಕ್ತಿ' ಚಿತ್ರದ ನಿರ್ಮಾಪಕ. ಬುಡಾಪೆಸ್ಟ್‌ನ ಅಂತರರಾಷ್ಟ್ರೀಯ ಪತ್ರಿಕೋದ್ಯಮ ಶಾಲೆಯಲ್ಲಿ ತರಬೇತಿ ಪಡೆದಿರುವ ಮೊದಲ ಕನ್ನಡಿಗ. ನಿವೃತ್ತಿಯ ನಂತರ ಪ್ರಜಾಮತ, ಅಭಿಮಾನಿ, ಕರ್ಮವೀರ ಪತ್ರಿಕೆಗಳಲ್ಲೂ ಸೇವೆ. ಚಲನಚಿತ್ರ ಕುರಿತ ಪ್ರತ್ಯೇಕ ಸಾಪ್ತಾಹಿಕ 'ಚಿತ್ರಪ್ರಭ'ದ ಪರಿಕಲ್ಪನೆಯ ರೂವಾರಿ. ರಾಜ್ಯ ಚಲನಚಿತ್ರ ತೆರಿಗೆ ವಿನಾಯಿತಿ ಹಾಗೂ ರಾಜ್ಯ ಚಲನಚಿತ್ರ ಪ್ರಶಸ್ತಿ ಸಲಹಾ ಸಮಿತಿಗಳ ಅಧ್ಯಕ್ಷರಾಗಿ ಸೇವೆ. ❍